எமர்ஜென்ஸி
―――――――――
ஜே.பி.யின் ஜெயில் வாசம்

எமர்ஜென்ஸி

ஜே.பி.யின் ஜெயில் வாசம்

எம்.ஜி. தேவசகாயம்

தமிழில்: ஜெ. ராம்கி

கிழக்கு

எமர்ஜென்சி: ஜே.பி.யின் ஜெயில் வாசம்
Emergency: J.P.yin Jail Vaasam
by M.G. Devasahayam ©

First Edition: December 2009
288 Pages
Printed in India.

ISBN 978-81-8493-334-5
Kizhakku - 435

Kizhakku Pathippagam
177/103, First Floor,
Ambal's Building, Lloyds Road,
Royapettah, Chennai 600 014.
Ph: +91-44-4200-9603

Email : support@nhm.in
Website : www.nhm.in

Author's Email : mgd@airtelmail.in
Cover & Inside Photo : Wikimedia Commons

Kizhakku Pathippagam is an imprint of New Horizon Media Private Limited.

This book is sold subject to the condition that it shall not, by way of trade or otherwise, be lent, resold, hired out, or otherwise circulated without the publisher's prior written consent in any form of binding or cover other than that in which it is published and without a similar condition including this the rights under copyright reserved above, no part of this publication may be reproduced, stored in or introduced into a retrieval system, or transmitted in any form or by any means (electronic, mechanical, photocopying, recording or otherwise), without the prior written permission of both the copyright owner and the above-mentioned publisher of this book.

ஹிட்லர் தனக்கான சர்வாதிகார அந்தஸ்தை ஜனநாயக வழிமுறைகளால்தான் நிறைவேற்றிக் கொண்டார். இந்திராவும் அதே வழியில் செல்கிறார். இந்தியா இருளில் இருந்து தன்னை விடுவித்துக்கொள்ளுமா? அதற்காக இந்தியா கொடுக்கப்போகும் விலை பெரிது. இனி கடவுள்தான் காப்பாற்ற வேண்டும்.

உள்ளே

	என்னுரை	/	8
1.	தொலைந்த ஜனநாயகம்	/	15
2.	சண்டிகர் சிறைச்சாலை	/	22
3.	மரணத்துக்குத் தயாராதல்	/	33
4.	இந்திரா vs.ஜே.பி.	/	45
5.	நான்கு சுவர்கள்	/	56
6.	இறக்கத் தயார்!	/	63
7.	என்ன செய்யலாம்?	/	68
8.	கசப்புகள், வருத்தங்கள்	/	77
9.	ஃபாசிஸத்தின் கோரமுகம்	/	85
10.	இறக்கும் வரை உண்ணாவிரதம்	/	91
11.	உயிர்த்திருக்கும் நம்பிக்கை	/	103
12.	கரை எங்கே?	/	113
13.	மூழ்கினால் பரவாயில்லை!	/	121
14.	சமாதான முயற்சி	/	132
15.	பிரதமர் சஞ்சய்?	/	140

16.	வெள்ளைப் புறா	/ 153
17.	சமாதானத்தின் முதல் படிகள்	/ 161
18.	அசையும் மலை	/ 168
19.	காமராஜர் மரணம்	/ 178
20.	அரசியல் வரைவுபடம்	/ 187
21.	நடந்தது என்ன?	/ 199
22.	இந்திரா பின்வாங்குகிறார்	/ 205
23.	ஜே.பி.யைத் தீர்த்துக்கட்ட சதியா?	/ 212
24.	வெளிப்படாத ரகசியம்	/ 225
25.	சமாதான முயற்சியும் ஜே.பி.யின் விடுதலையும்	/ 232
26.	இரண்டு உத்தரவுகளின் மர்மம்	/ 242
27.	விடுதலையும் தடுமாற்றமும்	/ 256
28.	தோல்விகளிலிருந்து வெற்றி - ஜே.பி.யின் பயணம்	/ 269
29.	மீண்டும் சுதந்தரம்	/ 278
	முடிவுரை	/ 283

முன்னுரை

இந்தப் புத்தகத்தின் நாயகர்கள் இருவர். கடந்த நூற்றாண்டில் இந்தியாவின் தலையாயத் தலைவர்களில் மிக முக்கியமானவர்கள். ஒருவர் பாரதப் பிரதமராக இருந்த இந்திரா காந்தி. மற்றொருவர் சர்வோதய இயக்கத்தின் தலைவராக இருந்த ஜெயப்பிரகாஷ் நாராயண். முன்னவர் அதிகாரமும் பணபலமும் படைத்தவர். பின்னவரோ அதிகாரத்தின்மீது துளியும் ஆசை வைக்காதவர். ஆனால் மக்களை ஆன்ம பலத்தால் வென்றவர். இந்த இருவருக்கும் இடையில் புகுந்த வில்லன், பதவி வாரிசாகத் துடித்துக் கொண்டிருந்த சஞ்சய் காந்தி!

சர்வாதிகாரியாகத் தன்னை ஆக்கிக்கொண்ட இந்திரா காந்திக்கும் குடியாட்சி முறையை முழுமையாக ஆதரித்த ஜேபிக்கும் இடையேயான இந்தப் போராட்டம் ஜூன் 1975-ல் தொடங்கியது. மார்ச் 1977-ல் இந்தப் போராட்டம் முடிவுக்கு வந்தபோது, குடியாட்சி முறை வென்றது. சர்வாதிகாரம் வீழ்த்தப்பட்டது. இந்திய அரசியல் முற்றிலுமாக மாறியது. இந்தப் புத்தகம் இந்திராவுக்கும் ஜேபிக்கும் இடையேயான போராட்டத்தை அருகில் இருந்த பார்த்த என் குறிப்புகளால் ஆனது. இது எமெர்ஜென்சியின் கதை. அந்த நெருக்கடி நிலையின் அதிர்வுகளை இன்றும் நாம் தெளிவாகக் கேட்கமுடிகிறது.

உலகின் மிகப் பெரிய குடியாட்சி நாடு என்று தற்பெருமை கொள்ளும் இந்த நாட்டில், இந்திரா காந்தியும் அவரது குடும்பமும் கொண்டாடப்படுகிறது. ஆனால் ஜேபியின் பெயர் வரலாற்றில் இருந்து முற்றிலுமாகத் துடைத்தெறியப்பட்டுவிட்டது. பல ஆண்டுகளுக்கு முன், இந்தியாவில் நடைபெற்ற, சக்திவாய்ந்த,

மாபெரும் இளைஞர் இயக்கம் ஒன்றுக்கு ஜேபி தலைமை வகித்தார். இன்றைய இளைஞர்களுக்கோ ஜேபி யார் என்றே தெரியாது!

என்நன்றி கொன்றார்க்கும் உய்வுண்டாம், உய்வில்லை
செய்நன்றி கொன்ற மகற்கு

என்றார் திருவள்ளுவர். நன்றி மறப்பதைப் போன்ற பாவம் வேறெதுவும் இல்லை. ஆனால் அதைத்தான் இந்தியாவும் இந்தியர்களும் ஜேபிக்குச் செய்துள்ளனர். இது தொடர்ந்தால் எதிர்காலம் நம்மை நிச்சயம் மன்னிக்காது.

முதலில், நடந்த வரலாற்றின் சிறிய சுருக்கம். ஆகஸ்ட் 8, 1942-ல் மகாத்மா காந்தி ஆரம்பித்த 'வெள்ளையனே வெளியேறு' இயக்கம் பிசுபிசுக்கத் தொடங்கியிருந்தது. ஆனால் அந்த ஆண்டு தீபாவளி இரவு அன்று துணிகர மான நிகழ்வு ஒன்று நடந்தது. கடுங்காவல் சிறையான ஹஸாரிபாக் சிறையிலிருந்து ஜேபி தப்பித்து வெளியேறினார். பிரிட்டிஷ்காரர்கள், அவரை உயிரோடோ அல்லது பிணமாகவோ பிடிக்க, மாபெரும் தேடுதல் வேட்டையை ஆரம்பித்தனர். இந்த நிகழ்வில் இருந்துதான் தேசிய இயக்கம் புத்துயிர் பெற்றது. காலனி ஆதிக்கம் வீழ்ந்து, இந்தியா தன் 'முதல் சுதந்தரத்தை' பெற்றது.

இந்தச் சுதந்தரம் 25 ஜுன் 1975 நள்ளிரவில், வீழ்ந்தது. அன்று இரவு, குடியரசுத் தலைவர் ஃபக்ருதீன் அலி அகமது, ஒரு சில வரிகளில் ஓர் ஆணையை வெளியிட்டார்.

'அரசியல் அமைப்புச் சட்டம், பிரிவு 352, உபபிரிவு 1, எனக்கு அளித்துள்ள அதிகாரத்தின்படி, இந்தியாவின் குடியரசுத் தலைவராகிய ஃபக்ருதீன் அலி அகமது என்னும் நான், உள்நாட்டு கலவரங்களால் இந்தியாவின் பாதுகாப்புக்குக் கடுமையான அச்சுறுத்தல் உள்ளது என்பதால், நெருக்கடி நிலையைப் பிரகடனம் செய்கிறேன்.'

நெருக்கடி நிலை அமுலில் இருந்த 20 மாதங்களிலும் தனிமனித சுதந்தரமும் அடிப்படை உரிமைகளும் தாற்காலிகமாக நிறுத்திவைக்கப்பட்டன. கொடுமையான அடக்குமுறைக்கு ஆளான மக்கள், பயத்தால் வாய்மூடி மௌனமாக ஆனார்கள். தேசம் முழுவதிலும் கல்வியாளர்கள், வழக்கறிஞர்கள், அலுவலர்கள் எனப் பலரும் சுயமரியாதையை இழந்து, நெருக்கடி நிலை அதிகார வர்க்கத்தினர் கால்களில் விழுந்து அவர்களது புகழைப் பாடினர். சிலர் தங்களது விசுவாசத்தைப் பறைசாற்ற, ரத்தத்தால் கையெழுத்திட்ட சத்தியப் பிரமாணங்களை அனுப்பினர்! கொஞ்சம் குனி என்றால், தரையிலேயே நெடுஞ்சாண்கிடையாக விழுந்தனர் சிவில் சர்வீஸ் அதிகாரிகள்! நீதித்துறையில் உயர்மட்ட நீதிபதிகள் தலைதாழ்ந்து, நெருக்கடி நிலை காலக்கட்டத்தில் குடிமக்களுக்கு உயிர் வாழும் உரிமைகூடக்

கிடையாது என்று தீர்ப்பளித்தனர். ஒருசிலரைத் தவிர பெரும்பான்மையான அரசியல்வாதிகள் அனைவரும் ஆண்மை இழந்து, அடிபணிந்தனர். நாடு முழுவதும் இருள் பரவியிருந்தது. அனைத்துமே முடிந்துபோயிற்றோ என்ற எண்ணம் கவிந்திருந்தது. உலகின் மிகப் பெரிய குடியாட்சி நாடு கொஞ்சம் கொஞ்சமாகச் சர்வாதிகாரத்தை நோக்கிச் செல்ல ஆரம்பித்திருந்தது.

ஆனால், இவை எல்லாவற்றுக்கும் இடையில், ஒரே ஒருவர், ஒரு தனி மனிதர், வேதனையிலும் விரக்தியிலும் வெந்துகொண்டிருந்தார். முதலில் சண்டிகரில் கைதியாக. அடுத்து மும்பை ஜஸ்லோக் மருத்துவமனையில் ஒரு டயாலிசிஸ் மெஷினுடன் இணைக்கப்பட்டபடி. பின்னர், பாட்னாவில் ஒரு சாதாரண வீட்டில். ஆனாலும், எதற்கும் கலங்காத, தலை வணங்காத ஜேபி என்ற இந்த மாமனிதர்தான் இந்திராவின் சர்வாதிகாரத்தை எதிர்த்து, இரண்டே வருடங்களுக்குள்ளாக அதைத் தோற்கடித்துக் காட்டினார். இந்தியா இரண்டாவது முறையாகச் சுதந்தரம் பெற்றது. இத்தனையும் நடந்த போது அவரது உடல் படுமோசமாகவும் அவரது உயிர் பிரியும் நிலையிலும் இருந்தது என்பது முக்கியம்.

இத்தகைய தலைவரை இன்று நாம் முழுமையாக மறந்துவிட்டோம்.

இந்திய தேசத்தின் பிரச்னையே இதுதான். முன்னேறத் துடிக்கும், ஆனால் ஏழைமையில் உள்ள லட்சக்கணக்கான மக்களை அடிமட்டத்திலேயே வைத்துள்ளோம். ஆனால் ஒரு சில அதிகார பலம் வாய்ந்தவர்களை உச்சத்தில் வைத்துக் கொண்டாடுகிறோம். சுயநலம் கொண்ட, அதிகாரப் பேராசை பிடித்த அசத்தியவாதிகளை, அவர்கள் விட்டெறியும் நான்கு பருக்கைச் சோற்றுக்காக, தீர்க்கதரிசிகள் என்றும் புரட்சியாளர்கள் என்றும் புகழ் பாடுகிறோம். அதே நேரம் நியாயமான, நேர்மையான, சுயநலமற்ற, பிரதியுபகாரம் பாராமல் நாட்டுக்காக அனைத்தையும் தியாகம் செய்த ஒரு சிலரை புழுவைப் போலப் பார்த்து அவமரியாதை செய்கிறோம். அப்படிப்பட்ட ஒருவர்தான் ஜேபி. நாட்டுக்காக அவர் அனைத்தையுமே தியாகம் செய்தார். தன் இளமையை, தன் குடும்பத்தை, தன் ஆரோக்கியத்தை, தன் உயிரையே. அதன்மூலம் இந்த நாடு சுதந்தரத்தைப் பெற்று, அதைத் தொடர்ந்து பாதுகாக்க வழிவகை செய்தார்.

இந்தியா விடுதலை அடைந்தபோது, அவரவர்கள் பதவிக்காக ஆலாய்ப் பறந்த நிலையில், பிரதமர் நேரு அவரை வருந்திக் கூப்பிட்டும் ஜேபி, நேருவின் மந்திரி சபையில் சேர மறுத்துவிட்டார். மாறாக, காந்திஜியின் சம்பூர்ண சுயராஜ்யம் என்ற கொள்கைக்காக ஜேபி தன்னை அர்ப்பணித்துக் கொண்டார். விழுமியங்களைப் போற்றக்கூடிய, ஊழலற்ற பொது வாழ்க்கையைக் கொண்டுவரத் தன் முயற்சிகளைச் செலவிட்டார். 1954-ல், அவர் வினோபா பாவேயின் சர்வோதய இயக்கத்தில் தன்னை இணைத்துக் கொண்டார். தன் நிலங்களை முற்றிலுமாகத் தானம் செய்தார். அரசியல்

வாழ்க்கையிலிருந்து துறவறம் மேற்கொண்டார். இனி தன் வாழ்க்கையை சர்வோதய இயக்கத்துக்கே அர்ப்பணித்துவிடுவது என்று முடிவெடுத்தார். 1950-களின் முடிவில், நேரு, தனக்குப் பிறகு ஜேபியே இந்தியாவுக்குத் தலைமை தாங்கக்கூடியவர் என்று ஆங்காங்கே சொல்லியிருந்தும், ஜேபி அதற்கெல்லாம் மயங்கி அரசியலுக்குள் நுழைந்துவிடவில்லை.

ஆனால், பழுத்த 73 வயதில் ஜேபி மீண்டும் பொது வாழ்க்கையில் நுழைந்தார். ஊழலுக்கு எதிராக, வேலையின்மைக்கு எதிராக, கடுமையான பண வீக்கம் காட்டுத்தீ போலப் பரவுவதற்கு எதிராக, இளைஞர்கள் ஒன்று திரண்டு போராட ஆரம்பித்தனர். அந்தப் போராட்டம் வன்முறையாக மாறி, வெடித்து, கட்டுக்கு அடங்காமல் போய்விடும் என்ற நிலை ஏற்பட்டது. பிகார், குஜராத் அரசுகள் மாணவர்களுக்கு எதிராக வன்முறையைக் கட்டவிழ்த்துவிட்டன. அந்த நிலையில்தான் ஜேபி அந்த இயக்கத்தைத் தன் கட்டுக்குள் கொண்டுவந்தார். ஜேபி இயக்கம், ஊழலும் அதிகார துஷ்பிர யோகமும் மிகுந்த அரசுகளின் அஸ்திவாரத்தையே ஆட்டத் தொடங்கியது.

அழுகிப்போன அரசியல், ஆட்சிமுறை ஆகியவற்றுக்கு எதிரான மக்கள் கொந்தளிப்பினால் உந்தப்பட்ட ஜேபி, பாட்னாவில் மாபெரும் பேரணி ஒன்றில் முழங்கினார்: *'நண்பர்களே, இது புரட்சி. 27 ஆண்டு சுதந்தரத்துக்குப் பின், இந்நாட்டு மக்கள் பட்டினியாலும் விலைவாசி உயர்வாலும் ஊழலாலும் கடுமையாக பாதிப்புக்கு உள்ளாகியிருக்கிறார்கள். எல்லாவிதமான அநீதியாலும் வஞ்சிக்கப்பட்டுள்ளார்கள். நாம் எதிர்பார்ப்பது முழுமையான புரட்சி. அதற்கு ஒரு சிறிதும் குறைந்ததல்ல!'*

உடனே இந்திரா காந்தி விரைவாக நெருக்கடி நிலையைப் பிரகடனம் செய்தார். ஜேபியையும் பிற முன்னணி எதிர்க்கட்சித் தலைவர்களையும் சிறையில் அடைத்தார். தன் கட்சியில் இருந்த எதிர்ப்பாளர்களையும்கூடச் சிறையிட்டார். அவர்களது உறுதியைக் குலைத்து, காங்கிரஸின் குடும்ப ஆட்சிக்கு எந்தக் கேடும் வராதவகையில் பார்த்துக்கொள்வதே அவரது நோக்கம். குடும்ப அரசியலுக்கும் அரசாங்கத்துக்கும் முதன்மை எதிரியான ஜேபி கடுமையான கவனத்துக்கு உட்படுத்தப்பட்டார். அதற்குப்பின் நடந்தது வரலாறு. அதில் ஒரு பகுதி, இந்தப் புத்தகத்தில் இடம் பெறுகிறது.

இனி இன்றைய நிலவரத்துக்கு வருவோம். நக்சலைட் எதிர்ப்புகள் கடுமையாக வலுத்துவந்த நிலையில் ஒரு மக்கள் உரிமைக் குழு மின்னஞ்சல் வழியாக கீழ்க்கண்ட தகவலை அனுப்பியது. 'தேர்தலுக்குப் பிறகு, ஐ.மு.கூட்டணி அரசு 'தீவிரவாத' செயல்களில் ஈடுபடும் அனைத்துக் குழுக்களையும் நசுக்க முடிவெடுத்துள்ளது. அரசின் முதல் 100 நாள்களிலேயே, அனைத்து 'தீவிரவாதக் குழுக்களை'யும் முற்றிலுமாக ஒழித்துக்கட்ட ஒரு தாக்குதல் திட்டத்தை நடைமுறைப்படுத்துவதாக மத்திய உள்துறை அமைச்சர் தெரிவித்துள்ளார்.'

அதன்படியே, சட்டீஸ்கர் மாநிலத்தின் ஒரு மாவட்டக் காவல்துறைக் கண் காணிப்பாளர் தாங்கள் ‘இலங்கை மாதிரி’யைப் பின்பற்றி மாவோயிஸ்டு களையும் அவர்களது ஆதரவுக் குழுக்களையும் அழிக்கப்போகிறோம் என்று சொன்னார். இதனை அவர் சொன்னது, வனவாசி சேத்னா ஆஷ்ரமத்தின்மீது நடந்த தாக்குதலை விசாரிக்கச் சென்ற தில்லி ஜவாஹர்லால் நேரு பல்கலைக்கழக மாணவர்கள் மற்றும் பேராசிரியர்களிடம்.

இந்தியாவின் முழு ஆதரவுடன், பல ஆயிரம் தமிழர்களைக் கொன்ற, பல லட்சம் தமிழர்களை நாசிக்களின் வதைமுகாம்கள் போன்ற இடத்தில் சிறைவைத்துள்ள ‘இலங்கை மாதிரி’யை நினைக்கும்போதே நெஞ்சு பதறுகிறது. இருளும் வெறுமையும் நிறைந்த இந்தியாவின் நெருக்கடி நிலையை எண்ணத் தோன்றுகிறது.

நெருக்கடி நிலையின்போது குடியரசுத் தலைவர், நாடாளுமன்றம், நீதிமன்றங்கள், அரசு அதிகாரிகள் ஆகியோர் என்னவெல்லாம் செய்தனர் என்பதை ஆராய்ந்து பார்த்தால் அரசு அதிகாரமும் அரசு அமைப்புகளும் எந்த வகையில் எல்லாம் தாக்கப்பட்டன என்பது புரியவரும்.

நெருக்கடி நிலை என்றால் தனி மனித சுதந்தரம் பறிக்கப்பட்டது, சில ஆயிரம் பேர் கைது செய்யப்பட்டு சித்திரவதைகளுக்கு ஆளானது, பலர் வற்புறுத்தப் பட்டு குடும்பக் கட்டுப்பாடு சிகிச்சைக்கு ஆட்படுத்தப்பட்டது என்பது மாத்திரம் அல்ல. அதற்கெல்லாம் மேலாக, குடியாட்சி வழிமுறைகள் மீறப்பட்டு, சுதந்தரத்தின் தன்மையே நசுக்கப்பட்டு, ஒரு புதுவிதமான ஆட்சிமுறைக்கு முரட்டுத்தனமான முறையில் சட்டப்படியான அங்கீகாரம் வழங்கப்பட்டது. கடமைகளும் உரிமைகளும் தன்னிச்சையாகப் பிரித்துக் கொடுக்கப்பட்டன. அதிகாரத்தைப் பயன்படுத்துவதில் எல்லாவிதமான எல்லைகளும் மீறப்பட்டன. அதிகாரத் திமிரும் அது பயன்படுத்தப்பட்ட ஒழுங்கற்ற முறையும், குடிமக்களை அடிமைகளாக ஆக்கின.

மொத்தத்தில், மென்மையாகவும் கவனமாகவும் உருவாக்கப்பட்ட இந்தியக் குடியாட்சி முறையின் தனித்தன்மையை நெருக்கடி நிலை கிழித்து எறிந்தது. அடிப்படையில் கூட்டாட்சித் தன்மை கொண்ட ஒரு சமூகத்தின்மீது மையத்தில் குவிக்கப்பட்ட அதிகாரம் வலுவாகத் திணிக்கப்பட்டது. இந்த மையப்படுத்தப்பட்ட அதிகாரம் ஒரு தனி மனிதரின் இருப்பைக் காக்கவும், அவரது குடும்பத்தின் பேராசைகளுக்குத் தீனிபோடவும் பயன்படுத்திக் கொள்ளப்பட்டது.

இதில் கொடுமை என்னவென்றால், இந்தச் சோகம் முடிவுக்கு வந்த 30 ஆண்டுகளுக்குப் பிறகும்கூட, அழிந்துபோன இந்தச் சுதந்தரம், குடியாட்சி, ஆட்சிமுறைகள் ஆகியவற்றை மீண்டும் முழுமையாகச் சரி செய்ய முடியவில்லை. மையப்படுத்தப்பட்ட அதிகார துஷ்பிரயோகம் இன்னமும்

தொடர்கிறது. அதைவிடக் கொடுமை, இன்றைய மனித உரிமை மீறல்கள் அனைத்தும் நெருக்கடி நிலைக் கொடுமைகளையே தங்களது வழிகாட்டிகளாகக் கொள்வதுதான். கொஞ்சம் கொஞ்சமாக, இந்தியாவின் மக்களால், மக்களுக்காகச் செயல்படவேண்டிய குடியாட்சி, 'திருடர்களால், திருடர்களுக்காகச் செயல்படும் திருட்டாட்சி' ஆக மாறிக்கொண்டு வருகிறது.

நக்சல் பிரச்னையையே எடுத்துக்கொள்வோம். ராணுவமும், துணை ராணுவமும், கமாண்டோக்களும் பழங்குடியினர் வாழும் பகுதிகள்மீது தாக்குதல் நடத்தி அந்த இடங்களைப் பிடிப்பதையும், 'தீவிரவாதிகளை' கொல்வதையும் ஊடகங்கள் கொண்டாடி மகிழ்கின்றன. ஆனால் இந்தக் கதைக்குப் பின் மற்றொரு கதை உள்ளது. கடந்த இருபது ஆண்டுகளில் பழங்குடி மக்கள் வாழும் பகுதிகளில் சர்வாதிகார ஆட்சிமுறை கட்டவிழ்த்து விடப்பட்டுள்ளது. உள்ளூர் பஞ்சாயத்து, சட்டமன்ற உறுப்பினர், நகர நிர்வாகம், காவல்துறை, அரசியல் கட்சிகள் ஆகியவை ஒன்றாக இணைந்து செயல்படுகின்றன. மக்கள் புகார் சொல்ல இடமே இல்லை. ஊழலுக்கும் அநீதிக்கும் எதிராக முறையிட இடம் இல்லை. திட்டங்கள் செயல்படுத்தப்படுவதில்லை. சாதாரணத் தேவைகளான குடிநீர், மின்சாரம் போன்றவை கிடையாது. இந்தச் சூழலில் அதிகாரம் அதிகாரத்துடன் மட்டுமே பேசுகிறது. சட்டமும் நீதியும் முற்றிலும் தோல்வி அடைந்துள்ளன.

தேசிய அளவில் நிர்வாகம் தன்னிச்சைப்படி நடக்கிறது. நெருக்கடி நிலையின் போது காங்கிரஸ் உருவாக்கிய அதே 'சலாம் போடும்' மனநிலைதான் இப்போதும் நிலவுகிறது. என்ன, ஒரே ஒரு வித்தியாசம். காந்தியின் முதல் பெயர் மட்டும் மாறியிருக்கிறது. பொருளாதாரக் கொள்கைகள் தன்னிச்சையாக உருவாக்கப்பட்டு, ஒருமுகமாகச் செயல்படுத்தப்பட்டு, பணக்காரர்களும் அதிகார வர்க்கத்தினரும் மட்டும் பயன்படும் வகையில் அமைகிறது. அப்போது 'கரீபி ஹடாவோ' என்று இருந்த வாசகம் இப்போது 'ஆம் ஆத்மி' என்று பெயர் மாற்றம் பெற்றுள்ளது. உலக வல்லரசு என்று தனக்குத்தானே பெயர் வைத்துக்கொண்டு இந்தியாவின் மேட்டிமைவாதிகள் பெருமையில் திளைக்கிறார்கள். மறுபக்கம், ஏழைகள் திண்டாடுகிறார்கள். இதற்கு முழுக் காரணம் நெருக்கடி நிலையும் இந்திய நிர்வாகமும்தான்.

நீதியும் அடிப்படை நிர்வாகமும் தோல்வியுற்ற நிலையில், இந்தியாவால் 'இலங்கை மாதிரி'யையும் 'டியானன்மன் சதுக்க' அடக்குமுறைகளையும் மட்டுமே செயல்படுத்த முடியும். நாளுக்கு 20 ரூபாய்க்குள் உயிர்வாழும் 40 கோடிக்கும் மேற்பட்ட ஏழைகள்மீது விலைவாசி உயர்வு கொண்டுவரும் அழுத்தத்தை அரசுகள் புரிந்துகொள்ள முற்றிலுமாகத் தவறிவிட்டன.

ஜேபி இயக்கம் உருவாகக் காரணமாக இருந்தவை பட்டினி, ஊழல், விலைவாசி உயர்வு. அதன் விளைவாக நெருக்கடி நிலையும், பின்னர் இந்தியாவின் இரண்டாவது சுதந்தரமும் ஏற்பட்டன. அந்தப் பிரச்னைகள் இன்றும்

தொடர்கின்றன. நெருக்கடி காலத்தில் இருந்த கடுமையான சட்டங்கள் போன்றே இன்றும் பல சட்டங்கள் உள்ளன. ஊழல் தொடர்கிறது. அநீதியும் தொடர்கிறது. எதுவுமே மாறவில்லை. யாருமே படிப்பினைகளைப் பெற வில்லை. சொல்லப்போனால், நிலைமை மேலும் மோசமாகியுள்ளது.

நெருக்கடி நிலை சம்பவத்திலிருந்து நாம் எதையுமே கற்றுக்கொள்ளாதற்குக் காரணம், அது முற்றிலும் இருட்டடிப்பு செய்யப்பட்டதே. அதன் காரண மாக, அந்தக் காலத்தில் நடந்த பல தவறுகள் மீண்டும் நிகழும் நிலை ஏற் பட்டுள்ளது. இதன் விளைவாகவே உலகின் 'மிகப்பெரிய குடியாட்சி'யில், ஊழலிலும் அநீதியிலும் ஈடுபடுபவர்கள் 'காக்கப்படவேண்டிய தேச பக்தர்களா'கவும், நேர்மையையும் நீதியையும் எதிர்பார்ப்பவர்கள் 'அழிக்கப்படவேண்டிய தீவிரவாதிகளா'கவும் கருதப்படுகிறார்கள். இது தொடர்ந்தால் தேசத்துக்கு அழிவுதான் நிச்சயம்.

இந்தப் புத்தகம், நெருக்கடி நிலையைப் பற்றியும், இரண்டாவது மகாத்மா என்று போற்றப்பட்ட ஜேபி எதிர்கொண்ட நெருக்கடிகளைப் பற்றியுமான என் நேரடி அனுபவங்கள். எமெர்ஜென்சி சிறையில், என் கண்காணிப்பில் ஜேபி இருந்தபோது எப்படி இந்தியாவின் இரண்டாவது சுதந்தரத்துக்கான விதை ஊன்றப்பட்டது என்பது பற்றியது. இந்திரா காந்தி அவரை மக்கள்முன் சவாலுக்கு அழைத்தபோது அந்த விதை வளர்ந்து அறுவடை செய்யப்பட்டு இரண்டாவது சுதந்தரமாக மலர்ந்தது.

முதல் சுதந்தரத்துக்குப் பிறகான இந்தியாவில் நடந்த மிக மோசமான நிகழ்வுகளை இந்தப் புத்தகம் படம் பிடிக்கிறது. இளைஞர்கள் என்ன நடந்தது என்பதை அறிந்துகொள்ள வேண்டும். முதியவர்கள் இதைப் பற்றி மேலும் சிந்திக்கவேண்டும்.

வரலாற்றைக் கற்காதவர்கள், அதில் இழைக்கப்பட்ட தவறுகளை மீண்டும் செய்யவேண்டி வரும் என்றார் வின்ஸ்டன் சர்ச்சில். அந்தத் தவறை இழைக்கும் சாபம் இந்தியாவின் கோடிக்கணக்கான மக்கள்மீது விழாமல் இருக்கவேண்டும்.

1 தொலைந்த ஜனநாயகம்

ஜூன் 26, 1975. விடிந்தும் விடியாத அந்தக் காலை நேரத்தில் சண்டிகர் நகரம் அமைதியாக இருந்தது. காலையில் வழக்கம் போல் டென்னிஸ் பயிற்சிக்காக வெளியே சென்றுவிட்டு நான் வீட்டுக்குத் திரும்பிய போது மணி சரியாக எட்டு. என் மனைவி ஆஸ்பில், ஒரு செய்தியுடன் காத்திருந்தார். காவல்துறைக் கண் காணிப்பாளர் எம்.எல்.பனோத் தொலைபேசியில் அழைத்திருந்தாராம். 'மிகவும் அவசரம்' என்பதுதான் அந்தச் செய்தி.

வானொலியில் என்ன செய்தி என்று தெரிந்துகொள்ள லாம் என்று ஆன் செய்தேன். வழக்கத்துக்கு மாறாக செய்தி அறிக்கைக்குப் பதிலாக இந்திரா காந்தியின் குரல் ஒலித்துக்கொண்டு இருந்தது. கொஞ்சம் பதட்ட மான, ஆனாலும் வலுவான குரல். 'இந்தியாவின் பாது காப்பைக்கருத்தில்கொண்டுதான் இப்படி ஒரு தவிர்க்க முடியாத நடவடிக்கையை மேற்கொள்ள வேண்டி யிருக்கிறது' என்று ஏதோ சொல்லிக்கொண்டிருந்தார்.

எங்கேயோ, ஏதோ தவறாக நடந்திருக்கிறது என்று நினைத்தபடியே பனோத்தைத் தொடர்புகொள்ள எண்களைச் சுழற்றினேன். மறுமுனையில் அவர் சொன்ன தகவல் என்னை ஒரு நிமிடம் உலுக்கி விட்டது. எமர்ஜென்சி! நெருக்கடி நிலை!

ஜூலை 25 இரவு. நாட்டின் பிற பகுதிகளில் நடந்தது போலவே சண்டிகரிலும் ஒரு மினி நாடகம்

நடந்தேறியது. நாட்டின் பாதுகாப்புக்கு அச்சுறுத்தல் என்ற பெயரில் பரபரப்பான சம்பவங்கள் அரங்கேறின. சண்டிகரின் தலைமை ஆணையர் என்.பி.மாதுருக்கு நள்ளிரவில் ஒரு தொலைபேசி அழைப்பு. மறுமுனையில் இருந்தது பஞ்சாபின் முதலமைச்சர் கியானி ஜெயில் சிங். எமர்ஜென்சி அமுலுக்கு வந்திருப்பதாகவும் சண்டிகரிலிருந்து வெளியாகும் பத்திரிகைகள், நாளேடுகள் என அனைத்தையும் தடைசெய்ய வேண்டியிருக்கும் என்றும் சொன்னார் ஜெயில் சிங். குறிப்பாக 'தி டிரிப்யூன்' நாளேட்டின் அலுவலகத்தைப் பூட்டி சீல் வைக்கவேண்டும். அடுத்த நாள் காலை நாளேடு வெளியே வரக்கூடாது என்பதுதான் உத்தரவு.

டிரிப்யூன் நாளேட்டின் ஆசிரியர் மாதவன் நாயரை எப்படியாவது கைது செய்யவேண்டும் என்பதுதான் ஜெயில் சிங்கின் திட்டம். வடமேற்கு மாநிலங்களான பஞ்சாப், ஹரியானா, ஹிமாசல் பிரதேசம், ஜம்மு காஷ்மீர், சண்டிகர் போன்ற இடங்களில் டிரிப்யூன் ஒரு முன்னணி நாளேடாக வெளியாகிக்கொண்டு இருந்தது.

ஜெயில் சிங்கின் உத்தரவால் பதட்டமும் குழப்பமும் அடைந்த மாதுர், உடனே மத்திய உள்துறைச் செயலர் எஸ்.எல். குரானாவைத் தொடர்பு கொண்டார். நடப்பது என்ன என்று குரானாவுக்கும் தெரியவில்லை. கூடுதல் உள்துறைச் செயலர் சீனிவாச வரதனைத் தொடர்பு கொண்டபோது அவருக்கும் விஷயம் தெரியவில்லை. மத்தியில் உள்துறை அமைச்சராக இருந்த பிரம்மானந்த ரெட்டி, இணை அமைச்சராக இருந்த ஓம் மேத்தா போன்றவர்களைத் தொடர்பு கொள்ள முயற்சி செய்தாலும், யாரையும் தொலைபேசியில் பிடிக்க முடியவில்லை.

சண்டிகர் ஒரு யூனியன் பிரதேசம். சண்டிகர் நிர்வாகத்தின் தலைமை ஆணையர் பொறுப்பில் இருந்த மாதுருக்கு உத்தரவிடும் அதிகாரம் டெல்லிக்கு மட்டும்தான் உண்டு. பஞ்சாப் முதல்வரின் உத்தரவுகளை அவர் பொருட்படுத்த வேண்டிய அவசியமில்லை. மாதுர் அமைதியாக இருந்திருக்கலாம் அல்லது சண்டிகரின் மாவட்ட ஆட்சியராக இருந்த என்னையாவது தொடர்பு கொண்டிருக்கலாம். அவரது நிர்வாகத்துக்கு உட்பட்ட சட்டம், ஒழுங்குப் பிரச்னைகள் குறித்த விசாரணைகள், உத்தரவுகள், குறிப்பாக டிரிப்யூன் நாளேட்டின் அலுவலகத்தை சீல் வைப்பது அல்லது அதன் ஆசிரியரைக் கைது செய்வது உள்ளிட்ட உத்தரவுகளைப் பிறப்பிக்கும் அதிகாரங்கள் என்னிடம்தான் இருந்தன.

இந்த எளிய நடைமுறையைக்கூட மாதுர் அவசரத்தில் மறந்துபோய்விட்டார். என்னைத் தொடர்புகொள்ளாமல் பனோத்தைத் தொடர்புகொண்டு ஜெயில் சிங்கின் உத்தரவுகளை உடனே நிறைவேற்றும்படிச் சொல்லிவிட்டார். ஜெயில் சிங்கின் உத்தரவுகளை அப்படியே நிறைவேற்றுவதில் பனோத்துக்கு விருப்பம் இல்லை. ஆனாலும் அவர் உடனேயே டிரிப்யூன் அலுவலகத்துக்கு

நேரில் போய் அங்கே பணியில் இருந்தவர்களிடம் பேசினார். டெல்லி அரசின் எமர்ஜென்சி நடவடிக்கைகள் பற்றி விரும்பத்தகாத விஷயங்களை அச்சிடவேண்டாம் என்று கேட்டுக்கொண்டவர், அங்கேயே சில காவலர்களை நிறுத்தி, நிலைமையைக் கண்காணிக்குமாறு உத்தரவிட்டார்.

ஆனால், டிரிப்யூன் நிர்வாகமோ இதற்கெல்லாம் அசரவில்லை. வழக்கம் போல எந்தப் பிரச்னையும் இல்லாமல் அன்று டிரிப்யூன் வெளியானது. இது சண்டிகரில் இருந்த இன்னொரு முதல்வருக்கு எரிச்சலைக் கிளப்பியது. ஹரியானாவின் முதல்வரான சௌத்ரி பன்சிலால் சண்டிகரில்தான் தங்கி யிருந்தார். டிரிப்யூன் அலுவலகத்தை மூடி, சீல் வைத்து, அதன் ஆசிரியரைக் கைது செய்தே ஆகவேண்டும் என்பதை அவருக்கே உரிய ஸ்டைலில் அவர் சொல்லிக்கொண்டிருந்தார். ஒருவேளை சண்டிகர் நிர்வாகத்தினரால் அப்படிச் செய்ய முடியாவிட்டால் அதை ஹரியானா மாநிலத்தின் காவல்துறை செய்து முடிக்கும் என்றும் அதற்காக, தான் எதையும் செய்யத் தயாராக இருப்பதாகவும் அவர் முழங்கினார். எமர்ஜென்சி என்னும் உக்கிரமான தீ மெல்லக் கொழுந்து விட்டு எரிய ஆரம்பித்தது அப்போதுதான்.

ஒரு மாவட்ட ஆட்சியராக இருந்ததால் என்னைச் சுற்றிலும் நடந்த திரை மறைவு வேலைகள் என்னுடைய கவனத்துக்கு அவ்வளவாக வரவில்லை. எமர்ஜென்சியின் பெயரால் நிறைய அத்துமீறல்கள் நடக்கும் என்ற மனச்சாட்சியில் குரல் உண்மை ஆகிப்போனது. எமர்ஜென்சி அமுலுக்கு வருவதற்கு முன்பாகவே கெடுபிடி நிலை வந்துவிட்டது. ஜெயப்பிரகாஷ் நாராயண் (ஜேபி), மொரார்ஜி தேசாய், அடல் பிகாரி வாஜ்பாய் போன்ற முக்கியமான தலைவர்கள் எல்லாம் எமர்ஜென்சி கையெழுத்தாவதற்கு முன்பே கைது செய்யப்பட்டுச் சிறையில் அடைக்கப்பட்டார்கள்.

பத்திரிகைகளுக்குக் கடுமையான கட்டுப்பாடுகள் விதிக்கப்பட்டன. அந்தக் கட்டுப்பாடுகளையும் மீறி டிரிப்யூன், ஜேபி, மொரார்ஜி தேசாய் ஆகியோரின் கைதுகளை தலைப்புச் செய்தியாக வெளியிட்டிருந்தது. அமைச்சரவையைக் கூட்டி முடிவெடுத்து ஒப்புதல் வாங்காமலேயே இரவோடு இரவாக ஜனாதிபதியின் கையொப்பத்தைப் பெற்று எமர்ஜென்சி நடைமுறைக்கு வந்த செய்தியும் அப்போதுதான் மக்களுக்குத் தெரிய ஆரம்பித்தது.

நெருக்கடி நிலை பற்றி விவாதிக்க சண்டிகர் நிர்வாகத்தின் சார்பாக ஒழுங்குமுறைக் கூட்டம் ஒன்று கூட்டப்பட்டது. தலைமை ஆணையர் என்.பி. மாதுர், உள்துறைச் செயலர் ஜி.வி.குப்தா, சட்ட ஆலோசகர் ஏ.பி. சௌத்ரி, காவல்துறை தலைமைக் கண்காணிப்பாளர் எம்.எல். பனோத் ஆகியோருடன் சண்டிகரின் மாவட்ட ஆட்சியரான நானும் கூட்டத்தில் கலந்துகொண்டேன். என்ன நடக்கிறது என்பதோ, என்ன செய்யவேண்டும் என்பதோ எங்கள் யாருக்கும் தெரியாது.

சட்டம் ஒழுங்கு கெட்டுப்போய் சண்டிகர் நகரமே தட்டுத்தடுமாறுவதாக வதந்தி, காட்டுத் தீபோல் பரவிக்கொண்டிருந்தது. டெல்லி தர்பாரின் ஆசியோடு, இரு மாநில முதல்வர்களும் சண்டிகர் நிர்வாகத்தையே கையில் எடுத்துக்கொண்டு அரசு நிர்வாகத்தின் குரல்வளையை நெரித்துக்கொண்டிருந் தார்கள். இருவரும் ஒன்றுகூடி டிரிப்யூன் அலுவலகத்தை மூடி சீல் வைக்க முடிவு செய்திருந்தார்கள்.

எமர்ஜென்சி பற்றிய எழுத்து மூலமான எந்தவித உத்தரவும் வரவில்லை என்றாலும் பாதுகாப்புக் காரணங்களுக்காகவும் சட்டம் ஒழுங்கை நிலை நாட்டவும் ஒரு சில சட்டரீதியிலான நடவடிக்கைகளை நான் எடுக்க வேண்டிய அவசியம் ஏற்பட்டது. ஒரு வழியாக சண்டிகரில் இருக்கும் புலனாய்வுத்துறையின் இணை இயக்குநரிடமிருந்து எமர்ஜென்சி உத்தரவுக் கான நகல் எனக்குக் கிடைத்தது. அதன் உள்ளடக்கம் இதுதான்.

பாகம் இரண்டு பிரிவு 3 உள்பிரிவு (I)

No.II/16013.1.75-S&P (D.II)
இந்திய அரசு
உள்துறை அமைச்சகம்
புது டெல்லி 110 001
நாள்: 26 ஜூன் 1975

அறிவிப்பு

25 ஜூன் 1975 தேதியிட்ட குடியரசுத் தலைவரின் நெருக்கடி நிலை பற்றிய பிரகடனம் கீழே கொடுக்கப்பட்டுள்ளது.

நெருக்கடி நிலைப் பிரகடனம்

உள்நாட்டு சக்திகளால் நாட்டின் பாதுகாப்புக்கு அச்சுறுத்தல் ஏற்பட்டிருப்ப தால், ஜனாதிபதியாகிய ஃபக்ருதீன் அலி அஹமத் என்னும் நான், இந்திய அரசியல் அமைப்புச் சட்டம் 352-வது பிரிவின்படி, நாடு முழுவதும் நெருக்கடி நிலையை இன்று முதல் அமுலுக்கு கொண்டுவர உத்தரவிடுகிறேன்.

எப். ஏ. அஹமது
ஜனாதிபதி
புது டெல்லி
25 ஜூன் 1975

எஸ்.எல். குரானா
செயலர்
புது டெல்லி
26 ஜூன் 1975

கிடுகிடுவென்று களத்தில் இறங்கினேன். முதல் வேலையாக, குற்றவியல் தடுப்புச் சட்டத்தின் 144-வது பிரிவை சண்டிகரில் நடைமுறைக்குக் கொண்டுவரும்படியான உத்தரவுகளைப் பிறப்பித்தேன். என்னுடைய பரிந்துரையின்படி, சண்டிகரின் மக்கள் தொடர்புத்துறை இயக்குநராக இருந்த எஸ்.கே. டுடேஜா, அரசின் தணிக்கை அதிகாரியாக நியமிக்கப்பட்டார். பாதுகாப்பு நடவடிக்கைகள் பற்றி விவாதிக்கவும், மேற்பார்வையிடவும் ஒரு குழுவும் அமைக்கப்பட்டது.

அன்று மாலையே டெல்லியிலிருந்து உத்தரவுகள் வர ஆரம்பித்துவிட்டன. டிரிப்யூன் பத்திரிகையின் தலைமைத் தொடர்பாளர் எஸ்.வி. பேடி, பத்திரிகையின் உரிமையாளர் லெப்டினெண்ட் ஜெனரல் பி.எஸ். கியானி ஆகியோர் மாதுரைத் தொடர்புகொண்டு அரசின் தணிக்கை சம்பந்தப்பட்ட புதிய விதிகளைப் பின்பற்றுவதாக உறுதி அளித்தார்கள். இதுபோன்ற ஆக்கபூர்வமான நடவடிக்கைகள், டெல்லி தர்பாரின் ஆசிக்காக ஜெயில் சிங்கும் பன்சிலாலும் மேற்கொண்ட ரகசியத் திட்டங்களைத் தவிடுபொடி ஆக்கின.

எமர்ஜென்சியின் ஆரம்பக் கட்டத்தை யாராலும் புரிந்துகொள்ள முடிய வில்லை. நாட்டில் என்ன நடக்கிறது என்பதே யாருக்கும் உறுதியாகத் தெரியாததால் எங்கும் ஒரே அமைதி. எமர்ஜென்சி பற்றிய உணர்வுகளை வெளிக்காட்டிக்கொள்ளாத மக்களின் முகங்கள், மீடியாவின் ஆழ்ந்த மௌனம், டிரிப்யூன் உள்ளிட்ட நாளேடுகளில் தணிக்கை செய்யப்பட்டபின் வெளியான உப்புச் சப்பில்லாத செய்திகள். எங்கு பார்த்தாலும் எமர்ஜென்சி என்று ஒன்று இருப்பது பற்றியே தெரியவில்லை.

ஜலந்தரில் இருந்து வெளியாகும் இந்தி, உருது பதிப்புகளில் எந்தப் பக்கத்தைத் திருப்பினாலும் ஆங்காங்கே வெற்றிடம்தான். காரணம் சென்சார்! டெல்லியில் இருந்து வெளியாகும் ஹிந்துஸ்தான் டைம்ஸ் நாளேட்டில் வழக்கமாகத் தலையங்கம் வெளியாகும் இடம் வெற்றிடமாக இருந்தது. இவை எல்லாமே சுதந்தரத்துக்கு முந்தைய இந்தியாவை ஞாபகப்படுத்தின.

ஜலந்தரில் இருந்து வெளியாகும் நாளேடான 'வீர் பிரதாப்'பின் தலையங்கம் மனத்தைத் தொட்டது. ஜூன் 26 அன்று வெளியான பிரதிகளின் தலையங்கப் பகுதி முழுவதும் வெற்றிடம். அதன் குறுக்கே பெரிய ரப்பர் ஸ்டாம்ப். அதன்மேல் உருது எழுத்துக்களில் எழுதப்பட்டிருந்த விஷயம் இதுதான்: 'என்னால் புலம்பவும் முடியாது, விண்ணப்பிக்கவும் முடியாது; என் விதி மூச்சு முட்டிச் சாவதே'.

நெருக்கடி நிலை பற்றி ஒரு தலைப்பட்சமான செய்திகள் வர ஆரம்பித்தன. அந்நியரிடமிருந்து பாடுபட்டுப் பெற்ற சுதந்தரம் சுக்குநூறாகிவிட்டதோ என்று நினைக்க வைக்கும் அளவுக்கு நிலைமை இருந்தது. நாடாளுமன்ற

ஜனநாயகம், சர்வாதிகாரிகளின் கைகளில் சிக்கிச் சிதைந்து போனது. இந்திய அரசியல் அமைப்புச் சட்டம் உறுதி செய்திருந்த அடிப்படை உரிமைகள் எல்லாம் மக்களிடமிருந்து பறிக்கப்பட்டன. இன்னும் சொல்லப்போனால், எமர்ஜென்சியின்போது மக்கள் உயிர் வாழ்வதே கேள்விக்குறியாக இருந்தது என்று பின்னாளில் உச்ச நீதிமன்றம் கருத்து சொன்னது.

1971-ல் இந்திய-பாகிஸ்தான் போரின்போது அமுலுக்கு வந்த தேசியப் பாதுகாப்புச் சட்டம் (மிசா) திரும்பவும் தூசு தட்டப்பட்டது. மிசாவின்படி விசாரணை இன்றி யாரையும், எப்போதும் கைது செய்யலாம். அதற்கான அதிகாரம் மாவட்ட ஆட்சியர்களுக்குக் கொடுக்கப்பட்டிருந்தது. சம்பந்தப் பட்டவர் சட்டம், ஒழுங்குக்குக் குந்தகம் விளைவித்தார் என்றோ அல்லது மாநிலத்தின் பாதுகாப்புக்கு அச்சுறுத்தலை உண்டாக்கும்படி நடந்து கொண்டார் என்றோ எழுதிக்கொடுத்தாலே போதும். மிசாசட்டம் எவர்மீதும் பாயும்!

சண்டிகர் நிர்வாகத்தின் பொறுப்பில் இருந்த நாங்கள், யாருடைய உத்தரவுக் கும் காத்திருக்க வேண்டிய அவசியமில்லை. யாரிடமும் விளக்கம் சொல்ல வும் தேவையில்லை. அதற்கான அதிகாரங்களை எமர்ஜென்சி எங்களுக்கு அள்ளிக்கொடுத்திருந்தது. ஆனாலும் நிலைமையைக் கவனமாகக் கையாள வேண்டும். குறிப்பாக மிசா விஷயத்தில் ஒருதலைப்பட்சமாக நடந்து கொள்வதில்லை என்று நாங்கள் கூடிப் பேசி, தீர்மானித்துக்கொண்டோம். சண்டிகரின் சட்டம் ஒழுங்கு மற்றும் பாதுகாப்புக்குச் சவால் விடும் விஷயமாக இருந்தாலும், முறையான ஆதாரங்கள் இல்லாமல் நடவடிக்கை எடுக்கக்கூடாது என்பதையும் முடிவு செய்துகொண்டோம். எமர்ஜென்சியின் ஆரம்ப நாட்களில் சண்டிகரின் காவல்துறை, குற்றவியல் தடுப்புச் சட்டம் 107/151 பிரிவை மட்டுமே பயன்படுத்தி சமூக விரோதிகளைக் கைது செய்துகொண்டிருந்தது.

கல்லூரி முதல்வர்களையும் பஞ்சாப் பல்கலைக்கழகத்தையும் முழுக் கண்காணிப்பில் வைக்குமாறு பாதுகாப்பு விதிமுறைகள் பரிந்துரை செய்திருந்தாலும் நிலைமை என்னவோ தலைகீழாக இருந்தது. எங்கும் மயான அமைதி. எமர்ஜென்சி பற்றிய எந்த ஒரு பிரச்னையும் இல்லாமல் சண்டிகர் அமைதியாகவே இருந்தது. மக்களின் அன்றாட வாழ்க்கையில் பெரிய வித்தியாசம் இல்லாவிட்டாலும் அவர்களது உள்ளங்களில் ஏதோ ஓர் இனம் தெரியாத அச்சமும் வெறுப்பும் மனத்தைக் கவ்விக்கொண்டிருந்ததை என்னால் உணரமுடிந்தது.

வெளியுலகத்தின் பார்வைக்கு எமர்ஜென்சி அமைதியாக இருந்தாலும் உள்ளூர, மிகவும் கொடூரமாக இருந்தது. அந்நியர்களால் ஏற்கெனவே சுரண்டப்பட்டு, சோர்ந்துபோய், மீண்டும் எழ ஆரம்பித்துக்கொண்டிருந்த ஓர் ஏழை தேசத்துக்கு எமர்ஜென்சியால் இன்னொரு சோதனை. அடுத்தடுத்த

கைதுகளும், ஆயிரக்கணக்கானவர்களை ஜெயிலில் அடைத்து வைத்தது மட்டுமே எமர்ஜென்சி அல்ல. அதையும் தாண்டி அதன் கொடூர முகம் மக்களைப் பெரிய அளவில் பாதிப்புக்கு உள்ளாக்கியது. ஜனநாயக உணர்வுகள் அடியோடு சிதைக்கப்பட்டன; தன்னிச்சையான ஆட்சி அதிகாரம் அமுலுக்கு வந்தது; சாமானிய மக்களுக்கு அடிப்படை உரிமைகள்கூட மறுக்கப்பட்டன. எது சுதந்தரம் என்பதற்கான எல்லைகள் வரையறுக்கப் பட்டு, மேல் முறையீடுகளும் மறுக்கப்பட்டு, தனி நபர் சுதந்தரம் என்பதே கேலிக்கூத்தாக்கப்பட்டது. இதுதான் இங்கே வேதனையான விஷயம்.

எமர்ஜென்சியின் மூலம் நாட்டின் அதிகாரமே ஒருசில தனிநபர்களின் கைகளில் சிக்கிச் சிறைப்பட்டுக் கிடந்ததைத் தட்டிக் கேட்டவர்கள் வெகு சிலர். எமர்ஜென்சியை எதிர்த்து நாடு முழுவதும் ஆங்காங்கே போராட்டங் களும் நடத்தப்பட்டன என்பதில் சந்தேகமில்லை. ஆனால் இவை எல்லாமே சம்பந்தப்பட்ட தனிநபர்களின் ஹீரோயிசத்தை வெளிக்காட்டுவதாக இருந்தன. இதனால் சமூகத்திலும் மக்கள் மத்தியிலும் பெரிய அளவில் ஆதரவோ, வரவேற்போ இல்லை. ஆனால், ஒரே ஒரு தனிநபரின் சாத்வீக எதிர்ப்புகளும் அதிகாரத்துக்கு எதிரான போராட்டங்களும் அரசியல் ரீதியாகப் பெரிய மாற்றங்களைக் கொண்டுவந்ததுடன் அவரது பெயரைச் சரித்திரத்திலும் இடம்பெறச் செய்துவிட்டன.

அவர்தான் ஜெயப்பிரகாஷ் நாராயண். ஜேபி.

2
சண்டிகர் சிறைச்சாலை

ஜூலை 1, 1975. காலையிலேயே டுடேஜாவிட மிருந்து செய்தி வந்துவிட்டது. ஒரு முக்கியமான தலைவர் சண்டிகருக்கு விருந்தாளியாக வரப் போகிறார் என்று டெல்லி வட்டாரத்தில் செய்தி உலா வருகிறதாம். டுடேஜா அனுப்பிய செய்தியை நான் கண்டுகொள்ளவில்லை. ஆனாலும் போஸ்ட்கிராஜு வேட் இன்ஸ்டிட்யூட் ஆஃப் மெடிகல் எஜுகேஷன் (பி.ஜி.ஐ) இயக்குநரான டாக்டர் பி.என். சுட்டானி யைத் தொலைபேசியில் தொடர்புகொண்டு விசாரித் தேன். டெல்லி வட்டாரச் செய்திகள் பற்றி அவருக்கு ஏதாவது தெரிந்திருக்கும் என்று நினைத்தது தவறாகி விட்டது. அவருக்கும் எதுவும் தெரியவில்லை. நான் விஷயத்தைச் சொன்னதும் அது உண்மையாகிவிடக் கூடாதே என்ற அவர் கவலைப்பட ஆரம்பித்தார். அவ ருடைய கவலை அவருக்கு. குல்மார்கில் கோல்ஃப் விளையாட, அவர் அடுத்த வாரம் விடுப்பில் செல்ல இருந்தார். லீவு கிடைக்குமோ, கிடைக்காதோ?

திடீர் என்று அலுவலகம் பரபரப்பானது. ஏகப்பட்ட தொலைபேசி அழைப்புகள். உயர்மட்டக் குழுவைக் கூட்ட வேண்டியிருந்தது. மாலை ஆறு மணிக்குக் கூடிய கூட்டத்தில் டுடேஜா சொன்ன தகவல்கள் எல்லாம் ஒருவழியாக உறுதிப்படுத்தப்பட்டன. கைது செய்யப்பட்டு டெல்லியில் சிறை வைக்கப் பட்டிருக்கும் நம்பர் ஒன் எதிரி ஜெயப்பிரகாஷ் நாராயண், சண்டிகருக்கு அனுப்பி வைக்கப்படுவார்

என்றும், அன்றைய தினமே தனி விமானத்தில் அவர் அங்கே வருவதாகவும் அதிகாரபூர்வமான அறிவிப்பு வெளியானது. சண்டிகர் விமான நிலையத்தில் ஜேபியை எதிர்கொண்டு அழைத்துப்போய் பி.ஜி.ஐ கெஸ்ட்ஹவுஸில் தங்கவைக்கும்படி உள்துறைச் செயலரிடமிருந்து எங்களுக்கு உத்தரவு. ஜேபிதான் வரப்போகிறார் என்கிற செய்தியை மாதுரால் நம்ப முடிய வில்லை. மாதுருக்கு ஏற்கெனவே ஜேபியுடன் பணிபுரிந்த அனுபவம் உண்டு. ஜேபியைப் போலவே மாதுரும் பிகாரைச் சேர்ந்தவர். இன்னொரு முக்கியமான விஷயமும் உண்டு. இருவருமே பிகாரின் காயஸ்தா பிரிவைச் சேர்ந்தவர்கள்.

டெல்லியில் இருந்து உத்தரவு வந்த உடனேயே நாங்கள் களத்தில் இறங்கி விட்டோம். நான், குப்தா, பனோத் எல்லோரும் சேர்ந்து பி.ஜி.ஐ கெஸ்ட் ஹவுசுக்கு நேரில் சென்று அங்கே ஜேபியைத் தங்க வைப்பதற்கான ஏற்பாடுகளைக் கவனிக்க ஆரம்பித்தோம். நேரு மருத்துவமனை கண்காணிப் பாளரும் காது மூக்குத் தொண்டை நிபுணருமான டாக்டர் ஓய். என். மெஹ்ரா அவரது குழுவினரோடு தயாராக இருந்தார். ஜேபி வந்தால் தங்குவதற்காகக் கீழ்த்தளத்தில் ஒரு படுக்கை அறை தயார் செய்யப்பட்டு, அதில் குளிர்சாதன வசதியும் பொருத்த முடிவானது. அதற்கான அதிகாரபூர்வ உத்தரவுகளை நான் பிறப்பித்தேன். பாதுகாப்புக் காரணங்களுக்காக அவரது அறையை ஒட்டி இருந்த அறைகள் எல்லாம் மூடி சீல் வைக்கப்பட்டன. மற்ற வேலைகள் எல்லாம் மளமளவென்று நடந்தேறின.

ஜேபி தங்கும் இடத்தின் பாதுகாப்பு குறித்து விவாதித்தோம். கிரிமினல் சட்டம் 417-வது பிரிவின்படி கெஸ்ட்ஹவுஸை தாற்காலிகச் சிறை ஆக்கும் அறிவிப்பை வெளியிட முடிவு செய்தோம். கெஸ்ட்ஹவுஸின் உள்ளே சிறை அதிகாரிகள் நியமிக்கப்பட்டனர். கெஸ்ட்ஹவுஸைச் சுற்றிலும் இருந்த பகுதி களில் பாதுகாப்புக்காகக் காவலர்கள் நிறுத்தப்பட்டனர். முன்னெச்சரிக்கை நடவடிக்கையாகத் தொலைபேசி இணைப்பும் துண்டிக்கப்பட்டது.

தொழில்நுட்பக் கோளாறு காரணமாக ஜேபியை ஏற்றிக்கொண்டு வரும் தனி விமானம் இரவு 9.30 மணிக்குத்தான் சண்டிகருக்கு வந்து சேரும் என்ற தகவல் கிடைத்தது. அதற்குள் எங்களுக்குப் போதுமான நேரம் இருந்தது. ஜேபிக்காகக் காத்திருக்கும் நேரத்தில் இந்தியாவின் பொருளாதாரத்தைச் சீர்படுத்தி, வறுமையை ஒழிப்பதற்காகக் கொண்டுவரப்பட்ட பிரசித்தி பெற்ற 20 அம்சத் திட்டம் பற்றிய பிரதமரின் உரையைக் கேட்கலாம் என்று முடிவு செய்தேன். பிரதமரின் உரையில் புதிதாக எதுவும் இல்லை. பழைய மொந்தையில் புது கள் போல வறுமையை ஒழிக்கும் வழக்கமான கோஷங்கள்தான். அதலபாதாளத்தில் இருந்த நாட்டின் பொருளாதாரத்துக்கு எமர்ஜென்சியின் மூலம் ஒரு புத்துயிர் கொண்டுவரப்போவதாகக் குறிப்பிட்ட பிரதமரின் உரையில் ஒரே பிரசார நெடி. சர்ச்சைக்கு உரிய அந்த உரைதான்

23

பின்னாளில் எமர்ஜென்சியை எதிர்த்துப் போராடிய எதிர்க்கட்சிகளுக்கு பைபிள் போல ஆனது. ரொட்டியைவிடச் சுதந்தரமே முக்கியம் என்ற கருத்தை முன்வைத்து எதிர்க்கட்சிகள் கிளர்ச்சியில் ஈடுபடவும் அதுவே காரணமாக இருந்தது.

பிரதமரின் உரையைக் கேட்டு முடித்தபின் நானும் பனோத்தும் அங்கிருந்து கிளம்பி சரியாக 9.15-க்கு விமான நிலையத்தைச் சென்றடைந்தோம். அங்கே நிலைய கமாண்டர் ஏர் கமோடர் பாஷின், அவரது சக கமாண்டர் நந்தா ஆகியோர் தயாராக இருந்தனர். தனி விமானத்தில் யார் வருகிறார் என்பது அவர்களுக்குத் தெரியாததால், விஷயத்தை எடுத்துச் சொன்னோம். விமானம் இன்னும் ஒரு மணி நேரம் தாமதமாக வருவதாக அறிவிக்கப்பட்டது. விமான ஓடுதளத்தின் அருகிலேயே ஜேபிக்காகக் காத்திருக்க ஆரம்பித்தோம். நிமிடங்கள் கரைய ஆரம்பித்தன.

சரியாக 10.35 மணிக்கு அந்தத் தனி விமானம் தரை இறங்கியது. டெல்லி காவல்துறைக் கண்காணிப்பாளர் முதலில் கீழே இறங்கினார். ஜேபி கைது பற்றிய ஆவணங்களை சண்டிகர் காவல்துறையிடம் கொடுத்தார். அதை அடுத்து, சோர்ந்து போன முகத்தோடு, தள்ளாடியபடியே ஒரு வயதான மனிதர் விமானத்தில் இருந்து கீழே இறங்கிக்கொண்டிருந்தார். ஜேபி! அவரை அருகே நெருங்கி, கைகுலுக்கிவிட்டு, என்னை நானே அறிமுகப்படுத்திக்கொண்டேன். என்கூட வந்திருந்த மற்ற அதிகாரிகளையும் அவருக்கு அறிமுகப் படுத்தி வைத்தேன். ஆனால், ஜேபி சோர்வாக இருந்தார். வெறுமனே தலையாட்டிக்கொண்டார்.

நாங்கள் கொண்டுவந்திருந்த காரை ஓடுதளத்துக்கே வரவழைத்து அதில் ஜேபியை அமரச் சொல்லிவிட்டு டிரான்ஸ்பர் வாரண்ட்டை (டி-1) தயார் செய்து டெல்லி காவலர்களிடம் கொடுக்க நகர்ந்தேன். திரும்பி வந்து பார்த்தபோது ஜேபி காரில் ஏறாமல் வெளியே நின்றுகொண்டிருந்தார். கார் கதவு திறந்தே இருந்தது. இரண்டு பெட்டிகள் கொண்ட தன்னுடைய லக்கேஜ் பத்திரமாக வந்து சேர்ந்ததா என்பதைத்தான் விசாரித்துக் கொண்டு இருந்தார். டெல்லி சப் இன்ஸ்பெக்டர் அந்த இரு பெட்டிகளையும் ஜேபியிடம் காட்டிச் சரிபார்த்து விட்டு காரில் ஏற்றி வைத்தார். ஜேபி ஏறியதும் கார் பி.ஜி.ஐ கெஸ்ட்ஹவுஸை நோக்கி விரைந்தது. கெஸ்ட்ஹவுஸ் வந்து சேரும்போது மணி இரவு 11.

கெஸ்ட்ஹவுஸில் எல்லாம் தயாராக இருந்தது. முதலில் டாக்டர் மெஹ்ராவின் தலைமையிலான குழு, ஜேபியின் உடல்நிலையைப் பரிசோதித்து நார்மல் என்ற தகவலைச் சொன்னது. ஜேபியிடன் கூடவே வந்திருந்த டாக்டர் பாடியா, மெஹ்ராவுடன் ஜேபியின் உடல்நிலை குறித்து விவாதித்தார். ஜேபி ஏற்கெனவே இரவு உணவை முடித்துவிட்டதாகச் சொன்னதால் உதவிக்கு கெஸ்ட்ஹவுஸ் பணியாளரையும் என்னுடைய பணியாளரான மனோகர் லாலையும் அங்கேயே இருக்கச் சொல்லிவிட்டுக் கிளம்பினேன். கிளம்பும்

போதுதான் ஜேபி என்னிடம், 'எங்கே திரும்பவும் டெல்லிக்குப் போகிறீர்களா?' என்று கேட்டார்! நான் யார் என்பதை ஜேபி மறந்து போயிருந்தார். சண்டிகரின் ஆட்சியர் நான் என்பதையும், பனோத், சண்டிகர் காவல்துறை தலைமைக் கண்காணிப்பாளர் என்பதையும் எடுத்துச் சொல்லி திரும்பவும் என்னை நானே அறிமுகப்படுத்திக்கொண்டேன். தவறாகப் புரிந்துகொண்டதற்கு வருந்துவதாக ஜேபி குறிப்பிட்டார்.

சண்டிகர் சிறைச்சாலை கண்காணிப்பாளராக இருந்த எக்சிக்யூடிவ் மாஜிஸ்திரேட் மொஹிந்தர் சிங், உதவிக் கண்காணிப்பாளராக இருந்த ஆர்.டி. சர்மா, மற்ற சிறை அதிகாரிகள் உள்ளிட்டோர் அடங்கிய கூட்டத்தைக் கூட்டினேன். பி.ஜி.ஐ கெஸ்ட்ஹவுஸை சிறைச்சாலையாக அறிவிக்கும் உத்தரவுகளை முறைப்படி அவர்களிடம் கொடுத்து, உடனே நடவடிக்கை எடுக்குமாறு கேட்டுக்கொண்டேன்.

அன்று மாலை நடந்த கூட்டத்தில் குப்தா ஒரு விஷயத்தைக் குறிப்பிட்டிருந்தார். ஜேபியை கெஸ்ட்ஹவுஸில் தங்க வைத்தபின் ஹரியானா முதல்வருக்குத் தகவல் தெரிவிக்கவேண்டும் என்பது டெல்லி தர்பாரின் உத்தரவாம். வீட்டுக்குத் திரும்பியதும் என் மனைவி, முதல்வர் பன்சிலாலிடம் இருந்து போன் வந்ததாகத் தெரிவித்தார். வீடு திரும்பியதும் உடனே அவரைத் தொடர்புகொள்ள வேண்டுமாம். தொலைபேசியை எடுத்து எண்களைச் சுழற்றினேன். மறுமுனையில் பன்சிலால்தான் இருந்தார். இந்தியில் கொச்சையாக, அதே சமயம் ஆவேசமாகப் பேசினார்.

'அந்த ஆளு பெரிய ஹீரோன்னு நினைச்சிட்டிருக்கான். அவன் அங்கேயே கிடக்கட்டும். அவனை யாரும் பார்க்கக்கூடாது. யாருக்கும் போன் கூடப் பண்ண விடக்கூடாது. அவன் கதை அங்கேயே முடியணும்' என்றெல்லாம் அவர் பேச ஆரம்பித்தார். அதே இரவு குப்தாவும் எனக்கொரு செய்தி சொன்னார். ஜேபியைப் பகல் நேரத்தில் எங்கேயும் நடமாட அனுமதிக்கக் கூடாது என்று பன்சிலால் குறிப்பிட்டதாகத் தெரிவித்தார். தரக்குறைவான வார்த்தைகளில் யாரையும் மதிக்காமல் பேசிய பன்சிலாலின் பேச்சை நான் கண்டுகொள்ளவில்லை. ஆனால் பன்சிலாலின் பேச்சு எந்த அளவுக்குக் கொடூரமானது என்பதைப் பின்னர் நடந்த சம்பவங்களில் இருந்து புரிந்துகொண்டேன்.

அடுத்த நாள் காலை கொஞ்சம் முன்னதாகவே கிளம்பி பி.ஜி.ஐ கெஸ்ட் ஹவுஸ் வந்துவிட்டேன். ஜேபி அவரது அறையில்தான் இருந்தார். வெள்ளை குர்தாவில் பளிச்சென்று இருந்தார். நெருங்கி வந்து கைகுலுக்கினார். இப்போதும் என்னை அவருக்கு அடையாளம் தெரியவில்லை. திரும்பவும் இன்னொரு முறை என்னை அறிமுகப்படுத்திக் கொள்ள வேண்டியிருந்தது. உடல்நிலை எப்படி இருக்கிறது என்று கேட்டதற்கு எந்தப் பிரச்னையும் இல்லை என்றும், ஆனால் புது இடம் என்பதால் இரவு சரியாகத் தூக்கம்

வரவில்லை என்றும் சொன்னார். தனக்கு இதயம் சம்பந்தப்பட்ட பிரச்னை களும், சர்க்கரை வியாதியும் இருப்பதாகவும் ஆனால் அவை எல்லாமே கட்டுப்பாட்டில் இருப்பதாகவும் அவரே சொன்னார். காலையில் வெளியே வாக்கிங் போக முடியாமல் அறைக்கு உள்ளேயே தனிமையில் இருப்பது குறித்து வருத்தப்பட்டார். தன்னைச் சாதாரண வார்டுக்கு மாற்றினால் பேச்சுத் துணைக்காகவாவது யாராவது கிடைப்பார்கள் என்றும், நிம்மதியாக இருக்க முடியும் என்றும் சொன்னார். அதற்குத் தேவையான ஏற்பாடுகளைச் செய்து தருவதாக வாக்களித்தேன். அதே நேரத்தில் பனோத்தும் அறைக்கு வந்து எங்களோடு சேர்ந்துகொண்டார். ஜேபியுடன் நாங்கள் இருவரும் சிறிது நேரம் பேசிவிட்டுக் கிளம்பினோம்.

அன்றைய கண்காணிப்புக் குழுவின் கூட்டம் முற்பகலில் கூட்டப்பட்டது. டாக்டர் சுட்டானியும் டாக்டர் மெஹ்ராவும் ஜேபியின் உடல்நிலை பற்றிப் பேசினார்கள். ஜேபியைச் சாதாரண வார்டுக்கு மாற்றுவது, முடிந்தால் அன்றே அதைச் செய்து முடிப்பது என்பதுதான் கூட்டத்தின் நோக்கம். சுட்டானி இந்த விஷயத்தில் தீவிரமாக இருந்தார். ஜேபியை நீண்ட காலம் கெஸ்ட்ஹவுஸில் தங்கவைப்பதில் அவருக்கு இஷ்டமில்லை. ஜேபியை எந்த வார்டுக்கு மாற்றுவது என்பதில்தான் சிக்கல். ஐந்தாவது மாடியில் இருக்கும் விஐபி வார்டுக்கு மாற்றலாம் என்று யோசனை சொன்னேன். பனோத்தும் உடனே ஒப்புக்கொண்டார். சுட்டானியோ அந்த யோசனையை நிராகரித்துவிட்டு காலியாக இருந்த இன்டென்சிவ் கேர் யூனிட் (ஐசியூ) வார்டில் தங்க வைக்கலாம் என்று வலியுறுத்தினார். உடனே பனோத்தும் மெஹ்ராவும் ஐசியூ யூனிட்டைப் பார்வையிட்டு ஒப்புதல் தெரிவித்தனர்.

ஐசியூ வார்டில் ஒரு சில மாற்றங்களைச் செய்ய வேண்டியிருந்தது. குளிர் சாதனம் பொருத்த வேண்டியிருந்தது. யாரும் உள்ளே எட்டிப் பார்க்கக்கூடாது என்பதற்காகக் கண்ணாடியில் பெயிண்ட் அடிக்க வேண்டியிருந்தது. வேலை கள் உடனே ஆரம்பமாயின. அன்றைய தினமே இரவு ஒன்பது மணிக்கு ஜேபியை ஐசியூ வார்டுக்கு மாற்றிவிடலாம் என்று முடிவு செய்யப்பட்டது.

அன்று மாலை முதல் வேலையாக நானும் பனோத்தும் ஐசியூ வார்ட் சென்று எல்லாம் தயாராகிவிட்டதா என்று பார்வையிட்டோம். பின்னர் கெஸ்ட் ஹவுஸுக்குச் சென்று ஜேபியை வார்டுக்கு அழைத்து வந்தோம். அப்போதே நேரம் ஒன்பது மணியைத் தாண்டியிருந்தது. ஜேபி தூக்கக் கலக்கத்தில் இருந் தார். இப்படியெல்லாம் என்னை அழைத்துக்கொண்டு போய் அலைக் கழிப்பது இது ஐந்தாவது முறை என்று மெல்லிய குரலில் சொன்னார். உங்களது உடல்நிலையைக் கருத்தில் கொண்டு, நீங்கள் சொன்னதின் பேரில்தான் வார்டுக்கு மாற்றுவதாக முடிவெடுத்தோம் என்று விளக்கம் சொன்னேன். 'எனக்கு 73 வயதாகிறது. இன்னும் எத்தனை நாளைக்கு இருக்கப் போகிறேனோ? என்னை அடைத்து வைத்திருப்பதால் யாருக்கு என்ன

பிரயோஜனம்? எல்லாமே முடிந்துவிட்டது' என்று அவர் புலம்பிக் கொண்டே வந்தார். சரிவான பகுதியில் அவரே மெல்ல நடந்து வந்ததை காவலர்களும் மருத்துவமனை ஊழியர்களும் பிரமிப்போடு பார்த்துக் கொண்டிருந்தார்கள். ஒரு வழியாக அவரைப் பத்திரமாக புது வார்டில் தங்க வைத்துவிட்டு வீடு திரும்பினோம்.

அடுத்த நாள் காலை வார்டுக்குச் சென்று பார்த்தபோது ஜேபி வாக்கிங் போய்விட்டு திரும்பிக்கொண்டிருந்தார். அவரோடு கூடவே ஆர்.டி. சர்மாவும் இருந்தார். ஜேபியின் முகம் பளிச்சென்று இருந்தது. இரவு நன்றாகத் தூங்கியதாகச் சொன்னார். டீ வரவழைத்தோம். பொதுவான விஷயங்களைப் பற்றிப் பேசிக்கொண்டிருந்தார். படிப்பதற்கு என்னவெல்லாம் வேண்டும் என்று கேட்டேன். கதை, கவிதை, துப்பறியும் நாவல், பயணக்கட்டுரைகள் எதுவாக இருந்தாலும் பரவாயில்லை என்றார். யார் எழுதியது வேண்டும் என்று கேட்டதற்கு, உங்களுக்கு எது நல்லது என்று தோன்றுகிறதோ அதையே ஏற்பாடு செய்யுங்கள் என்று சொல்லிவிட்டார். தங்குமிடமும் பிற ஏற்பாடுகளும் அவருக்குத் திருப்தி அளித்தது போல் தெரிந்தது. ஒரு தென் னிந்தியர் சண்டிகர் ஆட்சியராகப் பணியாற்றுவது அவருக்கு ஆச்சரியமாக இருந்தது. ஐஏஎஸ் தேர்வில் உள்ள பணி நியமன முறை பற்றி அவருக்கு எடுத்துச் சொன்னேன். அதன் காரணமாகவே தமிழ்நாட்டிலிருந்து ஹரியானா வுக்குப் பணிபுரிய வந்து, தாற்காலிகமாக இப்போது சண்டிகரில் பணியாற்று வது பற்றி நான் சொன்னதை அவர் அக்கறையோடு கேட்டுக்கொண்டார்.

ஐசியூ வார்ட், ஜேபிக்கு வசதியாக இருந்தாலும் அவரை அங்கேயே தொடர்ந்து தங்க வைப்பதில் எனக்கும் பனோத்துக்கும் முழுச் சம்மதம் இல்லை. பாதுகாப்பு வசதிகள் திருப்திகரமாக இல்லை என்பதுதான் காரணம். பி.ஜி.ஐயில் எப்போதும் ஜேஜேவென்று மக்கள் கூட்டம் இருக்கும். தினமும் காலையில் இருந்து மாலை வரை நூற்றுக்கணக்கான நோயாளிகள் வந்த வண்ணம் இருப்பார்கள். ஜேபி தங்கியிருந்த ஐசியூ வார்ட், தரைத்தளத்தில் இருப்பதால் நுழைவு வாயில் இருந்து யாராலும் எளிதாக உள்ளே நுழைந்துவிட முடியும். கூடவே இன்னொரு பிரச்னையும் உண்டு. பி.ஜி.ஐக்கு வலதுபுறத்தில் எதிர்வரிசையில்தான் பஞ்சாப் பல்கலைக்கழகம் இருந்தது. பஞ்சாப் பல்கலைக் கழக மாணவர்களைக் கையாளுவது சிரமமான விஷயம். நல்லவேளையாக, அது விடுமுறைக்காலம் என்பதால் மாணவர்களின் நடமாட்டம் குறைவாக இருந்தது. பல்கலைக்கழகமும் ஓரிரு வாரங்களில் திறக்கப்பட இருந்தது. அன்று நடைபெற்ற நெருக்கடிக் குழுக் கூட்டத்தில் இது குறித்துத்தான் பேசினோம். சண்டிகரில் இருக்கும் புரைல் கிளைச் சிறைக்கு ஜேபியை மாற்றுவதற்கான ஏற்பாடுகளை ஆரம்பிக்கவும் அன்றைய தினம் முடிவு செய்யப்பட்டது.

மறுநாளே நான், பனோத், கண்காணிப்புப் பொறியாளர் ஜெ. எஸ்.கோலி ஆகியோர் கிளைச் சிறைக்குச் சென்று பார்வையிட்டோம். அங்கே ஒரு சில

மாற்றங்களைச் செய்வதுடன் கூடவே ஜேபியுடன் ஓரிரு டாக்டர்களையும் தங்கவைப்பது என்றும் முடிவு செய்யப்பட்டது. ஜூலை 6-ம் தேதிக்குள் அனைத்து ஏற்பாடுகளையும் முடித்துவிடுவதாக கோலி உறுதியளித்தார். திரும்பி வந்து மாதுரிடம் விஷயத்தைச் சொன்னபோது எங்களது முடிவை அவர் பெரிதும் பாராட்டினார்.

ஜூலை 3, மாலை. ஜேபியைச் சந்திக்க அனுமதி கோரி வந்த முதல் மனு என் கைக்குக் கிடைத்தது. வழக்கறிஞர் ஜேபி. கோயல், டெல்லியில் இருந்து கடிதத்துடன் வந்திருந்தார். கோயல், ஜேபியின் அதிகாரபூர்வ வழக்கறிஞர் இல்லை என்பதால் அவரது மனுவைத் தள்ளுபடி செய்தேன்.

அடுத்தநாள் ஜேபி வாக்கிங் போகும்போது காரிடாரில் புழுக்கமாக இருப்ப தாகவும் குளிர்ந்த காற்றே கிடைப்பதில்லை என்றும் குறைப்பட்டாராம். கூடவே வாக்கிங் போன மொஹிந்தர் சிங்கும் சர்மாவும் அப்போது ஜேபியிடம் சண்டிகரின் புரைல் சிறை பற்றிச் சொல்லியிருக்கிறார்கள். ஜேபி தன்னை அங்கேயே மாற்றும்படிக் கேட்டுக்கொண்டிருக்கிறார். அன்று நடந்த நெருக்கடிக் குழுக் கூட்டத்தில் ஜேபியை சண்டிகரின் புரைல் சிறைக்கு மாற்றிவிடலாம் என்று ஒருமனதாக முடிவு செய்யப்பட்டது. கூட்டம் முடிந்ததும் எல்லோரும் கிளம்பி புரைல் சிறைச்சாலைக்குச் சென்றோம். புதிதாகக் கழிப்பிட வசதி செய்து தருவதற்கும் குளிர்சாதனம் பொருத்தவும் சில லட்ச ரூபாய்கள் தேவைப்பட்டன. மாதுரும் உடனே அனுமதி அளித்தார். ஜேபியை சண்டிகர் சிறைக்கு மாற்றுவது முதல் அங்கே புதிதாக செய்யப்படும் வசதிகள் வரை சகலமும் உள்துறைச் செயலருக்குத் தெரியப்படுத்தப்பட்டு அவரது அனுமதியும் பெறப்பட்டது.

அன்று இரவே டெல்லியிலிருந்து புதிதாக ஓர் உத்தரவு வந்தது. ஆர்.எஸ்.எஸ், ஆனந்த் மார்க், ஜெமா இஸ்லாமியா உள்ளிட்ட அமைப்புகளை இந்திய அரசு தடை செய்திருந்தது. சம்பந்தப்பட்ட குழுக்களின் அலுவலகங்களை சீல் வைக்கவும், வங்கிக் கணக்குகளை முடக்கவும், இயக்கங்களில் தீவிரமாகச் செயல்படுபவர்களை உடனே கைது செய்யவும் உத்தரவு. சம்பந்தப்பட்ட நீதித்துறை, காவல்துறை அதிகாரிகளுக்கு உத்தரவை உடனே அமுல்படுத்தும் படி செய்தி வந்தது. சண்டிகரில் தடை செய்யப்பட்ட இயக்கங்களைச் சேர்ந்த 6 பேரை மிசா சட்டத்தின்கீழ் கைது செய்யும் முதல் உத்தரவில் நான் கையெழுத்திட்டேன்.

அன்று காலை நான் ஜேபியைச் சந்திக்கவில்லை. என்னைச் சந்திக்க வேண்டும் என்று அவர் விரும்புவதாக மொஹிந்தர் சிங்கிடம் சொல்லி அனுப்பியிருந்தார். அடுத்த நாள்தான் ஜேபியைச் சந்திக்க முடிவு செய்திருந்தேன். வழக்கறிஞர் ஜேபி. கோயலிடம் இருந்து எனது வீட்டுத் தொலைபேசிக்கு ஏகப்பட்ட அழைப்புகள். இரவு பத்து மணிக்கு அவர் அழைத்தபோது நான்தான் தொலைபேசியை எடுத்தேன். பம்பாய் உயர்

நீதிமன்ற முன்னாள் நீதிபதியும் தற்போது உச்ச நீதிமன்றத்தில் வழக்கறிஞராகவும் இருக்கும் வி.எம். தார்க்குண்டேயும் ஜேபியின் சகோதரரும் பம்பாயிலிருந்து ஜேபியைச் சந்திக்க அடுத்த நாள் வருவதாகவும் அதற்கு அனுமதி அளிக்கவேண்டும் என்றும் கேட்டுக்கொண்டார். இதையெல்லாம் தொலைபேசியில் பேசி முடிவு செய்ய முடியாது என்றும் அதற்கென நிறைய நடைமுறைகள் இருப்பதையும் விளக்கமாக எடுத்துச் சொன்னேன். கோயலும் அடுத்த நாள் காலை சண்டிகருக்கு வந்து நேரில் சந்திப்பதாகச் சொன்னார்.

ஜூலை 6, ஞாயிற்றுக்கிழமை. வழக்கத்துக்கு மாறாக தாமதமாக எழுந்து ஜேபியைச் சந்திக்கக் கிளம்பிக்கொண்டிருந்தேன். சரியாகப் பத்து மணிக்கு பம்பாயிலிருந்து ஜேபியின் சகோதரர் ராஜேஷ்வர் பிரசாத், வழக்கறிஞர்கள் வி.எம். தார்க்குண்டே, ஜேபி. கோயல் ஆகிய மூவரும் ஜேபியைச் சந்திக்க வந்திருந்தார்கள். எழுத்துபூர்வமாகக் கோரிக்கை மனு எழுதிக்கொடுத்தாக வேண்டும் என்று சொன்னதும் மூவரும் தனித்தனியாக எழுதி என்னிடம் கொடுத்தார்கள். ஜேபியைச் சந்திக்க முதல்முறையாக வந்திருக்கும் மனு என்பது மட்டுமல்ல, சர்ச்சைக்கு உரிய விஷயம் என்பதும் தெரிந்ததால் முழுவதுமாகப் படித்தபின்னரே நடவடிக்கை எடுக்கவேண்டும் என்று முடிவு செய்திருந்தேன். ஆகவே அவர்களைப் பிற்பகல் ஒரு மணிக்கு வரச் சொன்னேன். ஜேபியை சந்திக்கும் திட்டத்தைக் கைவிட்டு, சட்ட வல்லுனரான சௌத்ரியின் வீட்டுக்குச் சென்று அவரையும் அழைத்துக் கொண்டு அலுவலகத்துக்கு வந்தேன்.

1971 மிசா சம்பந்தப்பட்ட விதிமுறைகள் குறித்து அவரிடம் விவாதித்தேன். அவருடைய ஆலோசனையையும் பெற்றுக்கொண்டேன். மிசா விதி முறைகளின்படி சம்பந்தப்பட்ட கைதியை அவரது உறவினர்கள் வாரத்துக்கு ஒரு முறையும், நண்பர்கள் இரு வாரத்துக்கு ஒருமுறையும், வழக்கறிஞர்கள் தேவைப்படும்போதெல்லாமும் சந்திக்கலாம் என்று குறிப்பிடப்பட்டிருந்தது. இது குறித்து மாதுரின் வீட்டில் கூடிய நெருக்கடிக் குழுவின் கருத்தையும் முறைப்படி கேட்டுக்கொண்டேன்.

அவர்கள் ஒரு மணிக்குத் திரும்பி வந்தபோது எல்லாம் தயாராக இருந்தது. ஜேபியைச் சந்திக்க அவரது சகோதரருக்கு முதலில் வாய்ப்பு அளிக்கப்பட்டது. மதியம் மூன்று மணியிலிருந்து நான்கு மணிவரை அவர் ஜேபியைச் சந்திக்கலாம். எக்சிக்யூடிவ் மாஜிஸ்திரேட் மொஹிந்தர் சிங், காவல்துறை துணைக் கண்காணிப்பாளர் எஸ்.பி. தவான் ஆகிய இருவரும் சந்திப்பின் போது உடன் இருப்பார்கள். ராஜேஷ்வர் பிரசாத்திடம் ஆங்கிலம் அல்லது இந்தியில் பேசுமாறு கேட்டுக்கொண்டோம். ஜேபி சகோதரர்கள் போஜ்புரி அல்லது ஒரியா மொழியில்தான் பேசிக்கொள்வது வழக்கம். ஜேபி தன் வழக்கறிஞர்களாக தார்க்குண்டேயையும் கோயலையும் நியமித்துக் கடிதம் தந்தால் மட்டுமே அவர்கள் இருவருக்கும் அவரைச் சந்திக்க அனுமதி அளிக்க

முடியும் என்று முடிவாகச் சொல்லிவிட்டேன். அவர்களும் ஜேபியின் வழக்கை டெல்லி உயர் நீதிமன்றத்துக்கு எடுத்துச் சென்று வாதாட அனுமதி தரும்படி ஜேபிக்குக் கடிதம் எழுதி அதை மொஹிந்திர் சிங்கிடம் கொடுத்து ஜேபியிடம் சேர்ப்பிக்கச் சொன்னார்கள்.

மினு மசானி, JP: Mission Partly Accomplished என்ற தன் புத்தகத்தில் சம்பந்தப்பட்ட இந்த மூவரும் சண்டிகருக்கு வந்த பின்னணியைப் பற்றி விவரமாக எழுதியிருக்கிறார். அதிலிருந்து ஒரு பகுதி:

> எமர்ஜென்சி நடைமுறைப்படுத்தப்பட்ட முதல் மூன்று நாட்களுக்கு ஜேபி பற்றியும் மொரார்ஜி தேசாய் பற்றியும் நிறைய வதந்திகள் அடிபட்டன. அவர்கள் சிறையில் சாகும்வரை உண்ணாவிரதம் இருப்பதாகவும், வலுக் கட்டாயமாக அவர்களுக்கு உணவு அளிக்கப்படுவதாகவும் செய்திகள். ஜேபி உயிரோடு இருக்கிறாரா அல்லது இறந்துவிட்டாரா என்று கேட்டு நடு இரவில் வரும் அனாமதேயத் தொலைபேசி அழைப்புகளால் என்னுடைய தூக்கம் பறிபோனது. பதில் தெரியாமல் இருப்பது இன்னும் கொடுமையான விஷயம். அந்த நேரத்தில்தான் இரண்டு விஷயங்களைச் செய்தேன். ஒன்று, ஜேபியின் சகோதரர் ராஜேஷ்வர் பிரசாத்தை டெல்லிக்கு அனுப்பி ஜேபி எங்கே இருக்கிறார் என்று விசாரித்து அவரை நேரில் சந்தித்துப் பேசிவிட்டு வரும்படிச் சொன்னேன். இரண்டாவதாக ஜேபியின் சகோதரரை வி.எம். தார்க்குண்டேவுக்கு அறிமுகப்படுத்தி ஒரு கடிதம் எழுதி அனுப்பி வைத்தேன்.

தனது சகோதரருடனான சந்திப்பின்போது ஜேபி, தான் கைது செய்யப்பட்டு சண்டிகருக்குக் கொண்டுவரப்பட்டதை விவரமாக எடுத்துச் சொன்னார். காந்தி அமைதிக் கழகத்தில் அவர் தங்கியிருந்தபோதுதான் டெல்லி காவல்துறை அவரைக் கைது செய்திருக்கிறது. அவருடைய உடைமைகளை எடுத்துச் செல்வதற்குக்கூட நேரம் தரப்படவில்லையாம்.

ஹரியானாவின் குர்காவோன் மாவட்டத்தில் இருக்கும் சொஹானாவில் உள்ள விருந்தினர் மாளிகைக்குத்தான் முதலில் ஜேபி அழைத்துச் செல்லப்பட்டார். அதே இடத்துக்கு இன்னொரு வாகனத்தில் மொரார்ஜி தேசாயும் அழைத்து வரப்பட்டதையும் அவர் பார்த்தாராம். இருவரும் ஒரே இடத்தில் தங்க வைக்கப்பட்டிருந்தாலும் ஒருவரை ஒருவர் சந்தித்துப் பேச அனுமதி தரப்பட வில்லை. அங்கு இருக்கும் தலைமை மருத்துவ அதிகாரி ஜேபியின் உடல் நிலையைத் தினமும் பரிசோதிப்பது வழக்கம். அவரது பரிந்துரையின் பேரில் தான் ஜேபி, அகில இந்திய மருத்துவ விஞ்ஞானக் கழகத்தில் சேர்க்கப்பட்டார். அங்கிருந்து இரண்டே நாளில் சண்டிகருக்கு அனுப்பி வைக்கப்பட்டார்.

ராஜேஷ்வர் பிரசாத்தும் தான் டெல்லிக்கு வந்ததையும் ஜேபி இருக்கும் இடத்தைத் தெரிந்துகொள்ள மிகவும் சிரமப்பட்டதையும் குறிப்பிட்டார்.

டெல்லி மாவட்ட ஆட்சியரிடம் சரியான தகவல்கள் கிடைக்காமல் தான் கஷ்டப்பட்டதை ராஜேஷ்வர் விவரித்தார். ஜேபி, நாட்டு நடப்புகளைப் பற்றியும் குறிப்பாக பிகாரில் என்ன நடக்கிறது என்பதையும் தன் சகோ தரரிடம் விசாரித்தார். எமர்ஜென்சியால் மக்கள் இருட்டில் தள்ளப்பட்டிருப்ப தாகவும் கடுமையான தணிக்கை அமலில் இருப்பதாகவும் ராஜேஷ்வர் பதிலளித்தார். வருத்தப்பட்ட ஜேபி, இந்திரா காந்தி நாட்டைக் கெடுத்துக் குட்டிச்சுவர் ஆக்கிக்கொண்டிருப்பதாக ஆவேசப்பட்டார். அப்போது குறுக்கிட்ட மொஹிந்தர் சிங், இது போன்ற விஷயங்களைப் பேச அனு மதிக்க முடியாது என்றார். உணர்ச்சிவசப்பட்ட ஜேபி, 'இந்தப் பெண்மணி எந்த அளவுக்குக் கொடூரமானவர் என்பது உங்களுக்கெல்லாம் தெரியாது. இந்த ஜெயிலை விட்டு உயிரோடு வெளியே வருவேனா என்பதே எனக்குச் சந்தேகம்தான்' என்றார். அதைத் தொடர்ந்து ஜேபியின் பேச்சு, நண்பர்கள், உறவினர்கள் பற்றிய விசாரிப்பில் முடிந்தது.

ராஜேஷ்வரும் மொஹிந்தர் சிங்கும் சரியாக ஐந்து மணிக்கு வெளியே வந்தார்கள். தார்க்குண்டேவையும் கோயலையும் சந்திக்க அனுமதிக்குமாறு ஜேபி எழுதிய கடிதத்தையும் கையோடு எடுத்து வந்தார்கள். மிசா விதிமுறை களின் படி, அவர்களுக்கும் ஜேபியைச் சந்திக்க அரை மணி நேரம் அனுமதி அளிக்கப்பட்டது.

அன்றைய தினம் காலையில் செய்தித்தாள்களைப் படித்ததில் இருந்தே ஜேபிக்கு நிம்மதி இல்லை. எமர்ஜென்சியையும் இந்திரா காந்தியின் செயல் பாட்டையும் பாராட்டி வந்த செய்திகள் அவரைக் கோபப்பட வைத்திருந்தன. 'நாட்டுக்காக இந்தப் பெண்மணி என்ன செய்திருக்கிறார்? இவர் எனக்கு ஒரு குழந்தை மாதிரி. அவருடைய அப்பா, தாத்தா எல்லோரிடமும் எனக்குப் பழக்கம் உண்டு. ஜனநாயகத்தைக் காப்பாற்ற தன்னுடைய உயிரையும் கொடுக்கத் தயாராக இருந்த பண்டிட்ஜியின் மகளா இவர்?' என்று புலம்பிக்கொண்டே இருந்தாராம். ஜேபியின் கோபத்துக்கு இன்னொரு காரணமும் இருந்தது. பலமுறை அழைத்தும் நான் அவரைச் சந்திக்க வரவில்லை என்பதுதான் அது. இது மாதுரின் காதுக்கு எட்டவே, மதியம் இரண்டு மணிக்கு அவரிடமிருந்து எனக்கொரு தொலைபேசி அழைப்பு வந்தது. உடனே சென்று ஜேபியைச் சந்திக்கும்படி அவர் கேட்டுக்கொண்டார். ஆனால் என்னால் உடனே சந்திக்க முடியவில்லை. டென்னிஸ் விளையாடும் போது என் வலது கால் பெருவிரலில் ஏற்பட்டிருந்த காயம் கவனக் குறைவினால் சீழ் கோர்த்து இருந்தது. அதற்கான சிகிச்சைக்காக அன்று மாலையே நான் பொது மருத்துவமனைக்குச் செல்ல வேண்டியிருந்தது.

ஜேபியின் வழக்கறிஞர்கள் சந்திப்பு முடிந்தபின், இரவு ஏழு மணிக்கு மேல் ஜேபியைச் சந்திக்கச் சென்றேன். முகமலர்ச்சியோடு இருந்தார். சகோதரர், வழக்கறிஞர்கள் ஆகியோருடனான சந்திப்பு அவருக்கு நம்பிக்கையையும்

புத்துணர்ச்சியையும் கொடுத்திருந்தது. இன்னும் நிறையப் பேரைச் சந்திக்க வேண்டும் என்றும் குறிப்பிட்டார். ஆனால் சட்டத்தில் அதற்கு இடமில்லை. அதுவும், ஒரு வாரத்துக்கு இரு சந்திப்புகளுக்கு மட்டுமே அனுமதி அளிக்கமுடியும். அந்த வாரத்துக்கான கோட்டா முடிந்து விட்டதாக அவரிடம் சொன்னேன். அவருடைய உறவினர்கள் எல்லாம் பாட்னா, கல்கத்தா, டெல்லி, பம்பாய் என்று தொலைவில் இருப்பதால் அவர்களால் சண்டிகருக்கு அடிக்கடி வரமுடியாது என்றும் எனவே பாட்னா அல்லது டெல்லிக்கு அருகே இருக்கும் சிறைக்கு மாற்றினால் தனிமையில் இருப்பதே தெரியாது என்றும் அவர் தெரிவித்தார். இது பற்றி தான் அரசுக்கு ஒரு கடிதம் எழுதப்போவதாகவும் குறிப்பிட்டார். தன்னுடைய நெருங்கிய உதவியாளர் குலாப் யாதவை தன் கூடவே தங்கவைத்துக்கொள்ள ஜேபி விரும்பினார். ஆனால், அதற்கு குலாப் யாதவும் ஒரு மிசா கைதி ஆகவேண்டும். ஜேபிக்கு குலாப்மீது தனியான பிரியம் உண்டு. ராஜேஷ்வர் வந்தபோது குலாபும் கூடவே வந்து ஜேபியை எப்படியாவது பார்க்கவேண்டும் என்று முயற்சி செய்ததாகவும், ஆனால் முடியவில்லை என்றும் சொல்லி ஜேபி வருத்தப்பட்டார்.

தினமும் காலையில் நாளேடுகள், பத்திரிகைகள் எல்லாம் சரிவர படிக்கக் கிடைக்கிறதா என்று ஜேபியிடம் கேட்டேன். பத்திரிகைகள் எல்லாம் ஒருதலைப்பட்சமாக எழுதுவதால் அவற்றைப் படிப்பதில் தனக்கு விருப்பம் இல்லை என்று ஜேபி சொல்லிவிட்டார். வானொலி கேட்பதைக்கூட அவர் நிறுத்திவிட்டார். அதற்குபதில், வால்மீகி ராமாயணம் வேண்டும் என்றார். கடிதம் எழுத அனுமதி உண்டா என்று என்னிடம் கேட்டார். வாரத்துக்கு நான்கு கடிதங்கள் மட்டுமே எழுதலாம் என்றேன். 'நான் எப்போதாவதுதான் கடிதம் எழுதுவேன். இதுவே எனக்கு அதிகம்தான்' என்றார் அவர் சட்டென்று.

ஜேபி கேட்டுக்கொண்டதின் பேரில், அவர் குலாப் யாதவை ஐந்து நிமிடங்கள் சந்திக்க அனுமதி அளிக்கப்பட்டது. மொஹிந்தர் சிங் முன்னிலையில் குலாப் யாதவும் ஸ்தாபன காங்கிரஸ் தலைவர் லக்கன்பாலும் ஜேபியைச் சந்தித் தார்கள். குலாப், ஜேபியின் காலைத் தொட்டு வணங்கினார். இருவரது கண்களுமே கலங்கிப்போய் கண்ணீர் அருவி போலக் கொட்டியது. இருவரிடமும் பேசுவதற்கு வார்த்தைகள் இல்லை. குலாபைச் சந்தித்தபின், ஜேபியின் மனத்தில் இருந்த பாரம் நீங்கிவிட்டதாக மொஹிந்தர் பின்னர் என்னிடம் தெரிவித்தார்.

3. மரணத்துக்குத் தயாராதல்

விடுமுறை முடிந்து பஞ்சாப் பல்கலைக்கழகம் மீண்டும் திறக்கப்பட இருந்தது. அது குறித்து விவாதிக்க ஒரு கூட்டம் கூட்டப்பட்டது. கூட்டத்துக்கு பஞ்சாப் பல்கலைக்கழகத்தின் துணைவேந்தர் ஆர்.சி.பௌலும் வந்திருந்தார். மாணவர்களிடம் இருந்து பிரச்னை ஏதும் இருக்காது என்றார் அவர். ஆனாலும் பல்கலைக்கழகத்துக்கு அருகிலேயே ஜேபி தங்கவைக்கப்பட்டிருப்பதால் நிலைமை கொஞ்சம் பதட்டமாகவே இருக்கும் என்பதையும் அவர் ஒப்புக்கொண்டார்.

கூட்டம் முடிந்து துணைவேந்தர் அங்கிருந்து கிளம்பியதும், மாதுர் சர்வசாதாரணமாக அந்தக் கேள்வியை கேட்டார். 'ஜேபி ஜெயிலில் இறந்துபோகும் பட்சத்தில் பாதுகாப்புக்கு என துணை ராணுவப் படைகளை அழைக்கலாமா?' இப்படி ஒரு கேள்வியை நான் எதிர்பார்க்கவே இல்லை. ஜேபியும் நானும் ஒரேஜாதி என்பதைப் பெருமையாகச் சொல்லிக்கொண்டிருப்பவர் திடீரென்று ஜேபியின் இறப்பு பற்றிப் பேச என்ன காரணம்? நிஜமாகவே சீரியஸாகத்தான் கேட்டாரா? எனக்குக் குழப்பமாக இருந்தது.

ஜேபியிடமிருந்து சில கடிதங்கள் வந்திருந்தன. உள்துறைச் செயலருக்கும், கல்கத்தாவில் இருக்கும் அவரது மருமகனுக்கும் தனித்தனியே கடிதங்களை எழுதி காவல்துறை அதிகாரி ஒருவரிடம் கொடுத்து,

அவர்மூலம் எனக்கு அனுப்பியிருந்தார். மிசா கைதிகள், கடிதப் பரிமாற்றங் களை சிறை அதிகாரிகள் மூலமாக அனுப்பவேண்டுமே தவிர காவல்துறை யினரிடம் தரக்கூடாது. இது தொடர்பாக ஜேபியிடம் பேசவேண்டும் என்று நினைத்துக்கொண்டேன்.

ஜுலை 8, வியாழன். முதல் வேலையாக மருத்துவமனைக்குச் சென்று காலில் போடப்பட்டிருந்த கட்டை நீக்கினேன். காயம் ஆறியிருந்தது. அங்கிருந்து ஜேபியைச் சந்திக்க பி.ஜி.ஐ சென்றேன். ஜேபி தனிமையில் உட்கார்ந்து யாருக்கோ கடிதம் எழுதிக்கொண்டிருந்தார். என்னைப் பார்த்ததும் புன்னகை செய்தவர், குலாபைச் சந்திக்க அனுமதித்தற்காக நன்றி தெரிவித்துக் கொண்டார். தனது வழக்கறிஞர்களுடன் அரை மணிநேரம் மட்டுமே பேசிக்கொண்டிருந்தாலும் வழக்கு சம்பந்தப்பட்ட பல முக்கியமான விஷயங்கள் குறித்து விவாதிக்க முடிந்ததாகச் சொன்னார். மீண்டும் தன் வழக்கறிஞர்களைச் சந்திக்க வேண்டியிருக்கும் என்றும் அதற்கும் அனுமதி அளிக்கவேண்டும் என்றும் கேட்டுக்கொண்டார். நிச்சயம் பரிசீலிப்பதாகப் பதிலளித்தேன். கடிதங்களை காவல்துறை அதிகாரிகளிடம் கொடுத்து அனுப்புவதற்கு பதிலாக சிறை அதிகாரிகள், குறிப்பாக மொஹிந்தர் சிங் அல்லது ஆர்.டி. சர்மா மூலமாகக் கொடுத்து அனுப்புமாறு கேட்டுக் கொண்டேன்.

பேச்சு அன்றைய நாளேடுகளின் பக்கம் திரும்பியது. எமர்ஜென்சி பற்றி ஒருதலைப்பட்சமாக எழுதும் பத்திரிகைகளைப் படிக்கும்போது தனக்கு வருத்தமாக இருப்பதாக ஜேபி சொன்னார். இனிமேல் எந்தப் பத்திரிகையை யுமே படிக்கப்போவதில்லை என்றவர் செய்தித்தாள்கள் எதையும் தனக்கு அனுப்பவேண்டாம் என்று தான் சிறை அதிகாரிகளிடம் ஏற்கெனவே சொல்லிவிட்டதாகவும் குறிப்பிட்டார். கடுமையான தணிக்கை அமுலில் இருந்த காரணத்தால் அரசுக்கு எதிரான எந்தச் செய்தியும் பத்திரிகைகளில் வெளியாகவில்லை. ‘ஜேபி ஒரு வெளிநாட்டுக் கையாள்’ என்று ஒரு மத்திய அமைச்சர் பத்திரிகைளுக்குப் பேட்டி கொடுத்ததுதான் அவருக்குப் பெரிய வருத்தத்தை ஏற்படுத்தியிருந்தது.

‘எல்லாத் தலைவர்களும் ஜெயிலில் அடைந்து கிடக்கிறார்கள். எமர்ஜென்சி யில் இந்திரா காந்திக்கு எதிர்ப்பே இல்லை. மக்கள் சந்தோஷமாக இருப்பதாக எப்படித்தான் பத்திரிகைகளால் எழுத முடிகிறதோ?’ என்று வருத்தப் பட்டவர், தன்னுடைய இயக்கம் பற்றிச் சொல்ல ஆரம்பித்தார். நிர்வாக வட்டாரத்தில் ஊறிப்போய்விட்ட ஊழலை ஒழிப்பதற்காக ஆரம்பிக்கப் பட்டதுதான் சங்கர்ஷ் சமிதி என்னும் மக்கள் இயக்கம். அது பிகார் மாநிலத்துக்கானது. நாடு முழுவதும் போராட்டம் நடத்தி, சட்டம் ஒழுங்குப் பிரச்னை ஏற்படுத்தும் திட்டம் எல்லாம் இயக்கத்துக்குக் கிடையவே கிடையாது என்றார் ஜேபி. பிகாரில் பொருள்களைப் பதுக்கி வைத்திருந்த

வர்கள்மீது நடவடிக்கை எடுத்த அரசு அதிகாரிகளை சங்கர்ஷ் சமிதித் தொண்டர்கள் தாக்கியதாக வந்த செய்தி ஜேபியைச் சங்கடப்படுத்தி இருந்தது. 'பொருள்கள் பதுக்கப்படுவதை வெளியே கொண்டுவருவதுதான் சங்கர்ஷ் சமிதியின் நோக்கமே தவிர அரசு அதிகாரிகளைத் தாக்குவது அல்ல. இது போன்ற செய்திகள் நிச்சயம் மக்களைத் திசை திருப்பும் முயற்சி' என்றார் ஜேபி.

'அலஹாபாத் உயர் நீதிமன்றத்தின் தீர்ப்பை உச்ச நீதிமன்றம் தடை செய்ய மறுத்த பின்னரும் பதவியில் தொடர்ந்த இந்திரா காந்தியை எதிர்த்து சாத்வீக வழியில்தான் நாங்கள் போராட முடிவு செய்திருந்தோம். இந்திரா பதவி விலகத் தேவையில்லை என்பதை வலியுறுத்துவதற்காக அரசுப் பணத்தை வாரி இறைத்து, ஜோடிக்கப்பட்ட ஊர்வலங்களை நடத்தினார்கள். பதவி விலக வேண்டாம் என்று சொல்லும் மக்களைவிட பதவி விலக வேண்டும் என்று வலியுறுத்துபவர்களே அதிகம் என்பதை நிரூபிப்பதற்காகவும் ஜனநாயக உரிமைகளை நிலைநாட்டவும் ஒரு பெரிய போராட்டம் தேவையாக இருந்தது. ஆனால் நிச்சயம் நாட்டின் சட்டம் ஒழுங்கை குலைக்கும் எண்ணம் எங்களுக்குத் துளியும் இல்லை. ஜனநாயகத்தைக் காப்பாற்றி, முன் எடுத்துச் செல்வதற்கான பொறுப்பு எதிர்க்கட்சிகளுக்கும் உண்டுதானே' என்று ஜேபி ஆவேசமாகச் சொன்னார்.

மொரார்ஜி தேசாயைக் கைது செய்ததுதான் ஜேபிக்குக் கவலை அளித்தது. சட்டம் ஒழுங்கை மீறி அவர் ஒரு வார்த்தைகூடப் பேசிவிடவில்லை. காங்கிரஸ் கட்சியின் செயல்குழு உறுப்பினராக இருந்த சந்திரசேகரும் கைது செய்யப்பட்டதுதான் விசித்திரம். 'கட்சிக்குள் இந்திரா காந்திக்கு எதிராக யாரும் எதுவும் பேசிவிடமுடியாது. தேர்தலில் கட்சி சார்பில் போட்டியிட டிக்கெட் கிடைக்காதே என்கிற பயம்தான் காரணம். வாக்களிக்கப் போவது மக்கள்தானே தவிர இந்திரா காந்தி அல்ல என்றெல்லாம் அவர்கள் நினைப்பதில்லை. சந்திரசேகர் ஒருவர்தான் வெளிப்படையாகப் பேசுபவர். அவரையும் கொடூரமாகப் பழிவாங்கியிருக்கிறார்கள்' என்று சொல்லி ஜேபி வருத்தப்பட்டார்.

காங்கிரஸ் கட்சியின் மூத்த உறுப்பினரான சந்திரசேகர் போன்றவர்கள் எல்லாம் சிறையில் இருக்கும்போது கட்சி வட்டாரத்தில் செல்வாக்கோடு இருந்தவர்கள் பழைய கம்யூனிஸ்டுகளான டி.கே. பரூவா, கே.டி. மாளவியா போன்றவர்கள்தான். இந்திரா காந்தியே, ஒரு கம்யூனிஸ்ட் தலைவர் போல்தான் நடந்து கொண்டார். 'ஜனாதிபதியோ ஒரு ரப்பர் ஸ்டாம்ப். இந்திரா காந்தியின் நம்பிக்கைக்கு உரியவர். அவர் தலையிட்டு நிலைமையைச் சரிப்படுத்துவார் என்றெல்லாம் நாம் எதிர்பார்க்க முடியாது' என்றார் ஜேபி. 'பத்திரிகைகள் தங்களுடைய கடமையைத்தான் செய்தன, ஆனால் இந்திரா காந்திக்கோ தன்னைப் புகழ்ந்து எழுதவில்லை என்று

கோபம் வந்துவிட்டது. உலகத்திலேயே பொறுப்பான பத்திரிகைகள் இந்தியாவில்தான் இருக்கின்றன' என்று ஜேபி பேசிக்கொண்டே போனார். நான் குறுக்கிடவே இல்லை. அந்த முதியவர் மனத்தில் இருப்பதை எல்லாம் வெளியே கொட்டட்டுமே என்று அமைதியாகக் கேட்டுக்கொண்டிருந்தேன்.

மிசாவில் கைது செய்யப்பட்டு ஹரியானாவின் ராதேக் சிறையில் வைக்கப் பட்டிருந்த சந்திரசேகரும் அடுத்த நாள் சண்டிகருக்கு அழைத்து வரப்பட்டார். சந்திரசேகர் செய்த ஒரே தவறு எமர்ஜென்சியை ஆதரித்து, ஜேபி போன்றவர் களைக் கண்டித்து அறிக்கை விட மறுத்ததுதான். சந்திரசேகருடன் அசோக் மேத்தா, பிலு மோடி, ராஜ் நாராயண் போன்றோரும் கைது செய்யப்பட்டு ராதேக் சிறையில் அடைக்கப்பட்டிருந்தனர். சந்திரசேகர் மட்டும் சண்டி கருக்கு அனுப்பப்பட்டு பின்னர் பாடியாலா சிறைக்கு மாற்றப்பட்டார். அவர் சண்டிகரில் எங்களது மேற்பார்வையில் இருந்தபோது பல முக்கியமான சம்பவங்களும் நடந்தேறின.

ஒரு நிகழ்ச்சியை மட்டும் என்னால் மறக்க முடியாது. ஜூலை மாதம் 10-ம் தேதி. மாலை மூன்று மணி. சந்திரசேகரின் சகோதரர் கிருபா சங்கர் சிங், அவரது மருமகன், இரண்டு நண்பர்கள் எல்லோரும் சேர்ந்து சந்திரசேகரைச் சந்திக்க வந்திருந்தனர். கூடவே ஆறு வயதான சந்திரசேகரின் மகனும் ஏழு வயதான சகோதரியின் மகனும் வந்திருந்தனர். அதற்கு முந்தைய நாள்தான் உள்துறை அமைச்சகத்திடமிருந்து ஓர் உத்தரவு வந்திருந்தது. எக்காரணத்தை முன்னிட்டும் மிசா கைதிகளைச் சந்திக்க யாரையும் அனுமதிக்கக்கூடாது என்று அவசர அவசரமாக வயர்லெஸ் மூலம் செய்தி அனுப்பியிருந்தனர். அவசியம் ஏற்பட்டால் ஒழிய, நெருங்கிய உறவினர்களைக் கூடச் சந்திக்க அனுமதிக்கக்கூடாது என்று கடுமையான உத்தரவு. நெருக்கடிக் குழுவைக் கூட்டி ஆலோசனை கேட்கலாம் என்று முடிவெடுத்தேன். நெருக்கடிக் குழுவோ மனுவைத் தள்ளுபடி செய்யச் சொன்னது. ஆனால், என்னால் அதை ஏற்றுக்கொள்ள முடியவில்லை. சந்திரசேகரைச் சந்திக்க குழந்தைகளுக்கு மட்டும் அனுமதி அளித்தேன். நடந்த விஷயத்தைக் கேள்விப்பட்டதும் சந்திர சேகருக்கு வந்த கோபத்தில் அவருடைய முகம் சிவந்து போனது.

அடுத்த நாளே சந்திரசேகர், உள்துறை அமைச்சர் பிரம்மானந்த ரெட்டிக்கும், ஹரியானா முதல்வர் பன்சிலாலுக்கும் இரண்டு கடிதங்களை எழுதி அனுப்பினார். பிரம்மானந்த ரெட்டிக்கு எழுதிய கடிதத்தில் கடுமையான வார்த்தைப் பிரயோகங்கள் இருந்தன. தன்னை உறவினர்கள் கூடச் சந்திக்க அனுமதிக்கக் கூடாது என்று வந்த உத்தரவைத்தான் அவர் கடுமையாகச் சாடியிருந்தார்.

அடுத்தநாள் சந்திரசேகரை நான் சந்தித்தபோது, Man's Search for Meaning என்ற புத்தகத்தைப் படித்துக்கொண்டிருந்தார். அவரது கடிதங்களில் இருந்த கோபம் அவரது முகத்தில் தென்படவில்லை. அமைதியாகப் பேசினார்.

அவரது கண்கள் துருதுருவென்று அலைபாய்ந்துகொண்டே இருந்தன. உறவினர்களைக் கூடவா சந்திக்க அனுமதியில்லை என்று வருத்தப்பட்ட வரிடம் புதிய விதிமுறைகளை விளக்கமாக எடுத்துச் சொன்னேன். ராதேக் சிறையில் இருந்து சண்டிகருக்குத் தன்னை மாற்றியதற்கான காரணம் குறித்துத் திரும்பத் திரும்பக் கேட்டுக்கொண்டிருந்தார். நல்ல உடல் ஆரோக்கியத் தோடு இருக்கும் தனக்கு ஏன் மெடிக்கல் செக் அப் என்ற கேள்வியை எழுப்பினார். மற்ற கைதிகளிடம் இருந்து தன்னைத் தனிமைப்படுத்த சதி நடப்பதாகவும் குறிப்பிட்டார்.

சந்திரசேகரைச் சந்தித்துவிட்டு ஜேபி தங்குவதற்காகத் தயார் ஆகும் புதிய இடத்தைப் பார்வையிட்டேன். புத்தம் புது தரைவிரிப்புகள், குளிர்சாதன வசதி என்று பளிச் என்று கெஸ்ட்ஹவுஸைவிட அழகாகவே இருந்தது. ஜேபியைப் பரிசோதிக்க எந்நேரமும் ஒரு ட்யூட்டி டாக்டர் இருக்கவும் ஏற்பாடு செய்யப்பட்டது. அவரது அறையை ஒட்டியே டாய்லெட் வசதி யுடன் கூடிய ஒரு சிறப்பு அறையையும் தயார் செய்ய மொஹிந்தர் சிங்குக்கு உத்தரவிட்டேன்.

ஜூலை 11, மதியத்துக்கு மேல் கூட்டப்பட்ட நெருக்கடிக் குழுக் கூட்டத்தில் ஜேபி, சந்திரசேகர் ஆகியோர் எழுதிய கடிதங்கள் பற்றி விவாதிக்கப்பட்டது. ஜேபியின் கடிதத்தை உள்துறைச் செயலருக்கும், சந்திரசேகரின் கடிதத்தை பிரம்மானந்த ரெட்டிக்கும் ஒரு சிறப்புத் தூதர் மூலமாக டெல்லிக்கு அனுப்ப முடிவு செய்யப்பட்டது. மற்ற இரண்டு கடிதங்களும் சம்பந்தப்பட்டவர் களின் தனிப்பட்ட விஷயங்கள் என்பதால் அவற்றை நீண்ட நாள் நம் கையில் வைத்திருக்க முடியாது. எனவே கடிதங்களை டெல்லி நிர்வாகத்துக்கு அனுப்பி வைப்பது என்றும், கடிதத்தின் நகலை உள்துறை அமைச்சகத்துக்கு அனுப்பி வைப்பது என்றும் முடிவு செய்யப்பட்டது. சந்திரசேகரை பாடியாலா சிறைக்கு மாற்றும் விஷயத்தை மாதுர் பரிசீலிப்பதாகக் கூறியதால் மற்ற கைதிகளோடு சந்திரசேகரைத் தங்க வைப்பது பற்றிய விஷயத்தை ஒத்தி வைத்தோம்.

அடுத்த நாள் ஜேபியைச் சந்தித்துப் பேசிக்கொண்டிருந்தேன். சர்க்கரை வியாதிக்காக நிறைய மாத்திரைகளை எடுத்துக்கொள்வதால் தான் பலவீன மாக உணர்வதாகச் சொன்னார். கூடிய சீக்கிரமே அது பழகிப்போய்விடும் என்று சொன்னவர், இங்கு இருப்பது போலச் சிறப்பான மருத்துவ வசதி தனக்கு எங்குமே கிடைக்கப்போவதில்லை என்றார். உள்துறைச் செயல ருக்குத் தான் எழுதிய கடிதம் என்ன ஆயிற்று என்று கேட்டார். சிறப்புத் தூதர் மூலம் டெல்லிக்கு அது அனுப்பப்பட்டுள்ளது என்றேன். தனக்கு என்னவோ அங்கிருந்து நல்ல பதில் வரும் என்ற நம்பிக்கை இல்லை என்றார் அவர். பாட்னாவுக்குத் தன்னை அனுப்ப அவர்கள் பயப்படுவார்கள் என்றவர், இது சம்பந்தமாக பிரதமருக்கும் ஒரு கடிதம் எழுதப்போவதாகக் குறிப்பிட்டார்.

பிரதமர் நீதிமன்றத்தில் கொண்டுவரும் மேல்முறையீட்டு மனு என்ன ஆயிற்று என்று ஜேபி விசாரித்தார். மேல்முறையீட்டு மனு, 14 ஜூலை அன்று விசாரணைக்கு வருவதாகப் பத்திரிகைகளில் வெளியாகி இருந்த செய்தியைச் சொன்னேன். கூடவே அலஹாபாத் உயர் நீதிமன்றத் தீர்ப்பு சம்பந்தமாக சிறப்பு விசாரணை வேண்டி ராஜ் நாராயண் மனு தாக்கல் செய்திருப்பதையும் சொன்னேன். பிரதமரின் சட்ட ஆலோசகர் யார் என்று ஜேபி கேட்டார். ஹரியானாவின் தலைமை வழக்கறிஞரான ஜெகன்னநாத் கௌஷல் என்று சொன்னேன். வி.எம். தார்க்குண்டே மற்றும் ஜேபி. கோயல் இருவரும் ராஜ் நாராயணின் வழக்கறிஞர்களாக இருப்பார்கள் என்றும் அவர்கள் நானி பால்கி வாலாவிடமிருந்து ஒருவேளை ஆலோசனை கோரியிருக்கலாம் என்றும் ஜேபி சொன்னார். பால்கிவாலா பற்றி உயர்வாகப் பேசிய ஜேபி, பிரதமருக்காகத் தன்னால் ஆஜராக முடியாது என்று அவர் வழக்கில் இருந்து ஒதுங்கிக்கொண்டதைக் குறிப்பிட்டார். அதனால் பால்கிவாலாவுக்குப் பிரச்னை ஏற்பட்டுவிடாமல் இருக்கவேண்டுமே என்று கவலைப்பட்டார்.

நாடாளுமன்றக் கூட்டத்தொடர் பற்றிப் பேச்சு திரும்பியது. 21 ஜூலைதான் நாடாளுமன்றம் கூட்டப்பட இருந்தது. அரசியல் அமைப்புச் சட்டத்தின்படி நாடாளுமன்றத்தின் ஒப்புதல் இல்லாமல் இரண்டு மாதங்களுக்கு மேல் எமர்ஜென்சியை நீட்டிக்க முடியாது. ‘ஆனாலும் என்ன பிரயோஜனம்? இந்திராவுக்குத்தான் தனிப் பெரும்பான்மை இருக்கிறதே. அவரால் எதையும் செய்ய முடியும்’ என்றவர் சிறிது நேர மௌனத்துக்கு பின், ‘எப்படியோ, நாட்டின் ஜனநாயகம் செத்துவிட்டது’ என்றார். ஜேபிக்கு மீண்டும் பத்திரிகைகளைப் படித்து, நாட்டு நடப்புகளைத் தெரிந்துகொள்ளவேண்டும் என்ற எண்ணம் வந்துவிட்டது. அதற்கான ஏற்பாடுகளை நான் செய்துதர ஒப்புக்கொண்டேன்.

ஜேபியைச் சந்தித்துவிட்டு அலுவலகத்துக்குத் திரும்பி வந்தபோது ஜேபி, சந்திரசேகர் ஆகியோரின் உடல்நிலை குறித்த அன்றைய அறிக்கையை மொஹிந்தர் சிங் தயார் செய்துகொண்டிருந்தார். சந்திரசேகருக்கு முதுகிலும் காலிலும் லேசான வலி இருந்தது. கூடுதல் தலைமை மருத்துவ அதிகாரியான பி.ஆர். வர்மாவை, சந்திரசேகரை உடனே பரிசோதிக்குமாறு சொல்லிவிட்டு மொஹிந்தர் சிங்கை இது சம்பந்தமாக இன்னொரு அறிக்கை கொடுக்குமாறு கேட்டுக்கொண்டேன்.

அன்று நடந்த நெருக்கடிக் குழுக் கூட்டத்தில், ஜேபியைச் சண்டிகரிலிருந்து வேறு இடத்துக்கு மாற்றுவது சாத்தியமல்ல என்றார் மாதுர். அவரை பி.ஜி.ஐ கெஸ்ட்ஹவுஸிலிருந்து புது இடத்துக்கு மாற்றுவதை டெல்லி அனுமதிக்க மறுக்கிறது என்றார். சந்திரசேகரை பாடியாலா சிறைக்கு மாற்றுவதில் பிரச்னை இல்லையாம். பஞ்சாப் முதல்வர் கியானி ஜெயில் சிங், ஸ்ரீநகர் சென் றிருந்ததால், அதிகாரபூர்வ உத்தரவு வெளியாவது தாமதம் ஆகிக்கொண்டு

இருந்தது. அவரால் மட்டுமே இந்த முடிவை எடுக்க முடியும். ஜேபி, சந்திரசேகர் ஆகியோரின் சிறை வாசத்துக்கான உத்தரவு அன்று இரவோடு காலாவதி ஆக இருந்தது. இது சம்பந்தமாக டெல்லி நிர்வாகத்திடம் இருந்து புதிய உத்தரவுகள் ஏதும் வரவில்லை. அது குறித்து நெருக்கடிக் குழுவிடம் தெரிவித்தேன். மாதுர், உள்துறைச் செயலர் எஸ்.எல்.குரானாவிடம் பேசினார். குரானாவுக்கும் இதுபற்றித் தெரிந்திருக்கவில்லை. டெல்லி நிர்வாகத்தின் தலைமைச் செயலரைத் தொடர்புகொண்டு பேசுமாறு குப்தாவைக் கேட்டுக்கொண்டோம்.

உள்துறை அமைச்சகத்திலிருந்து வந்த வயர்லெஸ் செய்தி பற்றி விவாதிக்கப்பட்டது. மிசாவில் கைது செய்யப்பட்டவர்களைச் சந்திக்க அனுமதிக்கும் நெறிமுறைகள் பற்றிய புதிய உத்தரவு கடுமையாக இருந்தது. சிறைச்சாலை விதிகளைவிடக் கடுமையாக இருந்தது. உடல்நலம் பாதிப்பு போன்ற தவிர்க்க முடியாத நேரத்தில் மட்டுமே உறவினர்கள் கைதிகளைச் சந்திக்க முடியும். வழக்கறிஞர்கள் உடனான சந்திப்பின்போது கூடவே சிறை அதிகாரிகளும் இருந்தாக வேண்டும். உத்தரவிடுவது என்பது டெல்லி தர்பாருக்குச் சுலபமான விஷயம். பேப்பரும் பேனாவும் இருந்தால் ஒரு பக்கத்தில் விஷயத்தை முடித்துவிடுவார்கள். உத்தரவை அமுல்படுத்தும் அதிகாரிகளின் பாடுதான் திண்டாட்டம். ஜேபி ஜெயிலிலேயே இறந்துபோனால் எந்தவித அசம்பாவிதத்துக்கும் இடம் கொடுக்காமல் கவனமாக இருந்தாகவேண்டும் என்பதை மாதுர் இன்னொரு முறை குறிப்பிட்டார்.

குப்தாவின் அறையில் நானும் பனோத்தும் இது குறித்து விவாதித்தோம். ஜேபி இறந்து போனால் அவரது உடலை எவ்வளவு சீக்கிரம் முடியுமோ அவ்வளவு சீக்கிரம் சண்டிகரிலிருந்து வெளியேற்றியாக வேண்டும்; இல்லாவிட்டால் விபரீதமாகிவிடும் என்பது பனோத்தின் வாதம். பல்கலைக் கழக மாணவர்களிடமிருந்து பிரச்னை வருவதற்கு வாய்ப்பு உண்டு. உடலை விமானப்படை விமான நிலையத்துக்கு அனுப்பிவைத்து, ஒட்டு மொத்த விமானப்படைப் பகுதியையும் சீல் வைப்பதுதான் ஒரே வழி. உதவிக்கு ராணுவத்தைக் கூப்பிட பனோத்துக்கு இஷ்டமில்லை. பி.ஜி.ஐயைச் சுற்றி காவலுக்கு நிற்கும் காவல்துறையால் நிலைமையைச் சமாளித்துவிடலாம் என்பது அவரது எண்ணம். ராணுவம் வந்தால் நிலைமை குழப்பமாகிவிடும் என்பதும் உண்மைதான். விமானப்படை விமானத்தின் மூலமாக ஜேபியின் உடலை டெல்லிக்கு எடுத்துச்செல்வதற்கு மாதுர்தான் அனுமதி வாங்கித் தரவேண்டும். உடலை எங்கே, எப்போது எடுத்துச் செல்லவேண்டும் என்பதையும் இப்போதே டெல்லியிடம் பேசியாக வேண்டும். ராணுவத்தினரின் உதவியைக் கோரவேண்டாம் என்றும் நாங்கள் முடிவு செய்து கொண்டோம்.

ஜேபியின் சிறைவாசத்தை நீட்டிப்பதற்கான உத்தரவு எதுவும் இதுவரை வரவில்லை என்பதை அன்றைய நெருக்கடிக் குழுக் கூட்டத்திலும் தொடர்ந்து

வலியுறுத்தினேன். டெல்லியின் உத்தரவு பதினைந்து நாட்கள் மட்டுமே செல்லுபடியாகும். இன்று இரவுக்குள் உத்தரவு ஏதும் வராத பட்சத்தில் ஜேபியின் சிறைவாசத்தை நீட்டிப்பது சட்டப்படி இயலாத காரியம் என்பதையும் விளக்கமாக எடுத்துச் சொன்னேன்.

அடுத்த நாள் காலை, ஆர்.டி. சர்மா, சந்திரசேகர் எழுதியதாக ஒரு கடிதத்தைக் கொண்டுவந்து கொடுத்தார். தன்னைச் சந்திக்க வந்தவர்களுக்கு அனுமதி மறுக்கப்பட்டது குறித்து எழுத்துபூர்வமாகப் பதில் அளிக்கவேண்டும் என்று சந்திரசேகர் அந்தக் கடிதத்தில் கேட்டிருந்தார். தன்னுடைய சகோதரரையாவது சந்திக்க அனுமதித்திருக்கலாமே என்பதுதான் அவரது கேள்வி. சின்னக் குழந்தைகளைக்கூட அனுமதிக்க நெருக்கடிக் குழுவின் ஒப்புதலைப் பெறவேண்டும் என்பது சந்திரசேகருக்குத் தெரிந்திருக்கவில்லை. சந்திரசேகர் வருத்தப்பட்டதிலும் நியாயம் இருக்கிறது. அவரது உறவினர்கள் எல்லாம் வெகு தூரத்திலிருந்து அவரைச் சந்திக்க வந்து, ஏமாற்றத்தோடு திரும்பிப் போய் இருந்தனர்.

ஜேபி மறைவுக்குப் பின் செய்யப்பட வேண்டிய நடவடிக்கைகள் பற்றி நெருக்கடிக் குழுவின் கூட்டம் விவாதித்தது. ராணுவத்தின் உதவியை நாடலாம் என்று மாதுர் சொன்ன யோசனையை நானும் பனோத்தும் கடுமையாக மறுத்தோம். தேவை இல்லாமல் ராணுவத்தை நுழைக்கக்கூடாது என்று நான் நினைத்தேன். ராணுவத்தில் நான் ஏற்கெனவே பணிபுரிந்திருந்த தால் கிடைத்த அனுபவம் அது. பனோத்துக்கோ அது கௌரவப் பிரச்னை. ஆரம்பத்திலேயே ராணுவத்தின் உதவியை கோரத் தேவையில்லை என்று ஒருமனதாக முடிவு செய்யப்பட்டது. அடுத்ததாக ஜேபியைப் புது இடத்துக்கு மாற்றம் செய்யும் திட்டத்தைப் பரிசீலிக்குமாறு கூட்டத்தினரை நான் கேட்டுக்கொண்டேன். புது இடம் ஜேபி தங்குவதற்குத் தயாராக இருந்தது. அதை விரைவாகச் செய்து முடிக்கவேண்டும். பல்கலைக்கழகம் திறக்கப் படும் தேதி வேறு நெருங்கிக்கொண்டிருந்தது.

சிறைவாசத்தை நீட்டிப்பது குறித்து உத்தரவு எதுவும் வராதது பெரிய நெருக்கடியாக இருந்தது. உண்மையில் ஜேபி இப்போது சுதந்தர மனிதர். அவரைச் சிறையில் அடைத்து வைப்பது என்பது சட்டப்படித் தவறு. மாதுர், குப்தாவிடம் இது குறித்து மீண்டும் விசாரித்தார். டெல்லியின் தலைமைச் செயலர் கோலியிடம் அப்படி என்னதான் பேசினீர்கள் என்று மாதுர் கேட்டதில் குப்தாவுக்கு வருத்தம். விஷயத்தைத் தொடர்ந்து கவனித்து வருவதாகவும், தக்க நேரத்தில் உரிய நடவடிக்கை எடுப்பதாக கோலி சொன்னதாகவும் குப்தா தெரிவித்தார்.

ஜேபி மறைவுக்குப் பிந்தைய நடவடிக்கைகளுக்கு 'ஆபரேஷன் மெடிசின்' என்று பெயர் இடப்பட்டது. அது குறித்து மாதுர் தொடர்ந்து உள்துறை அமைச்சக அதிகாரிகளிடம் பேசிக்கொண்டிருந்தார். மாதுர் டெல்லி சென்று,

உள்துறை சிறப்புச் செயலர் கே.எஃப்.ருஸ்தம்ஜி, உள்துறைச் செயலர் எஸ்.எல்.குரானா ஆகியோரைப் பார்த்துப் பேசினார். ஆபரேஷன் மெடிசின், பரம ரகசியமாக வைத்துக்கொள்ளப்பட்டது. இது பற்றி பிரதமர், உள்துறை அமைச்சர், உள்துறை இணை அமைச்சர், உள்துறைச் செயலர், உள்துறை சிறப்புச் செயலர், மாதுர், குப்தா, பனோத் மற்றும் நான் உள்ளிட்ட சிலருக்கு மட்டுமே தெரியும்.

ஜேபி மறைவுக்கு பின் யாருக்கெல்லாம் தகவல் தெரிவிப்பது, உடலை எங்கே எடுத்துச் செல்வது உள்ளிட்ட ஆபரேஷன் மெடிசின் நடவடிக்கைகளை பிரதமரிடமும் உள்துறைச் செயலரிடமும் பேசிவிட்டு திட்டத்தை முழுமை யாக்கிக் கொடுத்தது ருஸ்தம்ஜிதான். ஒரு சில சங்கேத வார்த்தைகளைச் சொன்னால், சண்டிகருக்கு சிறப்பு விமானம் வரவும் ஏற்பாடு செய்யப் பட்டது. ஒரு வழியாகத் திட்ட நகல் தயார் செய்யப்பட்டது. அதன் இரு நகல்கள் டெல்லியில் பத்திரமாக வைக்கப்பட்டன. இன்னொரு நகல் சண்டிகர் நிர்வாகத்துக்கு அனுப்பி வைக்கப்பட்டது.

ஜேபி இறக்க நேரிட்டால், அவரது உடலை உடனே சண்டிகர் விமான நிலையத்துக்கு எடுத்துச் சென்றாக வேண்டும். ஜேபி முக்கியமான தலைவர் என்பதால் முறையான அலங்காரங்களுடனும் மரியாதையுடனும் விமான நிலையத்துக்கு எடுத்துச் செல்லவேண்டும். மாதுர் இரண்டு, மூன்று முறை அதையே திரும்பத் திரும்பச் சொல்லிக்கொண்டிருந்தார். இதற்கென ஒரு ஆம்புலன்ஸை எப்போதும் தயாராக வைத்திருக்கலாம் என்பது பனோத்தின் யோசனை. ஜேபி இறந்தால், பி.ஜி.ஐயின் உள்ளே யாரையும் அனுமதிக்கக் கூடாது. முக்கியமான நபர்களை மட்டுமே உள்ளே அனுமதிக்க வேண்டும். உடலை ஸ்ட்ரெச்சரில் வைத்து பி.ஜி.ஐயின் பின்புறமாகக் கொண்டுவந்து, ஆம்புலன்ஸில் ஏற்றி, விமானப்படை விமான நிலையத்துக்கு எடுத்து வந்துவிடவேண்டும். பின்னர் ஒட்டுமொத்த பி.ஜி.ஐ கெஸ்ட்ஹவுசும் சீல் வைக்கப்பட வேண்டும். இறுதி மரியாதைகள் எல்லாம் விமான நிலையத்தில் மட்டுமே செய்யப்பட வேண்டும் என்பது பனோத்தின் விருப்பம். அதை பி.ஜி.ஐயில் செய்வதால் நேரம் விரயமாகும். விஷயம் வெளியே தெரிய வந்தால் நிலைமை விபரீதமாகும்.

எக்காரணத்தை முன்னிட்டும் ராணுவத்தை உதவிக்கு கூப்பிடவேண்டாம் என்று பனோத் முடிவு செய்திருந்தார். இந்தோ-திபெத் எல்லைப்படையும் மத்திய ரிசர்வ் போலீஸும் ஏற்கெனவே சண்டிகரில் நிறுத்தப்பட்டிருந்தன. தேவைப்பட்டால் அவர்களது உதவியை நாடலாம். 'ஜேபி இறந்தால், உடனே அந்த விஷயத்தை பஞ்சாப் மற்றும் ஹரியானா முதல்வர்களுக்குச் சொல்லி விடவேண்டும். அப்போதுதான் அவர்களால் முன்னெச்சரிக்கை நடவடிக்கை கள் எடுக்க வசதியாக இருக்கும்' என்றார் மாதுர். பனோத்தோ, 'அதெல்லாம் வேண்டாம். ஜேபியின் உடலை விமான நிலையத்துக்குக் கொண்டுவந்து பத்திரமாகச் சேர்த்தபின்னர் தெரியப்படுத்தினால் போதும்' என்றார்.

ஆபரேஷன் மெடிசின் சம்பந்தமாகத் தொடர்ந்து டெல்லியிடம் பேச்சு வார்த்தை நடத்தப்பட்டது. நாளுக்கு நாள் திட்டத்தில் மாறுதல்கள் செய்யப்பட்டன. ஜேபியின் மறைவுக்குப் பின் சண்டிகரிலேயே அவரது இறுதிச்சடங்குகளை வைத்துக்கொள்ளலாம் என்றார் மாதுர். 'உறவினர்களை சண்டிகருக்கு விமானத்தின் மூலம் அழைத்து வந்துவிடலாம். அது ஒரு பெரிய வேலைதான். அதை நாம்தான் செய்தாகவேண்டும்' என்றார் மாதுர். ஜேபிக்கு அரசு மரியாதையுடன் கூடிய இறுதிச் சடங்கு நடத்தப்பட வேண்டும் என்பது குப்தாவின் எண்ணம். ஆனால் பிரதமர் ஒப்புக் கொள்ளமாட்டார் என்றார் மாதுர். குறைந்தபட்சம் திறந்தவெளியில் மக்கள் முன்னிலையில் இறுதிச் சடங்குகள் செய்யப்படவேண்டும் என்று முடிவு செய்யப்பட்டது. இறுதிச் சடங்கைச் சீக்கிரமாக முடித்துக்கொள்ளவேண்டும் என்பது பனோத்தின் கருத்து. ஜேபியின் உறவினர்களும் அதில் கலந்துகொள்ள வேண்டும் என்று டெல்லியே விரும்புவதால் இறுதிச் சடங்கை விரைவாக முடிக்க முடியாது என்று மாதுர் மறுத்துவிட்டார். ஜேபியின் இறப்பை 24 மணி நேரம் வரை ரகசியமாக வைத்துக்கொள்ள முடியும் என்றார் பனோத். ஆனால், எங்களுக்கோ அது சாத்தியமில்லை என்றுதான் தோன்றியது. எது எப்படியிருந்தாலும் ஆபரேஷன் மெடிசின் கடைசி நேரத்து மாறுதல்களுக்கு உட்பட்டது என்பது மட்டும் தெளிவாகத் தெரிந்தது.

ஆனால், நடப்பது எதிலும் எனக்கு உடன்பாடில்லை. ஜேபி, நாட்டு மக்களுக்கு நம்பிக்கை அளிக்கக்கூடிய ஒரு தலைவர். இன்றும் சிறையில் நலமுடன்தான் இருக்கிறார். அவரது மரணம் பற்றி இவ்வளவு சீக்கிரம் பேசவேண்டிய அவசியம் என்ன? ஆபரேஷன் மெடிசின் நடவடிக்கைகள் எல்லாமே எனக்குப் பல சந்தேகங்களைக் கிளப்பின. என்னைச் சுற்றிலும் என்ன நடக்கிறது என்பதைப் புரிந்துகொள்ள முடியவில்லை. அது குறித்துத் தீவிரமாக யோசித்துக்கொண்டிருந்ததால் எனக்கு நிம்மதியே இல்லாமல் போனது. மரணத்தைத் தேடித்தான் ஜேபி சண்டிகருக்கு வந்திருக்கிறாரோ? இந்த ஒத்திகைகளுக்குப் பின்னணியில் இருப்பது யார்? டெல்லி தர்பாரா? உள்துறை அமைச்சகமா? அல்லது மாதுர் என்ற தனி நபரா? ஆபரேஷன் மெடிசின் விஷயத்தில் மாதுருக்கு ஏன் அப்படி ஒரு ஆர்வம்? எல்லாம் முன்கூட்டியே சொல்லிவைத்தது போல் நடக்கிறதோ? எந்தக் கேள்விக்கும் விடை தெரியவில்லை.

நெருக்கடிக் குழுக் கூட்டம் முடிந்ததும் பனோத் என்னைத் தேடி வந்தார். 'ஜேபிக்காக ஏன் இத்தனை அலட்டிக்கொள்கிறார்கள்? ஜேபி மறைவால் இந்திரா காந்தி பாதிக்கப்படப் போவதில்லை' என்றார் பனோத். நாட்டின் தற்போதைய நிலையைப் பற்றி நான் அவரது கருத்தைக் கேட்டேன். 'எமர்ஜென்சியை எதிர்த்து எதுவும் நிகழப்போவதில்லை; இந்திராகாந்தியின் ஆட்சி நல்ல முறையில் இருக்கிறது. யாராலும் அவரை அசைக்க முடியாது. நாடாளுமன்றக் கூட்டத்தொடருக்குப்பின் சில முக்கியமான திருப்பங்கள்

இருக்கும் என்று எதிர்பார்க்கிறேன்' என்றார் அவர். 'மத்திய அமைச்சரவை மாற்றி அமைக்கப்படலாம். பல மாநிலங்களில் முதல்வர்கள்கூட மாற்றப் படலாம். அதிகார துஷ்பிரயோகம் செய்யும் மத்திய அமைச்சர்கள், மாநில முதல்வர்கள், உயர் அதிகாரிகள் ஆகியோரின் காதைப் பிடித்துத் திருகி, இரண்டு தட்டு தட்டிவைத்தால் எல்லாம் சரியாகிவிடும். பிரதமரின் செல்வாக்கு நாளுக்கு நாள் அதிகமாகிறதே தவிர குறையவில்லை. கூடிய விரைவில் இந்திரா, சஞ்சய் காந்தியைப் பிரதமர் ஆக்கிவிடுவார்' என்றார் பனோத். போலீஸ் ராஜ்ஜியம் மலரும் என்று பனோத் கனவு கண்டுகொண்டிருந்தார். ஒரு போலீஸ்காரரின் கனவு வேறு என்னவாக இருக்க முடியும்?

ஜுலை 13, ஞாயிற்றுக்கிழமை. அதிகாலையிலேயே மாதுர் என்னைத் தொடர்புகொண்டு அந்தச் செய்தியைச் சொன்னார். சந்திரசேகரை பாடியாலா சிறைக்கு அனுப்புவதற்கான உத்தரவு வந்துவிட்டதாம். பனோத்தின் உதவியோடு அதற்கான ஏற்பாடுகளை ஆரம்பித்தேன். பாடியாலா மாவட்ட ஆட்சியர் இந்திரஜித் சிங் பிந்த்ராவைத் தொடர்புகொண்டு மதியத்துக்கு மேல் சந்திரசேகர் அங்கே வரப்போவதைப் பற்றியும் அதற்கான ஏற்பாடுகளைச் செய்யுமாறும் சொன்னேன். பஞ்சாப் சிறைத்துறை அதிகாரிக்கும் போன் செய்து விஷயத்தைச் சொன்னேன். காவல்துறையினர் புடை சூழ பதினொரு மணிக்கு சந்திரசேகர் சண்டிகரிலிருந்து கிளம்பினார். எமர்ஜென்சியை இந்திரா காந்தி திரும்பப் பெறும்வரை பாடியாலாவில்தான் அவர் தனிமைச் சிறையில் வைக்கப்பட்டிருந்தார்.

முந்தின நாள் இரவு ஜேபி சாப்பிடவே இல்லை என்று பனோத் என்னிடம் சொன்னார். சாப்பாடு மோசமாக இருந்ததாம். அடுத்த நாள்தான் பஞ்சாப் பல்கலைக்கழகம் திறக்கப்பட இருந்தது. இது பற்றிப் பேச நெருக்கடிக் குழு கூடியது. டாக்டர் சுட்டானியும் கலந்து கொண்டார். ஜேபியை கிளைச் சிறைக்கு மாற்றுவதுதான் கூட்டத்தின் நோக்கம். மாதுர் டெல்லியில் இருந்த ஓம் மேத்தா வைத் தொடர்பு கொண்டபடி இருந்தார். ஓம் மேத்தாவோ பிரதமரைக் கேட்டு விட்டு பதில் சொல்வதாகச் சொன்னார். அன்று மாலையே ஓம் மேத்தாவிட மிருந்து பதில் வந்து விட்டது. ஜேபியை கிளைச் சிறைக்கு மாற்றத் தேவை இல்லை என்று பிரதமரின் விருப்பம். ஏதேதோ காரணங்கள் சொல்லப்பட்டன.

பி.ஜி.ஐயை விடப் பாதுகாப்பான இடத்துக்கு ஜேபியை மாற்றுவது பற்றிய மாற்று யோசனைகளும் முற்றிலுமாக நிராகரிக்கப்பட்டன. பல்கலைக்கழகத் தில் எங்கும் ஜேபியைப் பற்றிய பேச்சாகவே இருப்பதாக உளவுத்துறை கொடுத்த அறிக்கையையும் டெல்லிக்கு அனுப்பி வைத்தோம். டெல்லியிடம் இருந்து பதில் இல்லை. ஜேபி எங்கே தங்க வைக்கப்பட்டிருக்கிறார் என்பது எல்லோருக்கும் தெரிய வந்துவிட்டது. அடுத்து வரும் நாட்களில் ஒரு சில மாணவர்கள் ஜேபியைச் சந்திக்க முயற்சி எடுக்கக்கூடும் என்கிற செய்திகளும் உலா வந்தன.

ஜேபியின் உடல்நிலை நன்றாகவே மேம்பட்டிருந்தது. தொடர்ந்து அப்படியே இருக்க வேண்டுமானால் நல்ல காற்றோட்டமான, சகல வசதிகளும் கூடிய இடத்தில் அவர் தங்க வைக்கப்பட்டாக வேண்டும். சண்டிகர் யூனியன் பிரதேசத்து விருந்தினர் மாளிகை அல்லது செக்டர் ஐந்தில் இருந்த பெரிய பங்களாவும் ஜேபி தங்குவதற்கு ஏதுவாக இருக்கும். ஆனால் டெல்லியோ அவர் பி.ஜி.ஐயில்தான் இருக்கவேண்டும் என்று பிடிவாதமாக இருந்தது. இதற்கும் ஆபரேஷன் மெடிசினுக்கும் எதாவது சம்பந்தம் இருக்குமோ? ஒரு விபரீத விளையாட்டின் பின்னணி புரிய ஆரம்பிப்பதற்குள் காலம் கடந்து விட்டது.

பரபரப்பான வேலைகளுக்கு நடுவேயும் மாலை நேரத்தில் என்னுடைய நண்பர்களான அருண் ஆனந்த், சுந்தரம், ரவி சாவ்னே, வழக்கறிஞர் சகால் ஆகியோரைச்சந்தித்துப் பேச முடிந்தது. அப்போதுதான் சுந்தரம் எனக்கு ஒரு விளம்பரத்தைக் காட்டினார். ஜனநாயகம் என்ற தலைப்பில் ஒரு வித்தியாசமான விளம்பரம் டைம்ஸ் ஆப் இந்தியாவின் மும்பை பிரதியில் வெளியாகி யிருந்தது:-

'O Cracy D.E.M., beloved husband of T. Ruth, loving father of L.I. Berties, F.R.E. Dom and Justicia expired on 26 June 1975'.

உண்மைதான். இந்தியாவின் ஜனநாயகம் அப்போது செத்துத்தான் போயிருந்தது.

4

இந்திரா vs. ஜே.பி.

குல்தீப் நய்யாரைப் பற்றித் தெரியாதவர்கள் யாரும் இருக்க முடியாது. பிரபல பத்திரிகையாளர். An Unlikely Hero என்னும் தலைப்பில் அக்டோபர் 12, 2004 அன்று எழுதிய கட்டுரையில் ஜேபியின் இயக்கம் தான் எமர்ஜென்சியைக் கொண்டுவருவதற்குக் காரணம் என்றும் இயக்கத்தை முடக்குவதற்காகத்தான் எமர்ஜென்சி அமுலுக்கு வந்தது என்றும் இந்த இரு நிகழ்ச்சிகளையும் சம்பந்தப்படுத்துவது சரியல்ல; இரண்டுமே வெவ்வேறு நிகழ்வுகள் என்று அவர் அந்தக் கட்டுரையில் குறிப்பிட்டிருந்தார். ஆனால், எமர்ஜென்சி நேரத்தில் வெளியான அரசின் வெள்ளை அறிக்கையை அவர் படித்திருந்தால் நிச்சயம் இப்படி எழுதியிருக்க மாட்டார்.

21 ஜூலை. 'எமர்ஜென்சி ஏன்?' என்ற தலைப்பில் மத்திய அரசின் நிலையை விளக்கி உள்துறை அமைச்சகம் ஒரு வெள்ளை அறிக்கையை வெளியிட்டது. எமர்ஜென்சியை அமுல்படுத்த வேண்டியதன் அவசியம், நாட்டின் பாதுகாப்பற்ற சூழல், எமர்ஜென்சியால் இதுவரை விளைந்திருக்கும் நன்மைகள் என விவரித்த மத்திய அரசின் அறிக்கை, இந்திரா காந்தியின் கொள்கைப் பிரகடனமாகக் காட்சி அளித்தது. எமர்ஜென்சிக்கான காரணமாக ஜேபியின் மக்கள் இயக்கத்தின் நடவடிக்கைகளைக் குறிப்பிட்ட அந்த அறிக்கை, ஜேபியை ஒரு வில்லனாகச் சித்திரித்தது.

வெள்ளை அறிக்கையின் முதல் வரியே ஜெர்மானிய நாசிக்களின் கெப்பல்ஸ் பிரசாரத்தைத்தான் ஞாபகப்படுத்தின.

இந்தியாவின் ஒற்றுமையைப் பேணிக் காக்கவும், நாட்டில் சட்டம், ஒழுங்கை நிலைநிறுத்தவும் பாரதப் பிரதமர் கொண்டு வந்திருக்கும் எமர்ஜென்சி, சமூகத்தின் பல்வேறு தரப்பினரின் மகத்தான ஆதரவைப் பெற்றுள்ளது. ஜனநாயகத்துக்கு எதிரான சக்திகள் வலிமை பெற்று, நாட்டைத் தவறான பாதைக்கு அழைத்துச் செல்லும் முயற்சியைத் தடுத்து நிறுத்தி, அநீதியை அழித்து, நீதியை நிலைநாட்டி, மீண்டும் ஜனநாயகம் மலரச் செய்யும் பிரதமரின் முயற்சிதான் இந்த எமர்ஜென்சி.

இந்தியாவின் அரசியல் அமைப்புச் சட்டம் என்பது நாடாளுமன்ற ஜனநாயகத்தை அடிப்படையாகக் கொண்டது. இதன் அடிப்படைப் பண்பு என்பதே தேர்ந்தெடுக்கப்பட்ட நாடாளுமன்ற உறுப்பினர்கள் வாயிலாக பொறுப்பான ஓர் அரசாங்கத்தை உருவாக்குவதே. நாடாளுமன்ற அரசாங்கமானது, நான்கு அவசியமான காரணிகளின் இடைவினையால் நடப்பது. (1) பெரும்பான்மைக் கட்சி ஆடி நடத்தும். (2) சிறுபான்மை யினர், அந்தக் காலகட்டத்தில் பெரும்பான்மையின் முடிவுகளை ஏற்றுக் கொள்வர். (3) குறுகிய குழுக்களின் விருப்பங்களை முன்வைக்காமல், கொள்கைகளின் அடிப்படையில் இயங்கும் பெரும் கட்சிகள். (4) எந்தக் கட்சியுடனும் சாராமல் இருக்கும் பொதுமக்களது அரசியல் கருத்துகள். இவற்றின்மூலம் எந்தக் குறிப்பிட்ட திசையிலும் அத்துமீறிப் போய் விடாமல் ஒருவிதச் சம நிலையில் இருக்கமுடியும். (ஆதாரம்: Joint Parliamentary Committee on Indian Institutional Reform). இந்தக் கொள்கைகளைப் பின்பற்றி வருவதாலேயே இந்தியா அரசியலில் நிலைத்தன்மை பெற்று அதன் ஒற்றுமையும் ஒருமைப்பாடும் கட்டிக்காக்கப்படுவதோடு மட்டுமின்றி, வலுப்பெறவும் செய்துள்ளது.

1974 ஆரம்பத்தில் குஜராத்தில் நடந்த சம்பவங்களும், 1975 ஜூன் மாதம் டெல்லியில் நடைபெற்ற மக்கள் இயக்கத்தின் தேசிய ஒருங்கிணைப்புக் குழுக் கூட்டத்தில் எடுக்கப்பட்ட முடிவுகளும் அதன் செயல் திட்டங்களும் இந்திய அரசியல் அமைப்புச் சட்டத்துக்கும் ஜனநாயகத்துக்கும் எதிரானவை. அரசுக்கு எதிராகச் செயல்பட்டு, நாடாளுமன்ற ஜனநாயகத்தை அடியோடு குலைக்கும் உறுதியோடு பிகாரையும் தாண்டி மற்ற மாநிலங்களிலும் ஜெயப்பிரகாஷ் நாரயண் தலைமையிலான மக்கள் இயக்கம் தீவிரமாகச் செயல்பட்டு வருகிறது. இந்திரா காந்திக்கும் அவரது ஆட்சிக்கும் எதிராகத் தவறான கருத்துக் களைப் பரப்புவது, நாட்டு மக்களைப் பிரதமருக்கு எதிராகத் தூண்டி விடுவது, மக்களால் தேர்ந்தெடுக்கப்பட்ட மக்களாட்சிப் பிரதிநிதிகளை அவர்களது பதவிகளில் இருந்து விலகக் கோருவது என்று சட்டத்துக்குப்

புறம்பான காரியங்களில் ஈடுபடுவதையும், அடிப்படை ஜனநாயக உரிமைகளைக் கூடப் புறந்தள்ளிவிட்டு எதிர்க்கட்சிகள் கடுமையாக நடந்து கொள்வதையும் அரசு அனுமதித்தால் அது நாட்டின் இறையாண்மைக்கே எதிரானது ஆகிவிடும். நாட்டின் பாதுகாப்பு, ஒற்றுமை, அமைதி போன்ற விஷயங்கள்மீது அக்கறை கொண்டிருக்கும் எந்த ஒரு அரசாலும் இவற்றை எல்லாம் சகித்துக்கொள்ள இயலாது. ஆகவே நாட்டில் ஜனநாயகத்தையும் மக்கள் நலனையும் பாதுகாப்பதற்காக இப்படி ஒரு தவிர்க்க முடியாத நடவடிக்கையை எடுக்க வேண்டியதாகிவிட்டது.

அறிக்கையின் பத்தி, எமர்ஜென்சி அமுலுக்குக் கொண்டுவரப்பட்டதற்கான நேரடிச் சம்பவங்களாக ஒரு சிலவற்றைப் பட்டியல் இடுகிறது.

14 ஏப்ரல் 1975 அன்று டெல்லியில் ஜெயப்பிரகாஷ் நாராயண் தலைமையில் கூடிய தேசிய ஒருங்கிணைப்புக் குழுக் கூட்டம், நாடு தழுவிய அளவில் மாபெரும் ஒத்துழையாமை இயக்கம் மேற்கொள்ளப் படவேண்டும் என்று தீர்மானம் இயற்றியது.

21 ஜூன் 1975 அன்று நடைபெற்ற கூட்டத்தில் பேசிய பிஜு பட்நாயக், அரசுக்கு எதிரான ஒத்துழையாமை இயக்கம்தான் சரியான நடவடிக்கை என்றும், அனைவரும் உடனே அதனை மேற்கொள்ளவேண்டும் என்றும் பேசினார்.

அதே தினம் நடைபெற்ற கூட்டத்தில் குஜராத்தில் நடைபெற இருந்த தேர்தல் பற்றியும் அதில் ஃபெடரல் கட்சியும் ஜனதா மோர்ச்சாவும் இணைந்து போட்டியிடுவதா அல்லது தொகுதி உடன்பாடு செய்து கொள்வதா என்பது பற்றியும் விவாதிக்கப்பட்டது.

23 ஜூன் 1975 அன்று கூடிய கூட்டத்தில் ஜேபி பேசியபோது எதிர்க்கட்சி வரிசையில் இருக்கும் அனைத்துக் கட்சியினரும் ஒத்துழையாமை இயக்கத்தில் கலந்து கொள்ளவேண்டும் என்றும், மற்ற கட்சிகளான சி.பி.எம், ஆர்.எஸ்.பி, தி.மு.க உள்ளிட்டோர் இதற்கு ஆதரவு அளிக்கவேண்டும் என்றும் கேட்டுக்கொண்டார். பிரதமரை உடனே பதவி விலகுமாறு வலியுறுத்துவதும், அதற்காக மக்கள் சக்தியைத் திரட்டி, அதை வெற்றிகரமாகச் செய்து முடிப்பதும்தான் நமது நோக்கமாக இருக்கவேண்டும் என்று ஜேபி குறிப்பிட்டார்.

24 ஜூன் 1975 அன்று மொரார்ஜி தேசாய் வீட்டில் கூடிய செயற்குழுக் கூட்டத்தில் காங்கிரஸ் ஓ, பி.ஜே.எஸ், பி.எல்.டி, சோஷலிஸ்ட் கட்சி, சிரோமணி அகாலி தள் ஆகிய முக்கிய எதிர்க்கட்சிகள் கலந்துகொண்டன. அலஹாபாத் நீதிமன்றத்தின் உத்தரவை ரத்து செய்யக் கோரி இந்திரா காந்தி தாக்கல் செய்திருந்த மேல் முறையீட்டு மனுவை விசாரித்துத் தள்ளு

படி செய்த உச்ச நீதிமன்றத்தின் முடிவு கூட்டத்தினரால் பாராட்டப்பட்டது. இந்திரா காந்தியை உடனே பதவியை விட்டு விலகவேண்டும் என்று கேட்டுக்கொண்டதோடு, மீறினால் நாடு தழுவிய அளவில் சத்தியாக்கிரகம் நடைபெறும் என்றும் கூட்டத்தில் எச்சரிக்கப்பட்டது. இது தவிர 25 ஜூன் அன்று மாலை ஆறு மணிக்கு ராம்லீலா மைதானத்தில் எதிர்க்கட்சிகளின் சார்பாகப் பெரிய பொதுக்கூட்டமும் ஏற்பாடு செய்யப்பட்டது. பிகாருக்குக் கிளம்புவதாக இருந்த ஜெயப்பிரகாஷ் நாராயணும் பொதுக்கூட்டத்தில் பங்கேற்பதற்காக டெல்லியிலேயே தங்கி இருக்க முடிவு செய்தார்.

25 ஜூன் அன்று ராமலீலா மைதானத்தில் மொரார்ஜி தேசாய் தலைமையில் பொதுக்கூட்டம் நடந்தது. கூட்டத்தில் பேசிய ஜேபி, நமக்கான நேரம் வந்துவிட்டது என்று குறிப்பிட்டார்.

'முன்னர் பேசிய நானாஜி தேஷ்முக்கின் பேச்சைக் குறிப்பிட்டவர், ஐந்து கட்சிகளின் சார்பாகத்தான் நானாஜி குரல் கொடுத்திருக்கிறார். அதற்கு என்னுடைய முழு ஆதரவு உண்டு. நானும் அதில் ஒரு அங்கம். ஆட்சிக்கு எதிராக மக்களைப் போராடச் செய்வதற்காக நாடு முழுவதும் சுற்றுப்பயணம் செய்திருக்கிறேன். அப்படி இருக்க, என்னால் எப்படி ஒதுங்கி இருக்க முடியும்? பிகார், உத்திரப் பிரதேசம் தவிர மற்ற இடங்களில் மக்கள் மத்தியில் எழுச்சி இல்லை என்பதுதான் என்னுடைய வருத்தம்.

'நண்பர்களே, இந்த மக்கள் போராட்டம் இனி பல கட்டங்களாக நடக்க இருக்கிறது. ஆட்சியாளர்கள் நமது குரலுக்குச் செவி சாய்க்கவில்லை என்றால் அவர்களது அரசைப் புறக்கணிப்பதைத் தவிர வேறு வழி யில்லை. ஆட்சியில் இருப்பதற்கான தார்மீக உரிமையை அவர்கள் இழந்துவிட்டார்கள். இனியும் அவர்களுக்கு நம்முடைய ஒத்துழைப்பைத் தரத் தேவையில்லை. நம்முடைய பணத்தில் ஒரு சல்லிக்காசு கூட வரியாகச் செலுத்த வேண்டிய அவசியமும் இல்லை.

'ராணுவம், காவல்துறை மற்றும் அரசு அதிகாரிகளை ஆட்சியாளர்களின் உத்தரவுகளுக்கு கட்டுப்பட வேண்டாம் என்று கேட்டுக்கொள்கிறேன். பிழைப்புக்காக நம்முடைய சுய கௌரவத்தையும் மரியாதையும் இழக்கத் தேவையில்லை. என்னைக் கைது செய்தால் சிறை செல்வதற்குத் தயார். உள்துறை அமைச்சகம் முடிந்தால் என்னைக் கைது செய்யட்டும்' என்றும் பேசினார்.

உச்சநீதிமன்றத்தின் தலைமை நீதிபதியான ராய் பிரதமரால் நியமிக்கப்பட்டவர் என்பதால் பிரதமரின் மேல் முறையீட்டு மனுவை அவர் விசாரிக்கக்கூடாது என்று சொன்னதன் மூலம் ஜேபி, நீதிமன்றத்தை யும் இழிவுபடுத்தினார்.

> எந்த வகையில் பார்த்தாலும் மக்களால் தேர்ந்தெடுக்கப்பட்டவர்களை, சட்டத்தின் பெயரால் ஆட்சி நடத்துபவர்களை மிரட்டுவது கிரிமினல் குற்றம். அந்தக் காரணத்துக்காகவே காவல்துறை அவர்மீது வழக்கு பதிவு செய்து விசாரணை நடத்த முடியும். அவரது பேச்சினால் வரும் விளைவுகள் அபாயகரமானவை என்பதால் கடுமையான நடவடிக்கைகளை எடுக்க வேண்டியிருக்கிறது. ஆகவே எமர்ஜென்சியின் தேவை இன்றைய நிலையில் அவசியமாகிவிட்டது. அரசியல் பிரிவு 352-வது பிரிவின்படி எமர்ஜென்சியைக் கொண்டு வந்ததன் முக்கிய நோக்கம் பொது மக்கள் மத்தியில் அமைதியை ஏற்படுத்துவது, சட்டம், ஒழுங்கைக் கட்டுப்பாட்டில் வைத்திருப்பது ஆகிய நல்ல நோக்கங்களுக்காகத்தான்.

எமர்ஜென்சியை நியாயப்படுத்தி இப்படி ஒரு அறிக்கை வெளியாகும் முன்னரே ஜேபிதான் குற்றவாளிக் கூண்டில் நிறுத்தப்படுவார் என்பதை நான் யூகித்திருந்தேன். ஜேபியுடன் நடந்த உரையாடல்களும் அதையே உறுதி செய்வது போல் இருந்தன. எமர்ஜென்சிக்குத் தன்னைக் காரணம் ஆக்கி விட்டார்களே என்ற குற்ற உணர்ச்சி ஜேபியிடம் இருந்தது. உறவினர்கள், நண்பர்களுடன் சந்திப்பு பற்றிய டெல்லியின் புதிய உத்தரவுகளைப் பற்றி அவரிடம் பேசும்போது ஜேபியின் கோபம் பிரதமர் மீது திரும்பியது. பிரதமர் ஏன் இத்தனை கடுமையாக நடந்து கொள்கிறார், எதற்காக இத்தனை முன்னெச்சரிக்கை நடவடிக்கைகள், யாரைப் பார்த்து அவர் பயப்படுகிறார் என்றெல்லாம் பல கேள்விகளை ஜேபி எழுப்பினார்.

தான் தனிமைப்படுத்தப்பட்டு விட்டதாக இந்திரா காந்தி நினைத்ததுதான் எமர்ஜென்சிக்கான காரணம் என்பது ஜேபியின் கருத்து. பிரதமர் ஆன காலத்தில் இருந்தே இந்திராவுக்கு அதுதான் பெரிய கவலையாக இருந்தது. அவருடைய கட்சிக்காரர்கள் மீதே அவருக்கு நம்பிக்கை இல்லை. முக்கியமாக ஜெகஜீவன் ராம், ஒய்.பி. சவான் உள்ளிட்ட அரசியல் எதிரிகள் கட்சிக்கு உள்ளேயே இருந்தனர். யார் மீதும் அவருக்கு நம்பிக்கை இல்லை. ஸ்வரன் சிங் மீது இந்திராவுக்கு நல்ல அபிப்பிராயம் உண்டு. ஆனால் அவரோ செயல் வீரர் கிடையாது. இந்திராவை முதலில் பிரதமர் ஆக்கிய காமராஜுக்கோ, இந்திரா மீதான வருத்தம் குறையவில்லை. இந்திராவுக்கு ஆலோசனை சொல்வதெல்லாம் அவரது மகன் சஞ்சய் காந்தியும் அவரது நண்பர்களும்தான்.

இந்திராவைச் சுற்றி இருந்தவர்கள் எல்லாம் நேரு குடும்பத்துக்கு விசுவாசமான காஷ்மீரி அதிகாரிகள்தான். அதிலும் குறிப்பாக ரா (உளவு) அமைப்பின் அதிகாரியான காவ். விஷயம் தெரிந்த பி.என். ஹக்ஸர் போன்றவர்கள் எல்லாம் இந்திராவுக்கு நெருக்கமாக இருக்கமுடியாது என்றார் ஜேபி. ஹக்ஸர்தான் மாருதி விஷயத்தில் சஞ்சய் காந்தியால் இந்திராவுக்கு நிறையக் கெட்ட பெயர் வரும் என்று எச்சரித்தவர். அதனால் பிரதமரின் நெருக்கமான வட்டாரத்தில் ஹக்ஸருக்கு நிச்சயம் இடம் இருக்காது.

கொலை செய்யப்பட்ட எல்.என்.மிஷ்ரா பற்றிப் பேச்சு திரும்பியது. ஜேபி ஆவேசமாகப் பேசினார்.

‘எதிர்க்கட்சிகள் மிஷ்ரா மீது எந்நாளும் பகைமை பாராட்டியதில்லை. செய்த ஊழலுக்காக மட்டுமே அவர் விமர்சிக்கப்பட்டார். ஊழல் செய்திருந்தாலும் அடிப்படையில் அவர் ஒரு நல்ல மனிதர். உதவி என்று யார் வந்து நின்றாலும் தன்னால் முடிந்ததைச் செய்து கொடுப்பார். அவர் ஊழல்வாதி என்பதாலேயே அவரை எதிர்க்கட்சிகளுக்குப் பிடிக்காமல் போய்விடுமா என்ன? அவர் செய்ததெல்லாம் இந்திராவுக்காகப் பணம் வசூல் செய்ததுதான். அவர் மரணத்தால் எதிர்க்கட்சிகளுக்கு எந்த நன்மையும் இல்லை. இந்திராவும் கண்டனக் கூட்டத்தில் பேசும்போது தன்னை மறந்து ஒரு விஷயத்தை குறிப் பிட்டிருக்கிறார். தானே கொலை செய்யப்பட்டாலும்கூட அதில் தன்னுடைய சதி இருக்கிறது என்றுதான் எதிர்க்கட்சிகள் குறை சொல்லும் என்பதுதான் அது. உச்ச நீதிமன்றத் தலைமை நீதிபதி ஏ.என்.ராய் மீது கையெறி குண்டு எறிந்தது கூடத் திட்டமிட்ட நாடகம்தான். அது வெற்று குண்டு என்பது எறிந்தவருக்கு நன்றாகவே தெரியும். இரண்டு சம்பவங்களிலும் உண்மை எந்நாளும் வெளிவரப்போவதில்லை. நகர்வாலா வழக்கு போலவே அடங்கிப்போய்விடும். இரண்டிலும் இந்திராவின் தலையீடு இருப்பது மக்களுக்குத் தெரியும். மக்களின் மதிப்பை இந்திரா இழந்தும் நீண்ட நாள் ஆகிவிட்டது.

‘வன்முறையைத் தூண்டி, சட்டம் ஒழுங்கைக் குலைக்கவேண்டும் என்று எதிர்க்கட்சிகள் நினைக்கவில்லை. அலஹாபாத் நீதிமன்றத்தின் தீர்ப்புக்குப் பின்னரும் இந்திரா பதவி விலக மறுத்ததை எதிர்த்து ஒரு தீர்மானத்தை மட்டுமே நிறைவேற்றினோம். அவர்களோ நீதிமன்றத் தீர்ப்பை மதிக்காமல், நெருக்கமான ஆட்கள் மூலமாக பொதுமக்களை வலுக்கட்டாயமாகக் கொண்டுவந்து இந்திராவுக்கு ஆதரவாக ஊர்வலங்கள் நடத்த முயன்றார்கள். தொழிற்சாலைகள் மூடப்பட்டன. அரசு வாகனங்களில் பொதுமக்கள் இந்திராவின் இருப்பிடத்துக்குக் கொண்டு வரப்பட்டனர். இந்திரா பதவி விலகவேண்டாம் என்று கோஷம் எழுப்புமாறு மக்கள் கேட்டுக்கொள்ளப் பட்டார்கள். இதையெல்லாம் எதிர்த்துத்தான் நாங்களும் போராட வேண்டி யிருந்தது. நாங்கள் அதைச் செய்யாமல் தட்டிக் கழித்திருந்தால் ஜனநாயகக் கடமையைத் தவறியவர்கள் ஆவோம்.’

இந்திராவின் மேல் முறையீட்டு மனுவை விசாரித்து உச்ச நீதிமன்றம் தீர்ப்பு அளித்தால், அது அலஹாபாத் உயர் நீதிமன்றத் தீர்ப்புக்கு எதிராக இருக்காது என்பது நிச்சயம். ஜேபியைப் பொருத்தவரை உச்ச நீதிமன்றத் தலைமை நீதிபதியாக இருக்கும் ஏ.என். ராய் அந்த மனுவைப் பரிசீலிக்கக்கூடாது. அவர் இந்திராவால் நியமிக்கப்பட்டவர் என்பதால் நடுநிலையாக இருப்பார் என்று எதிர்பார்க்க முடியாது. அப்படியே தீர்ப்பு சொன்னாலும் அவரது நம்பகத் தன்மை சந்தேகத்துக்கு உள்ளாகும்.

எதிர்க்கட்சிகளின் போராட்டம் அமைதி வழியில், குறிப்பாக மகாத்மா காந்தியின் சுதந்தரப் போராட்டத்தை விட மிக அமைதியான முறையில், நடைபெற்றதாக ஜேபி குறிப்பிட்டார். மக்கள் இயக்கம் வன்முறையில் ஈடுபடவேண்டும் என்று அவர் எந்நாளும் விரும்பியதில்லை. அப்படி வன்முறையில் இறங்கியதாகவும் தகவல்கள் ஏதும் இல்லை.

அரசின் உத்தரவுகளை காவல்துறையும் ராணுவமும் பின்பற்றத் தேவையில்லை என்று சொன்னதுகூட, முறைப்படி சட்ட வல்லுனர்களைக் கலந்து ஆலோசித்தபின் எடுத்த முடிவுதான் என்றார் ஜேபி. 'ராணுவ விதிகளிலும், காவல்துறை விதிகளிலும் ஏற்கெனவே இருப்பதைத்தான் சுட்டிக் காட்டினேன். அதில் புதிதாக ஏதுமில்லை. ராணுவமும் காவல்துறையும் இந்திய அரசியல் அமைப்புச் சட்டத்துக்கும் நீதிக்கும்தான் தலைவணங்க வேண்டுமே தவிர வேறு எந்தத் தனி நபருக்கும் அல்ல. என்னுடைய பேச்சைக் குறை கூறும் உள்துறை அமைச்சர் நான் ஏதாவது வரம்பு மீறிப் பேசியதாக நிரூபிக்கட்டுமே? சட்டப்படி என் மீது வழக்கு தொடராமல், எதற்காக இந்த நாடகம்?'

நீண்ட பெருமூச்சுக்குப் பின் ஜேபி தொடர்ந்தார். 'பண்டிட்ஜி காலத்தையும் இந்திராவின் காலத்தையும் நினைத்துப்பார்க்கிறேன். இப்படி ஒரு நெருக்கடி நிலை எந்தக் காலத்திலும் இருந்ததில்லை. மகாத்மாவின் காலத்தில் எப்படி எல்லாம் இருந்தோம்? ஏகப்பட்ட கனவுகள். எல்லாமே நீர்த்துப் போய் விட்டன. மகாத்மா காந்தியைப் பற்றி பேசும்போது இந்திரா காந்தியைப் பற்றிப் பேசுவது கூட முரண்பாடான விஷயம்தான்' என்றார்.

'தன்னைச் சுற்றி இருக்கும் 'ஆமாம் சாமி' ஆலோசகர்களால் உண்மை நிலை என்ன என்றே தெரியாமல் இருக்கும் இந்திரா, தன்னுடைய தோல்விகளை ஒப்புக்கொள்ளத் தயங்குகிறார். விமரிசனங்களை எதிர்கொள்ளும் மனப் பக்குவம் அவரிடம் இல்லை. ஆரம்பக் காலத்தில் இந்திரா இப்படி எல்லாம் நடந்துகொள்ளவில்லை. முதல்முறையாகப் பிரதமர் ஆனபோதுகூட இம்மாதிரியான மனோபாவம் அவரிடம் இல்லை. 1971 தேர்தலில் வறுமை ஒழிப்பு கோஷத்தை முன்னிறுத்தி ஜெயித்தபின் இந்திராவின் மனது மாறிவிட்டது. சாதாரண விமரிசனத்தைக்கூடப் பொறுத்துக்கொள்ள முடியாத முழுநேர சர்வாதிகாரி ஆகிவிட்டார். இந்திரா காந்திக்கும் எனக்கும் இடையேயான நட்பு ஆரம்பத்தில் நல்லமுறையில்தான் இருந்தது. பின்னாளில் அனைத்தும் தலைகீழாக மாறிவிட்டது' என்றார் ஜேபி.

மூத்த நிர்வாகி பி.என். டாண்டன், பிரதமர் அலுவலகத்தில் 1969 முதல் 1976 வரை பணி புரிந்தவர். ஜேபிக்கும் இந்திராவுக்கும் இடையேயான நட்புறவுக்கு அவர்தான் சாட்சி. அவரைப் பொருத்தவரை ஜேபியும் நேருவும் அரசியல்ரீதியாக முரண்பட்டிருந்தாலும் தனிப்பட்ட வகையில் நெருங்கிய நண்பர்கள். அதைவிட நெருக்கமானவர்கள் கமலா நேருவும் ஜேபியின்

மனைவியான பிரபாவதி தேவியும். தன்னுடைய மகள் ஸ்தானத்தில் இருந்த இந்திராமீது ஜேபிக்குப் பரிவு இருந்தது உண்மைதான். 1966-ல் முதல் முறையாக இந்திரா பிரதமர் ஆனதும் ஜேபி எழுதிய கடிதத்திலேயே அது வெளிப்படையாகத் தெரிந்தது.

> இந்த அற்புதமான தருணத்தில் உன்னை மகிழ்ச்சியுடனும் பெருமையுடனும் நினைத்துப் பார்க்கிறேன். உனக்கு எப்போதும் என்னுடைய பரிபூரண ஆதரவு உண்டு. நாட்டு மக்களின் அமைதிக்காகவும் மகிழ்ச்சிக் காகவும் நீ எது செய்தாலும், நான் உன் கூடவே இருப்பேன்.

இந்திராவுக்கு உதவ ஜேபி எப்போதுமே தயாராக இருந்திருக்கிறார். இந்திராவின்மீது அவர் வைத்திருந்த அன்பும் குறைவில்லை. அதே சமயம் இந்திராவின் தவறான நடவடிக்கைகளை அவர் பொறுத்துக்கொண்டதில்லை. அதுவும் மார்ச் 13, 1971 அன்று அவர் எழுதிய கடிதத்தில் வெளிப்படையாகத் தெரிகிறது.

> நான் இந்தக் கடிதத்தை பிரதமருக்கு எழுதவில்லை. இந்துவுக்குத்தான் எழுதியிருக்கிறேன். முதலில் என்னுடைய ஆசிர்வாதங்களையும், கூடவே பிரபாவின் ஆசிர்வாதங்களையும் தெரிவித்துக்கொள்கிறேன். நாடாளு மன்றத் தேர்தலில் மாபெரும் வெற்றி பெற்று ஆட்சிக்கு வந்ததன் மூலம் சரித்திரத்தில் இடம் பிடித்திருக்கிறாய். கிடைத்திருக்கும் வாய்ப்பைப் பயன்படுத்தி நீ மக்களுக்கு நல்லது செய்யவேண்டும் என்று எதிர் பார்க்கிறேன்.
>
> ஜனாதிபதி தேர்தலின்போது நீ நடந்துகொண்ட விதம் எனக்கு வருத்தம்தான். அப்போது உன்னுடைய அரசியல் எதிர்காலமே வாழ்வா, சாவா என்ற நிலையில் கேள்விக்குறியாக இருந்தது என்பதும் எனக்குத் தெரியும். இப்போது நீ விரும்பியவை அனைத்தும் கிடைத்துவிட்டன. உனக்காக நான் ஆண்டவனைப் பிரார்த்திக்கிறேன்.

அப்பா ஸ்தானத்தில் இருந்து ஜேபி எழுதியிருந்தாலும் அதில் இருந்த விமரிசனத் தொனியை இந்திராவால் பொறுத்துக்கொள்ள முடியவில்லை. உடனே கடுமையாக ஒரு பதில் கடிதம் எழுதி அனுப்பினார்.

> ஜனாதிபதி தேர்தல் நேரத்தில் என்னுடைய நிலைப்பாடு சரியில்லை என்றும் அதே சமயம் அப்போது என்னுடைய அரசியல் எதிர்காலமே கேள்விக்குறியாக இருந்தது என்றும் நீங்கள் எழுதியிருப்பதைப் படிக்கும்போது வருத்தமாக இருக்கிறது. நீங்கள் என்னை முழுவதுமாகப் புரிந்துகொள்ளவில்லை என்று நினைக்கிறேன். என்னுடைய அரசியல் எதிர்காலம் பற்றியோ அல்லது என்னுடைய தனித்தன்மை பற்றியோ எந்நாளும் நான் கவலைப்பட்டதில்லை. என்னுடைய கவலை எல்லாம்

காங்கிரஸ் கட்சியைப் பற்றியும் இந்த நாட்டைப் பற்றியுமே இருந்தது. எனக்கு என்று தனிப்பட்ட முறையில் எந்த ஒரு நோக்கமும் இல்லை.

ஜேபியும் அதற்கு பதில் எழுதினார்.

நான் குறிப்பிட்டிருந்த விஷயத்தை நீ தவறாகப் புரிந்துகொண்டுவிட்டாய். நீ நடந்துகொண்ட விதம் உனது அரசியல் வாழ்க்கைக்கு அவசியமானது என்று நான் நினைக்கவில்லை. உண்மையில் அந்த விதத்தை நான் ஏற்றுக்கொள்ளவே இல்லை. நான் ஏற்றுக்கொள்ளாத ஒன்றை எப்படி, அவசியமானது என்று நான் கருதியிருக்க முடியும்? என் கருத்து முற்றிலும் மாறுபாடானது. அந்தத் தருணம் உன் அரசியல் வாழ்க்கைக்கு மிகவும் முக்கியமானது என்பதை நான் புரிந்துகொண்டாலும், நீ நடந்துகொண்ட விதம் எனக்குச் சற்றும் பிடிக்கவில்லை என்பதுதான் என் கருத்து.

ஓர் அரசியல் தலைவராக உன்னை நான் சரியாகப் புரிந்து கொள்ள வில்லை என்பது உண்மைதான். உன்னைத் தனிப்பட்ட முறையில் மட்டுமே அறிந்து வைத்திருக்கிறேன். உன்னுடைய அரசியல் வெற்றிகள் குறித்து எனக்கு மகிழ்ச்சிதான். நீண்டகால அரசியல் அனுபவம் எனக்கு உண்டு. அரசியலில் இருந்து விலகி இருந்தாலும் அரசியல் என்னை விடவில்லை. எப்போதெல்லாம் கட்சியில் பிளவு ஏற்படுகிறதோ, அப்போதெல்லாம் இரு தரப்பில் உள்ளவர்களுமே இந்தப் பிளவு கொள்கைரீதியானது என்கிறார்கள். ஆனால் யாருமே இந்தச் சச்சரவு தனி மனித விரோதம் காரணமாகவும் பதவி, அதிகாரம் ஆகியவற்றுக்காகவும் தான் என்பதை ஏற்க மறுக்கிறார்கள். நிச்சயம் கொள்கைரீதியில் வித்தியாசங்கள் இருக்கலாம். ஆனால் அடிப்படையில் பிளவுக்கான காரணம் தலைமைப் பதவிக்கான போட்டிதான்.

இறுதியாக ஒன்றைக் குறிப்பிட விரும்புகிறேன். இதுவரை உன்னுடைய அரசியல் நடவடிக்கைகள் எதிலும் எனக்கு உடன்பாடில்லை. ஆனால் அதை வெளிப்படையாக நான் காட்டிக்கொண்டதில்லை. இதையெல்லாம் உன்னைச் சமாதானப்படுத்துவதற்காகவோ அல்லது உன்னிடமிருந்து எதையாவது எதிர்பார்த்தோ நான் எழுதவில்லை. என்னைப் பற்றி நீயும் சரியாகப் புரிந்துகொள்ளவில்லை என்பதை உணர்த்துவதற்காகத்தான் இதை எழுதியிருக்கிறேன்.

இந்தக் கடிதம்தான் இருவருக்கும் இடையேயான நட்புறவு மோசமடையக் காரணம். ஆனாலும் ஜேபி நேர்மையானவர். அவரும் அவரது மனைவியும் அமெரிக்காவில் இருந்தபோது, கமலா நேரு, ஜேபியின் மனைவிக்கு 39 கடிதங்களை எழுதியிருந்தார். அந்தக் கடிதங்களில் இந்திரா காந்தியின் ஆரம்பக் கால வாழ்க்கை பற்றி நிறையக் குறைகள் சொல்லப்பட்டிருந்தன. கமலாவுக்குத் தன்னுடைய மகளைப் பற்றி நல்ல அபிப்பிராயம் இல்லை.

பின்னாளில் இந்திராவுக்கு எதிரான ஒரு அரசியல் நிலையை ஜேபி எடுக்க வேண்டியிருந்தபோது முதல் வேலையாக அவர் அந்த 39 கடிதங்களையும் இந்திரா காந்தியிடம் திருப்பிக் கொடுத்துவிட்டார். கடிதங்கள் தவறான கைகளுக்குப் போய்ச் சேர்ந்து, அதனால் தேவையற்ற சங்கடங்கள் உருவாகி விடக்கூடாதே என்பதற்காகத்தான் ஜேபி, அப்படி ஒரு காரியத்தைச் செய்தார்.

ஜேபி, எமர்ஜென்சி பற்றிய மத்திய அரசின் அறிக்கையைப் படித்திருக்க வில்லை. ஜேபியைச் சந்திக்க ராஜேஷ்வர் பிரசாத் வந்தபோது அதைக் கையோடு கொண்டு வந்திருந்தார். நானும் அன்றுதான் அதைப் படித்தேன். அதில் சொல்லப்பட்டிருந்த குற்றச்சாட்டுகளும் அதற்கு ஜேபி சொன்ன மறுப்புகளும் என் ஞாபகத்துக்கு வந்தன. துரதிர்ஷ்டவசமாக அரசின் அறிக்கையை ஜேபி யிடம் படிக்கக் கொடுப்பதற்கோ, அதற்கான விளக்கங்களை அவரிடமிருந்து வாங்கி வெளி உலகுக்குத் தெரிவிப்பதற்கோ எனக்கு அனுமதி தரப்பட வில்லை. எமர்ஜென்சியால் கிடைத்ததாகச் சொல்லப்படும் 'ஜனநாயக நிலையை' பரீட்சித்துப் பார்க்கலாம் என்று நினைத்தேன். ஆனால் எமெர்ஜென்சி காரணகர்த்தாக்களுக்கு தங்கள் நிழலைக் கண்டே பயமாக இருந்தது!

இந்திரா எமர்ஜென்சிக்குப் பின் தன்னைச் சுற்றி ஒரு இரும்பு வளையத்தை உருவாக்கிக் கொண்டு அதில் மட்டுமே வளைய வந்தார். நயந்தரா சஹால் கூறியது போல், இந்திராவின் குரலைத் தவிர வேறு எந்தக் குரலும் ஒலிக்காத நிலையில், எமர்ஜென்சியின்போது கண்ணுக்கு எட்டிய தூரம் வரை இந்திராவுக்கு எதிர்ப்பு என்பதே இல்லை என்றானது. ஆனால் இந்திராவின் பேச்சோ, இல்லாத எதிரிகளை இருப்பதாகக் காட்டிக்கொண்டு தனக்கு எதிராகச் சதி நடப்பதாகச் செய்தி சொன்னது.

எமர்ஜென்சிக்கான காரணங்களாக இந்திரா அடுக்கியதில் எதுவுமே ஒப்புக்கொள்ள முடியாததாக இருந்தது. அமெரிக்காவின் என்.பி.சிக்கு அவர் அளித்த பேட்டியில் இருந்தே அதைப் புரிந்து கொள்ள முடியும்.

> **கேள்வி:** உங்களை எதிர்ப்பவர்கள் சிறு அளவில்தான் இருக்கிறார்கள். அதற்காக இப்படி ஒரு கடுமையான நிலைப்பாடு அவசியம்தானா? தேசிய அளவில் நெருக்கடி ஏற்பட்டிருப்பதாகச் சொல்லப்படுவதை நம்ப முடியவில்லையே?
>
> **பதில்:** ஒரு வேளை நீங்கள் வெளியே நின்று கவனித்துக்கொண்டிருப் பதால் உங்களுக்கு அப்படித் தோன்றலாம். ஒரு சிலர் சட்டத்தைக் கையில் எடுத்துக்கொண்டு, நிலைமையை மோசம் ஆக்கிக்கொண்டிருந் தால், நிறைய விஷயங்களைச் சரிவரச் செய்ய முடியாத நிலை உள்ளது.
>
> **கேள்வி :** அப்படி என்றால் சம்பந்தப்பட்டவர்களை நீதிமன்றத்தின் முன் நிறுத்த வேண்டியதுதானே? இந்தியாவில்தான் சிறந்த நீதி அமைப்புகள்

உண்டே? எதிரிகள் என்னதான் செய்தார்கள் என்பதை உலகமும் தெரிந்துகொள்ளட்டுமே?

பதில் : நம்முடைய கோர்ட், கேஸ் எல்லாமே வருஷக்கணக்கில் நிலுவையில் இருக்கும். குற்றத்தை நிரூபிப்பது என்பது சிரமமான வேலை. அதை உடனே செய்யவும் முடியாது.

கேள்வி : ராணுவத்தின் உதவியை நாடும் அளவுக்கு எந்த அளவு நிஜமான அபாயம் இருந்தது?

பதில் : நிஜமான அபாயம் இருந்ததாக எனக்குத் தெரியவில்லை. ஆனால், மக்கள் மத்தியில் குழப்பத்தை ஏற்படுத்தும் அளவுக்குச் சில விஷயங்கள் நடந்தேறின என்பது மட்டும் உண்மை.

மக்கள் மனத்தில் இருந்த குழப்பத்தை நீக்குவதற்கு இந்திரா பிரியதர்ஷினி அம்மையார் கையில் எடுத்ததோ ஜனநாயகத்தின் கழுத்தை நெறிக்கும் ஆயுதம். நாட்டின் சுதந்தரத்தை சுத்தமாகப் பறித்து, ஜனநாயகத்தின் அடிப்படை உரிமைகளை மதிக்காமல், கடுமையான எதிர்ப்பையும் மீறி, பலரை மிசாவில் கைது செய்து சிறையில் அடைத்துக்கொண்டிருந்தார். அதே சமயம், உலக ஊடகங்களுக்கு, தான் ஓர் உண்மையான ஜனநாயகவாதி என்பதையும் பேட்டிகளின் மூலம் நிரூபிக்க அவர் முயற்சி செய்து கொண்டிருந்தார்.

5

நான்கு சுவர்கள்

எமர்ஜென்சி பற்றிய காரசாரமான விவாதங்களுக்கு நடுவிலும் ஜேபி ஒரு கடிதத்தை எழுதிக்கொண்டிருந் தார். எதைப் பற்றி, யாருக்கு என்பதை எல்லாம் அவர் வெளிக்காட்டிக்கொள்ளவே இல்லை. நாட்டு நடப்பு பற்றிக் கடுமையான தொனியில் பிரதமருக்குத்தான் அவர் கடிதம் எழுதிக்கொண்டிருந்தார் என்பது அப்போது யாருக்கும் தெரியாது.

16 ஜூலை, புதன் கிழமை. இனி எந்தப் பத்திரிகை யையும் எனக்கு அனுப்பி வைக்காதீர்கள் என்று டிரிப் யூனைத் தூக்கி எறிந்து, ஜேபி கோபமாக நடந்துகொண்ட தாக பனோத் என்னிடம் குறிப்பிட்டார். பிரபல குழந்தை மருத்துவர் பெஞ்சமின் ஸ்போக் என்பவருக்கு இந்திரா எழுதிய கடிதத்தில் ஜேபியைப் பற்றிக் கடுமை யாக எழுதியிருந்ததாக டிரிப்யூன் செய்தி வெளி யிட்டிருந்ததுதான் ஜேபியின் கோபத்துக்கு காரணம். பின்னர் விசாரிக்கும்போது ஓர் உண்மை தெரிய வந்தது. பனோத் சொன்னது வேறு, நடந்தது வேறு. பனோத் துக்கு ஜேபிமீது ஏதோ மனத்தாங்கல். இந்திராவுக்கு எழுதிக்கொண்டிருந்த கடிதத்தை பனோத்துக்கு ஜேபி காட்ட மறுத்ததுகூடக் காரணமாக இருக்கலாம். இதற்கிடையே அன்று காலையில் நடந்த நெருக்கடிக் குழுக் கூட்டத்தில் கலந்துகொண்ட பனோத், திடீ ரென்று, இனி தான் ஜேபியைச் சந்திக்கப்போவதில்லை என்றார். ஜேபியைப் பார்க்கும்போதெல்லாம் அவர் சோர்ந்துபோன முகத்தோடு இருப்பதாக பனோத்

குறிப்பிட்டார். அவரைப் பொருத்தவரை, ஜேபி ஒரு சுவாராசியமில்லாத, சாதாரண மனிதர்.

அடுத்தநாள் காலை நான் ஜேபியைச் சந்திக்கச் சென்றபோது, ஜேபி பிரதமருக்கு எழுதிய கடிதத்தை பிரதி எடுத்துக்கொண்டு இருந்தார். சின்னச் சின்ன எழுத்துக்களில் எழுதியதை திருத்தமாகத் தனது லெட்டர் பேடில் பெரிய எழுத்துக்களில் எழுதிக்கொண்டிருந்தார். இரண்டொரு நாளில் எழுதி முடித்துவிட்டு என்னிடம் அனுப்பிவைப்பதாகக் கூறினார். தான் அந்தக் கடிதத்தில் பிரதமரைக் கடுமையாகச் சாடியிருப்பதால், கடிதத்தைப் படிக்கும்போது அவருக்கு நிச்சயம் கோபம் வரும் எனறார். வசதியாக உட்கார்ந்து எழுத ஒரு டேபிள், சேர் வேண்டும் என்று கேட்டுக்கொண்டார். மொஹிந்தர் சிங்கிடம் கூறி அதற்கான ஏற்பாடுகளைச் செய்யும்படிச் சொன்னேன்.

தன்னுடைய உதவியாளர் குலாப் யாதவை டெல்லியிலிருந்து அழைத்துவந்து கூடவே வைத்திருக்கவேண்டும் என்பது ஜேபியின் எண்ணம். குலாப் யாதவைத் தங்க அனுமதிப்பதற்கும், பக்திப்பாடல்கள் கேட்பதற்கும் ஏற்பாடு செய்தால் நன்றாக இருக்கும் என்று டாக்டர் சுட்டானியிடமும் மொஹிந்தர் சிங்கிடமும் கேட்டிருப்பதாகவும், அதற்கு உதவும்படியும் என்னிடம் கேட்டார். அதே நேரம் டாக்டர் சுட்டானியும் ஜேபியின் உடல் நிலையைப் பரிசோதிக்க அறைக்குள் வந்தார். சுட்டானியின் அறிக்கை, ஜேபி ஆரோக்கியமாக இருப்பதாகச் சொன்னது. சுட்டானியிடம் பேசியபின் ஜேபியின் முடிவில் மாற்றம் தெரிந்தது. சாப்பாட்டின் தரம் தற்போது நன்றாக இருப்பதால் குலாப் யாதவைக் கூப்பிடவேண்டிய அவசியம் இல்லை என்றவர், குலாப் இங்கு வருவதால் அவருக்கும் தனக்கும் சங்கடமாகத்தான் இருக்கும் என்றார்.

டாக்டர் சுட்டானி சென்றதும், ஜேபி தான் டெல்லிக்கு எழுதிய கடிதங்களைப் பற்றி விசாரித்தார். எந்தக் கடிதத்துக்கும் பதில் வராததால், தான் கவலை அடைந்திருப்பதாகக் குறிப்பிட்டார். டெல்லிக்குச் சிறப்புத் தூதர் மூலம் கடிதங்களை அனுப்பி இருப்பதை விவரித்தேன். டெல்லி அதிகாரிகள், தான் எழுதிய கடிதத்தை உரியவர்களுக்கு அனுப்புவார்களா என்று அவர் சந்தேகத்துடன் கேட்டார். குறிப்பாக, தன்னுடைய வழக்கறிஞர்கள் தார்க் குண்டே, கோயல் ஆகியோருக்கு எழுதிய கடிதங்கள் அவர்களிடம் போய்ச் சேருமா என்பதுதான் அவரது கவலை. ஜூலை 6 அன்று இவர்கள் இருவரும்தான் ஜேபியைச் சந்தித்தார்கள். மற்ற வழக்கறிஞர்களுடன் கலந்து ஆலோசனை செய்துவிட்டு, இரண்டு வாரம் கழித்து மறுபடியும் வருவதாகச் சொல்லியிருந்தார்கள். மிசா மீண்டும் அமுல்படுத்தப்பட்டிருப்பதாக அதிகாரபூர்வமாக அறிவிக்கப்பட்டது. மிசா கைதிகளுக்குப் பொதுவாக, தாங்கள் கைது செய்யப்பட்டதை எதிர்த்து நீதிமன்றத்தை அணுக அனுமதி

கிடையாது. ஜாமீன்கூடக் கோர முடியாது. சுதந்தரத்தின் சவப்பெட்டியில் மற்றுமொரு கனமான ஆணி அடித்துப் பொருத்தப்பட்டது!

உள்துறை அமைச்சகத்துடன் மாதுர் என்னவெல்லாம் பேசவேண்டும் என்பது பற்றிய விவாதம் அன்றைய நெருக்கடிக் குழு கூட்டத்தில் நடைபெற்றது. ஜேபியின் கடிதத்துக்கு பதில் ஏதும் வராததால் கவலை தோய்ந்த முகத்தோடு அவர் இருப்பதாக நான் குறிப்பிட்டேன். சண்டிகரில் இருந்து தான் உயிருடன் வெளியே போகப்போவதில்லை என்று அவர் புலம்புவதாக நான் சொன்னதை மாதுர் குறித்துக்கொண்டார். டெல்லிக்குப் போய் யாரிடம் பேசி, என்ன செய்யப்போகிறார்? மாதுரும் குப்தாவும், நடப்பு விஷயங்கள் ஆபரேஷன் மெடிசின் தொடர்பான திட்டமிடுதலைப் பாதிப்பதாகப் பேசிக்கொண்டனர். இது குறித்து மேற்கொண்டு உத்தரவுகளை டெல்லியிடம் இருந்து எதிர்பார்ப்பதாகத் தெரிவித்தனர்.

18 ஜூலை வெள்ளிக்கிழமை அன்று நடந்த நெருக்கடிக் குழுக் கூட்டத்தில் பஞ்சாப் பல்கலைக்கழகத் துணைவேந்தரிடம் இருந்து பெறப்பட்ட ஒரு கடிதத்தை மாதுர் காட்டினார். நான்கு பக்கங்களில் ஆங்கிலத்தில் எழுதப் பட்டிருந்த அந்தக் கடிதத்தில் இந்திராவின் அடக்குமுறைக்கும் சர்வாதி காரத்துக்கும் எதிராகப் புரட்சி செய்யுமாறு கேட்டுக்கொள்ளப்பட்டிருந்தது. அனுப்புநரின் பெயர் ஜார்ஜ் பெர்னாண்டஸ் என்று இருந்தது. மாதுர் அந்தக் கடிதத்தை பனோத்திடம் கொடுத்து, அது எங்கிருந்து அனுப்பப்பட்டது என்பதைக் கண்டுபிடிக்குமாறு கேட்டுக்கொண்டார்.

இனிமேல் ஜேபியைக் குறிப்பிடும்போது சங்கேத வார்த்தையில்தான் குறிப்பிடவேண்டும் என்று மாதுர் சொல்லியிருந்தார். பொருத்தமான பெயரைத் தேடுவதற்கான விவாதம் ஆரம்பமானது. லாலாஜி என்று அழைக்கலாம் என்று பனோத் சொன்னதை மாதுர் மறுத்துவிட்டார். ஜாதிப் பெயர் போலத் தெரிவதால் வேண்டாம் என்று சொல்லிவிட்டார். பிகாரின் காயஸ்தா பிரிவினர் லாலாஜி என்றுதான் அழைப்பார்களாம். பண்டிட்ஜி, சர்தார்ஜி என்றெல்லாம் யோசனை சொன்னார் பனோத். மாதுர் எதையும் ஏற்கவில்லை. பகத்ஜி என்று நான் சொன்னதும் நிராகரிப்பட்டது. மாதுருக்கு ஜேபியை மரியாதையாக அழைப்பதில் உடன்பாடில்லை. 'கிறுக்கு மண்டை' என்று அழைக்கலாமா என்றார். ஜேபி மீது இவருக்கு ஏன் இந்த அளவு வெறுப்பு? மாதுரை என்னால் புரிந்துகொள்ள முடியவில்லை.

மறுநாள் ஜேபியைச் சந்தித்தபோது தான் நலமுடன் இருப்பதாகவும். காலையில் நடைப்பயிற்சிக்குப்பின் சற்று பலவீனமாக உணர்வதாகவும் குறிப்பிட்டார். நான்கு அல்லது ஐந்து கடிதங்கள் எழுதியும் எதைப்பற்றியும் பதில் வராததால் ஜேபிக்கு உள்ளூர அதிருப்தி. எல்லாக் கடிதங்களையும் பத்திரமாக டெல்லிக்கு அனுப்பி வைத்திருப்பதாக மறுபடியும் ஒருமுறை குறிப்பிட்டேன். இது சம்பந்தமாகத் தலைமை ஆணையர் டெல்லியிடம் பேச

இருப்பதையும் சொன்னேன். பாட்னாவுக்கு அருகே உள்ள சிறைக்குத் தன்னை மாற்றுமாறு எழுதிய கடிதத்துக்கு பதில் வருமா, வராதா என்பதுதான் ஜேபியின் கவலை. பாட்னாவில்தான் அவருடைய தங்கை வசித்தார். எழுபது வயதான இதய நோயாளியான தங்கையின்மீது ஜேபிக்குப் பாசம் அதிகம். சண்டிகரின் தலைமை ஆணையர் யார் என்று ஜேபி கேட்டார். பிகாரைச் சேர்ந்த என்.பி.மாதுர் என்று சொன்னதும், அவர் ஏன் என்னை வந்து சந்திக்கவில்லை என்றவர், தயவு செய்து அவரிடம் என்னை வந்து சந்திக்கும்படிச் சொல்லுங்கள் என்று என்னிடம் கேட்டுக்கொண்டார்.

நடைபெற இருக்கும் நாடாளுமன்றக் கூட்டத்தொடர் பற்றிப் பேச்சு திரும்பியது. 'கூட்டத்தொடரில் எமர்ஜென்சிக்கு ஒப்புதல் பெறப்படும். வேறு ஒன்றும் நடைபெறாது. முக்கியமான தலைவர்கள் எல்லாம் சிறையில் இருக்கிறார்கள். ஏன்? மூத்த காங்கிரஸ் எம்.பிக்கள் கூடச் சிறையில் அடைக்கப்பட்டிருக்கிறார்கள். ஆகவே இந்திராவுக்கு எதிர்ப்பு இருக்காது' என்றார். 'ஏன் காங்கிரஸ் எம்.பிக்கள் கூடச் சிறையில் இருக்கிறார்கள்?' என்று ஜேபியிடம் கேட்டேன். 'அவர்கள் எல்லாம் உண்மையான காங்கிரஸ்காரர்கள். அவர்களுடைய சின்ன விமரிசனத்தைக்கூட இந்திராவால் பொறுத்துக்கொள்ள முடியாது. இந்திராவுக்குத் தேவை அடிமைகள் மட்டுமே. திடீரென்று 20 அம்சத் திட்டம் பற்றிப் பிரதமர் பேசி வருகிறார். 10 அம்சத் திட்டம் பற்றியும் அதைச் செயல்படுத்தாத தலைமையை எதிர்த்தும் மோகன் தாரியா கேள்வி கேட்டதுதான் அவருடைய தவறாகச் சொல்லப்பட்டது' என்றார் ஜேபி.

ஜனாதிபதியின் பங்கு பற்றி பேச்சு திசை மாறியது. 'ஃபக்ருதின் அலி அஹமது பிரதமருடைய நம்பிக்கைக்கு உரிய மனிதர். அவரால் நிச்சயமாகச் சுதந்தரமாகச் செயல்படமுடியாது. டாக்டர் ராதாகிருஷ்ணன் மட்டும் இப்போது ஜனாதிபதியாக இருந்திருந்தால்...' என்று ஜேபியிடம் இருந்து பெருமூச்சு வெளிப்பட்டது. வி.வி.கிரி கூட நிலைமை இந்த அளவுக்கு மோசமடைய அனுமதித்திருக்க மாட்டார். ஜேபியின் பலவீனத்துக்கும் மன அழுத்தத்துக்கும் அவரது உடல்நிலை காரணமில்லை என்பது மட்டும் தெரிந்தது. உடல்நிலை நீண்டநாட்களாகவே சீராகத்தான் இருந்து வருகிறது. நாட்டுக்கும் இந்திய ஜனநாயகத்துக்கும் என்ன ஆகப்போகிறதோ என்ற கவலையாலேயே அவர் பலவீனமாக இருந்தார். எந்தக் கட்சி கஷ்டப்பட்டு நாட்டுக்குச் சுதந்தரம் வாங்கிக் கொடுத்ததோ, அதே கட்சிதான் ஜனநாயகத் துக்கே வில்லன் ஆகிவிட்டது. 'ஒரு ஜனநாயக நாட்டில் மக்களால் தேர்ந் தெடுக்கப்பட்ட பிரதமரே, ஜனநாயகத்தை மிதித்தது இதுவரை எங்கும் நடைபெறாத விஷயம்' என்றார் ஜேபி.

எந்த ஒரு விசாரணையும் இல்லாமல் கைது செய்து சிறையில் அடைக்கும் மிசா சட்டம் பற்றித்தான் ஜேபிக்கு வருத்தம். 'கைதை எதிர்த்து நீதிமன்றத்

துக்குக்கூடச் செல்லமுடியாத அளவுக்குக் கடுமையான சட்டத்தை அமுல் படுத்தியது நிச்சயம் சர்வாதிகார மனோபாவம்' என்றார் ஜேபி. எதிர்க்கட்சித் தலைவர்கள் எல்லாம் எப்படி இருக்கிறார்கள், குறிப்பாக மொரார்ஜி தேசாய் எப்படி இருக்கிறார் என்று என்னிடம் விசாரித்தார். பிரதமருக்கு ஒரு கடிதம் எழுதி இருப்பதாகவும், ஓரிரு நாட்களில் அதை என்னிடம் அனுப்பி வைப்பதாகவும், நான் கிளம்பும் நேரத்தில் ஜேபி என்னிடம் தெரிவித்தார்.

அன்று மாலை ஜேபியின் டெல்லி வழக்கறிஞர் கோயலிடம் இருந்து எனக்கு ஒரு தொலைபேசி அழைப்பு வந்தது. 'ஜேபியின் மைத்துனர் எஸ்.என். பிரசாத், பெரியவரைப் பார்ப்பதற்காக கல்கத்தாவில் இருந்து கிளம்பி வந்துகொண்டு இருக்கிறார். ஜேபியை அவர் சந்திக்க முடியுமா? புதிய விதிகள் அனுமதிக் கின்றனவா?' என்று கேட்டார். மேலதிகாரிகளைக் கலந்து ஆலோசித்துவிட்டு முடிவைச் சொல்கிறேன் என்றும், ஐந்து மணிக்கு என்னை மீண்டும் தொடர்புகொள்ளுமாறும் சொன்னேன். உடனே குப்தாவைத் தொடர்பு கொண்டு இது சம்பந்தமாகப் பேசினேன். ஜேபியின் மனநிலையைக் கருத்தில் கொண்டு இந்தச் சந்திப்பை அனுமதிக்கலாம் என்ற முடிவுக்கு வந்தோம். கோயல் மீண்டும் தொடர்புகொண்டபோது, சந்திப்பதில் பிரச்னை இல்லை என்ற தகவலைத் தெரிவித்தேன்.

அடுத்த நாள் எஸ்.என். பிரசாத், வழக்கறிஞர் சி.எல். லக்கன்பாலுடன் என் வீட்டுக்குக் காலை 9.30 மணிக்கு வந்தார். ஜேபியைச் சந்திக்கவேண்டி ஒரு மனு கொடுத்தார். பிர்லாவுக்குச் சொந்தமான ஒரு நிறுவனத்தில் தலைமைக் கணக்காளராக இருக்கிறாராம். மொஹிந்தர் சிங் முன்னிலையில் 10.30 முதல் 11.30 வரை ஜேபியைச் சந்திப்பதற்கு அனுமதி வழங்கினேன். அனுமதி அளித்ததற்கு நன்றி தெரிவித்துக்கொண்டார். ஒரு வழக்கறிஞராக ஜேபியைச் சந்திக்கவேண்டும் என்று லக்கன்பாலும் ஒரு மனு கொடுத்தார். வழக்கறிஞர் கள் தார்க்குண்டே, கோயல் போன்றவர்களைத் தவிர பிறர் ஜேபியைச் சந்திக்க அனுமதி இல்லை என்று மறுத்துவிட்டேன். லக்கன்பாலும் தன்னுடைய மனுவைத் திரும்பப் பெற்றுக்கொண்டார்.

ஜேபிக்கும் பிரசாத்துக்கும் நடைபெற்ற உரையாடல்களை மொஹிந்தர் சிங் என்னிடம் தெரிவித்தார். தான் கைது செய்யப்பட்ட விதம், சண்டிகருக்கு மாற்றப்பட்டது ஆகியவற்றை ஜேபி சந்திப்பின்போது விவரித்தாராம். டயட் உணவு குறித்து பிரசாத் ஜேபியிடம் விசாரித்திருக்கிறார். அப்போதுதான், ஜூலை 7 அன்று ஜேபி எழுதியிருந்த கடிதம் பிரசாத்துக்கு வந்து சேரவில்லை என்பது தெரியவந்தது. டெல்லி அரசாங்கம் அந்தக் கடிதங்களை வைத்துக் கொண்டு என்னதான் செய்து கொண்டிருக்கிறது என்று ஜேபி கோபத்துடன் கேட்டாராம். ஜேபி உயிரோடு இல்லை என்று வரும் செய்திகளைப் படித்துத் தான் மிகுந்த கவலை அடைந்ததாக பிரசாத் குறிப்பிட்டாராம். அவரது வீட்டில் பல நேரங்களில் தொலைபேசி துண்டிக்கப்படுவதாகவும், அதனால் குழப்பமாக இருப்பதாகவும் தெரிவித்திருக்கிறார்.

குலாப் யாதவ் டெல்லியில் இருக்கத் தேவையில்லை என்றும் பாட்னாவுக்குப் போய்விடலாம் என்றும் ஜேபி பிரசாத்திடம் கேட்டுக்கொண்டார். பாட்னா வுக்குப் போய் தன்னுடைய நண்பர்கள், உறவினர்கள் எல்லோரிடமும் தான் நல்ல முறையில் ஆரோக்கியத்துடன் இருப்பதைத் தெரிவிக்குமாறும் சொன்னார். தற்போது தங்கியிருக்கும் இடம் எல்லாவிதங்களிலும் வசதியாக இருக்கிறது என்றும் மருத்துவர்கள், அதிகாரிகள் அனைவரும் நல்லமுறை யில் அக்கறையோடு தன்னை கவனித்துக்கொள்வதாகவும் சொன்னார். தினமும் காலையில் நாளேடுகள் படிக்கக் கிடைக்கின்றன; ஆனால் மதியத் துக்கு மேல்தான் அவரால் படிக்க முடிகிறது. நிறைய ஆன்மிகப் புத்தகங்கள் படிக்கக் கிடைத்திருக்கின்றன என்றும் அவற்றை ஒவ்வொன்றாகப் படித்து வருவதாகவும் ஜேபி பிரசாத்திடம் தெரிவித்தார். சண்டிகரில் இருந்து பாட்னாவுக்கு அருகே உள்ள சிறைக்குத் தன்னை மாற்ற விண்ணப்பித் திருப்பதாகவும், அது சம்பந்தமாக டெல்லியிடம் இருந்து எந்த பதிலும் இதுவரை வரவில்லை என்றும் சொன்னார். பிரசாத்தை உள்துறை இணை யமைச்சர் ஓம் மேத்தாவைச் சந்தித்து தன் மனுவைக் குறித்து விசாரிக்கும்படி ஜேபி கேட்டுக்கொண்டார்.

உச்ச நீதிமன்ற வழக்கறிஞர்கள் இருவரும் தன்னைச் சந்திக்க வரப்போவ தாகவும், வழக்கை எப்படிக் கொண்டுசெல்லலாம் என்று விவாதிக்கப் போவதாகவும் ஜேபி குறிப்பிட்டார். ஒரு சில விஷயங்களில் இருவருக்கும் கருத்து வேறுபாடுகள் இருப்பதால் மூத்த வழக்கறிஞர்களைச் சந்தித்து ஆலோசித்துவிட்டு மீண்டும் தன்னை வந்து சந்திக்கப்போவதாகக் கூறிவிட்டு அவர்கள் சென்றிருப்பதை பிரசாத்திடம் தெரிவித்தார். இரண்டு வாரங்கள் ஆகியும் இதுவரை யாரும் வரவில்லை என்றும், அவர்களை உடனே தன்னை வந்து சந்திக்கும்படியும், முடியாவிட்டால் ஒருவராவது வந்து தன்னைச் சந்திக்க ஏற்பாடு செய்யும்படியும் பிரசாத்தை ஜேபி கேட்டுக்கொண்டார். பிரசாத் விடைபெறும்போது எல்லோருக்கும் தன்னுடைய வாழ்த்துகளைத் தெரிவிக்குமாறு குறிப்பிட்ட ஜேபி, தன்னுடைய தத்துப் பெண் ஜானகி, அவரது கணவர் பிரஷாந்த் குமார் ஆகியோரை விசாரித்ததாகச் சொல்லும்படி பிரசாத்தைக் கேட்டுக்கொண்டார்.

பிரசாத் உடனான சந்திப்புக்குப்பின் ஜேபியின் மனநிலையில் மாற்றம் இருந்தது. முன்பை விட மலர்ச்சியாகத் தென்பட்டார். நான், அன்று மாலை ஒரு விருந்தில் கலந்துகொள்ள வேண்டியிருந்தது. ராஷ்பால் மல்ஹோத்ரா வுடன் விருந்துக்கு சென்றிருந்தேன். அங்கே எமர்ஜென்சி குறித்து நிறைய விஷயங்கள் பேசப்பட்டன. அவற்றில் முக்கியமானவை சில.

> ஜனாதிபதி பொறுமையாகவும், பிரதமர் கிழித்த கோட்டைத் தாண்டா மலும் இருப்பதற்குக் காரணம் இந்திராவின் கையில் இருக்கும் ஃபக்ருதினின் ராஜினாமாக் கடிதம்தானாம். தேதி குறிப்பிடப்படாத

ஜனாதிபதியின் ராஜினாமாக் கடிதம் இந்திராவின் கையில் இருப்பதுதான் அவரது மௌனத்துக்குக் காரணம் என்றார் ஒரு மூத்த காங்கிரஸ் எம்.பி.

டெல்லியில் இந்திராவுக்கு ஆதரவாக சஞ்சய் காந்தி ஏற்பாடு செய்த கூட்டத்துக்கு ராணுவப் படைகளை காவலுக்கு அனுப்ப மறுத்த ராணுவ அதிகாரி டி.என். ராய்னா வீட்டுக்காவலில் இருக்கிறாராம்.

கன்னாட் பிளேஸின் உரிமையாளர்களான பண்டிட் சகோதரர்கள் கைது செய்யப்பட்டதன் பின்னணி வேறு. எக்சிகியூட்டிவ் கவுன்சிலரான ஓ.பி. பாலின் தனிப்பட்ட வெறுப்பின் காரணமாகவே அவர்கள் கைது செய்யப்பட்டார்களாம். எமர்ஜென்சியைத் தவறாகப் பயன்படுத்த முடியும் என்பதற்கு இதைவிடச் சரியான உதாரணம் வேறு இருக்க முடியாது.

சென்னையில் இருந்த என் நண்பரைத் தொடர்புகொண்டு நிலைமையை விசாரித்தேன். தமிழ்நாட்டில் எமர்ஜென்சியின் தாக்கம் ஏதும் இல்லையாம். எல்லாம் அமைதியாக இருப்பதாகச் சொன்னார். தி.மு.க அரசாங்கம் சரியான முறையில் பத்திரிகைகளைத் தணிக்கை செய்யாததால் மத்திய அரசே அதைக் கையில் எடுத்துக்கொண்டது என்றார். காமராஜ் உடல்நிலை சரியில்லாத காரணத்தால் அமைதியாக இருப்பதாகச் சொல்லப்பட்டது. இந்திராவைப் பிரதமர் ஆக்கிய தன் தவறை நினைத்து அவர் வருத்தப்பட்டிருப்பதாகச் சொன்னார்கள். எமர்ஜென்சிக்கு எதிராக எந்தவிதமான எதிர்ப்போ, கோபமோ தமிழ்நாட்டில் இல்லை. கருணாநிதி தலைமையிலான அரசு எமர்ஜென்சி தொடர்பான சட்டம் மற்றும் விதிமுறைகளை முழுமையாக அமுல் படுத்தாதுதான் இதற்குக் காரணம்.

கூடிய விரைவிலேயே அதற்கான விலையைக் கருணாநிதி கொடுக்க வேண்டியிருந்தது. இந்திராவின் பாட்டுக்கு ஏற்ற தாளம் போட்ட எம்.ஜி.ஆரைத் திருப்திப்படுத்துவதற்காக கருணாநிதி தலைமையிலான அரசு கலைக்கப்பட்டது.

6
இறக்கத் தயார்!

'என்னைச் சுற்றிலும் உலகம் உடைந்து நொறுங்கிப் போய்க் கிடக்கிறது. என் வாழ்க்கைக்கு உள்ளாக இந்த உடைசல்களை ஒட்டி, முழுமையாக்கிவிட முடியுமா என்று தெரியவில்லை. ஒருவேளை என் மருமகன்கள், மருமகள்கள் காலத்தில் இது நிகழலாம். ஒருவேளை...'

ஜூலை 21 தேதியிட்ட ஜேபியின் டைரியின் முதல் வரிதான் இது. சண்டிகருக்கு அவர் வந்து அன்றோடு மூன்று வாரங்கள் ஆகியிருந்தன.

வழக்கம்போல் ஜேபியைச் சந்திக்கச் சென்றிருந்தேன். படுக்கையில் படுத்தபடி இருந்தார். உடல்நிலை சரியில்லையோ என்று நினைத்துக்கொண்டே உள்ளே வந்தேன். என்னைப் பார்த்ததும் அவர் எழுந்துகொண்டார். காலையில் வாக்கிங் கூடப் போகவில்லையாம். ஏதோ மனவருத்தம். முந்தைய தினம் அவரது மைத்துனரைச் சந்திக்க அனுமதி கொடுத்ததற்கு எனக்கு நன்றி சொன்னார். அவர் எழுதியிருந்த கடிதம் மைத்துனருக்குக் கடைசிவரை கிடைக்கவே இல்லை யாம். தனிப்பட்ட முறையில் எழுதிய கடிதங்களைக் கூடவா தடுக்கவேண்டும் என்று வருத்தப்பட்டார். 'நீங்கள் எழுதிய கடிதங்களை எல்லாம் டெல்லிக்கு அனுப்பி வைத்துவிட்டோம். அவர்கள் உரியவர் களுக்கு அனுப்பி இருப்பார்கள்' என்று பதில் சொன்னேன். சிரித்துக்கொண்டார்.

நாடாளுமன்றக் கூட்டத்தொடர் அன்றுதான் ஆரம்பமாக இருந்தது. அதைப் பற்றித்தான் பேசிக்கொண்டிருந்தோம். 'இந்திரா காந்தி எமர்ஜென்சி புராணம் பாடும் ஓர் அறிக்கையைச் சமர்ப்பிப்பார். இதைத் தவிர வேறு ஒன்றும் நடக்காது' என்றார் ஜேபி. குஜராத் நிலவரம் பற்றி அவரிடம் கருத்து கேட்டேன். டெல்லியைப் போலவே குஜராத்திலும் எமர்ஜென்சி அமுல் படுத்தப்படும் என்று தான் எதிர்பார்ப்பதாக அவர் சொன்னார். இந்திராவை யாராலும், எதற்கும் தடுக்க முடியாது என்றார். 'என்னைப் பற்றி நான் கவலைப்படவில்லை. நாட்டுக்கு என்ன ஆகுமோ என்பதுதான் பெரிய கவலை' என்றவர் அதையே திரும்பத் திரும்பச் சொல்லிக்கொண்டிருந்தார்.

நீண்ட நேரம் பேசிக்கொண்டிருந்ததில் அவரது மனத்தில் இருந்த சுமை குறைந்திருக்கலாம். அவரது முகத்தில் நிம்மதி தெரிந்தது. விடைபெறும் நேரத்தில் பதினைந்து பக்கக் கடிதம் ஒன்றை எடுத்து என்னிடம் கொடுத்தார். இந்திரா காந்திக்கு அவர் எழுதிய கடிதம். கடிதத்தை உடனே பிரதமருக்கு அனுப்பி வைக்கும்படிச் சொன்னவர், 'மிஸ்டர் தேவசகாயம், இந்தக் கடிதத்தைப் பிரதமர் படித்தால் நிச்சயம் அவருக்குக் கோபம் வரும். அதைப் பற்றி எனக்குக் கவலை இல்லை' என்றார்.

கடிதத்தை இடுவதற்கு உறை ஏதாவது கிடைக்குமா என்று கேட்டேன். தன்னுடைய நோட் பேடில் இருந்த வெள்ளைத் தாளைக் கிழித்து கடிதத்தின் மீது சுற்றிக் கொடுத்தார். அதைக் கொடுக்கும்போது அவரது கைகள் நடுங்கியதைக் கவனித்தேன். கடிதத்தைப் பெற்றுக்கொண்டு, வணக்கத்தைத் தெரிவித்துவிட்டு, அங்கிருந்து கிளம்பினேன்.

வெளியே வந்ததும் டிஎஸ்பி கிஷன் லால், டாக்டர் சுட்டானி என்னைச் சந்திக்க விரும்புவதாகச் சொன்னார். சுட்டானியைச் சந்திக்க அவரது அலுவலகத்துக்குச் செல்ல வேண்டியிருந்தது. ஜேபியின் உடல்நிலை ஆரோக்கியமாக இருப்பதாகச் சொன்ன சுட்டானி, அடுத்து வரும் நான்கு நாட் களுக்கு ஊரில் இருக்கப்போவதில்லை என்றும், தனக்குப் பதிலாக ஐகட், மெஹ்ரா போன்றோர் ஜேபியைக் கவனித்துக்கொள்வார்கள் என்றும் தெரிவித்தார்.

அங்கிருந்து கிளம்பி அலுவலகத்துக்கு வந்து சேர்ந்தபின் ஜேபி கொடுத்த கடிதத்தைப் படித்துப் பார்த்தேன். அந்த எழுத்து நடையும், தனது எதிர்ப்பை கோர்வையாக, தீர்க்கமாக எடுத்து வைத்த ஜேபியின் துணிச்சலும் என்னை ஆச்சரியப்படுத்தின. பின்னாளில் பல சர்ச்சைகளைக் கிளப்பிய அந்தச் சரித்திர முக்கியத்துவம் வாய்ந்த ஆவணம் என்னுடைய கைகளில் இருந்ததை என்னால் இன்றும் நம்ப முடியவில்லை.

எமர்ஜென்சி பற்றிய ஜேபியின் உணர்ச்சிகரமான கடிதம், வெகு கவன மாகவும், கடுமையான விமரிசன தொனியிலும் எழுதப்பட்டிருந்தது. தான்

கனவில் கூட எதிர்பார்த்திராத ஒரு நெருக்கடி நிலையை நேருவின் மகள் நிறைவேற்றியதை ஜேபியால் ஜீரணிக்க முடியவில்லை. சில சமயங்களில் நம்முடைய கோபத்தையும் இயலாமையையும் வெளிப்படுத்த, கடிதம் எழுதுவதுதான் ஒரே வழி. ஜேபியும் அதைத்தான் செய்தார்.

ஜேபியின் கடிதம் தெளிவான ஒரு செய்தியைச் சொல்லியது. 'உங்களுடைய கொடுமையான ஆட்சியில் ஒரு சிறைக்கைதியாகவே செத்து மடிய நான் தயார்' என்பதுதான் அது. காலம் முழுக்க அது இந்திராவை உறுத்திக்கொண்டே இருக்கும் என்பதுதான் ஜேபியின் எதிர்பார்ப்பு.

மாதுர் டெல்லிக்குச் சென்றிருந்ததால் நெருக்கடிக் குழுக் கூட்டம் நடைபெற வில்லை. அதற்கு பதிலாக நானும் பனோத்தும் குப்தாவின் அறையில் கூடி நிலைமையை விவாதித்தோம். ஜேபி அனுப்பிய கடிதத்தை குப்தாவிடம் கொடுத்தேன். குப்தா கடிதத்தைப் படிக்க ஆரம்பித்தார். பனோத் கண்களை மூடி, கவனமாகக் கேட்டுக்கொண்டிருந்தார். படித்து முடித்ததும் குப்தாவிடம் இருந்து ஒரு பெருமூச்சு வெளிப்பட்டது. கடிதம் காரசாரமாக, சர்ச்சைக்கு உரிய விஷயங்களோடு இருப்பதால் உடனே டெல்லிக்கு அனுப்பியாக வேண்டும் என்றார் பனோத். ஆனால், மாதுர் ஊரில் இல்லாததால் காத்திருக்க வேண்டியதாயிற்று. சர்ச்சைக்குரிய கடிதம் என்பதால் பிரதி எடுக்காமல், விஷயத்தை ரகசியமாக வைத்திருக்க முடிவு செய்தோம். கடிதம் நிச்சயம் ஒரு புயலைக் கிளப்பும் என்று குப்தாவும் பனோத்தும் பேசிக்கொண்டார்கள்.

கடிதத்தைப் படித்ததும், ஜேபியை டில்லியிலிருந்து நீண்ட தொலைவில் இருக்கும் ஏதாவது ஓர் இடத்துக்கு மாற்றும்படி இந்திராவிடம் இருந்து உத்தரவு வரக்கூடும் என்றார் பனோத். என்னைப் பொருத்தவரை அதனால் ஜேபியிடம் பெரிய பாதிப்பு ஏதும் இருக்காது. மாதுர் திரும்பி வரும்வரை காத்திருப்பது என்றும், அவர் வந்ததும் பேசிவிட்டு, மொஹிந்தர் சிங் மூலம் கடிதத்தை டெல்லிக்கு அனுப்பி வைக்கலாம் என்றும் முடிவு செய்யப் பட்டது.

அன்று மாலை ஜேபிக்கும் எனக்கும் மினு மசானியிடம் இருந்து இரண்டு கடிதங்கள் வந்திருந்தன. மசானி, ஜேபியுடன் லாகூரில் இருந்த காலத்தை நினைவுபடுத்தி நிறைய எழுதியிருந்தார்.

கனவுகள் பற்றியோ, அவற்றின் பலன்கள் பற்றியோ எனக்குக் கொஞ்சமும் நம்பிக்கை இல்லை. ஆனால் 21 ஜூலை அதிகாலை நேரத்தில் எனக்கு வந்த அந்தக் கனவு கொஞ்சம் வித்தியாசமானது. கனவில் நேரு தன்னுடைய தொப்பியில்லாத தலையோடு தோன்றினார். மிகுந்த வருத்தத்தில் இருந்தார். நாட்டு நடப்புகளைப் பற்றி அவரிடம் கருத்து கேட்டேன். மக்களிடம் பேச விரும்புவதாகச் சொன்னார். சமூகத்தின் அனைத்துத் தரப்பு மக்களையும் உள்ளடக்கிய ஒரு மாபெரும் பொதுக்கூட்டத்துக்கு ஏற்பாடு செய்யப்பட்டது.

தற்போது நடப்பது எதுவும் நாட்டுக்கு நல்லதல்ல என்று பேச ஆரம்பித்த நேரு, தான் என்ன செய்துகொண்டிருக்கிறோம் என்பதுகூடத் தன் மகளுக்குத் தெரிய வில்லையே என்று வருத்தமும் இயலாமையும் கலந்த குரலில் பேசிக் கொண்டிருந்தார். திடீரென்று விழிப்பு வந்துவிட்டது. அடுத்த நாள் காலை ஏனோ பரபரப்பாக இருப்பதாக உணர்ந்தேன். என் மனைவியிடம் நான் கண்ட கனவைப் பற்றிச் சொன்னேன்.

நடுவழியில் கார் பழுதானதால் மாதுர் டெல்லியிலிருந்து சண்டிகருக்குத் திரும்ப நேரமானது. மாலை 4.30 மணிக்குத்தான் அவர் வந்து சேர்ந்தார். ஐந்து மணிக்கு நானும் குப்தாவும் அவரது வீட்டுக்குப் போய்விட்டோம். ஜேபியின் கடிதத்தை படித்துப் பார்த்தபடி மாதுர் ஜேபியின் மக்கள் இயக்கம் பற்றி விவரித்துக்கொண்டிருந்தார். ஜேபி ஒரு கிறுக்கு மண்டை என்றும் அவரால் எந்தப் பிரயோஜனமும் இல்லை என்றும் சொன்னவர், பங்களாதேஷ் பற்றிப் பேச ஜேபி ரஷ்யாவுக்குப் போனபோது, அவரைப் பார்க்க முக்கியமான அதிகாரிகள் யாரும் வரவில்லை என்றார். கடிதத்தை முழுவதுமாகப் படித்து முடித்தவர், ஜேபி எமர்ஜென்சி பற்றி வெகு கவனமாக, அழுத்தம் திருத்தமாக எழுதியிருப்பதாகக் கருத்து சொன்னார். முக்கியமான கடிதம் என்பதால் பிரதி எடுத்து வைப்பது நல்லது என்பது மாதுரின் அபிப்பிராயம். அதன்படி ஆணையரின் உதவியாளர் பரத்வாஜ், ஜேபியின் கடிதத்தை டைப் செய்து நகல் எடுத்தார். ஒரிஜினல் கடிதத்தை சீலிட்டு மொஹிந்தர் சிங்கிடம் கொடுத்து உடனே டெல்லிக்குக் கிளம்பி உள்துறை அமைச்சகத்திடம் கடிதத்தைச் சமர்ப்பிக்குமாறு கேட்டுக்கொண்டோம்.

தன்னுடைய டெல்லி பயணம் பற்றி மாதுர் விரிவாக எடுத்துச் சொன்னார். ஜேபிதான் முதன்முதலாகக் கைது செய்யப்பட்டவர் என்பதால் அவரை ஆல்பா என்னும் சங்கேத வார்த்தைகளால் குறிப்பிடுகிறார்களாம். ஜேபி ஸ்பெஷல் கைதி என்பதால் அவரைச் சிறப்பான முறையில் நடத்தவேண்டும் என்பதையும் சொன்னார். ஜேபி எழுதிய கடிதங்களில் டி. ஆப்ரஹாமுக்கு எழுதியவை தவிர மற்றவை எல்லாமே உரியவர்களுக்கு அனுப்பிவைக்கப் பட்டுவிட்டன என்றார்.

மசானியிடமிருந்து வந்த கடிதத்தை மாதுரிடம் படித்துக் காட்டினேன். அதில் தணிக்கை செய்யும் அளவுக்கு எந்த விஷயமும் இல்லை என்பதால் ஜேபி யிடமே கொடுத்துவிடலாம் என்றவர், சிறிது நேரத்திலேயே தன்னுடைய மனத்தை மாற்றிக்கொண்டார். டெல்லியின் உத்தரவுக்காகத் தான் காத் திருக்கப்போவதாகவும், கடிதத்தை இப்போதைக்குக் கொடுக்கவேண்டாம் என்றும் சொன்னார். இது சம்பந்தமாக அடுத்த நாள் காலை அவரைத் தொலைபேசியில் தொடர்புகொள்ளச் சொன்னார்.

ஜேபி, மாதுரைச் சந்திக்க வேண்டும் என்று விருப்பப்படுவதை அவரிடம் சொன்னேன். மாதுருக்கு அது குறித்துச் சந்தோஷம். ஜேபியும் அவரும் ஒரே

ஜாதி என்பதால், தான் கவனமாக இருக்க விரும்புவதாக மாதுர் சொன்னார். இந்த விஷயத்தை ஜேபியிடமும் சொல்லச் சொன்னார்.

இந்திராவின் ஆலோசகர்கள் பற்றி ஜேபி சொன்னதையே மாதுரும் சொன்னார். ஆலோசகர்களால் இந்திராவின் மனத்தை மாற்ற முடியவில்லையாம். இந்திராவின் மனத்துக்குள் ஒலிக்கும் சக்தியின் குரலைக் கேட்டுத்தான் அவர் எதையும் முடிவு செய்கிறாராம். ஏதோ ஒரு சக்தியின் குரல்தான் அவரை ஆட்டு விக்கிறதாம்.

ஜனநாயகத்தைச் சுவடு தெரியாமல் சுக்குநூறாக அழிக்கவேண்டும் என்பது தான் அந்தச் சக்தியின் உத்தரவா?

என்னால் நம்ப முடியவில்லை.

7

என்ன செய்யலாம்?

மனத்தில் இருப்பதை எல்லாம் கடிதமாக எழுதி இந்திராவுக்கு அனுப்பி வைத்தபின் ஜேபி, ஒரு முழுமையான ஆத்ம பரிசோதனைக்குத் தயார் ஆனார். எமர்ஜென்சிக்கான காரணங்கள் பற்றியும், அது குறித்த தன்னுடைய எண்ணங்களையும் தினந்தோறும் டைரியில் எழுதிவைக்க ஆரம்பித்தார். அவர் தன்னைத் தானே நிறையக் கேள்விகள் கேட்டுக்கொண்டார். அதற்கான பதில்களே டைரிக் குறிப்புகளாக வெளிப் பட்டன. ஒரு சாம்பிள் இதோ:

> என்னுடைய கணக்குகள் எப்போது தவறாக முடிந்தன என்பதை நினைத்துப் பார்க்கிறேன். சில விஷயங்கள்மீது நான் கொண்டிருந்த தவறான நம்பிக்கையும் அணுகுமுறையும்தான் காரணம். ஒரு ஜனநாயக நாட்டின் பிரதமர், அமைதி வழிச்செல்லும் மக்கள் இயக்கத்தை முடக்க எந்தவித வழிகளையும் நாடலாம்; எல்லாவிதச் சட்டங்களையும் பிரயோகிக்கலாம். ஆனால் ஜனநாயகத்தையே முற்றிலுமாக அழித்துவிட்டுச் சர்வாதிகார ஆட்சியைக் கொண்டுவர முடியாது. அப்படியே பிரதமர் நினைத்தாலும் அமைச்சரவை சகாக்கள், கட்சியினர் அதை அனுமதித்திருக்கக் கூடாது.

விடை தெரியாத கேள்விகள் அவரைத் துரத்திக்கொண் இருந்தன. ஊழலை எதிர்த்து, ஏழைமையை எதிர்த்து,

வேலையில்லாத் திண்டாட்டத்தை எதிர்த்து அப்பாவி இளைஞர்களால், மக்களால் என்னதான் செய்துவிட முடியும்? அடுத்த தேர்தல் வரும்வரை காத்திருக்க வேண்டியதுதானா? இடைப்பட்ட காலத்தில் நிலைமை மோசமானால் என்ன செய்வது? கை கட்டி, வாய் பொத்தி, மௌன சாட்சியாக எத்தனை காலம்தான் வேடிக்கை பார்ப்பது? தேர்தல்களைச் சுதந்தரமாகவும் நியாயமாகவும் நடத்தத்தான் முடியுமா? ஜேபியே இதற்கு பதில் சொல்கிறார்:

> எந்த ஒரு ஜனநாயக நாட்டிலும் மக்கள் தங்களின் ஒட்டுமொத்தக் கருத்தை ஓங்கி ஒலிக்கச் செய்ய தேர்தல் வரும்வரை காத்திருப்பதில்லை. போராட்டம், ஊர்வலம், ஆர்ப்பாட்டங்களைக் கையில் எடுத்துக்கொண்டு களமிறங்குவதுதான் வழக்கம்.

இந்திராவைச் சர்வாதிகாரப் பாதைக்குத் திருப்பியதில் ரஷ்யாவின் ஏஜெண்டுகளுக்கு முக்கியமான பங்கு உண்டு என்பது ஜேபியின் அபிப்பிராயம். ஜூலை 22 டைரிக் குறிப்பில் இது குறித்து நிறைய எழுதியிருக்கிறார்.

> ஏகப்பட்ட கம்யூனிஸ்டுகள் காங்கிரஸ்காரர்கள் ஆகியிருக்கிறார்கள். இவர்கள் எல்லாம் ஜனநாயகத்துக்கு எதிரானவர்களாகவே இதுவரை இருந்திருக்கிறார்கள். நினைத்ததைச் செய்து முடிக்க இந்திராவுடன் எந்த அளவுக்கு முடியுமோ அந்த அளவுக்கு ஒத்துப்போவார்கள். கம்யூனிஸ்ட் கட்சியின் (சி.பி.ஐ) திட்டத்தின் பின்னணியில் சோவியத் ரஷ்யா உண்டு. இந்திராவின் மூலமாக இந்த நாட்டில் சோவியத் ரஷ்யாவின் கை ஓங்கி இருக்கிறது. காலம் கனியும். இந்திராவைச் சுற்றி இருப்பவர்களின் முகமூடி கலைந்து போகும்போது உண்மை வெளியே தெரிய வரும்.

எமர்ஜென்சியைக் கொண்டுவந்ததில் இந்திராவுடன் சேர்ந்து கம்யூனிஸ்ட் கட்சிக்கும் (சி.பி.ஐ), அதன் பின்னணியில் இயங்கும் சோவியத் ஏஜெண்டுகளுக்கும் முக்கியப் பங்கு உண்டு என்பது ஜேபியின் அசைக்க முடியாத நம்பிக்கை. இந்த மூன்று பேர்களுக்கும் ஜனநாயகம் என்பது சாபம். அந்தச் சாபத்தில் இருந்து இந்தியாவை விடுவிக்க நீண்ட காலமாகவே திட்டமிட்டு வந்தார்கள். முதலில் சோஷியல் ஜனநாயகத்தை ஏற்படுத்துவது, பின்னர் காங்கிரஸ்காரர்களைக் கவிழ்த்துவிட்டு ரஷ்யாவின் உதவியோடு கம்யூனிஸ்ட் கட்சியே ஆட்சியைப் பிடித்துக்கொள்வது. இதுதான் அவர்களது திட்டம்.

ஜேபியை பொருத்தவரை இரண்டு திட்டங்கள் இருந்ததாக அவர் நம்பினார். ஒன்று, இந்திராவைக் கைப்பாவை ஆக்கி, அவர் உயிரோடு இருக்கும்வரை அவரை முன்னிறுத்தி பொம்மை அரசை நடத்துவது. இரண்டாவது, இந்திராவுக்கோ காங்கிரஸில் இருக்கும் மற்ற கம்யூனிஸ்டுகளுக்கோ கூடத் தெரியாமல், நாட்டைப் படிப்படியாக சோஷியல் ஜனாநாயகத்தில் இருந்து

கம்யூனிச சர்வாதிகாரத்துக்கு எடுத்துச் செல்வது. அப்போது பல தலைகள் உருளும். சோஷியல் ஜனநாயகத்தில் கூடத் தலைகள் உருள்வது தவிர்க்க முடியாத விஷயம் ஆகிவிடும்.

இந்தத் திட்டங்கள் எல்லாம் உண்மையிலேயே சாத்தியமா என்பதைப் பற்றி ஜேபி எழுதுகிறார். அவருக்கே இது சந்தேகம்தான். ஆனாலும் கொஞ்ச நாளாவது இந்தியா நரகத்தில் இருந்தே தீரும் என்பது அவரது நம்பிக்கை. சோஷியல் ஜனநாயகத்தைக் கொண்டுவருவோம் என்ற இந்திரா காந்தியின் அறிக்கையைத்தான் தன்னுடைய ஆதாரமாக ஜேபி சுட்டிக் காட்டினார். ஹங்கேரி, போலந்து போன்ற நாடுகள் ரஷ்யாவின் கட்டுப்பாட்டுக்குள் வருவதற்கு முன்பாக அங்கேயும் இப்படிப்பட்ட கோஷங்கள்தான் எழுப்பப்பட்டன.

1990-களில் கம்யூனிசம் வீழ்ந்தபோது மாஸ்கோவில் கைப்பற்றப்பட்ட ஆவணங்களின் மூலம் சோவியத் அரசின் உளவுத்துறையின் கடுமையான கண்காணிப்பில் இருந்த நாடுகளில் இந்தியாவும் ஒன்று என்பது வெளியே தெரியவந்தது. ரஷ்ய உளவுத்துறையின் மூத்த அதிகாரிகளும் இதையே உறுதிப்படுத்துகிறார்கள். இந்திராவின் தலைமையிலான ஆட்சியில் சோவியத் உளவுத்துறையினர் ராணுவம், வெளியுறவுத்துறை, உளவுத்துறை, உள்நாட்டுப் பாதுகாப்பு எனச் சகல மட்டங்களிலும் ஊடுருவியிருந்தார்கள்.

மேற்கத்திய நாடுகளில் இருந்து செயல்பட்ட ரஷ்ய உளவுத்துறை சம்பந்தப்பட்ட ஆவணங்களில் இது பல இடங்களில் மேற்கோள் காட்டப்பட்டிருக்கிறது. உளவுத்துறையின் ஆவணங்கள் குறித்து கிறிஸ்டோபர் ஆண்ட்ரு, வாசிலி மீத்ரோகின் ஆகியோர் தொகுத்து வெளியிட்ட 'மீத்ரோகின் ஆவணங்கள்: கேஜிபியும் உலகமும்' என்னும் புத்தகத்தில் இது குறித்தத் தகவல்கள் தொகுக்கப்பட்டுள்ளன.

ரஷ்ய உளவுத்துறையில் இருந்த முக்கிய அதிகாரியான வாசிலி மீத்ரோகின், ரஷ்ய உளவுத்துறைதான் இந்தியாவுக்கு லஞ்சத்தையும் ஊழலையும் அறிமுகப்படுத்தியது என்கிறார். அந்தப் புத்தகத்தின்படி, இந்திரா ஆட்சியில் இருந்தபோதுதான் லஞ்ச லாவண்யங்கள் பெருக ஆரம்பித்தனவாம். கட்சி நிதி என்ற பெயரில் ஏராளமான பணம் சூட்கேஸ்களில் அடைக்கப்பட்டு பிரதமரின் வீட்டுக்கு எடுத்துச் செல்லப்பட்டன. அங்கிருந்து சூட்கேஸ்கள் திருப்பி அனுப்பப்படவில்லை. கேஜிபி வழியாக மாஸ்கோவின் பணம் காங்கிரஸ் அலுவலகத்துக்கு வந்து சேர்ந்ததை இந்திராவும் அறியவில்லை.

இந்திராவுக்கு நெருக்கமான லலித் நாராயண் மிஷ்ராவுக்கு இந்தப் பின்னணி தெரிந்திருந்தது. அவர்தான் சோவியத் அனுப்பிய பணங்களைப் பெற்றுக்கொண்டிருந்தார். சோவியத் உடனான அமைதி ஒப்பந்தத்தில் கையெழுத்திட்டபின், இந்திராவைப் பதவியில் வைத்திருக்கத் தேவை

யான அனைத்து வேலைகளையும் கேஜிபி மும்முரமாகச் செய்துகொண்டு இருந்தது.

எமர்ஜென்சி விரைவில் முடிவுக்கு வரும் என்றோ, இந்திராவுக்கு அரசியல் ரீதியாகத் தோல்வி வரும் என்றோ சோவியத் எதிர்பார்க்கவில்லை. எமர்ஜென்சியின்போது, இந்திரா ஒரு சர்வாதிகாரி ஆகும் அளவுக்குப் பலம் பெறவில்லை. மக்களையும் எதிர்க்கட்சிகளையும் அவர் சமாளிக்க வேண்டியிருக்கும் என்பதை சோவியத் தலைமை எதிர்பார்க்கவில்லை. கேஜிபியின் டெல்லித் தலைமைக்கு இங்கிருக்கும் நிலைமை புரிந்தது என்றாலும், மாஸ்கோவில் இருப்பவர்களோ இந்தியாதான் இந்திரா, இந்திராதான் இந்தியா என்று நினைத்தனர். இந்திராவை ஆதரித்து ஏகப்பட்ட பணத்தை வாரி இறைத்தனர். கடைசிவரை அவர்கள் உண்மை நிலையைப் புரிந்துகொள்ளவே இல்லை.

ஜேபி குறிப்பிட்ட குற்றச்சாட்டுகளில் உண்மை ஏதும் இல்லை என்று காங்கிரஸ் கட்சி மறுத்திருக்கிறது. 1992-ல் ரஷ்யாவின் உளவுத்துறை அலுவலகத்திலிருந்து திருடப்பட்ட ஆவணங்கள், கற்பனையாகப் புனையப்பட்டவையே தவிர அரசு ஆவணங்கள் அல்ல என்று காங்கிரஸ் கருத்து சொன்னது. பதினைந்து வருடங்களுக்கு முந்திய விஷயங்களைத் தற்போது வெளியிடுவதும், சம்பந்தப்பட்ட நபர்கள் எல்லாம் இறந்து போன நேரத்தில், இதையெல்லாம் சரிபார்ப்பது என்பதும் சாத்திய மில்லாத விஷயங்கள்தாம்.

கம்யூனிஸ்ட் கட்சியும் (சி.பி.ஐ), தன்மீதான குற்றச்சாட்டுக்களை மறுத்திருக் கிறது. பிகார் முன்னாள் முதல்வர் ஜகந்நாத் மிஷ்ரா, லலித் நாராயண் மிஷ்ராவின் இளைய சகோதரர். இந்திராவுக்கும் தன் அண்ணனுக்கும் கேஜிபியுடன் எந்தவிதத் தொடர்பும் இல்லை என்று ஜகந்நாத் மிஷ்ரா மறுத்தார். சம்பந்தப்பட்டவர்கள் உயிரோடு இல்லை என்பதால் மட்டுமே இப்படிப்பட்ட குற்றச்சாட்டு எழுப்பப்படுகிறது என்றார் அவர். ஜோதி பாசுவோ ஒரு படி முன்னே சென்று அமெரிக்க சிஐஏ ஏஜெண்டுகள் இந்திராவுக்கும் காங்கிரஸ் கட்சியினருக்கும் பணம் கொடுத்து கம்யூனிஸ்ட்டு களை அழிக்கச் சொன்னார்கள் என்றார். முன்னாள் அமெரிக்க தூதர் டேனியல் பேட்ரிக் மொய்னிஹான் குறிப்பிட்டதையே அவரும் மேற்கோள் காட்டினார். இதே ரீதியிலான கருத்து மீத்ரோகின் புத்தகத்திலும் உள்ளது.

இதையெல்லாம் ஜேபி தவறவிடவில்லை. அமெரிக்க, ரஷ்ய உளவுத் துறைகள் இந்தியாவில் ஊடுருவி இருப்பதைப் பற்றி அவர் தெரிந்து வைத்திருந்தார். இரண்டு உளவுத்துறைகளும் போட்டி போட்டுக்கொண்டு இந்தியாவை அடிமைப்படுத்த நினைத்தன. அவர்களுக்கு இடையேயான அதிகாரப் போட்டியில் இந்தியாவை பலிகடாவாக்கவும் அவர்கள் தயாராக

இருந்தனர். இந்த விஷயத்தில் கேஜிபி, சிஐஏ இரண்டுக்கும் தொடர்பு உண்டு என்று தான் நம்புவதாக ஜேபி சொன்னார். ஆகஸ்ட் 15, 1975 அன்று பங்களாதேஷ் பிரச்னையைப் பற்றி எழுதும்போது கூட இரண்டு உளவு அமைப்புகளும் உலகம் முழுவதும் விரவிக் கிடப்பதாகவும். இதில் ரஷ்ய உளவுத்துறை இந்தியா முழுதும் ஊடுருவி இருப்பதாகவும் ஜேபி எழுதினார்.

ஊழலுக்கு எதிரான அமைப்பை ஜேபி தொடங்கியதற்குக் காரணம், ஊழல், இந்திராவின் ஆட்சியில் மலிந்து போனதுதான். 'இதிலிருந்து இந்தியா மீண்டு வருவது நிச்சயம். மக்களின் எதிர்ப்புகள் அதிகமாகி ஒரு கட்டத்தில் அரசுக்கு எதிராக வலிமை பெறும். சர்வாதிகாரிகள் தோல்வி அடைவார்கள்' என்றார் ஜேபி. அவர் சொன்னபடியே நடந்தது. ஊழலை நாட்டிலிருந்து ஒழிக்க முடியாவிட்டாலும் எமர்ஜென்சி தோற்கடிக்கப் பட்டது. ரஷ்யாவின் எண்ணப்படி இந்தியாவின் சர்வாதிகாரியாக இந்திராவால் வரமுடியாமல் போனது.

ஜேபியின் சிறை வாழ்க்கைக்கு நடுவே நாட்டு நடப்பு குறித்த எங்களது விவாதங்களும் அவ்வப்போது தொடர்ந்துகொண்டு இருந்தன. ஜுலை 23 அன்று ஜேபியைச் சந்திக்க சென்றபோது அவர் பகவத் கீதை படித்துக் கொண்டிருந்தார். தான் ஆரோக்கியமாக இருப்பதாகவும் ஆனாலும் மனத்தளவில் பலவீனமாக உணர்வதாகவும் ஜேபி சொன்னார். முன்னைப் போல் வாக்கிங் சரிவரப் போக முடியவில்லை என்றார்.

ஜேபி பிரதமருக்கு எழுதிய கடிதத்தை ஒரு சிறப்புத் தூதர் மூலம் டெல்லிக்கு அனுப்பியிருப்பதாகச் சொன்னேன். ஜேபியிடம் இருந்து பதில் ஏதும் வரவில்லை. கடிதத்தைப் படித்ததும் பிரதமர் என்ன செய்வார் என்ற என் கேள்விக்கு ஜேபி பதில் சொன்னார். 'கடிதத்தை வைத்து இந்திரா அரசியல் ஆதாயம் தேட முயற்சிப்பார். என்னுடைய பெயரைக் குறிப்பிடாமல், தனக்கு எதிராகச் சிலர் சதி செய்வதாக அவர் ஓர் அறிக்கை விடக்கூடும். எங்காவது கண்காணாத ஜெயிலுக்கு என்னை மாற்றக்கூடும். ஆனால் அதைப் பற்றியெல்லாம் எனக்குக் கவலை இல்லை. நாட்டைப் பற்றித்தான் எனக்குக் கவலை' என்றார்.

நாடாளுமன்றக் கூட்டத்தொடர் பற்றிப் பேச்சு வந்தது. ஜெகஜீவன் ராமின் பேச்சு தனக்குக் கவலை அளிக்கக்கூடியதாக இருந்தாலும், மக்களவையிலும் மாநிலங்கள் அவையிலும் சில எதிர்க்கட்சி எம்.பிக்கள் எமர்ஜென்சி பற்றி எதிர்த்து பேசியது மனநிறைவாக இருந்தது என்று ஜேபி குறிப்பிட்டார். நகர்வாலா விஷயம், மாருதி ஊழல், எல்.என். மிஷ்ராவின் கொலை போன்ற விஷயங்களில் இந்திராவுக்குத் தொடர்பு இருப்பதாக ஜேபி சொன்னார். ஆட்சி அதிகாரம் இந்திராவுக்கு இன்னும் அதிகமாகக் கிடைத்தால் எதிர்க்கட்சி களையும் பத்திரிகைகளையும் துவம்சம் செய்துவிடுவார் என்றார்.

எல்.என். மிஷ்ரா கொலை பற்றிய ஒரு ரகசியத் தகவலையும் ஜேபி பகிர்ந்துகொண்டார். துக்கம் விசாரிக்க இந்திரா, மிஷ்ராவின் வீட்டுக்குச் சென்றபோது, மிஷ்ராவின் மனைவி, 'உங்களுக்குப் பணி செய்வதற்காகத் தான் என்னுடைய கணவரை அனுப்பி வைத்தேன். அவரது நடத்தை உங்களுக்கு பிடிக்கவில்லை என்றால் அமைச்சரவையில் இருந்து டிஸ்மிஸ் செய்து வீட்டுக்கு அனுப்பி இருக்கலாமே? உலகத்தை விட்டே அனுப்பி வைத்துவிட்டீர்களே, நியாயமா?' என்று ஆவேசத்துடன் கேட்டாராம். மிஷ்ராவின் தம்பி, ஜெகந்நாத் மிஷ்ராவால் பிகாரின் முதல்வராக எப்படி ஆக முடிந்தது என்று நான் கெட்டேன். ஏகப்பட்ட பணம் விளையாடியிருப்பதாக ஜேபி சொன்னார். எல்.என். மிஷ்ரா கொலை பற்றிய உண்மைகள் எதுவும் வெளியே வரப்போவதில்லை என்றும் அவர் குறிப்பிட்டார்.

மசானி அரசியல் தொடர்புள்ள ஆசாமி என்பதால் அவரை ஜேபியிடம் பேச அனுமதிக்கக்கூடாது என்று டெல்லியிலிருந்து உத்தரவு வந்திருப்பதாக நெருக்கடிக் குழுக் கூட்டத்தில் மாதுர் தெரிவித்தார். ஜேபிக்கு மசானி எழுதிய கடிதத்தையும், ஜேபியைச் சந்திக்க அவர் அனுப்பியிருந்த மனுவையும் பரிசீலிப்பதை நிறுத்தி வைத்தேன். குலாப் யாதவ் ஜேபிக்கு அனுப்பியிருந்த கடிதத்தை அவரிடம் கொடுப்பதில் பிரச்னை இல்லை. ஜேபியை வேறு இடத்துக்கு மாற்றுவது பற்றியும் பேச்சு வந்தது. பாது காப்பு வசதிகளைச் சரிபார்த்துவிட்டு செக்டர் 5-க்கு மாற்றுவது குறித்துப் பரிசீலிக்க வேண்டும் என்று நான் சொன்னேன். தற்போது அந்த இடத்தில் வசிக்கும் ஹெச்.எஸ். சைனாவிடம் அது குறித்து நாம் பேசலாம் என்று மாதுரும் ஒப்புக்கொண்டார்.

அன்று மாலை ராஜேஷ்வர் பிரசாத்தும், விமல் தவே என்ற தார்க்குண்டேயின் ஜூனியர் வழக்கறிஞரும் ஜேபியைச் சந்திக்க வந்திருந்தார்கள். ராஜேஷ்வர், மசானி எழுதிய கடிதத்தைக் கொண்டு வந்து கொடுத்தார். மொஹிந்தர் சிங் முன்னிலையில் மாலை 4 மணி முதல் 5 மணி வரை ஜேபியைச் சந்திக்க ராஜேஷ்வருக்கு அனுமதி அளிக்கப்பட்டது. ஜேபியின் வேண்டுகோளுக்கு இணங்க அவரைத் தொடர்ந்து விமல் தவேயுடன் சந்திக்க அனுமதி அளிக்கப்பட்டது. கிளம்பும்போது ராஜேஷ்வர், 'ஏன் எமர்ஜென்சி?' என்ற தலைப்பில் நாடாளுமன்றத்தில் விநியோகிக்கப்பட்ட புத்தகத்தை என் கையில் கொடுத்து ஜேபியிடம் கொடுத்துவிடச் சொன்னார்.

கங்கா பாபு, குஷூம் தேஷ்பாண்டே என்ற இருவருக்கு ஜேபி எழுதிய கடிதங்களை மொஹிந்தர் சிங் என்னிடம் கொண்டுவந்து கொடுத்தார். குஷூம் தேஷ்பாண்டேவுக்கு எழுதியிருந்த கடிதத்தில் தன்னைச் சிறை அதிகாரிகள், காவல்துறை, மருத்துவக்குழு அனைத்துமே நல்லமுறையில் கவனித்துக்கொள்வதாக ஜேபி எழுதியிருந்தார். அதில் என்னைப் பற்றிப் பெயரைக் குறிப்பிட்டுப் பாராட்டியிருந்தார். ஜேபியின் பாராட்டு, இந்திரா

காந்திக்கு நிச்சயம் எரிச்சலூட்டும். அந்தக் கடிதத்தை இரண்டு மூன்று நாட்கள் கழித்து அனுப்புமாறு மொஹிந்தர் சிங்கிடம் சொன்னேன்.

25 ஜூலை, பி.ஜி.ஐக்கு ஜேபியை பார்க்கச் சென்றபோது படுக்கையில் இருந்தார். சர்க்கரை நோயால் கஷ்டப்படுவதாக ஜேபி சொன்னார். ஒவ்வொரு நாளும் ஜேபி மனத்தளவில் தளர்ந்து போவதை என்னால் காண முடிந்தது. நாடாளுமன்றக் கூட்டத்தொடர் பற்றி ஏதாவது செய்தி உண்டா என்று கேட்டார். எமர்ஜென்சி அமுலாக்கப்பட்டது செல்லும் என்று இந்திரா கொண்டு வந்த தீர்மானம் எதிர்ப்பு ஏதும் இன்றி 164 எம்.பிக்களின் ஏகோபித்த ஆதரவோடு நிறைவேறி இருப்பதைச் சொன்னேன். தளர்ந்துபோன ஜேபி, இனி இந்தியாவில் ஜனநாயகத்தைப் பலவீனப்படுத்த வேறு என்ன இருக்கிறது என்றார். இந்திரா இந்த அளவுக்குப் போவார் என்று தான் எதிர்பார்க்கவில்லை என்றார்.

நாளைய இந்தியா எப்படி இருக்கும் என்பது பற்றி ஜேபி பேச ஆரம்பித்தார்.

> இந்தியா, இனி ரஷ்யாவின் பக்கம் சாயும். தனது சுதந்தரத்தையும் தனித்தன்மையையும் இழந்து ரஷ்யாவின் சாட்டிலைட் போல் இயங்கும். இந்திரா எந்த ஒரு முடிவுக்கும் ரஷ்யாவை சார்ந்து இருக்க வேண்டியிருக்கும். ஆட்சிக்கு எதிராக மக்கள் இயக்கம் நடத்தியதால்தான் என்னைக் கைது செய்தார்கள். ஆனால், மொரார்ஜி தேசாய் போன்றவர்கள் என்ன பாவம் செய்தார்கள்? வன்முறை பற்றி நினைத்துக்கூடப் பார்க்காதவர் மொரார்ஜி. குஜராத் தேர்தலில் இந்திராவை மொரார்ஜி தோற்கடித்ததால் வந்த கோபமாக இருக்கலாம்.

பதினொரு நாட்கள் குஜராத்தில் சுற்றுப்பயணம் செய்து, ஹரிஜனங்களுக்கும், பழங்குடியினருக்கும் இந்திரா பணத்தை அள்ளி வாரி இறைத்ததெல்லாம் வீணாகிவிட்டது. ஜூன் 12 அன்றுதான் குஜராத்தில் இரண்டாம் கட்ட வாக்குப்பதிவு நடந்தது. அதற்கு ஒரு நாள் முன்னதாகத்தான் இந்திராவுக்கு எதிரான தீர்ப்பு வந்தது. நீதி ஒரு நாள் தாமதமாக வந்திருந்தால் விளைவுகள் வேறு மாதிரியாக இருந்திருக்கலாம்.

நெருக்கடிக் குழுக் கூட்டத்தில் பனோத் ஒரு சுவராசியமான தகவலைச் சொன்னார். நேருவின் உதவியாளராக இருந்த மத்தாய், மேற்கு வங்கத்தில் கவர்னராக இருந்த பத்மஜா நாயுடுவுக்கு 1967-ல் எழுதியிருந்த கடிதத்தின் நகலை அவர் காட்டினார். 500 பேருக்கு அனுப்பப்பட்ட கடிதத்தின் நகல்களில் 100 கடிதங்களை மட்டுமே காவல்துறையால் தடைசெய்ய முடிந்தது என்றார். கடிதத்தின் விவரம் இந்திராவின் இமேஜைப் பாதிக்கும்படி இருந்தது. ஆடம்பரப் பிரியராகவும், நினைத்ததை முடிப்பதற்காக எந்த வழியிலும்

செல்லத் தயாரான நபராகவும் அந்தக் கடிதம் இந்திராவைக் காண்பித்தது. உச்ச நீதிமன்ற வழக்கறிஞர் பி.என். லக்கி சில கடிதங்களின் நகல்களை டெல்லியிலிருந்து சண்டிகருக்குக் கொண்டு வந்திருந்தார். எமர்ஜென்சிக்கு எதிராக இயங்கிக்கொண்டிருந்த வழக்கறிஞர்களுக்கு இடையேயான கூட்டத்தில் இது குறித்து பேசப்பட்டதாகவும் எங்களுக்குத் தகவல் கிடைத்தது. எமர்ஜென்சியை எதிர்த்து அகாலி தளம் அறிவித்திருந்த சத்தியாகிரகப் போராட்டம் பற்றிய தகவல்களும் உளவுத்துறையினர் மூலமாகக் கிடைத்தன.

27 ஜூலை ஞாயிறு காலை தீபிந்தர் பக்ஷ், ஜேபியின் சகோதரி சந்திர கலா தேவி ஆகியோர் வந்திருந்தனர். ஜேபியைச் சந்திக்க அவர்களுக்கு அனுமதி அளித்தேன். அந்த வயதான பெண்மணி பரபரப்பாக இருந்தார். தான் ஜி.ஈ.சியில் வேலை பார்ப்பதாகவும், ஜேபிக்காக மருந்துகளும் புத்தகங்களும் கொண்டு வந்து இருப்பதாகவும் சொன்னார். புத்தகங்களைக் கொடுக்க அனுமதி அளிதேன். ஜேபிக்கு இங்கே மருந்து வசதி செய்துகொடுக்கப் பட்டிருப்பதால் மருந்துகளைக் கொடுக்க மறுத்துவிட்டேன்.

அடுத்த நாள் காலை ஜேபியைச் சந்தித்தேன். உற்சாகமாக இருந்தார். 15 நிமிடம் வாக்கிங் போய்விட்டு, குளித்துவிட்டு முகமலர்ச்சியோடு இருந்தார். தொடர்ந்து 15 நிமிடம் வாக்கிங் போகக்கூடாது; ஐந்து நிமிடம் ஓய்வு எடுத்தபின் இன்னொரு ஐந்து நிமிடம் வாக்கிங் போகலாம் என்று மருத்துவக் குழு ஆலோசனை கூறியிருந்தது. ஜேபி தன்னுடைய அறைக்குள்ளேயே நடைப்பயிற்சி மேற்கொண்டிருந்தார். இப்போதெல்லாம் பத்திரிகைகள் படிப்பதில்லை என்பதால் நாட்டு நடப்பு பற்றி விசாரித்தார். நாடாளுமன்றக் கூட்டத்தொடர் முடிவடையப்போவதைத் தவிர வேறு விஷயமில்லை என்று சொன்னேன்.

ஆர்.எஸ்.எஸ், சங் பரிவார் இயக்கத்தைச் சேர்ந்தவர்கள் மிசாவில் கைது செய்யப்பட்டு, பின்னர் மன்னிப்பு கோரியதும் சிறையில் இருந்து விடுவிக்கப் பட்ட சம்பவத்தைச் சொன்னதும் ஜேபிக்குக் கோபம் வந்தது. அவர்களை நேர்மை இல்லாதவர்கள் என்று ஜேபி குறிப்பிட்டார். எந்தக் கட்சியாகவோ, இயக்கமாகவோ இருந்தாலும், அவர்கள் துரோகிகள்தான் என்றார்.

இந்திரா, தேர்தலுக்கான ஏற்பாடுகளைச் செய்யக்கூடும் என்று தான் நினைப்பதாக ஜேபி சொன்னார். எதிர்க்கட்சித் தலைவர்கள் அனைவரும் சிறையில் இருப்பதால், எதிர்ப்பே இருக்காது. காங்கிரஸ் கட்சிக்கு நல்ல வாய்ப்பு இருப்பதாக அவர் நினைக்கக்கூடும். அரசு அதிகாரிகளே காங்கிரஸ் கட்சிக்குப் பிரசாரம் செய்து மக்களை ஓட்டு போடுமாறு கட்டாயப்படுத்தக் கூடும். பாகிஸ்தானின் ஜுல்பிகார் அலி பூட்டோவைப் பார்த்து அதே பாணியில் இங்கே ஒரு சர்வாதிகார ஆட்சி வரக்கூடும். இந்திராவின் பின்னணியில் இருந்து ஆலோசனை சொல்பவர்கள் எல்லாம் யார் என்பதைத் தன்னால் புரிந்துகொள்ள முடியவில்லை என்றார் ஜேபி. சஞ்சய் காந்தியாக இருக்கும் பட்சத்தில், ஆண்டவன்தான் நாட்டைக்

காப்பாற்ற வேண்டும் என்றார். சஞ்சய் கெட்டுக் குட்டிச்சுவரான ஓர் ஆசாமி, கேளிக்கைப் பிரியன் என்றார்.

தன்னுடைய சகோதரியைச் சந்திக்க அனுமதித்ததற்கு நெகிழ்ச்சியோடு நன்றி தெரிவித்துக்கொண்டார். கல்கத்தாவில் இருக்கும் இன்னொரு மைத்துனர் சில நாட்களில் தன்னைச் சந்திக்க வருவதாகச் சொன்னார். பிர்லா நிறுவனத்தில் அவர் வேலை செய்வதால் அடிக்கடி டெல்லி வருவதாகவும் இந்த முறை தன்னைப் பார்க்க வரப்போவதாகவும் குறிப்பிட்டார்.

தன்னை வேறு சிறைக்கு மாற்றுவது குறித்த கடிதத்துக்கு டெல்லியிடமிருந்து ஏதாவது பதில் வந்ததா என்று கேட்டார். இதுவரை வரவில்லை என்றேன். இன்னொரு முறை கடிதம் எழுதப்போவதாகச் சொன்னார்.

8

கசப்புகள், வருத்தங்கள்

எது நடக்கக்கூடாது என்று நினைத்தேனோ அது நடந்தேவிட்டது. மறுநாள் நான் ஜேபியைச் சந்திக்கச் சென்றபோது அவர் படுத்த படுக்கையாக இருந்தார். கையில் ஜான் மாஸ்டரின் புத்தகம் இருந்தது. தொடர்ந்து இரண்டாவது நாளாக அவரால் வாக்கிங் போகமுடியவில்லை. சோர்வாகவும் தளர்ச்சியாகவும் காணப்பட்டார். சர்க்கரை நோயைக் கட்டுப்படுத்து வதற்காகத் தரப்பட்ட மாத்திரையால் அவருக்கு அசௌகரியம் இருந்தது. லேசான மயக்க நிலையில் இருந்தார்.

ஜேபியிடம் அவரது உடல்நிலை குறித்து விசாரித்துக் கொண்டிருந்த நேரத்தில்தான் டாக்டர் மெஹ்ரா அறைக்குள் வந்தார். ஜேபிக்குத் தரப்பட்ட சிகிச்சை பற்றி விசாரித்தேன். கொடுக்கப்பட்ட மருந்து வழக்க மாக எல்லோருக்கும் கொடுப்பதுதானாம். அதனால் லேசான மயக்கமும் உறக்கமும் இருக்கும். அது நோயாளியின் உடல் ஆரோக்கியத்தைப் பொருத்தது. ஜேபியின் வயது காரணமாக மயக்க நிலை அதிகமாகி இருக்கிறது. ஆனால் பயம் ஏதும் இல்லை என்றார்.

முந்தின நாள் இரவு அடிக்கடி ஏற்பட்ட மின் தடை அசௌகரியமாக இருந்ததா என்று ஜேபியிடம் மெஹ்ரா கேட்டார். உறக்கம் வராமல் சற்று மயக்க நிலை இருந்ததால் எதையும் படிக்க முடியவில்லை; மற்றபடி பெரிதாகப் பிரச்னை ஏதுமில்லை என்றார்

ஜேபி. பின்னர் பி.ஜி.ஐ பற்றிய பொதுவான விஷயங்களைப் பேசிக் கொண்டிருந்துவிட்டு மெஹ்ரா அங்கிருந்து கிளம்பினார்.

மொஹிந்தர் சிங்கிடமிருந்து ஏதாவது கடிதம் வந்ததா என்று ஜேபியிடம் கேட்டேன். வந்திருப்பதாகச் சொன்னார். யாரிடமிருந்து வந்திருக்கிறது என்று கேட்டேன். தன்னுடைய மைத்துனர் பிரசாத்தின் மகன் பிரேம் வர்மாவிட மிருந்து வந்திருப்பதாகச் சொன்னார். பிரசாத் என்பவரின் மகன் எப்படி வர்மாவாக இருக்க முடியும் என்று எனக்கு ஆச்சரியமாக இருந்தது. அதையும் ஜேபியிடம் கேட்டேன். பிகாரில் முக்கியமாக காயஸ்தா ஜாதியில் குடும்பப் பெயர்கள் மாறி இருப்பது சாதாரண விஷயம்தான் என்றார். நாராயண் என்பது அவரது குடும்பப்பெயரா என்று கேட்டபோதுதான் அவருடைய முழுப் பெயர் என்ன என்று தெரிந்தது. ஜெயப்பிரகாஷ் நாராயண் ஸ்ரீவாஸ்தவா! ஸ்ரீவாஸ்தவா என்பதுதான் ஜேபியின் குடும்பப்பெயராம்.

காயஸ்தா ஜாதி பற்றிப் பேசிக்கொண்டிருந்தோம். பிகாரில் சத்திரிய காயஸ்தா இருப்பது போல் பிராமண காயஸ்தா குழுக்களும் உண்டாம். பிராமண காயஸ்தா ஜாதியைச் சேர்ந்தவர்கள்தான் பெரும்பாலும் அரசாங்க உயரதி காரிகளாக இருந்தார்கள். என்.பி. மாதுர் அந்தப் பிரிவைச் சேர்ந்தவர்தான் என்றார் ஜேபி. மாதுர் தன்னைச் சந்திக்க ஏன் வரவில்லை என்று ஜேபி கேட்டதற்கு நான் பதில் ஏதும் சொல்லவில்லை. பாட்னாவில் இருந்தபோது காந்தி மைதானத்தில் கொட்டப்பட்ட குப்பைகளை அகற்றுவது சம்பந்தமாக மாதுரை அவர் ஒருமுறை சந்தித்தாகவும், அதற்குப்பின் வேலை உடனே முடிக்கப்பட்டது என்றும் ஜேபி குறிப்பிட்டார்.

பாட்னா, பிகார் ஆகியவை பற்றி பேச்சு திரும்பியது. 1969-ல் நான் இந்தியா முழுக்க சுற்றுலா சென்றபோது பிகாருக்கும் போயிருந்தேன். அங்கு மூன்று நாட்கள் தங்கியிருந்தேன். அதைப் பற்றி ஜேபியிடம் சொன்னேன். பாட்னா வில் சுத்தமான இடம் என்பதே கிடையாது என்றேன். ஜேபியும் அதை ஒப்புக் கொண்டார். எந்த பிகார் அரசும் பாட்னாவைத் தூய்மைப்படுத்த உருப்படி யான நடவடிக்கைகளை எடுத்ததில்லை என்றார். பயிற்சிக்காக கயா வந்திருந் ததையும், பிகாரின் நிர்வாக அமைப்பு முறையில் உள்ள குறைபாடுகளைப் பற்றியும், செய்ய வேண்டிய மாற்றங்களைப் பற்றியும் என்னுடைய கருத்தைச் சொன்னேன். ஜேபியும் அதை ஆமோதித்தார்.

எல்லா வளமும் இருந்தும் பிகார் ஏன் இன்னும் மாறாமல் அப்படியே இருக் கிறது என்று ஜேபியிடம் கேட்டேன். பிகாரின் மேற்குப் பகுதியில் ஏராளமான நீர் ஆதாரங்களும் கிழக்குப் பகுதியில் இயற்கை வளங்களும் கொட்டிக் கிடக்கின்றன. பிகாருக்கு எந்தக் குறைவும் இல்லை. அங்கே வளர்ச்சி பற்றி அக்கறை காட்டாததற்கு பிரிட்டிஷார்தான் காரணம் என்று சொன்ன ஜேபி, சுதந்தரப் போராட்டத்தில் பிகார் முன்னிலையில் இருந்ததால்தான் பின்னுக்கு தள்ளப்பட்டது என்று குறிப்பிட்டார். அதற்குப் பின்னர் வந்த பிகார் அரசுகள்,

அவை எந்தக் கட்சியைச் சேர்ந்தவையாக இருந்தாலும் பிகாருக்காக எதையும் செய்யவில்லை. நிர்வாக அமைப்பைச் சரிசெய்யாதவரை வளர்ச்சியைப் பற்றி நினைத்துக்கூடப் பார்க்க முடியாது என்று நான் சொன்னதை ஜேபியும் ஆமோதித்தார். மக்களோடு பழகி, அவர்களது தேவைகளைப் புரிந்து கொள்ளும் ஆட்சியாளர்களால் மட்டுமே அது சாத்தியம். மாற்றங்களை வலுக்கட்டாயமாகத் திணித்தால் அவை நிரந்தரமாக இருக்காது.

தேர்தல் அமைப்பு முறை எந்த அளவுக்கு பிகாரில் தோல்வி அடைந்திருக் கிறது என்று ஜேபியிடம் கேட்டவுடன் அவர் மௌனமாகிவிட்டார். சிறிது இடைவெளிக்குப் பின் பேச ஆரம்பித்தவர், பஞ்சாயத்து மற்றும் ஊராட்சி அமைப்புகளில் நல்ல பிரதிநிதிகளைத் தேடிக் கண்டுபிடிக்க, தான் இன்னும் போராடிக்கொண்டிருப்பதாகச் சொன்னார். பஞ்சாயத் ராஜ் அமைப்பு, நிர்வாக ரீதியாக நல்ல முறையில் செயல்படும் என்று நான் சொன்னதை அவரும் ஒப்புக்கொண்டார். அங்கிருந்து கிளம்பும்வரை அதைப் பற்றியே பேசிக் கொண்டிருந்தோம்.

அடுத்த நாள் நானும் பனோத்தும் குப்தாவின் அலுவலகத்தில் சந்தித்தோம். பி.ஜி.ஐ சென்று பார்த்தபோது ஜேபி தன் உடல் எங்கும் சொறிந்துகொண்டே இருந்ததாகவும், பேச்சு குளறியபடி இருந்ததாகவும், அதனால் உள்ளே போகாமல் திரும்பி வந்துவிட்டதாகவும் பனோத் சொன்னார். பனோத், அரசாங்கத்தின் மூத்த அதிகாரி. ஜேபியைச் சந்தித்து அவர் என்ன நிலையில் இருக்கிறார், என்ன சொல்ல நினைக்கிறார் என்பதைத் தெரிந்துகொள்ளாமல் திரும்பி வந்ததாக அவர் சொன்னது எனக்கு ஆச்சரியமாக இருந்தது.

பனோத் சொன்னது முக்கியமான விஷயம் என்பதால் உடனே டாக்டர் சுட்டானியைத் தொடர்பு கொண்டேன். தான் ஜேபியின் உடலைப் பரிசோதித்ததாகவும், அவருக்கு உடல்நலம் குறைவுதான் என்றாலும் கவலைப்படும்படியாக ஏதும் இல்லை என்றும் சுட்டானி சொன்னார். மயக்கத்தைத் தவிர்க்க உட்கொண்ட மருந்துகளால்தான் பிரச்னை. எல்லோ ருக்கும் மயக்க நிலை சாதாரணமாக 24 மணி நேரம் மட்டுமே இருக்கும். ஜேபியின் உடலில் நோய் எதிர்ப்புச்சக்தி குறைவு என்பதால் அதையும் தாண்டி மயக்க நிலை நீடித்திருக்கிறது என்றார். ஜேபியின் உடல் முழுவதுமாகப் பரிசோதிக்கப்பட்டதா என்று கேட்டேன். 'மனித உடம்பு, மோட்டார் கார் அல்ல. பழுதானால் வண்டியை நிறுத்தி பானெட்டைத் திறந்து சரிபார்க்க முடியாது' என்று பதில் வந்தது. சுட்டானியின் வார்த்தைகள் திருப்தி அளிக்காததால் டாக்டர் மெஹ்ராவைத் தொடர்பு கொண்டேன். அவரும் அதே வார்த்தைகளையே சொன்னார்.

நெருக்கடிக் குழுக் கூட்டத்தில் ஆபரேஷன் மெடிசின் பற்றிய ஆரம்பக் கட்ட அறிக்கையைத் தயாரித்திருப்பதாக பனோத் சொன்னார். அறிக்கையை இறுதி செய்வதற்கு முன் மாதுரைச் சந்திக்க முடிவு செய்யப்பட்டது. பி.ஜி.ஐயும்

இதில் சம்பந்தப்பட்டிருப்பதால் சுட்டானியின் கருத்தையும் மாதுர் கேட்க வேண்டும் என்றும் முடிவு செய்யப்பட்டது.

ஜேபியின் உடல்நிலை குறித்த செய்திகளைக் கேள்விப்பட்டு, மறுநாள் அவரைச் சந்திக்கச் சென்றிருந்தேன். ஜேபி படுக்கையில் படுத்திருந்தார். அவரது அருகே ஒரு டாக்டரும் நர்சும் நின்றிருந்தனர். டாக்டர், ஜேபியின் நாடித்துடிப்பை சோதித்துக்கொண்டிருந்தார். ஜேபியால் கண்களைத் திறக்கவே முடியவில்லை. உடம்பு ஜில்லென்று இருந்தது. அறையில் இருந்த மின்விசிறிகூட நிறுத்தப்பட்டிருந்தது. ரத்த அழுத்தத்தைப் பரிசோதித்து விட்டு, இசிஜி எடுக்கவேண்டும் என்று சொன்னார் டாக்டர். வேறு யாராவது சீனியர் டாக்டர் ஜேபியைப் பரிசோதித்தார்களா என்று கேட்டேன். மெஹ்ரா கொஞ்ச நேரத்துக்கு முன்னர் வந்து பார்த்தாகச் சொன்னார்கள். ஜேபியைக் கேட்டபோது, உடல்நிலையில் எந்தவித முன்னேற்றமும் இல்லை என்றார். படுக்கை விரிப்பை உடம்பு முழுக்க இழுத்துப் போர்த்திக்கொண்டவர், மிகவும் குளிருவதாகச் சொன்னார். கண்களைத் திறந்து, என்னைப் பார்த்துப் பேச முயற்சி செய்தார். ஆனால் அவரால் முடியவில்லை. அடுத்த சில நிமிடங்களில் இசிஜி கருவிகளோடு இன்னொரு டாக்டர் வந்து பரிசோதனையை ஆரம்பித்தார்.

இசிஜி சோதனை நடந்து கொண்டிருந்தபோது மெஹ்ரா உள்ளே வந்தார். ஜேபியின் உடல்நிலை பற்றி அவரிடம் விசாரித்தேன். இ.என்.டி ஸ்பெஷலிஸ்டான மெஹ்ராவுக்கு ஜேபியின் உடல்நிலை பற்றி உறுதியாக எதையும் சொல்ல முடியவில்லை. ஜேபி காலையில் வாந்தி எடுத்தாகவும் அதன் காரணமாகவே பலவீனமாக உணர்வதாகவும் சொன்னார். சர்க்கரை வியாதிக்காக ஏற்கெனவே கொடுத்த மருந்து சரியில்லாததால் இன்னொரு மருந்தை முந்தைய நாள் கொடுத்திருப்பதாகவும் அதனால்கூட இதுபோன்ற பக்க விளைவுகள் வந்திருக்கும் என்றும் சொன்னார். இசிஜி சோதனை முடிவுகள் ஜேபியின் உடல்நிலை சீராக இருப்பதாகச் சொன்னது. டாக்டர் சுட்டானியிடமும் ஜேபியின் உடல்நிலை பற்றிப் பேசியிருப்பதாகவும், அவர் எந்நேரமும் இங்கே வரக்கூடும் என்றும் குறிப்பிட்டார். ஜேபி எழுந்து உட்கார முயன்றார். அவரால் முடியவில்லை. மெஹ்ரா உடனே இரண்டு நர்சுகளைக் கூப்பிட்டு, அவர் எழுந்து உட்கார உதவி செய்யுமாறு சொன்னார்.

சுட்டானி அப்போது வந்தார். ஜேபியின் அறைக்குப் பக்கத்து அறையில் மற்ற டாக்டர்களுடன் விவாதித்தார். அதிகமான மருந்துகளை உட்கொண்டதால் ஜேபியின் உடல்நிலை சீர்கேடு அடைந்துவிட்டதாக சுட்டானி முடிவுக்கு வந்தார். அனைத்து மருந்துகளையும் நிறுத்திவிட்டு நிலைமையைப் பரிசோதிக்கலாம் என்றும் முடிவு செய்யப்பட்டது.

பின்னர் சுட்டானியும் மற்ற டாக்டர்களும் ஜேபியின் அறைக்குச் சென்றார்கள். நானும் கூடவே சென்றேன். சுட்டானியே பரிசோதனையை ஆரம்பித்தார்.

ஜேபியின் நாடி, ரத்த அழுத்தம் பரிசோதிக்கப்பட்டது. கை, கால்களை அசைத்துப் பார்க்கச் சொன்னார். ஜேபி படுக்கையில் இருந்து இறங்கி நிற்க முயன்றார். ஆனால் அவரால் முடியவில்லை. உடல் நடுங்கிக்கொண்டு இருந்தது. இரண்டு அடிகள் எடுத்து வைத்தவர், அது முடியாமல் போகவே திரும்பவும் படுக்கையில் சாய்ந்து விட்டார். காலையில் என்ன உணவு எடுத்துக்கொண்டீர்கள் என்று ஜேபியிடம் சுட்டானி கேட்டார். சுடுநீரில் எலுமிச்சம் பழத்தைப் பிழிந்து சாப்பிட்டதாக ஜேபி பதில் சொன்னார். பால் அருந்தச்சொன்ன சுட்டானி, மெஹ்ராவிடம் தேவையானதைச் செய்யுமாறு சொன்னார். இதற்குமுன் இதுபோல் நடந்திருக்கிறதா என்று சுட்டானி கேட்டதற்கு ஜேபி இல்லை என்றார். ஜேபி அன்று காலை மலம் கழிக்க வில்லை. உடல்நிலை சரியாக இருப்பதாக ஜேபியிடம் சொன்ன சுட்டானி, என்னைச் சுட்டிக்காட்டி, பெரிய டாக்டர் இருக்கும்போது என்ன கவலை என்றார். ஜேபியும் மெல்லச் சிரித்து, சரிதான் என்றார்.

டாக்டர்கள் மீண்டும் விவாதிக்கச் சென்றனர். சுட்டானி அன்றைய மருத்துவ அறிக்கையை எழுதி என்னிடம் கொடுத்தார். எல்லாப் பரிசோதனைகளும் ஜேபியின் உடல்நிலை நன்றாக இருப்பதாகவே குறிப்பிடுவதாகச் சொன்னார். மருந்துகளை உட்கொண்டதுதான் பிரச்னைக்குக் காரணம் என்றவர், அதுகுறித்து தான் ஏதாவது செய்வதாகச் சொன்னார். அவரிடம் இருந்து மருத்துவ அறிக்கையைப் பெற்றுக்கொண்டு அலுவலகத்துக்குத் திரும்பி வந்தபோது குப்தா காத்திருந்தார். ஜேபியின் உடல்நிலை பற்றி அவரிடம் விவரமாக எடுத்துச் சொன்னேன். அவரால் நம்ப முடியவில்லை.

மதியம், ஜேபிக்கு வந்த ஒரு கடிதத்தை அனுப்பி வைத்திருந்தேன். தனிமைச் சிறையை எதிர்த்து நீதிமன்றத்தை அணுகும் முடிவு குறித்து விமல் தவே அனுப்பியிருந்த கடிதம் அது. அன்று மாலை எனக்கு வேறு வேலை இருந்தது. சண்டிகரில் எல்லாக் கடைகள் வாயிலிலும் விலைப்பட்டியல் வைக்கப்பட வேண்டும் என்ற உத்தரவு நடைமுறைப்படுத்தப்பட்டிருக்கிறதா என்பதைச் சரிபார்க்க வேண்டியிருந்தது.

அன்றைய நெருக்கடிக் குழுக் கூட்டத்தில் டெல்லி வட்டாரத்தில் உலா வரும் ஒரு வதந்தி பற்றி மாதுர் குறிப்பிட்டார். குல்தீப் நய்யார் சண்டிகர் சிறைக்கு வந்து ஜேபியைச் சந்தித்தாகவும், அவருடனான உரையாடல்களைப் பதிவு செய்து வெளிநாட்டுப் பத்திரிகையாளர்களுக்கு அனுப்பியிருப்பதாகவும் பேசப்படுவதாகச் சொன்னார். டெல்லியிலிருந்து தன்னைத் தொலைபேசியில் அழைத்த பன்சிலால், நிறையப் பேர் ஜேபியைச் சந்தித்து வருவதாகவும், அது குறித்துக் கவனமாக இருக்கவேண்டும் என்று சொன்னதாகவும் மாதுர் சொன்னார்.

அடுத்த நாள் ஜேபியைச் சந்திக்க பி.ஜி.ஐ சென்றபோது, நர்ஸ் அவரது ஆடைகளை மாற்றிக்கொண்டிருந்தார். டிஎஸ்பியின் அறையில் அமர்ந்து

அவருடன் பேசிக்கொண்டிருந்தேன். என்னதான் டாக்டர்கள் ஜேபி நன்றாக இருப்பதாகச் சொன்னாலும் தான் அதை நம்பவில்லை என்று ஜேபி சொல்லிக்கொண்டிருப்பதாக டிஎஸ்பி என்னிடம் சொன்னார். ஜேபி கடுமையான மன உளைச்சலில் இருப்பது தெரிந்தது. ஜேபி படிப்பதற்காக ஏதாவது நாளிதழ்கள் தரப்படுகிறதா என்று கேட்டதற்கு அவற்றையெல்லாம் நிறுத்திவிடச் சொல்லி வெகு காலமாகிவிட்டது என்றார் டிஎஸ்பி. வேறு யாராவது ஜேபியைச் சந்தித்தார்களா என்று கேட்டதற்கு டாக்டர், நர்ஸ் கூட ஏகப்பட்ட கெடுபிடிகளுக்கு பின்னரே உள்ளே அனுமதிக்கப்படுகிறார்கள்; எனவே, வேறு யாரும் சந்திக்க வாய்ப்பில்லை என்றார். குல்தீப் நய்யார் சந்தித்தாக எப்படிச் செய்தி வந்தது என்பதுதான் எனக்கு ஆச்சரியமாக இருந்தது.

நர்ஸ் வெளியே வந்ததும் ஜேபியின் அறைக்குச் சென்றேன். ஒரு நாற்காலியில் உட்கார்ந்திருந்தார். நேற்று வாந்தி எடுத்த காரணத்தால் இன்று காலை உணவும் எதுவும் சாப்பிடவில்லை. காபியோடு ரொட்டி உட்கொண்டிருந்தார். நாட்டு நடப்புகளைப் பற்றி விசாரிக்க ஆரம்பித்தார். அமெரிக்க பத்திரிகையான சாடர்டே ஈவினிங் ரிவ்யூவில் வெளியாகியிருக்கும் இந்திராவின் பேட்டியையும், அதில் தேவையின்றி நீண்ட நாட்கள் எமர்ஜென்சி நீட்டிக்கப்படாது என்று குறிப்பிட்டிருந்ததையும் சொன்னேன். ஹிந்துஸ்தான் டைம்ஸ் பத்திரிகையில் எமர்ஜென்சியை ஆதரித்து வந்த தலையங்கத்தைப் பற்றியும் சொன்னேன்.

இந்திராவின் நிலைப்பாட்டில் மாற்றம் தெரிவதாகச் சொன்னார் ஜேபி. அவருடைய கடிதம் பிரதமரின் மனத்தில் மாற்றங்களை ஏற்படுத்தியிருக்கலாம் என்பது அவரது நம்பிக்கை. இப்போதுகூட எமர்ஜென்சியை விலக்கி சகஜ நிலைக்கு வருவதன் மூலம் ஜனநாயகத்தைக் காப்பாற்ற முடியும் என்று தான் நம்புவதாகச் சொன்னார். நாட்டு நடப்புகளைத் தெரிந்துகொள்ள மீண்டும் பத்திரிகைகள் படிக்க விரும்புவதாகச் சொன்னார். உடனே ஏற்பாடு செய்வதாகப் பதில் சொன்னேன்.

ஜேபியை சகஜ நிலைக்குக் கொண்டுவருவதற்காக, பொதுவான விஷயங் களைப் பற்றிப் பேசிக்கொண்டிருந்தோம். எமர்ஜென்சி தொடரும் என்றும், பிரதமர் 20 அம்சக் கோரிக்கையை நிறைவேற்றுவார் என்றும் தான் நினைப்பதாக ஜேபி சொன்னார். பத்திரிகை சுதந்தரம் உடனே திரும்பியாக வேண்டும் என்றும், பிற உரிமைகளைப் பற்றிப் பின்னர் பார்த்துக்கொள்ள லாம் என்றும் அவர் சொன்னார். நீதித்துறைச் சீர்திருத்தம் பற்றிய என் கருத்துக்களை அவர் ஏற்கவில்லை. உச்ச நீதிமன்றத்துக்கும் உயர் நீதிமன்றங் களுக்கும் சுய அதிகாரம் கொடுக்கப்படவேண்டும் என்ற விஷயத்தை அவர் ஒப்புக்கொண்டார். ஐஏஎஸ், ஐபிஎஸ் போல நீதித்துறைக்கும் ஓர் அமைப்பு வேண்டும்; அப்போதுதான் அரசியல், ஜாதி, மத சச்சரவுகளிலிருந்து நீதித்துறை விலகியிருக்கும் என்றார் அவர்.

அன்றைய நெருக்கடிக் குழுக் கூட்டத்தில் பேசுவதற்கு எந்த விஷயமும் இருக்கவில்லை. காந்தி அமைதி இயக்கத்திலிருந்து ஜேபிக்கு வந்த ஒரு பார்சலை பனோத் நிறுத்தி வைத்திருந்தார். மாதுர் அதைப் படித்துவிட்டு பனோத்திடம் திருப்பிக் கொடுத்துவிட்டார். காவல்துறையும் பனோத்தும் ஆர்வக்கோளாறுடன் இருந்தார்கள். பார்சல் எனக்குத்தான் வந்திருந்தது. என்னிடம் கொடுப்பதற்கு முன்பாகவே அதைப் பிரித்துப் பார்த்திருக்கிறார்கள். பார்சலை ஆய்வு செய்யவேண்டியது காவல்துறை அல்ல. என்னுடைய, மாது ருடைய வரம்பைமீறி பனோத் எதுவும் செய்யக்கூடாது என்று அறிவுறுத்தப் பட்டார். பனோத்தும் தனது செய்கைக்காக மன்னிப்பு கேட்டுக்கொண்டார்.

ஆஸ்திரேலியாவில், வர்னாம்பூல் என்ற இடத்தில் இருந்து ஜேபிக்கு ஒரு தந்தி வந்திருந்தது. அதை சண்டிகர் பொது மருத்துவமனைக்கு நேரடியாக அனுப்பி வைத்திருந்தார்கள். சண்டிகரில் ஜேபி எங்கே வைக்கப்பட்டிருக் கிறார் என்பதை டெல்லி தர்பார் ரகசியமாக வைத்திருக்க நினைத்தது. உள்ளூர் மக்களுக்குக்கூடச் சரியாகத் தெரியாது. ஆனால் ஆஸ்திரேலியாவில் இருப்பவர்களுக்கு அவர் எங்கே வைக்கப்பட்டிருக்கிறார் என்பது சரியாகத் தெரிந்திருந்தது!

ஜேபியின் வாழ்க்கை வரலாறை எழுதிய ஆலன் ஸ்கார்ப், வெண்டி ஸ்கார்ப் தம்பதிகள் இடமிருந்துதான் அந்தத் தந்தி வந்திருந்தது. நவம்பர் 1977 சமயத்தில் கடம் குவானில் வசித்த ஜேபியின் வீட்டுக்குப் போனபோது அவர் அந்தப் புத்தகத்தின் ஒரு பிரதியை எனக்கு அன்பளிப்பாகக் கொடுத்தார். கவனமாக, சிரத்தை எடுத்து எழுதப்பட்டிருந்த அந்தப் புத்தகம் என்னை வெகுவாகக் கவர்ந்தது. எமர்ஜென்சி காலம் பற்றி அதில் எதுவும் குறிப்பிடப் படாவிட்டாலும், ஜேபி தனது இயக்கத்தை ஆரம்பிப்பதற்கு முந்தைய காலத்தைப் பற்றி அந்தப் புத்தகம் விரிவாகச் சொன்னது. எமர்ஜென்சிக்குப் பின் நடந்தவை பற்றி அதில் செய்தி ஏதும் இல்லை.

எமர்ஜென்சி பற்றியும் அதில் ஜேபியின் பங்கு பற்றியும் அடுத்த தலை முறைக்குக் கொண்டுசேர்க்க ஸ்கார்ப் தம்பதிகளால் மட்டுமே முடியும் என்பது எனது நம்பிக்கை. 1994-ல் நான் ஆஸ்திரேலியாவுக்குப் பயணம் செய்தபோது மெல்போர்னில் தங்க நேர்ந்தது. வர்னாம்பூல், மெல்போர்னில் இருந்து வெகு தூரமில்லை என்று கேள்விப்பட்டு ஆலன் தம்பதிகளுக்கு ஒரு கடிதம் எழுதியிருந்தேன். ''இனி நாட்டுக்காக ஜேபி செய்தவை பற்றி எழுது வதற்காக சரித்திரத்தின் பக்கங்களும் கிப்பனின் பேனாவும் காத்திருக் கின்றன' என்று முந்தைய புத்தகத்தில் குறிப்பிட்டிருந்தீர்கள். ஜேபியின் வாழ்க்கை வரலாறைப் படித்தபோது நீங்கள்தான் அந்த கிப்பனாக இருக்கக்கூடும் என்று தெரிகிறது' என்று குறிப்பிட்டிருந்தேன்.

உடனடியாகப் பதில் வந்தது. மார்ச் 16 அன்று நாங்கள் மெல்போர்னில் சந்தித்து உரையாடினோம். என்னுடைய கடிதத்தைப் படித்தபின் இந்தியா

வுக்கு வந்து ஜேபி பற்றி மேலும் ஆராய்ச்சி செய்து சரியான தகவல்களைக் கொண்டு இன்னொரு புத்தகம் எழுத இருப்பதாகத் தம்பதிகள் தெரிவித்தனர். டெல்லி, பிகார், உத்திரப் பிரதேசம், குஜராத் போன்ற பல இடங்களுக்குப் பயணம் மேற்கொள்ள வேண்டியிருக்கும். நிறைய ஆராய்ச்சி செய்ய வேண்டியிருக்கும். நிறையச் செலவாகும். பொருளாதார ரீதியாக யாராவது உதவி செய்வார்களா என்று என்னிடம் கேட்டனர். அப்படிப்பட்ட உதவி செய்யும் மனம் கொண்டவர்களோ அல்லது நிறுவனமோ ஜேபி மீது உண்மையான அன்பு கொண்டவர்களாக, நெருக்கமானவர்களாக இருப்பது நல்லது. அந்த வகையில் முன்னாள் பிரதமர் சந்திரசேகரைத் தவிர வேறு யாரும் ஜேபிக்கு நெருக்கமானவர்கள் என்று எனக்குத் தோன்றவில்லை. சந்திர சேகரிடமிருந்து நல்ல பதில் கிடைக்கும் என்ற நம்பிக்கையில் என்னால் முடிந்ததைச் செய்வதாகச் சொன்னேன்.

என்னுடைய அறிவுரையின்படி தம்பதியினரும் உடனே சந்திரசேகருக்குக் கடிதம் எழுதினர். சென்னைக்குத் திரும்பியதும் சந்திரசேகருடன் தொலைபேசியில் தொடர்புகொண்டு பேசினேன். அதே வருடம் மார்ச் இறுதியில் அவர் சென்னை வந்தபோது அவரை நேரில் சந்தித்தும் பேசினேன். சந்திர சேகருக்கு இந்த விஷயத்தில் ஆர்வம் இருப்பது போல் தோன்றியது. எல்லாவற்றையும் ஒரு கடிதத்தில் எழுதிக்கொடுக்கும்படிச் சொன்னார். உடனே எழுதிக்கொடுத்தேன். ஆனால், அதற்குப்பின் எந்த முன்னேற்றமும் இல்லை.

ஜேபியின் வரலாற்றைச் சரியாக எழுத முடியாமலே போனது. அதன் காரணமாகவே சுதந்தரத்துக்குப் பின்னர் நடந்த சரித்திரத்தில் ஒரு பெரிய வெற்றிடம் உருவாகியிருக்கிறது. கூடிய விரைவில் பல வரலாற்றாசிரியர்கள் அந்த வெற்றிடத்தைப் பூர்த்தி செய்வார்கள் என்றே நினைக்கிறேன்.

9
ஃபாசிஸத்தின் கோரமுகம்

ஜனநாயகத்துக்கு விரோதமான பாசிச சக்திகளிடமிருந்து நாட்டைக் காப்பாற்றுவதற்காகத்தான் எமர்ஜென்சி கொண்டுவரப்பட்டது என்பதையே இந்திரா காந்தி மூச்சுக்கு முன்னூறு தடவை சொல்லிக்கொண்டு இருந்தார். ஆனால் நிலைமையோ தலைகீழ். சிறையில் அடைக்கப்பட்ட மிசா கைதிகளுக்கு, குறிப்பாக ஜேபிக்கு விதிக்கப்பட்ட கடுமையான கட்டுப்பாடுகளில் இருந்தே எமர்ஜென்சியின் கொடூரம் எத்தகையது என்பதைப் புரிந்துகொள்ள முடியும். யாரையும் சந்திக்க அனுமதியில்லை. சொந்தக்காரர்களுக்கு எழுதும் கடிதங்களில்கூட கடுமையான தணிக்கை.

உள்நாட்டுப் பாதுகாப்புச் சட்ட விதிமுறைகளின் 14-வது பிரிவு சொல்லும் செய்தி இதுதான். மிசா கைதிகளுக்கு, வாரம் ஒருமுறை மட்டுமே அவர்களது உறவினர்களைச் சந்திக்க அனுமதி உண்டு. 12 வயதுக்கு உட்பட்ட குழந்தைகள் தவிர மற்றவர்களில் ஐந்து பேருக்கு மட்டுமே அனுமதி. அதே விதிமுறையின் 2-வது பிரிவு, உறவினர்கள் என்றால் யார் யார் என்பதையும் விளக்குகிறது. தாய், தந்தை, மனைவி, கணவன், குழந்தைகள், அத்தை, மாமா, உடன் பிறந்த சகோதரர்கள், சகோதரிகள், மாமனார், மாமியார், மருமகன் அல்லது மருமகள் ஆகியோர்கள் மட்டுமே உறவினர்கள். ஒரு வாரத்தில் 4 கடிதங்கள் மட்டுமே எழுத முடியும். கடிதங்களைப் பெற்றுக்கொள்வதில் எந்தக் கட்டுப்பாடும் இல்லை. ஆனால், கடிதப் பரி

மாற்றத்தில் அரசுக்கு எதிரான விஷயங்கள் ஏதும் இல்லை என்பதைச் சிறை அதிகாரிகள் உறுதி செய்யவேண்டும் என்று 15-வது பிரிவு குறிப்பிடுகிறது.

இவை எல்லாமே சிறைச்சாலையில் பின்பற்றப்படும் சாதாரண நடை முறைகள்தான். பெரும்பாலான மிசா கைதிகளுக்கு இதனால் அசௌகரியம் இல்லை. ஆனாலும் டெல்லி தர்பாருக்குத் திருப்தி இல்லை. சிறையில் அடைக்கப்பட்டிருக்கும் பெருந்தலைகள் நிஜமான கஷ்டத்தை அனுபவிக்க வேண்டும் என்று நினைத்தது. ஆகவே 9 ஜூலை 1975 அன்று அவசர அவசர மாக டெல்லியில் இருந்து இன்னொரு ரகசிய வயர்லெஸ் உத்தரவு பிறப்பிக்கப்பட்டது. இவர்கள் விஷயத்தில், எதுவாக இருந்தாலும் முதலில் டெல்லியை அணுகி அனுமதி பெறவேண்டும்.

ஜேபியின் உடல்நலத்தைக் கருத்தில் கொண்டும் அவரது உறவினர் வட்டாரம் குறுகியது என்பதாலும், அவரைச் சந்திக்க வருபவர்களிடம் கெடுபிடியாக நடந்துகொள்ள வேண்டாம் என்று நான் முடிவு செய்திருந்தேன். இது சம்பந்தமான டெல்லி தர்பாரின் பெரும்பாலான வயர்லெஸ் உத்தரவுகளை நான் கருத்தில் கொள்ளவில்லை.

ஆகஸ்ட் 4 அன்று இன்னொரு வயர்லெஸ் உத்தரவு வந்தது. வாரம் ஒரு முறை மட்டுமே சந்திக்க அனுமதி என்று இருந்ததை, மாதம் ஒரு முறை என்று மாற்றியிருந்தார்கள். ஜேபியைக் குறிவைத்து அவரைத் தனிமைப் படுத்தவேண்டும் என்ற நோக்கத்தோடு டெல்லி நடந்து கொள்வதைப் புரிந்து கொண்டேன். வயர்லெஸ் உத்தரவுகளைப் பற்றிய கூடுதல் விளக்கம் கேட்டு டெல்லிக்கு ஒரு கடிதத்தை ஆகஸ்ட் 6 அன்று அனுப்பி வைத்தேன்.

என்னுடைய கடிதத்துக்கான விளக்கம் டெல்லியிலிருந்து வரப்போவ தில்லை. அதற்காக வீணாகக் காத்திருக்க வேண்டாம் என்று முடிவு செய்தேன். அடுத்தடுத்து ஜேபியின் மைத்துனர், பேரன், சகோதரியின் பேரன் என, சந்திக்க வந்தவர்களுக்கெல்லாம் அனுமதி கொடுத்தேன்.

மைத்துனர், மனைவியின் சகோதர, சகோதரிகள் ஆகியோரையும் உறவினர் கள் பட்டியலில் சேர்க்கலாம் என்று டெல்லியிடம் இருந்து உத்தரவு வந்தது. ஆனால் மாதம் ஒரு முறை மட்டுமே சந்திப்பு என்ற நடைமுறையில் மாற்றமில்லை. ஆனாலும் ஜேபியைச் சந்திக்க நீண்ட தூரத்திலிருந்து வரும் உறவினர்களை நான் ஏமாற்ற விரும்பவில்லை. அனைவருக்கும் அனுமதி அளித்தேன்.

டெல்லியின் தன்னிச்சையான உத்தரவுகளுக்கு எதிராக நீதிமன்றத்தை நாட முடியும். நீதிமன்றத் தடையினால் ஜேபிக்கும் ஆறுதல் கிடைக்கும். என்னால்கூட அதைச் செய்திருக்க முடியும். ஆனால் என்னுடைய உயர் அதிகாரிகளுக்கு டெல்லியை எதிர்க்கும் துணிச்சல் இல்லை. ஆகஸ்ட் 3

அன்று உச்ச நீதிமன்ற வழக்கறிஞர் விமல் தவே வழக்கு சம்பந்தமாக ஜேபியைச் சந்திக்க வந்தபோது இது தெளிவாகத் தெரிந்தது.

ஜேபியைச் சந்தித்துவிட்டு ஒரு சில ஆவணங்களில் அவரது கையெழுத்தை வாங்கிவிட்டு வெளியே வந்த தவேயை மொஹிந்தர் சிங் தடுத்து நிறுத்தினார். ஜேபி கையெழுத்திட்ட ஆவணங்களை நான் படித்துப் பார்த்து ஒப்புதல் கையொப்பம் இட வேண்டுமாம்.

நான் மாதுரைத் தொடர்புகொண்டு இதுகுறித்து விவரித்தேன். வழக்கறிஞர் களின் ஆவணங்களைச் சரிபார்க்கும் நடைமுறை, சிறைச்சாலை விதிமுறை களில் உள்ளதா என்று அவர் என்னிடம் கேட்டார். நான் இல்லை என்று சொன்னேன். ஜேபியைச் சந்திப்பது பற்றியும், கடிதப் பரிமாற்றங்கள் பற்றியும்தான் விதிமுறைகள் இருந்தன. வழக்கு சம்பந்தப்பட்ட ஆவணங் களைச் சரிபார்ப்பது நடைமுறையில் இல்லை என்றேன். மாதுரும் ஒப்புக் கொண்டார். அதை மொஹிந்தர் சிங்கிடம் தெரிவித்தேன். தவே கிளம்பும் போது அந்த ஆவணங்களின் ஒரு பிரதியை (ஜேபியின் கையொப்பம் இல்லாதது) என்னிடம் கொடுத்துவிட்டுச் சென்றார்.

பதினைந்து நிமிடங்கள் கழித்து மாதுர் எனக்கு போன் செய்தார். இது சம்பந்த மாக சட்ட ஆலோசகரைக் கலந்து ஆலோசித்தீர்களா என்று கேட்டார். இல்லை என்றும், அதற்குத் தேவையும் இருக்கவில்லை என்றும் பதில் சொன்னேன். ஆவணங்களைச் சரிபார்க்காமல் வழக்கறிஞரை வெளியே அனுப்புவது சரியல்ல என்று தான் நினைப்பாகவும், எதற்கும் ஒரு முறை டெல்லியில் விசாரித்துவிட்டுச் சொல்வதாகவும், அதுவரை அந்த வழக்கறிஞரை வெளியே விடவேண்டாம் என்றும் மாதுர் சொன்னார்.

நான் உடனே சட்ட ஆலோசகர் சௌத்ரிக்கு போன் செய்தேன். அவர் கிடைக்க வில்லை, மொஹிந்தர் சிங் அலுவலகத்துக்கு போன் செய்தேன். அவரும் இல்லை. தொலைபேசியைக் கீழே வைத்தவுடன் மாதுரிடமிருந்து அழைப்பு வந்தது. தவேயை எப்படியாவது தடுத்த நிறுத்த வேண்டும் என்றார். திரும்பவும் சௌத்ரிக்கு போன் செய்தேன். இந்த முறை அவரே எடுத்தார். நடந்தவற்றை விவரமாகச் சொல்லிவிட்டு, கைதியின் வழக்கறிஞரைத் தடுக்கச் சட்டத்தில் இடம் உண்டா என்று விசாரித்தேன். அதைச் செய்ய முடியாது என்றவர், பத்தே நிமிடத்தில் அலுவலகத்துக்கு நேரில் வந்து பேசுவதாகச் சொல்லி தொலைபேசியை வைத்துவிட்டார். திரும்பவும் மொஹிந்தர் சிங்குக்கு போன் செய்தேன். இம்முறையும் அவர் கிடைக்க வில்லை. திரும்பவும் மாதுரிடமிருந்து எனக்கு போன். மறுமுனையில் அவர் பதட்டமாக இருப்பது தெரிந்தது. மொஹிந்தர் சிங்கைத் தொடர்புகொண்டு உடனே தவேயைத் தடுத்து நிறுத்துமாறு தான் சொல்லியிருப்பதாகச் சொன்னார். எப்படியும் இந்நேரம் மொஹிந்தர் சிங் அதைச் செய்துகொண்டு இருப்பார் என்றும் கவலைப்படவேண்டாம் என்றும் பதில் சொன்னேன்.

சிறிது நேரம் கழித்து, திரும்பவும் மாதுரிடம் இருந்து போன். பனோத்தின் உதவியோடு எப்படியாவது விமல் தவேயைத் தேடுமாறு சொன்னார். சண்டிகரில் இருக்கும் வழக்கறிஞர் லக்கன்பால் வீட்டில் தவே இருக்கிறாரா என்பதை விசாரிக்கச் சொன்னார். நான் ஏற்கெனவே அதை விசாரித்திருந்தேன். எனவே, அங்கே விமல் தவே இல்லை என்று பதில் அளித்தேன். விமல் தவே சண்டிகரைவிட்டு வெளியேறுவதை எப்படியாவது தடுத்தாக வேண்டும் என்றார் மாதுர். அவரது குரலில் கடுமை தெரிந்தது.

சௌத்ரி என்னுடைய அறைக்கு வந்து சம்பந்தப்பட்ட ஆவணங்களைப் படித்துப் பார்த்தார். ஜேபி எங்கே, எப்போது கைது செய்யப்பட்டார் என்பதில் ஆரம்பித்து தனிமைச்சிறையில், உடல் உபாதைகளுடன் கஷ்டப்படுவதை எல்லாம் விவரித்து ஒரு கோரிக்கை மனுவாக எழுதப்பட்டிருந்தது. அதில் ஆட்சேபகரமான விஷயங்கள் ஏதும் இல்லை என்ற சௌத்ரி, வெளிநாட்டுப் பத்திரிகைகளின் கையில் இந்த மனு கிடைக்கும் பட்சத்தில் சர்வதேச அளவில் சர்ச்சையைக் கிளப்பிவிடும் என்று தான் நினைப்பதாகச் சொன்னார். சௌத்ரியின் கருத்தை நானும் ஒப்புக்கொண்டேன். திரும்பவும் மொஹிந்தர் சிங்கைத் தொடர்பு கொள்ள முயற்சித்தேன். அது முடியாததால் செக்டர் 17 காவல் நிலையத்துக்கு போன் செய்து, அங்கிருந்த சப் இன்ஸ்பெக்டரிடம் விமல் தவே குறித்த விவரங்களைச் சொல்லிக்கொண்டிருக்கும்போதே என்னுடைய உதவியாளர் மிட்டல் அறைக்குள் வந்தார். மிட்டலை உடனடி யாக மத்தியப் பேருந்து நிலையம் சென்று அங்கிருந்து பேருந்தில் கிளம்பிக் கொண்டிருந்த தவேயைத் தடுத்து நிறுத்துமாறு சொன்னேன்.

அடுத்து எடுக்கவேண்டிய நடவடிக்கைகள் குறித்து சௌத்ரியிடம் பேசிக் கொண்டிருந்த நேரத்தில் மொஹிந்தர் சிங் வந்து சேர்ந்தார். பேருந்து நிலையத் தில் இருந்து டெல்லிக்குக் கிளம்பிக்கொண்டிருந்த தவேயைத் தடுத்து நிறுத்தி, கூடவே அழைத்து வந்திருப்பதாகச் சொன்னார். விமல் தவேயை உள்ளே வரவழைத்து, பிரச்னையை விளக்கினேன். ஆரம்பத்தில் மறுத்தவர், சிறிது நேர விவாதத்துக்குப் பின், ஒரிஜினல் ஆவணத்தையும் அதன் இரு பிரதிகளையும் என்னிடம் கொடுப்பதற்கு ஒப்புக்கொண்டார். சௌத்ரியிடம் அவற்றைக் கொடுத்து, ஆட்சேபகரமான விஷயங்கள் இருந்தால் அவற்றை நீக்கச் சொல்லிவிட்டு சற்று நேரம் வெளியே வந்தேன்.

மீண்டும் அலுவலகம் திரும்பியபின், மாதுருக்கு போன் செய்து விஷயத்தைச் சொன்னேன். ஆவணங்களைக் கவனமாகப் படித்துவிட்டு டெல்லிக்குத் தெரிவித்தபின் முடிவெடுக்கலாம் என்றும் இப்போதைக்கு தவேயை அனுப்பிவிடலாம் என்றும் மாதுர் சொன்னார். தவேயிடம் ஆவணங்களைப் பின்னர் அனுப்பி வைப்பதாகச் சொல்லச் சொன்னார். ஆனால் தவே இதற்கு ஒப்புக்கொள்ளவில்லை. உயர் நீதிமன்றம் சம்பந்தப்பட்ட விஷயத்தில் இப்படியெல்லாம் செய்யக் கூடாது என்றார். உயர் நீதிமன்றத்துக்கும் இதற்கும் எந்தச் சம்பந்தமும் இல்லை என்றும் ஒரு வட்டார நீதிபதியாக

என்ன செய்ய வேண்டுமோ அதைத்தான் நான் செய்கிறேன் என்றும் அவரிடம் விளக்கிச் சொன்னேன். என் விளக்கத்தில் அவருக்குத் திருப்தி இல்லை.

தவே, வி.எம் தார்க்குண்டேயுடன் தொடர்பு கொள்ளவேண்டும என்றார். நானே அவரது டெல்லி தொலைபேசி எண்ணைச் சுழற்றினேன். மறுமுனையில் அவர் இருந்தார். முதலில் தவே அவரிடம் பேசிவிட்டு தொலைபேசியை என்னிடம் கொடுத்தார். மறுமுனையில் தார்க்குண்டே மிகவும் பிடிவாதமாக இருந்தார். உயர் நீதிமன்ற ரிட் மனுவை இப்படி அலட்சியமாக அணுகக்கூடாது என்று வாதிட்டார். 'இது உயர் நீதிமன்றம் சம்பந்தப்பட்ட விஷயமல்ல. ஜேபி கையெழுத்து இடாத வரையில் இதில் எந்தப் பிரச்னையும் இல்லை. ஆனால், கையெழுத்து இட்டபின், இது சர்வதேச அளவில் முக்கியமான ஓர் ஆவணம் ஆகிவிட்டது. எனவே ஆவணத்தைச் சரிபார்க்காமல் உடனே கையோடு கொடுத்து அனுப்ப முடியாது' என்று திரும்பவும் உறுதியாக மறுத்துப் பேசினேன்.

என்னுடைய வாதத்தில் உள்ள நியாயத்தை உணர்ந்துகொண்ட தார்க்குண்டே, தவேயிடம் உடனடியாக ஆவணங்களை என்னிடம் கொடுத்துவிடும்படிச் சொன்னார். பின், தவேயிடம் பேசிவிட்டு மீண்டும் என்னிடம் பேசியவர், 'நாளைக்குள் ஆவணங்களை அனுப்பி வையுங்கள். இல்லாவிட்டால் ரிட் மனுவை வேறு யாருடைய பெயரிலாவது தாக்கல் செய்துவிடுவோம்' என்றார். ஒரிஜினல், இரண்டு பிரதிகள் ஆகியவற்றை என்னிடம் கொடுத்துவிட்டு தவே உடனே டெல்லிக்குப் புறப்பட்டார்.

அன்று மாலை டெல்லி மாவட்ட ஆட்சியர் சுஷில் குமாரிடமிருந்து எனக்குத் தொலைபேசி அழைப்பு வந்தது. ஜேபியின் மருத்துவப் பரிசோதனை அறிக்கையை டெல்லிக்கு அனுப்பி வைக்கும்படிச் சொன்னார். அகில இந்திய மருத்துவ விஞ்ஞானக் கழகத்தில் இதய நோய் நிபுணராக இருக்கும் பேராசிரியர் பாடியா, ஜேபியைப் பரிசோதிக்க மறுநாள் சண்டிகருக்கு வரப்போவதாகவும் அதற்கான ஏற்பாடுகளைச் செய்யுமாறும் என்னைக் கேட்டுக்கொண்டார். பாடியாவின் வருகை பற்றி மொஹிந்தர் சிங்குக்குத் தெரிவித்தேன். மாதுரைத் தொடர்புகொண்டேன். ஆனால் அவர் கிடைக்கவில்லை. டாக்டர் சுட்டானிக்கு போன் செய்து பாடியாவின் வருகை பற்றிச் சொன்னேன். அவரும் தேவையானவற்றைச் செய்வதாகச் சொன்னார். பின்னர் திருப்பவும் மாதுரை தொடர்புகொண்டு பாடியாவின் வருகை பற்றியும் அது சம்பந்தமான ஏற்பாடுகளையும் தெரிவித்தேன்.

அடுத்த நாள் ஜேபியை சந்திக்கச் சென்றபோது நீண்ட இடைவெளிக்குப் பின்னர் பனோத்தும் அங்கே வந்திருந்தார். டெல்லி/யில் இருந்து பாடியா வரப்போவதைப் பற்றி ஜேபியிடம் சொன்/னேன். டெல்லியின் உத்தரவுப்படி பாடியா வருகிறார் என்பதைக் கேள்விப்பட்டவுடன், தான் அனுப்பிய

கடிதங்களின் பேரில்தான் நடவடிக்கை எடுக்கப்பட்டுள்ளது என்று ஜேபி சந்தோஷப்/பட்டார். பி.ஜி.ஐயில் இருக்கும் இதய நோய் நிபுணரான பி.எல். வாஹி தன்னை ஏன் இன்னும் சந்திக்க வரவில்லை என்பது ஜேபிக்கு ஆச்சரியமாக இருந்தது. டாக்டர் வாஹி பற்றி அவர் நிறையக் கேள்விப் பட்டிருக்கிறார். ஒரு வேளை வாஹி விடுப்பில் சென்றிருக்கலாம் என்றேன். பனோத்தோ அதை மறுத்தார். வாஹியை அவர் தினமும் பார்ப்பதாகவும், அவரது வீட்டுக்கு அருகில்தான் வாஹியும் வசிப்பதாகவும் பனோத் சொன்னார்.

அன்றைய நெருக்கடிக் குழுக் கூட்டத்தில் தவேயிடம் இருந்து பெற்ற ஆவணங்களை தலைமைச் செயலருக்கு அனுப்பி வைப்பது என்றும் அதற்காக ஒரு சிறப்புத் தூதரை டெல்லிக்கு அனுப்புவது என்றும் முடிவு செய்யப்பட்டது.

டாக்டர் பாடியாவின் சண்டிகர் விஜயம் பெரும் குழப்பத்தில் முடிந்தது என்ற தகவல் எனக்கு அடுத்தநாள் கிடைத்தது. பி.ஜி.ஐ மருத்துவர்களும் அலுவலர்களும் பாடியாவை ஒட்டுமொத்தமாகப் புறக்கணித்துவிட்டனர். யாருமே அவருக்குச் சரியான முறையில் வரவேற்பு அளிக்கவில்லை. சுட்டானி கடைசிவரை பாடியாவைச் சந்திக்க வரவே இல்லை. பாடியாவுக்கு உதவியாக யாரையும் அனுப்பவும் இல்லை. அழைத்துப்போக யாரும் இல்லாததால் பாடியா மருத்துவமனை வெராந்தாவிலேயே அரைமணி நேரம் காத்திருக்க நேர்ந்தது. பாதுகாப்பில் இருந்த காவலர்கள் அவரை உள்ளே விடவே இல்லை.

பாடியா சண்டிகருக்கு வருவதைத் தான் விரும்பவில்லை என்று சுட்டானி மாதுரிடம் தெரிவித்தாராம். டெல்லி வேறு யாரையாவது அனுப்பிவைத்திருக் கலாமே; ஏன் பாடியாவை அனுப்பினார்கள் என்று சுட்டானிக்கு ஆதங்கம். ஜேபிக்கு இதயத்தில் பிரச்னை இருக்கிறது என்பது சுட்டானிக்கு நன்கு தெரியும். பி.ஜி.ஐயிலேயே இதயநோய் நிபுணரான டாக்டர் வாஹி இருப்பதும் அவருக்குத் தெரியும். இருந்தும் சுட்டானி ஒரு முறைகூட வாஹியை அனுப்பி ஜேபியைப் பரிசோதிக்கும்படிச் சொல்லவில்லை. பாடியா வந்த நேரத்திலும் எங்கேயே காணாமல்போய் பிரச்னையை மேலும் சிக்கல் ஆக்கிக்கொண்டு இருந்தார்!

10

இறக்கும் வரை உண்ணாவிரதம்

பாடியாவின் வருகை சுட்டானிக்கும் மாதுருக்கும் அதிருப்தியை அளித்தாலும் ஜேபிக்கு மகிழ்ச்சியைக் கொடுத்தது. வேறு சிறைக்கு மாற்றும் தன்னுடைய கோரிக்கையையும் டெல்லி பரிசீலிக்கும் என்றே நம்பியிருந்தார். டெல்லி உயர் நீதிமன்றத்தில் ஜேபி சார்பாகத் தொடரப்பட்ட வழக்கு, எமர்ஜென்சி நீண்ட நாள் நீடிக்காது என்று இந்திராவிடமிருந்து வந்த அறிக்கை என அடுத்தடுத்து வந்த நல்ல செய்திகளுக்குப்பின் ஜேபியின் முகத்தில் மகிழ்ச்சி ரேகைகள் தென்பட்டன.

இந்திராவுக்குத் தான் எழுதிய எந்தக் கடிதத்துக்கும் பதில் வராததில் ஜேபிக்கு வருத்தம் இருந்தது. அவரால் பெரிதும் மதிக்கப்பட்ட அறிவுஜீவிகளே எமர்ஜென்சியை ஆதரித்தும் இந்திராவின் தலைமையைப் புகழ்ந்தும் பேசியும் எழுதியும் வந்ததை அவரால் பொறுத்துக்கொள்ள முடியவில்லை. குறிப்பாக ஜேபி தனது குருவாக நினைக்கும் வினோபா பாவே எமர்ஜென்சியை சுய ஒழுக்கத்துக்கான பொற்காலம் என்று பாராட்டியிருந்தது அவரைச் சங்கடப்படுத்தியது. இதெல்லாமே ஜேபியிடம் உளரீதியாகப் பல மாற்றங்களை ஏற்படுத்தியிருந்தன.

6 ஆகஸ்ட், புதன் கிழமை. ஜேபியைச் சந்திக்கச் சென்றபோது அவர் உபநிடதங்கள் படித்துக்கொண்டிருந்தார். இயல்பாகத்தான் இருந்தார். ஊன்றுகோல் உதவியுடன்

காலை நேரத்தில் பதினேழு நிமிடங்கள் வரை நடைப்பயிற்சி செய்ததாகச் சொன்னார். டாக்டர் பாடியாவின் வருகை பற்றிய அவரது கருத்தைக் கேட்டேன். பாடியா தன்னைப் பரிசோதனை செய்துவிட்டு பிரச்னை ஏது மில்லை என்றும் பி.ஜி.ஐ தரப்பில் இருந்து சரியான சிகிச்சை தரப்படு வதாகவும் சொன்னதாகக் குறிப்பிட்டார். பாடியா எதற்கு வந்தார் என்பது அவருக்கும் ஆச்சரியமாக இருந்தது.

இன்றைக்கு என்ன தேதி என்று கேட்டார். ஆறாம் தேதி என்றேன். பதினொன் றாம் தேதிதான் பிரதமரின் மேல்முறையீட்டு மனு உச்ச நீதிமன்றத்தில் விசாரணைக்கு வருகிறது என்று அவர் தனக்குள்ளே சொல்லிக்கொண்டார். பின்னர் என்னை நிமிர்ந்து பார்த்தவர், நாடாளுமன்றக் கூட்டத்தொடர் பற்றி ஏதாவது விஷயம் உண்டா என்று கேட்டார். ஏதுமில்லை என்று சொல்லி அவரை ஏமாற்ற விரும்பவில்லை. மக்கள் பிரதிநிதித்துவச் சட்டத்தில் செய்யப்பட இருக்கும் ஆறு திருத்தங்களையும் ஒவ்வொன்றாக விளக்கிச் சொன்னேன். அதைக் கேட்டதும் ஜேபியின் முகம் வாடிவிட்டது. குறிப்பாக பிரதமரைத் தேர்ந்தெடுக்கும் விஷயத்தில் செய்யப்பட இருக்கும் சட்டத் திருத்த மாற்றம் பற்றிக் கேட்டதில் இருந்து அவரது முகத்தில் கவலை ரேகைகள். ‘இனி அவ்வளவுதான். இந்திராவை யாராலும் அசைக்க முடியாது’ என்று ஜேபியிட மிருந்து நீண்ட பெருமூச்சு வந்தது.

ஜனாதிபதி, துணை ஜனாதிபதி, பிரதமர், நாடாளுமன்ற சபாநாயகர் உள்ளிட்டோரைத் தேர்ந்தெடுப்பதில் செய்யப்படவேண்டிய திருத்தங்கள் குறித்து விவாதிக்க ஆகஸ்ட் 8, 9 தேதிகளில் நாடாளுமன்றக் கூட்டம் நடைபெற இருப்பதைப் பற்றிச் சொன்னதும் ஜேபி தளர்ந்துவிட்டார். இந்தியாவில் ஜனநாயகம் என்பது முடிந்து போன விஷயமாகிவிட்டது என்றும், உச்ச நீதிமன்றம் மட்டுமே தனது கடைசி நம்பிக்கையாக இருப்பதாகவும் அவர் சொன்னார். இந்திராவின் தந்தையும் மற்றவர்களும் சேர்ந்து ஒவ்வொரு செங்கல்லாகச் சேர்த்துக் கஷ்டப்பட்டுக் கட்டிய கட்டடத்தை இந்திரா சுக்கு நூறாக இடித்துவிட்டாரே என்ற அவரது புலம்பல் மனத்தை உருக்குவதாக இருந்தது.

குஜராத் விஷயம் பற்றிப் பேசினோம். ராஜ்ய சபா தேர்தலில் யார் போட்டி யிடுவது என்பதில் குஜராத்தை ஆளும் ஜனதா கூட்டணி அரசுக்குள் பிரச்னை வெடித்திருந்தது. முதல் முறையாக காங்கிரஸ் அல்லாத எதிர்க்கட்சி அங்கே ஆட்சிக்கு வந்திருப்பது நாட்டுக்கே முன்னுதாரணம். அத்தகைய அரசுக்கு எந்தப் பிரச்னையும் வரக்கூடாது என்பதே தன்னுடைய ஆசை என்றார் ஜேபி. ஆனால் ஜனதா முன்னணிக்குள் ஒற்றுமை இல்லை. யாருக்கும் விட்டுக் கொடுக்கும் மனப்பான்மையே இல்லை. எப்படியாவது பதவிகளைப் பெறுவது என்ற பேராசையும் சுயநலனுமே முக்கியமாகிவிட்டன. தியாக மனப்பான்மை இல்லாவிட்டால் நாட்டின் ஜனநாயகத்தை யாராலும்

காப்பாற்ற முடியாது என்றேன் நான். என்னுடைய கருத்தை ஜேபியும் ஒப்புக்கொண்டார்.

பிகார், பஞ்சாப் பகுதிகளில் ஏற்பட்டிருக்கும் வெள்ள அபாயம் பற்றி ஜேபியிடம் சொன்னேன். அனைத்தையும் கேட்டுக்கொண்டார். கிளம்பும் போது, நான் நிறையக் கெட்ட செய்திகளைக் கொண்டுவந்ததாகச் சொன்னார். 'இனி கவலைப்பட்டு ஒன்றும் ஆகப்போவதில்லை. இந்திரா தவிர்க்க முடியாத ஒரு வழியைத் தேர்ந்தெடுத்திருக்கிறார். அதிலிருந்து அவரால் மீள முடியாது' என்று ஆறுதல் சொல்லி அவரிடமிருந்து விடைபெற்றுக் கொண்டேன்.

அன்று மாலை 5.30 மணிக்கு மாதுரிடமிருந்து எனக்கு அழைப்பு வந்தது. தன்னுடைய அறைக்கு வரச்சொல்லியிருந்தார். அங்கே குப்தாவும் இருந்தார். அன்று மதியம் ஜேபி எதுவும் சாப்பிடவில்லையாம். நீண்ட நேரம் வற்புறுத்தலுக்குப்பின் மூன்று மணிக்கு பிஸ்கட்டும் டீயும் சாப்பிட்டார் என்று சுட்டானி தனக்கு போன் செய்ததாக மாதுர் தெரிவித்தார். நாடாளு மன்றக் கூட்டத்தில் மேற்கொள்ளப்பட இருக்கும் சட்டத் திருத்தங்கள்தாம் ஜேபியின் மன வருத்தத்துக்குக் காரணம். அதை அவருக்கு விளக்கமாகச் சொன்னது நான்தான். ஆகவே என்னுடைய விளக்கம் கோரப்பட்டது. நாளேடுகளில் என்ன செய்தி வந்திருக்கிறது என்று ஜேபி கேட்டார் என்றும் அதை நான் அப்படியே படித்துச் சொன்னேன் என்றும் நான் விளக்கம் அளித்தேன்.

மாதுர் நான் அதைச் செய்திருக்க வேண்டியதில்லை என்றார். அதில் தவறு ஒன்றும் இல்லை என்றாலும் சர்ச்சைகளில் சிக்கிக்கொள்ளாமல் அமைதியாக இருப்பதே நல்லது என்பது அவரது கருத்து. மாதுர் சொன்னதற்குத் தலையாட்டினாலும் என் மனது அதை ஒப்புக்கொள்ளவில்லை. கண்முன்னே நடக்கும் கூத்துகளைக் கண்டும் காணாமலும் இருக்க இதென்ன அடிமைகள் வாழும் தேசமா? அதே நேரத்தில் ஜேபி சாப்பிட மறுத்துப் பிடிவாதமாக இருந்ததும் எனக்கு வருத்தம் அளித்தது. உடனே ஜேபியைச் சென்று பார்க்கப் போவதாக மாதுரிடம் சொன்னேன். மாதுர் அவரை நான் இப்போதைக்குச் சந்திக்க வேண்டாம் என்று சொல்லிவிட்டார்.

வீட்டுக்கு வந்ததும் சுட்டானி, மெஹ்ரா, மொஹிந்தர் சிங், சர்மா என எல்லோருக்கும் போன் செய்தேன். யாரும் கிடைக்கவில்லை. 8.30 மணி அளவில் சுட்டானியிடம் பேச முடிந்தது. ஜேபியிடம் காலையில் பேசிவிட்டு நான் வெளியேறியதும் சுட்டானியும் அவரைச் சந்திக்க வந்திருக்கிறார். அப்போது நாளேடுகளில் வந்திருந்ததாக நான் சொன்ன செய்திகள் பற்றி ஜேபி வருத்தப் பட்டுப் பேசிக்கொண்டிருந்தாராம். 'இது சர்வாதிகாரத்தின் உச்சம். இனியும் உயிர்வாழ்வதில் எந்தப் பிரயோஜனமும் இல்லை' என்றவர் தனக்கு மதிய உணவு எதுவும் வேண்டாம் என்று சொல்லிவிட்டாராம். சுட்டானியின்

சமாதான வார்த்தைகள் பலிக்கவில்லை. மெஹ்ராவைக் கூப்பிட்டு எப்படி யாவது ஜேபியைச் சமாதானப்படுத்த சொல்லியிருக்கிறார் சுட்டானி. மெஹ்ராவின் நீண்ட போராட்டத்துக்குப் பின் மூன்று மணி அளவில் டீயும் பிஸ்கட்டும் சாப்பிட ஜேபி ஒப்புக்கொண்டாராம். நடந்தவற்றைச் சொல்லிவிட்டு, ஜேபியிடம் சென்சிடிவ் ஆன விஷயங்களைத் தெரிவிக்க வேண்டாம் என்று சுட்டானி என்னைக் கேட்டுக்கொண்டார். பின்னர் மெஹ்ராவைத் தொடர்பு கொண்டேன். ஐந்து நிமிடங்கள் முன்பு வரை ஜேபியுடன் தான் இருந்ததாகவும், ஜேபி தற்போது இரவு உணவுக்காகக் காத்திருப்பதாகவும் சொன்னார். பின்னர் சர்மாவும் எனக்குப் போன் செய்து ஜேபி நலமுடன் இருப்பதாகச் சொன்ன பின்னர்தான் என் பதட்டம் குறைந்தது.

மறுநாள் எனக்கு மருத்துவப் பரிசோதனை செய்துகொள்ள பி.ஜி.ஐ செல்ல வேண்டியிருந்தது. பரிசோதனைகள் முடிந்ததும் ஜேபியைச் சந்திக்கச் சென்றேன். ராமாயணம் படித்துக்கொண்டிருந்தார். முதல் நாள் நடந்த சம்பவங்களுக்காக வருத்தப்படுவதாகச் சொன்னேன். 'உங்கள்மீது எந்தத் தவறும் இல்லை. நீங்கள் சொல்லாவிட்டாலும் நாட்டு நடப்பு பற்றிய செய்திகள் எனக்குத் தெரிய வரத்தானே போகிறது' என்றார். நாடு இருக்கும் இக்கட்டான நிலையில் ஜேபி உண்ண மறுத்தது பெரிய சர்ச்சைகளை ஏற்படுத்தியிருக்கும். அதனால் எனக்கு எந்தப் பயமும் இல்லை. நான் எந்தத் தவறும் செய்துவிடவில்லை. 'இதெல்லாமே உங்களுக்கும் எனக்கும் இடையேயான தனிப்பட்ட விஷயம். வெளி ஆட்களுக்கு, முக்கியமாக டாக்டர்களுக்குத் தெரிய வரும்போது வேறுவிதமாக அர்த்தப்படுத்திக் கொள்ளப்படும்' என்று அவரிடம் சொன்னேன். ஜேபியும் முதல்நாள் தான் நடந்துகொண்டதற்கு வருத்தம் தெரிவித்தார். ஜனநாயகத்தைப் படுகொலை செய்து கொண்டிருக்கும் இந்திராவை நினைத்து ஆவேசப்பட்டு, சுய உணர்வை இழந்து தான் அப்படித் தவறாக நடந்து கொண்டுவிட்டதாகவும், இனிமேல் அப்படிச் செய்யப்போவதில்லை என்றும் சொன்னார்.

'இப்படி எல்லாம் பொறுமை இழந்துவிடக்கூடாது. ஒரு வலிமையான, வளமான தேசத்தைக் கட்டி எழுப்ப வேண்டுமானால் பல தடைகளைத் தாண்டித்தான் வந்தாகவேண்டும். இருட்டுக்குப் பின்னர்தான் வெளிச்சம் வந்து சேரும். இப்போது வேண்டுமானால் இந்தியா இருட்டுக்குள் இருக்கலாம். ஆனால், வெளிச்சம் வராமலேயே இருந்துவிடப்போவ தில்லை. அமெரிக்காவின் இயலாமைதான் நம்முடைய மோசமான நிலை மைக்குக் காரணம்' என்று நான் சொன்னதை ஜேபியும் ஒப்புக்கொண்டார். அமெரிக்க ஜனாதிபதி கென்னடி மட்டும் இந்நேரம் இருந்திருந்தால் நிலைமை வேறு மாதிரியாக இருந்திருக்கும். அமெரிக்காவின் அலட்சியம் லிண்டன் ஜான்சன் காலத்திலேயே ஆரம்பித்துவிட்டது. நிக்சன் காலத்தில் அது மோசமாகி, ஃபோர்ட் பதவியில் இருந்த காலத்தில் எதையும் செய்ய முடியாத

அளவுக்குச் சென்றுவிட்டது. அதன் காரணமாகவே காலப்போக்கில் இந்தியா ரஷ்யாவின் பக்கம் தள்ளப்பட்டுவிட்டது.

சுதந்தரத்துக்கு முந்தைய காலங்களை ஜேபி நினைவுகூர்ந்தார். பிரிட்டிஷாருக்கு எதிராக சுதந்தரப் போராட்டம் தீவிரமாக இருந்த நேரத்தில்கூட எமர்ஜென்சியின் பெயரால் ஆட்சியாளர்கள் கடுமையாக நடந்துகொள்ளவில்லை. 1933-ல் எமர்ஜென்சி அறிமுகப்படுத்தப்பட்டாலும் நாடு முழுவதும் அது அமுலுக்கு வரவில்லை. வங்காளத்திலும் பம்பாயிலும் மட்டுமே அமுலில் இருந்தது. சென்னையில் எமர்ஜென்சி இல்லை. ஜேபி அப்போது ராஜாஜியுடன் சென்னையில்தான் தங்கியிருந்தார். ஆனால் பம்பாயில் இருந்து ஜேபி மீது கைது வாரண்ட் பிறப்பிக்கப்பட்டு, அவர் சென்னையில் கைது செய்யப்பட்டு, பம்பாய் அழைத்து வரப்பட்டு, அங்கே நாசிக் சிறையில் அடைக்கப்பட்டார். மொரார்ஜி தேசாயும் அப்போது அதே ஜெயிலில் இருந்தாராம். ஜேபி, ராஜாஜியை நினைவுகூர்ந்து அவருடனான அனுபவங்களை என்னுடன் பகிர்ந்து கொண்டார்.

1933-ல் ராஜாஜி கைது செய்யப்படவில்லை. பின்னர்தான் அவர் கைது செய்யப்பட்டார். அப்போது அந்த வழக்கை விசாரித்த ஒரு முஸ்லிம் மாஜிஸ்திரேட், ராஜாஜிக்கு தண்டனை தருவதற்குமுன், அவரை வெகுவாகப் புகழ்ந்த சம்பவத்தைப் பற்றி நான் ஜேபியிடம் சொன்னேன். அதைக் கேட்டு ஜேபி ஆச்சரியப்பட்டார். பிரிட்டிஷ் காலத்தில்தான் அலுவலர்கள் அப்படி இருந்திருக்க முடியும் என்றார். இப்போதைய ஆட்சியாளர்களுக்கு புத்திசாலியான அடிமைகள்தான் வேண்டுமே தவிர புத்திசாலியான, நேர்மையான அதிகாரிகள் அல்ல என்றார்.

நேருவுக்கு ஜனநாயகம், சுதந்தரம்மீது இருந்த ஆழ்ந்த பற்றை ஜேபி குறிப்பிட்டார். திபெத்தை சீனா கபளீகரம் செய்யும்வரை ஜேபியும் நேருவும் நெருக்கமாகத்தான் இருந்தார்கள். திபெத் விஷயத்தில் சீனாவிடம் சமாதானம் பேசாமல் கடுமையான நடவடிக்கை எடுக்கவேண்டும் என்று ஜேபி நேருவுக்கு ஆலோசனை சொன்னார். முன்னணித் தலைவர்கள் பலரும் அதே கருத்தையே பிரதிபலித்தனர். ஆனால், வெளியுறவு விஷயத்தில் தன்னுடைய முடிவே இறுதி முடிவு என்று நேரு நினைத்தார். மற்றவர்களின் கருத்தை அவர் பொருட்படுத்தவில்லை. அதற்கான பலன்களை பின்னாளில் அவர் அனுபவிக்க வேண்டியிருந்தது. திபெத் விஷயத்தில் உதவி செய்யச் சொல்லி மற்ற நாடுகளிடம் வேண்டுகோள் விடுக்க ஜேபி அணுகியபோது இந்தியாவே முன்னணியில் இருந்து ஒரு தீர்வை முன்மொழிய வேண்டும் என்று அனைவரும் சொன்னார்கள். இந்தியா ஓர் உறுதியான முடிவெடுக்கும் பட்சத்தில் முழு ஆதரவளிப்பதாக கிட்டத்தட்ட அனைத்து நாடுகளும் தெரிவித்திருந்தன. ஆனாலும் நேரு ஒப்புக்கொள்ளவில்லை. திபெத் பிரச்னைக்குப்பின் நேருவுக்கும் ஜேபிக்கும் இடையே நிறைய இடைவெளி விழுந்துவிட்டது.

ஜேபியிடம் இருந்து விடைபெறும்போது, என்னிடம் பேசும்போது அவரது மனத்தில் இருக்கும் பாரங்கள் குறைந்து நிம்மதி கிடைப்பதாகவும், அதனால் அடிக்கடி வந்து சந்தித்துவிட்டுப் போகும்படியும் ஜேபி கேட்டுக்கொண்டார். முடிந்தவரை முயற்சிக்கிறேன் என்று சொல்லி அவரிடமிருந்து விடை பெற்றேன்.

அன்றைய நெருக்கடிக் குழுக் கூட்டத்தில் பனோத் ஒரு கடிதத்தைக் காட்டினார். பீம்சேன் சச்சார் மற்றும் ஏழு சுதந்தரப் போராட்ட வீரர்கள் பிரதமருக்கு எழுதிய கடிதத்தின் நகல் அது. மாதுர் அந்தக் கடிதத்தை முழுவதும் படித்துவிட்டு அதில் சர்ச்சைக்கு உரிய பகுதிகள் ஏதும் இல்லை என்றாலும் அதை ஜேபிக்கு அனுப்பலாமா, கூடாதா என்று முடிவு எடுப்பதில் தயக்கம் இருப்பதாகச் சொன்னார். நானும் அந்தக் கடிதத்தைப் படித்துப் பார்த்தேன். வெகு கவனமாக எழுதப்பட்ட கடிதம் அது. பேச்சுரிமை, எழுத்துரிமை பற்றிய நேருவின் மேற்கோள்களைச் சுட்டிக்காட்டியிருந்தனர். இன்னொரு முறை இந்தியா அடிமை தேசம் ஆகிவிடக்கூடாது என்று காந்தியும் நேருவும் அச்சப்பட்டதெல்லாம் இன்று உண்மையாகிவிடுமோ என்ற ரீதியில் அந்தக் கடிதம் எழுதப்பட்டிருந்தது. கடிதத்தின் முடிவு, ஒரு விஷயத்தை உறுதியாகச் சொல்லியிருந்தது. சுதந்தரப் போராட்ட வீரர்களான தங்களால் நாடு தற்போது இருக்கும் நிலையைச் சகித்துக்கொள்ள முடியாது. எனவே, நாட்டைக் காப்பாற்றுவதற்காக ஆகஸ்ட் 11 முதல் பொது இடங்களில் குரல் எழுப்பும் போராட்டம் நடத்த முடிவெடுத்து இருப்பதாகப் பிரதமருக்குக் கடிதம் எழுதியிருந்தனர்.

கடிதம் எழுதிய அனைவரும் 70 அல்லது 80 வயதுக்கு மேற்பட்டவர்கள். மிசா சட்டத்தின் கீழ் அனைவரும் உடனே கைது செய்யப்பட்டு சிறையில் அடைக்கப்பட்டனர்.

இரவு விருந்தின்போது ராஷ்பால் மல்ஹோத்ராவைச் சந்தித்தேன். எமர்ஜென்சி சம்பந்தப்பட்ட அரசியல் நிலவரங்களைப் பற்றிப் பேசிக்கொண்டிருந்தோம். இந்திரா, சர்வாதிகாரத்தை நோக்கிப் போகமாட்டார் என்றும் எமர்ஜென்சி வாபஸ் பெறப்பட்டு சகஜ நிலை மீண்டும் வரும் என்றும் அவர் தெரிவித்தார். ஜேபியை நாங்கள் நன்றாக கவனித்துக் கொள்வதாகவும், பயப்படும்படியாக ஏதும் இல்லை என்று டெல்லி வட்டாரத்தில் பேச்சு இருப்பதாகவும் குறிப்பிட்டார்.

அன்று மாலை பன்சிலால் போன் செய்திருந்தார். மகளிர் கல்லூரியின் முதல்வர் திருமதி ஆத்மா ராம் மீது அவருக்குக் கடுமையான கோபம். அவருடைய பெண் சரோஜ், கல்லூரியின் ஒரு வாசல் வழியாக உள்ளே நுழைய அனுமதிக்கப்படாததுதான் கோபத்துக்குக் காரணம். முதல்வரின் உத்தரவின் பேரில்தான் பாதுகாப்புக் காரணங்களுக்காக அந்த வாசல் மூடப்பட்டிருந்தது. மாதுரும் இது சம்பந்தமாக என்னுடன் பேசினார். பன்சிலாலின் கோபமான

வார்த்தைகளால் மாதுரின் முகம் இருண்டு போயிருந்தது. என்னுடன் பேசியபின் பன்சிலால் கல்வித்துறைச் செயலர் முகர்ஜியுடனும் பேசியிருக்கிறார். இனி வரும் காலத்தில் இதுபோன்ற சம்பவங்களைத் தவிர்க்கும்பொருட்டு, சம்பந்தப்பட்ட வாசலை உடனே திறக்க முடிவு செய்யப்பட்டது.

ஜேபி சண்டிகரில் இருந்த நாட்களில் ஆகஸ்ட் 10 ஞாயிற்றுக் கிழமை ஒரு முக்கியமான நாள். ஜேபியின் மைத்துனர் எஸ்.என்.பிரசாத், அவரது மனைவி, குழந்தையோடு ஜேபியைச் சந்திக்க வந்திருந்தார். அதற்கு நான்கு நாட்களுக்குமுன் வந்திருந்த புதிய விதிமுறைகளின்படி அவர்களை நான் அனுமதித்திருக்கக் கூடாது. தொலைதூரத்திலிருந்து வந்திருந்ததாலும் முந்தைய ஞாயிற்றுக்கிழமையே தொலைபேசியில் தொடர்புகொண்டு அனுமதி கேட்டிருந்ததாலும் அவர்களுக்கு அனுமதி அளித்தேன். மொஹிந்தர் சிங் முன்னிலையில் ஜேபியை ஒரு மணி நேரம் சந்தித்துப் பேசினர்.

பி.பி. சின்ஹா, பூபிந்தர் சிங் ஜஹார், எஸ்.பி. மாலிக் ஆகியோர் என்னைச் சந்திக்க வந்திருந்தனர். ஒன்றரை மணிக்கு மொஹிந்தர் சிங் வரும்வரை பேசிக்கொண்டிருந்தோம். மொஹிந்தர்சிங், ஜேபி பிரதமருக்கு எழுதியிருந்த ஒரு கடிதத்தைக் கையோடு கொண்டுவந்திருந்தார். சுருக்கமாக ஒரே ஒரு பக்கத்தில் எழுதப்பட்ட கடிதம். சுய நலனில்பேரில் அரசியல் சட்டத்தில் திருத்தம் கொண்டுவர பிரதமர் முடிவு செய்திருப்பது தனக்கு மிகுந்த ஏமாற்றம் அளிப்பதாகவும், தான் வெளியில் இருந்திருந்தால் ஜனநாயகத்தைக் குலைக்கும் முயற்சிகளைத் தடுத்திருக்க முடியும் என்றும், இப்போதைய நிலையில் தன்னால் செய்ய முடிந்தது இதுதான் என்றும் சொல்லிவிட்டு ஜேபி தான் எடுத்திருந்த முடிவை அந்தக் கடிதத்தில் தெரிவித்திருந்தார். எமர்ஜென்சியை உடனே ரத்து செய்துவிட்டு, சிறையில் இருக்கும் எதிர்க்கட்சித் தலைவர்களை இரண்டே வாரத்தில் விடுதலை செய்யாவிட்டால், 25 ஆகஸ்ட் முதல் ஜேபி சிறையில் சாகும்வரை உண்ணாவிரதம் இருக்கப்போவதாகக் கடிதத்தில் எழுதியிருந்தார்.

என்ன நடந்தது என்று மொஹிந்தர் சிங்கிடம் கேட்டேன். பிரசாத்தைச் சந்திப்பதற்கு முன்புவரை ஜேபி நன்றாக இருந்ததாகவும், பின்னர் திடீரென்று முகம் மாறி ஏற்கெனவே எழுதி, தலையணை அடியில் வைத்திருந்த கடிதத்தைக் கொடுத்து பிரதமருக்கு அனுப்பி வைக்கச் சொன்னாராம். பின்னர், தான் காலவரையறையற்ற உண்ணாவிரதம் மேற்கொள்ளப்போவதாகவும் இதை எல்லோருக்கும் தெரிவிக்கும்படியும் பிரசாத்திடம் சொன்னாராம். மொஹிந்தர் சிங்கிடம் கடிதத்தைக் கொடுத்தவர், ஏதோ நினைவுக்கு வந்தவராகத் திரும்பவும் கடிதத்தை வாங்கி Best Wishes என்று எழுதப்பட்டுள்ளதா என்று பார்த்தாராம். இல்லை என்றதும் Best Wishes

என்று எழுதி, திரும்பவும் மொஹிந்தர் சிங்கிடம் கொடுத்து பிரதமருக்கு அனுப்பச் சொன்னாராம்.

சாகும் வரை உண்ணாவிரதம் மேற்கொள்வது என்ற ஜேபியின் முடிவில் நிச்சயம் என்னையும் சம்பந்தப்படுத்திச் சர்ச்சைகள் வரும். தினசரி நாளேடுகளையும் பத்திரிகைகளையும் ஜேபி படிப்பதில்லை என்பது பி.ஜி.ஐயில் வேலை செய்யும் ஊழியர்கள் தொடங்கி, காவல்துறை அதிகாரிகள் வரை சகலருக்கும் தெரியும். சட்டத்தில் திருத்தம் மேற்கொள்ளப்போவதாக பிரதமர் எடுத்திருக்கும் முடிவு பற்றி ஜேபிக்குத் தெரிய வந்ததற்குக் காரணம் நான்தான் என்பது சுட்டானி, மெஹ்ரா, மாதுர், மொஹிந்தர் சிங் என அனைவருக்கும் தெரியும். ஜேபியின் கடிதம் பிரதமரின் கைக்குக் கிடைத்து, விசாரணையும் ஆரம்பம் ஆனால் எல்லோரும் என்னைத்தான் சுட்டிக்காட்டுவார்கள் என்பதில் சந்தேகமே இல்லை. என்னைப்பற்றி நான் கவலைப்படவில்லை. ஆனால், எமர்ஜென்சி நேரத்தில் விரும்பத்தகாதது எது நடந்தாலும் நல்லதில்லை என்று நினைத்தேன்.

கூட்டத்திலிருந்து விடைபெற்றுக்கொண்டு மொஹிந்தர் சிங்கையும் அழைத்துக்கொண்டு பி.ஜி.ஐக்குக் கிளம்பினேன். மனது அலைபாய்ந்தது. எண்ண ஓட்டங்கள் காரை விட வேகமாகப் போய்க்கொண்டிருந்தன. ஜேபி சாகும்வரை உண்ணாவிரதத்தைத் தொடங்கினால் இரண்டு விஷயங்கள் நிச்சயமாக நடக்கும். பத்திரிகைத் தணிக்கை காரணமாக ஜேபி உண்ணாவிரதம் இருக்கும் செய்தி மறைக்கப்பட்டுவிடும். ஆபரேஷன் மெடிசின் நடக்கவும் கூடும். இறுதிச் சடங்குகளுக்குத் தேவையான ஏற்பாடுகளைச் செய்துகொண்டிருக்கும்போது விஷயம் மக்களுக்குத் தெரியவந்தால் நிலைமை விபரீதமாகும். இரண்டாவது, ஜேபியின் உண்ணாவிரதம் பற்றிய விஷயம் வெளியே கசிந்து ஜேபி இறந்துபோனாலும் மக்களைக் கட்டுப்படுத்த முடியாமல் போகக்கூடும். எதுவாக இருந்தாலும் நிலைமை கைமீறிப் போகாமல் முடிந்த அளவுக்குத் தடுக்கவேண்டும் என்று முடிவு செய்திருந்தேன்.

ஜேபியின் அறைக்குள் நுழையும் முன்பாக மொஹிந்தர் சிங்கை வெளியே காத்திருக்குமாறு சொல்லிவிட்டு உள்ளே நுழைந்தேன். ஜேபி நாற்காலியில் உட்கார்ந்திருந்தார். கைகளை முகத்துக்கு முட்டுக்கொடுத்து பலத்த சிந்தனையோடு இருந்தார். மதிய வேளையில் நான் அவரைத் தேடி வந்தது அவருக்கு ஆச்சரியமாக இருந்தது. எஸ்.என். பிரசாத் அவரைச் சந்தித்ததைப் பற்றிக் கேட்டேன். சந்திப்புக்கு அனுமதி அளித்ததற்காக நன்றி தெரிவித்துக்கொண்டார். தான் மொஹிந்தர் சிங் மூலமாகக் கொடுத்து அனுப்பிய கடிதம் வந்து சேர்ந்ததா என்று கேட்டார். அதைப்பற்றி விவாதிக்கவே வந்திருக்கிறேன் என்று சொன்னேன். ஏன் அப்படி ஒரு முடிவை எடுத்தீர்கள் என்று அவரைக் கேட்டேன். ‘நம் தேசத்தையே

இந்திரா தன்னுடைய உடமையாக நினைக்கிறார். தான் என்ன செய்தாலும் கேள்வி கேட்க யாருமில்லை. எதை வேண்டுமானாலும் செய்யலாம் என்று நினைத்துக்கொண்டிருக்கிறார். அதையெல்லாம் பார்த்துக்கொண்டு என்னால் சும்மா இருக்க முடியாது. மொரார்ஜி தேசாய் போன்ற தலைவர்களை விடுதலை செய்தாலாவது ஏதாவது நல்லது நடக்கும். எல்லாத் தலைவர்களும் சிறையில் இருக்கும்போது எனக்கு இதைத்தவிர வேறு வழி தெரியவில்லை' என்றார்.

விவாதம் கிட்டத்தட்ட ஒரு மணி நேரம் தொடர்ந்தது. 'சட்டத் திருத்தம் பற்றிய விஷயத்தை சீரியஸாக எடுத்துக்கொள்ள வேண்டாம்' என்று கூறி, சில திருத்தங்களைப் பற்றிச் சற்று விரிவாக விளக்கினேன். 'நாட்டின் நடப்புகளைப் புரிந்துகொள்ள 45 நாட்கள் மிகவும் குறுகிய காலம். இதுபற்றி இன்னும் ஆராய வேண்டும். மேல் விவரங்களை நாளேடுகளைப் படித்துத்தான் தெரிந்துகொள்ளவேண்டும்' என்றேன். உண்ணாவிரதம் இருப்பது என்ற முடிவைத் தன்னால் மாற்றிக்கொள்ள முடியாது என்று சொன்ன ஜேபி, 'இந்திராவை எதிர்க்க இப்போது யாரும் இல்லை. ஜனசங்கம், ஆர்.எஸ்.எஸ் போன்ற தன்னுடைய நம்பிக்கைக்கு உரிய குழுக்கள்கூட எமர்ஜென்சியை எதிர்த்ததற்காக மன்னிப்பு கேட்டுக்கொண்டு சிறையிலிருந்து வெளியே வருவது வருத்தத்தை அளிக்கிறது' என்று சொன்னார்.

படித்தவர்கள் எல்லாம் பயந்துகொண்டு அமைதியாக இருந்துவிடவில்லை. நிறையப் பேர் ஜேபியைப் பின்பற்றத் தயாராக இருந்தார்கள். பீம்சேன் சச்சார் மற்றும் அவரது சக சுதந்தரப் போராட்ட வீரர்கள் எமர்ஜென்சியை எதிர்த்துப் பொது இடங்களில் போராடத் தயாராக இருப்பதை ஜேபியிடம் எடுத்துச் சொன்னேன். 'இப்போதைக்கு மக்கள் அமைதியாக இருந்தாலும் நாளை நிலைமை நிச்சயம் மாறும். காலம் மாறும்போது நாட்டின் சுதந்தரத்தை மீட்டுக்கொடுக்கும் போராட்டத்துக்குத் தலைமை ஏற்று நடத்தும்படிக் கேட்டுக்கொள்வார்கள். ஜேபி ஒரு தனி மனிதர் அல்ல. அவருக்குப்பின் பெரும் மக்கள் சக்தி இருப்பதால் உயிரைப் போக்கிக்கொள்வதற்கு அவருக்கு உரிமை இல்லை' என்று சொல்லி முடிந்தேன்.

ஜேபி என்னைக் கவலையோடு பார்த்தார். நான் ஒன்றுமே செய்யவில்லை என்றாலும் எனக்கு அவர் நன்றி தெரிவித்துக்கொண்டார். அந்த அறையின் சூழ்நிலை இறுக்கமாக இருந்தது. 'ஜனநாயகம் என் கண் முன்னால் குற்றுயிராகச் சரிவதைப் பார்த்துக்கொண்டு என்னால் சும்மா இருக்க முடியாது. ஜனநாயகம் செத்துப்போவதற்குமுன் நான் எப்படியாவது செத்துப்போய் விடுவது ஒன்றுதான் இப்போதைக்கு என்னால் சாத்தியம்.' ஜேபி திரும்பவும் அதே கருத்தைச் சொல்ல ஆரம்பித்தார்.

இனம் புரியாத பயமும் பதட்டமும் என்னைத் தொற்றிக்கொண்டது. ஜேபி எந்த நாளேட்டையும் படிப்பதில்லை என்பது எல்லோருக்கும் தெரியும்.

இந்தக் கடிதத்துக்கும் காலவரையரை அற்ற உண்ணாவிரதம் பற்றிய செய்திக்கும் பின்னால் உள்ள விபரீதங்களை எடுத்துச் சொன்னேன். ஜேபி சில வினாடிகள் என்னை உற்று நோக்கினார். சிறிது இடைவெளிக்குப் பின்னர் தொடர்ந்தார். நான் அவரது மகனைப் போன்றவன் என்றும், தன்னால் பிறருக்கு எப்போதும் பிரச்னை வராது என்றும் சொன்னவர், என்னிடமிருந்து அந்தக் கடிதத்தை வாங்கி, அதை இரண்டாகக் கிழித்தார். மீண்டும் கிழிப்ப தற்குமுன், அதனை நான் வாங்கி என் பைக்குள் வைத்துக்கொண்டேன்.

சிறிது நேர இடைவெளிக்குப் பின்னர், உண்ணாவிரதம் இருப்பது என்ற தன் முடிவை மட்டும் மாற்றிக்கொள்ள முடியாது என்றார் ஜேபி. முடிவை ஓரிரு நாட்கள் தள்ளிப்போடலாமே என்றேன். என்னுடைய ஆலோசனையைப் பாராட்டியவர், தான் உண்ணாவிரத முடிவை இப்போதைக்குக் கைவிட்ட தாகவும் இதுபற்றி வேறு யாரிடமும் சொல்லவேண்டாம் என்றும் எஸ்.என். பிரசாத்திடம் அறிவுறுத்துமாறும் என்னிடம் கேட்டுக்கொண்டார். அங் கிருந்து கிளம்பும்போது, 'உங்களுக்குத் தோல்வி ஏற்பட்டுவிட்டதாக மட்டும் நினைத்துவிடாதீர்கள். நாடே உங்களைத்தான் எதிர்பார்த்துக் காத்திருக்கிறது' என்று சொல்லிவிட்டு விடைபெற்றேன்.

அறையிலிருந்து வெளியே வந்ததும் மொஹிந்தர் சிங்கிடம் எஸ்.என்.பிரசாத் தைத் தேடிக் கண்டுபிடித்து ஜேபி சொன்ன விஷயங்களை அவரிடம் தெரி விக்குமாறு சொன்னேன். கூடவே நாளை முதல் ஜேபி படிப்பதற்கு டிரிப்யூன், ஹிந்துஸ்தான் டைம்ஸ் பத்திரிகைகளை அனுப்பி வைக்குமாறும் சொன்னேன்.

அன்று மாலை பன்சிலாலை அவரது வீட்டில் சந்தித்தேன். மகளிர் கல்லூரி விஷயத்தில் அவருக்குக் கோபம் இருந்ததுபோல் தெரியவில்லை. அலஹா பாத் நீதிமன்றத் தீர்ப்பு வெளிவந்ததும் இந்திரா காந்தி, பன்சிலால் ஆகியோர் பற்றி திருமதி ஆத்மா ராம் சில கருத்துக்களைத் தெரிவித்ததாக அவரது மகள் சரோஜ் கொடுத்திருந்த ரிப்போர்ட்தான் கோபத்துக்கான காரணம். மாதுர் மீதும் பன்சிலாலுக்குக் கோபம் இருந்தது. சரோஜ் கொடுத்திருந்த ரிப் போர்ட்டை அடிப்படையாக வைத்து ஆத்மா ராம் மீது நடவடிக்கை எடுக்க வேண்டும் என்றும் பன்சிலால் சொன்னார். மாதுர் ஏற்கெனவே திருமதி ஆத்மா ராம் மீது கோபத்துடன் இருப்பதாகவும், அதன் காரணமாகவே அவருக்குப் பதவி உயர்வு தர மாதுர் மறுத்துவிட்டதாகவும் நான் சொன்னேன். கூடிய சீக்கிரம் ஆத்மா ராம் பணி மாற்றலில் அவரது சொந்த மாநிலத்துக்கே சென்றுவிடுவார் என்று நான் சொன்னதைக் கேட்டு பன்சிலால் சமாதானம் அடைந்தார். வீட்டுக்குத் திரும்பி வந்ததும் நடந்ததை மாதுருக்குத் தெரிவித்தேன்.

அன்றைய நெருக்கடிக் குழுக் கூட்டத்தில் பனோத் ஒரு துண்டு நோட் டீஸைக் காண்பித்தார். இந்திரா காந்தியின் இமேஜைக் குலைக்கும்படி

எழுதப்பட்டிருந்தது. வழக்கறிஞர் லக்கன்பாலுக்கு இதில் தொடர்பு உண்டு என்று பனோத் குறிப்பிட்டார்.

இரண்டு நாள் கழித்து, சண்டிகரில் இருக்கும் இண்டெலிஜென்ஸ் பீரோ உதவி இயக்குநர், ஏ.எஸ். தௌலத் என்அலுவலகத்துக்கு வந்தார். ஆகஸ்ட் 25 முதல் ஜேபி சிறையில் உண்ணாவிரதம் இருக்கப்போவதாகச் செய்திகள் வந்திருப்பதாகவும், அது குறித்து விசாரிக்குமாறு டெல்லி தலைமை அவரைக் கேட்டுக்கொண்டிருப்பதாகவும் குறிப்பிட்டார். ஜேபியைச் சந்திக்க வந்த அவரது உறவினர்கள்தான் இந்தச் செய்தியை டெல்லிக்குச் சொன்னதாகவும் அவர் தெரிவித்தார். எஸ்.என்.பிரசாத், மொஹிந்தர் சிங்கிடம் கொடுத்த வாக்குறுதியைக் காப்பாற்றவில்லை என்பதும் வெளிப்படையாகத் தெரிந்தது.

உளவுத்துறை அதிகாரி வந்ததில் எனக்கு உள்ளூர அதிர்ச்சிதான். இருந்தாலும் அதை வெளிக்காட்டிக்கொள்ளாமல் உண்ணாவிரதம் பற்றிய செய்திகளை மறுத்தேன். அரசியல் சட்டத் திருத்தம் பற்றி நாளேடுகளில் வரும் செய்திகளால் ஜேபி மனம் உடைந்து இருப்பதையும் அடிக்கடி தன்னுடைய இயலாமையை நினைத்து அவர் புலம்புவதையும் விளக்கமாக எடுத்துச் சொன்னேன். எஸ்.என்.பிரசாத் வந்தபோதும் மனமுடைந்து ஜேபி உண்ணாவிரதம் பற்றிப் பேசியதையும் ஆனால் அவர் உண்ணாவிரதம் மேற்கொள்ளப்போவதில்லை என்றும் சொன்னேன்.

தௌலத் கிளம்பும்போது ஜேபி உண்ணாவிரதம் குறித்த விஷயங்களில் டெல்லி கவனமாக இருப்பதாகச் சொல்லி விடைபெற்றார். அவர் கிளம்பியதும் உடனே மொஹிந்தர் சிங்குக்கு போன் செய்து நடந்ததை விவரித்துவிட்டு யாராவது விசாரித்தால் என்ன சொல்லவேண்டும் என்றும், என்ன சொல்லக்கூடாது என்றும் தெரிவித்தேன்.

ஜேபி என்ன மனநிலையில் இருந்தார் என்பதை அவரது டைரிக்குறிப்பு தெரிவிக்கிறது. ஆகஸ்ட் 6 அன்று அவர் எழுதிய குறிப்பில் இப்படி இருந்தது:

> எதிர்பார்த்தது நடந்துவிட்டது. உச்ச நீதிமன்றத்தின் தீர்ப்பை எதிர்கொள்ள இந்திரா தயாராகிவிட்டார். அரசியல் சட்டத் திருத்தம் செய்யப்பட இருக்கிறது. அவர் தன்னை இந்தியாவின் சர்வாதிகாரியாகப் பிரகடனப்படுத்திக்கொள்ளத் தயாராக இருக்கிறார். இது அனைத்தும் சட்டத்தின் பேரால் நடத்தப்பட இருக்கிறது. ஹிட்லரும் தனக்கான சர்வாதிகார அந்தஸ்தை ஜனநாயக வழிமுறைகளால்தான் நிறைவேற்றிக் கொண்டார். இந்திராவும் அதே வழியில் செல்கிறார். இந்தியா இருளில் இருந்து தன்னை விடுவித்துக்கொள்ளுமா? அதற்காக இந்தியா கொடுக்கப்போகும் விலை பெரிது. இனி கடவுள்தான் காப்பாற்ற வேண்டும்.

ஜேபியின் மனது அமைதியாக இருக்கலாம். ஆனால் அவரது முடிவு எனக்குக் கவலையையும் சஞ்சலத்தையும் ஏற்படுத்தியிருந்தது. சுதந்தரத்தை விரும்பும் ஒவ்வொரு இந்தியனுக்கும் அப்படித்தான் இருந்திருக்கும். நல்லவேளையாக அனைத்தும் தவிர்க்கப்பட்டுவிட்டது.

மினு மசானி தன்னுடைய புத்தகத்தில் கீழ்க்காணும் விளக்கத்தைக் கொடுத்திருக்கிறார்.

> ஆகஸ்டு 11 தேதியிட்ட தன்னுடைய டைரிக்குறிப்பில் பிரதமருக்குத் தான் எழுதிய கடிதம் அனுப்பப்படவில்லை என்றும் அதைத் தான் கிழித்தெறிந்துவிட்டேன் என்றும் ஜேபி குறிப்பிடுகிறார். 'முன்பு எடுத்த முடிவிலிருந்து நான் பின்வாங்கவில்லை. சிறிது நாள் நிலைமையைக் கண் காணித்து, காலம் கனிந்து வருவதற்காகக் காத்திருக்கிறேன்.'
>
> ஜேபி குறிப்பிடும் கடிதம் அவரால் எழுதப்பட்டு அப்போது சண்டிகரின் மாவட்ட ஆட்சியராக இருந்த எம்.ஜி. தேவசகாயத்திடம் கொடுக்கப் பட்டது. பின்னர் கடிதத்தின் நகலை ஜேபி அழித்துவிட்டார். ஆனால் கடிதத்தின் ஒரிஜினல் தேவசகாயத்திடமே இருந்தது.
>
> இளம் அதிகாரியும், நாட்டுப்பற்று மிக்கவருமான தேவசகாயம், உண்ணா விரத முடிவைக் கைவிடுமாறு ஜேபியைக் கேட்டுக்கொண்டதாகவும், நீண்ட வற்புறுத்தலுக்குப் பின் அவரால் ஜேபியின் மனத்தை மாற்ற முடிந்தது என்றும் தெரிகிறது. ஜேபி அந்த அதிகாரியைத் தன்னுடைய நெருங்கிய நண்பர் போல் நினைத்ததும், தேவசகாயம் அவரது நம்பிக்கைக்குப் பாத்திரமாக இருந்ததும் தெரிகிறது. எமர்ஜென்சியின் போது எல்லா அரசு அதிகாரிகளும் தங்களுடைய மரியாதையை இழந்துவிடவில்லை. ஒரு சில நியாயமானவர்களும் இருக்கத்தான் செய்தனர் என்பதையே இந்தச் சம்பவம் வெளிக்காட்டுகிறது.

11

உயிர்த்திருக்கும் நம்பிக்கை

ஜேபி நம்பியதுபோன்றே ஜனநாயகம் திரும்புவதற்கான வாய்ப்புகள் தென்பட ஆரம்பித்தன. இப்படி ஒரு சந்தர்ப்பத்துக்காகத்தான் இத்தனை நாள் காத்திருந்தேன். ஜேபியில் மனத்தில் கனன்றுகொண்டிருக்கும் நெருப்பை அணையாமல் பார்த்துக்கொள்ள வேண்டும். இனி எச்சரிக்கையாக, கவனமாக நடந்துகொள்ளவேண்டும் என்று முடிவு செய்துகொண்டேன்.

சர்வதேச அமைப்புகளின் எதிர்ப்பை இந்திரா என்றாவது ஒரு நாள் எதிர்கொள்ள வேண்டியிருக்கும் என்று ஜேபியிடம் நான் சொன்னது நிஜமாகிப்போனது. உலக நாடுகள் மத்தியில் இந்திராவுக்கு எதிரான கடுமையான விமரிசனங்களும் கண்டனங்களும் வெளிவர ஆரம்பித்தன. அறுபது கோடி மக்களின் ஆட்சியாளர் என்ற தலைப்பில் கிளெய்ர் ஸ்டெர்லிங் என்பவர், டைம் பத்திரிகையில் எழுதிய ஒரு கட்டுரை முக்கியமானது. வாஷிங்டன் போஸ்ட், அட்லாண்டிக் என பிரபல பத்திரிகைகளில் கட்டுரை எழுதி வந்த ஸ்டெர்லிங், டைம் பத்திரிகையில் எழுதிய கட்டுரையில் இந்திராவின் எமர்ஜென்சியைக் கடுமையாக விமர்த்திருந்தார். கட்டுரையின் முக்கியமான பகுதிகள் இவை:

> அலஹாபாத் நீதிமன்றத் தீர்ப்பு வெளியானபின் இந்திராவின் செல்வாக்கு குறைந்துவிட்டது. அரசியல் சட்டத்தில் திருத்தம் கொண்டுவந்து

பதவியைத் தக்க வைத்துக்கொள்ள முயற்சி செய்தாலும் மக்கள் அவரைத் தூக்கி எறியத் தயாராகிவிட்டார்கள்.

பிகாரில் இருக்கும் சிறைகள் நிரம்பி வழிகின்றன. ஏறத்தாழ எழுபதாயிரம் அரசியல் கைதிகள் அங்கே அடைத்து வைக்கப்பட்டிருக்கிறார்கள். அதில் பாதி பேர் இடதுசாரி நக்சலைட் அமைப்புகளைச் சேர்ந்தவர்கள். மற்றவர்கள் அனைவரும் இந்திரா காந்தியின் அரசியல் எதிரியாகக் கருதப்படும் ஜெயப்பிரகாஷ் நாராயணைப் பின்பற்றுபவர்கள். 72 வயதாகும் ஜெயப்பிரகாஷ் நாராயண் நாட்டின் முக்கியமான எதிர்க்கட்சித் தலைவர். அவரும் தற்போது சிறையில் அடைக்கப்பட்டிருக்கிறார்.

இந்திரா காந்தி முன்பைவிடத் தற்போது பலம் பொருந்தியவராக இருக்கலாம். ஆனால் ஆட்சியின் சீரழிவுக்கு அவரைத் தவிரக் காரணம் சொல்ல வேறு யாரும் இல்லை. இந்தியாவை இருட்டுக்குள் தள்ளுவதில் அவருடன் யாரும் போட்டியிட முடியாது. எந்தத் தலைவராக இருந்தாலும் தலைமைப் பீடத்தை எப்போதும் அலங்கரிப்பதன் மூலமாக அவர் சர்வாதிகாரப் பாதைக்குத் தள்ளிவிடப்படுகிறார்.

அன்று நடந்த நெருக்கடிக் குழுக் கூட்டத்தில் ஜேபியின் உடல்நிலை நன்கு இருப்பதாக பனோத் குறிப்பிட்டார். சுட்டானியின் அறிக்கையும் அதை உறுதிப்படுத்தியது. ஞாயிற்றுக்கிழமை நடந்தவைபற்றி மொஹிந்தர் சிங் தவிர வேறு யாருக்கும் தெரியாது. ஆகவே அதுபற்றி அங்கு விவாதிக்கப் படவில்லை. வர இருக்கும் சுதந்தர தினத்தன்று எமர்ஜென்சியை எதிர்த்து கருப்புக் கொடிப் போராட்டம் நடத்தப்பட இருப்பதாகச் செய்திகள் உலா வருவதாக மொஹிந்தர் சிங் தெரிவித்தார்.

அன்று மாலை ஜேபியைச் சந்திக்கச் சென்றிருந்தேன். அப்போதுதான் வாக்கிங் முடிந்து வந்திருந்தார். உற்சாகமாகத் தென்பட்டார்.

இந்தியா ஒரு பெரிய நாடு. அதை எந்த ஒரு சர்வாதிகாரியாலும் தொடர்ந்து கட்டுப்பாட்டுக்குள் வைத்துக்கொள்ள முடியாது என்பதை சொல்லி அவரை சந்தோஷப்படுத்த நினைத்தேன். ஜேபி முகத்தில் நிம்மதி தெரிந்தது. எமர்ஜென்சியின் பின்னணியில் அமெரிக்காவுக்கும் ரஷ்யாவுக்கும் இடையேயான ஆதிக்கப்போட்டி பற்றி ஜேபி பேசிக்கொண்டிருந்தார். டைம் பத்திரிகையில் வெளியாகியிருக்கும் கட்டுரை பற்றி விவரமாக ஜேபிக்குச் சொன்னேன். அவரது கண்களில் மகிழ்ச்சி தெரிவதைக் காண முடிந்தது.

காந்திஜி என்றைக்காவது சிறையில் காலவரையறையற்ற உண்ணாவிரதம் இருந்திருக்கிறாரா என்று அவரிடம் கேட்டேன். இருந்தது உண்மை என்றும், ஆனால் எப்போது என்பது நினைவில்லை என்றும் சொன்னார். காந்திஜி பூனாவில் ஆகா கான் மாளிகையில் தங்க வைக்கப்பட்டபோது நோய்வாய்ப்

பட்டதாகவும் அப்போது தானும் மொரார்ஜி தேசாயும் அவருடன் இருந்ததையும் ஜேபி நினைவுகூர்ந்தார். காந்திஜியிடம் யாரைச் சந்திக்க விருப்பம் என்று கேட்டார்களாம். பகத்பூர் சிறையில் அடைக்கப்பட்டிருந்த ஜேபியின் மனைவியான பிரபாவதியைச் சந்திக்க விருப்பம் என்று காந்தி சொன்னாராம். பிரபாவதியை காந்திஜி தன்னுடைய சொந்த மகளைப் போல் நடத்தினார். பிரபாவதியும் பூனா அழைத்து வரப்பட்டு காந்தியுடன் ஒரு நாள் தங்கியிருந்தார்.

பேச்சின்போது ஏற்கெனவே இருமுறை காலவரையறையற்ற உண்ணாவிரதத்தை தான் மேற்கொண்டிருப்பதாக ஜேபி குறிப்பிட்டார். அவரது உண்ணாவிரதம் மூன்று வாரங்கள் தொடர்ந்ததாம். இரண்டாவது உலகப் போர் நடந்த சமயம் லாகூரில் உண்ணாவிரதம் இருந்ததுதான் முதல்முறை. ரஷ்யா நாசிகளுடன் கைகோர்த்ததை எதிர்த்து அவருடன் சில கம்யூனிஸ்டுகளும் உண்ணாவிரதம் இருந்தனர். கைது செய்யப்பட்டவர்களை அவர்களது சொந்த மாநிலத்தில் இருக்கும் சிறையில் அடைக்குமாறு கேட்டுக்கொள்வது தான் உண்ணாவிரதத்தின் முக்கியமான நோக்கம். உண்ணாவிரதத்தைப் பற்றிப் பேசும்போது ஜேபி, கம்யூனிஸ்ட் கட்சியினரை நேர்மையில்லாதவர்கள் என்று குறிப்பிட்டார். உண்ணாவிரதம் இருந்தபோதும் கம்யூனிஸ்ட் கட்சியினர் பால், முட்டைகளைச் சாப்பிட்டார்களாம்.

ரஃபி அஹமது கித்வாய் தகவல் தொடர்புத்துறை அமைச்சராக இருந்த சமயத்தில் ஜேபி இன்னொருமுறை காலவரையறையற்ற உண்ணாவிரதம் இருந்தார். அப்போது பிரதமராக இருந்தது நேரு. ஜேபி, தபால்துறைத் தொழிலாளர் சம்மேளனத் தலைவராக இருந்தார். தபால்துறை ஊழியர்களின் கோரிக்கையை வலியுறுத்தி அமைச்சருடன் பேச்சுவார்த்தையில் ஈடுபட்ட போது சரியான முறையில் வாதத்தை முன்வைக்கவில்லை என்பதற்காக ஜேபி உண்ணாவிரதம் இருந்தாராம். உண்ணாவிரதம் யாரையும் எதிர்த்து அல்ல. தன்னுடைய தவறைச் சரிப்படுத்திக்கொள்வதற்காகத்தான் என்று ஜேபி விளக்கம் கொடுத்தாராம். உடனே ஒரு தூதரை பூனாவுக்கு அனுப்பிய நேரு, தொழிலாளர்களின் கோரிக்கையைக் கேட்டறிந்து அவற்றுள் பெரும்பாலானவற்றை நிறைவேற்றி வைத்தாராம். பேச்சின்போது கித்வாயை சிறந்த நிர்வாகி என்று ஜேபி குறிப்பிட்டார்.

ஜேபி ரயில்வே தொழிலாளர் சம்மேளனத் தலைவராக இருந்த காலத்தில் பெரிய ரயில்வே வேலை நிறுத்தம் ஒன்று நடந்தது. அப்போது ரயில்வே அமைச்சராக இருந்தவர் கோபால்சாமி. சுற்றி வளைக்காமல் கோபால்சாமி ஜேபியிடம் நேரடியாகக் கேட்டாராம்: ‘எவ்வளவு ஊதிய உயர்வு கொடுத்தால் தொழிலாளர்கள் மறுபடியும் பணிக்கு வருவார்கள்?’ மாதம் ஐம்பது ரூபாய் என்று ஜேபி பதில் சொன்னதும் கோபால்சாமியும் உடனே ஒப்புக் கொண்டார். உடனே ரயில்வே ஸ்டிரைக்கும் முடிவுக்கு வந்தது. பேச்சு

வார்த்தை என்ற பெயரில் இழுத்தடித்து எந்த ஒரு முடிவுக்கும் வரமுடியாத நிலைமை எல்லாம் அப்போது இல்லை.

ஜேபியால் நாட்களை நினைவில் வைத்துக்கொள்ள முடியாததைக் கவனித்தேன். அதை அவரிடமே கேட்டேன். தனக்கு ஞாபக சக்தி குறைந்து கொண்டே வருவதாக அவரும் சொன்னார்.

குஜராத் கூட்டணி அரசில் ஏற்பட்டிருந்த பிரச்னை சரியாகிவிட்டதா என்று கேட்டார். அதுபற்றிய செய்திகள் ஏதுமில்லை என்றும் எனவே பிரச்னை சுமுகமாக முடிவுக்கு வந்திருக்கும் என்றும் சொன்னேன். மத்திய அரசு செய்ய இருக்கும் அரசியல் சட்டத் திருத்த மசோதா பதினெட்டு மாநில சட்ட மன்றங்களின் ஒப்புதலைப் பெற்றிருப்பதாக வெளியாகியிருக்கும் செய்திகள் பற்றிக் கேட்டார். தமிழ்நாடு, குஜராத் சட்டமன்றங்கள் சட்டத்திருத்த மசோதாவை நிராகரித்திருக்கின்றன என்று குறிப்பிட்டேன். திமுக சரியான முடிவு எடுத்திருப்பதாகவும், அது தனக்கு மகிழ்ச்சி அளிப்பதாகவும் ஜேபி சொன்னார்.

சிறையிலிருந்து வெளியே வந்ததும் காமராஜைச் சந்திக்கப்போவதாகவும், அவரை உடனே திமுகவுடன் கூட்டணி வைத்துக்கொள்ளச் சொல்லிக் கேட்டுக்கொள்ளப்போவதாகவும், அப்போதுதான் சர்வாதிகாரத் தலைமை ஒழியும் என்றும் ஜேபி சொன்னார். காமராஜுக்கு உடல்நிலைக் குறைவு ஏற்பட்டு மருத்துவமனையில் சேர்க்கப்பட்டிருப்பதைச் சொன்னேன். அது குறித்து வருத்தப்பட்டவர், தான் சென்னைக்கு வந்தபோது காமராஜ் தன்னை வந்து சந்தித்ததையும், ஜேபியின் இயக்கம்தான் நாட்டின் ஒரே நம்பிக்கை என்று குறிப்பிட்டதையும் நினைவுகூர்ந்தார். காமராஜுக்குப்பின் ஸ்தாபன காங்கிரஸ் என்பதே இருக்காது என்பது ஜேபியின் கருத்து.

ஜேபி நல்ல மனநிலையில் இருப்பது தெரிந்தது. இந்திரா காந்தி தற்போது செய்துகொண்டிருக்கும் வேலையால் அவருக்கு நன்மை கிடைக்குமோ இல்லையோ எதிர்க்கட்சிகளுக்குச் சாதகமாகத்தான் அமையப்போகிறது என்றேன். மெல்லப் புன்னகைத்த ஜேபி, 'அதெல்லாம் மக்களுக்குப் புரியாது. அப்படி நாம் எதிர்பார்க்க முடியாது' என்றார்.

'மக்களுக்கு நிச்சயம் புரியும்! சரியான நேரத்தில் எழுந்து நிற்பார்கள்' என்றேன். கிளம்பும்போது எஸ்.என். பிரசாத்தின் மகன் பிரேம் வர்மா அடுத்த நாள் தன்னைச் சந்திக்க வர இருப்பதாகவும், அதற்கு அனுமதி அளிக்கும் படியும் கேட்டுக்கொண்டார். நிச்சயம் செய்வதாகச் சொல்லி விடைபெற்றுக் கொண்டேன்.

பிரதமரின் தேர்தலுக்கு எதிராக ராஜ் நாராயண் தொடுத்திருந்த ரிட் மனுவைத் தள்ளுபடி செய்யும்படி இந்திரா காந்தியின் வழக்கறிஞர் கேட்டுக் கொண்டதை உச்ச நீதிமன்றம் மறுத்துவிட்டது என்று பிபிசி செய்தி

அறிக்கையில் சொல்லப்பட்டது. மக்கள் பிரதிநிதித்துவச் சட்டத்தில் மாற்றம் கொண்டுவரப்போவதாகவும் அதனால் ரிட் மனுவைத் தள்ளுபடி செய்ய வேண்டும் என்றும் இந்திரா காந்தியில் வழக்கறிஞர் கொடுத்த வாதத்தை உச்ச நீதிமன்றம் ஏற்றுக்கொள்ளவில்லை. மாறாக, ராஜ் நாராயணின் வழக்கறிஞர் சாந்தி பூஷனுக்கு வழக்குக்குத் தயாராவதற்காக இரு வாரங்கள் நேரம் கொடுத்திருந்தது. உச்ச நீதிமன்றத்தின் இந்த உத்தரவை பிரிட்டனின் பிபிசியும், அமெரிக்காவின் வாய்ஸ் ஆஃப் அமெரிக்காவும் பரபரப்பான செய்தியாக ஆக்கியிருந்தனர்.

உச்ச நீதிமன்றத்தின் முடிவு பரபரப்பான விவாதங்களை ஆரம்பித்துவைத்தது. உச்ச நீதிமன்றத்தை நம்பமுடியாது என்றார் குப்தா. இதிலெல்லாம் உச்ச நீதிமன்றம் தலையிட முடியாது என்பது பனோத்தின் கருத்து. அரசியல் சட்டத்திருத்த மசோதா பற்றி விசாரிக்க உச்ச நீதிமன்றத்துக்கு உரிமை இல்லை; நாட்டின் பாதுகாப்பு விஷயத்திலும் நிர்வாக விஷயத்திலும் உச்சநீதிமன்றம் தலையிடக்கூடாது என்றார். மக்களும் காவல்துறையும் உச்ச நீதிமன்றத்தின் அடிமைகளா என்ன என்று கேள்வி எழுப்பினார்.

பனோத்தின் பேச்சை நான் மறுத்துப் பேசினேன். யாரும் இங்கே அடிமைகள் அல்ல. எது எப்படி இருந்தாலும் மக்கள் சக்திதான் தவிர்க்க முடியாத சக்தி. உச்ச நீதிமன்றம் நாட்டின் தலையாய நீதிமன்றம். அரசியல் சட்டத்தைக் காப்பாற்றவேண்டிய பொறுப்பு உச்ச நீதிமன்றத்துக்கு உண்டு. அவர்கள் பார்வையில் வரும் எந்த ஒரு மனுவைப் பற்றியும் அவர்கள் கருத்து தெரிவிப்பதில் தவறில்லை என்றேன்.

உச்ச நீதிமன்றத்தின் உத்தரவு, பீம்சேன் சச்சாரின் போராட்டம், டைம் பத்திரிகையின் தலையங்கம் என எல்லாமே எமர்ஜென்சியின் பெயரால் ஜனநாயகத்தை அழித்துக்கொண்டிருக்கும் டெல்லி தர்பாரைக் கட்டுப் படுத்தும். இந்த மூன்றையும் வைத்துத்தான் ஜேபியின் மனத்தில் மாற்றங் களைக் கொண்டுவரமுடியும் என்று நினைத்தேன்.

அடுத்த நாள் ஜேபியைச் சந்தித்தபோது உச்ச நீதிமன்றத்தின் உத்தரவு பற்றி பேசிக்கொண்டிருந்தேன். உச்ச நீதிமன்றம் நம்மைக் கைவிடவில்லை என்பதில் ஜேபிக்கு மகிழ்ச்சி. 'அரசியல் சட்டத்திருத்த மசோதாவை ஏற்றுக் கொள்வதற்கு முன்னர் சட்ட வல்லுநர்களின் கூட்டத்தைக் கூட்டி அவர்களது கருத்தைக் கேட்க வேண்டியிருக்கும். அதற்கு நிறைய காலம் ஆகும். அதுவரை நாடாளுமன்றத்துக்குத் தகுதியில்லாத ஒருவர் பிரதமராக இருப்பார்' என்று ஜேபி வருத்தப்பட்டார்.

'பிரதமரைத் தேர்ந்தெடுக்கும் விஷயத்தில் உச்ச நீதிமன்றம் எதுவும் செய்ய முடியாது. மக்களால் தேர்ந்தெடுக்கப்பட்ட எம்.பி.க்கள்தான் பிரதமரைத் தேர்ந்தெடுக்கிறார்களே தவிர பிரதமர் நேரடியாகத் தேர்ந்தெடுக்கப்

படுவதில்லை' என்றேன். அரசியல் அமைப்புச் சட்டத்தின்படி காலம் காலமாக நடைமுறையில் இருப்பதை எப்படி திடீரென மாற்ற முடியும்? அரசியல் சட்டத் திருத்த மசோதாவை உச்ச நீதிமன்றம் மறுக்கக்கூடும். இருப் பினும் வெளிப்படையான, துணிச்சலான முடிவை உச்ச நீதிமன்றம் எடுக்குமா என்பது கேள்விக்குறியாக இருந்தது. நம்பிக்கை, நம்பிக்கை... அது ஒன்றுதான் காயங்களுக்கான மருந்து.

டெல்லி உயர் நீதிமன்றம் தன்னுடைய மேல்முறையீட்டு மனுவைத் தள்ளுபடி செய்தது முடிந்து போன விஷயம் என்றார் ஜேபி. அதில் மருத்துவ வசதி பற்றி எதுவும் குறிப்பிடப்படவில்லை. உடல்நிலை சரியில்லாத ஒருவரை வேறு இடத்துக்கு, தனிமைச் சிறைக்கு அனுப்ப முடியாது என்று காரணம் சொல்லப்பட்டு, தள்ளுபடி செய்யப்பட்டுவிட்டது.

பிரதமரின் மேல் முறையீட்டு மனு, ராஜ் நாராயணின் மனு இரண்டும் கடைசி நேரத்தில் பரிசீலனைக்கு எடுத்துக்கொள்ளப்பட்டன. இருபத்தைந்தாவது முறையாக வழக்கு விசாரணை ஒத்திவைக்கப்பட்டது. அரசியல் சட்டத் திருத்த மசோதா, அரசியல் அமைப்புச் சட்டத்தின் அடிப்படையையே பாதிக்கும்; அதனை நாடாளுமன்றத்தின் உரிமையாக மட்டுமே நினைத்து விடக்கூடாது என்றெல்லாம் வாதாடப்பட்டது. சாந்தி பூஷன் நிச்சயம் பெரிய வழக்கறிஞர். அரசியல் அமைப்புச் சட்டத்தின் அடிப்படையைப் பாதிக்கும் என்றால் அந்த வழக்கை உடனடியாக விசாரணைக்கு எடுத்துக்கொள்ள வேண்டும் என்று உச்ச நீதிமன்றம் முடிவு செய்தது முக்கியமான திருப்பம் தான். எமர்ஜென்சி போன்றவை அரசியல் அமைப்புச் சட்டத்தின் அடிப் படையைப் பாதிப்பது மட்டுமல்லாமல் அதை முற்றிலுமாகச் சீர்குலைப்ப தாகும்.

அரசியல் அமைப்புச் சட்டத்தின்படி பிரதமர் நேரடியாக மக்களால் தேர்ந் தெடுக்கப்படுவதில்லை. எம்.பி.க்கள்தான் தேர்ந்தெடுக்கப்படுகிறார்கள். எந்தக் கட்சி ஆட்சிக்கு வரும் என்பதையோ, யார் பிரதமராக வருவார் என் பதையோ எம்.பி.க்கள்தான் முடிவு செய்வார்கள். அனைத்து எம்.பி.க்களுக் கும் சரி சமமான உரிமையைத்தான் அரசியல் அமைப்புச் சட்டம் வழங்கு கிறது. அவர்களில் ஒருவர் பிரதமர் ஆகும் பட்சத்தில் மற்ற எம்.பி.க்களைப் போலவே அந்தப் பிரதமரையும் சட்டத்தின்முன் கொண்டு வரமுடியும். ஆகவே அரசியல் சட்டத் திருத்த மசோதா முட்டாள்தனமானது. மத்திய சட்ட அமைச்சர் கோகலேயும், அவரது அமைச்சக அதிகாரிகளும் இதற்கு எப்படி ஒப்புக்கொண்டார்கள் என்பதே ஆச்சரியமானது.

ஆனால், எங்களுடைய நம்பிக்கை ஆகஸ்ட் 15 அன்று தகர்ந்து போனது. பங்களாதேஷ் அதிபர் ஷேக் முஜிபுர் ரஹ்மானும் அவரது குடும்பத்தினரும் தீவிரவாதத்துக்குப் பலியாகி ரத்த வெள்ளத்தில் சரிந்து கிடந்தனர். அடுத்த நாள் ஜேபியைச் சந்தித்தபோது அவருக்கு இந்த விஷயம் தெரிந்திருக்க

வில்லை. பங்களாதேஷில் நடைபெற்ற சம்பவத்தை விவரமாக எடுத்துச் சொன்னதும் அதிர்ச்சி அடைந்தார். முஜிபுர் இந்தியாவுக்கு நல்ல நண்பராக இருந்ததாகவும், அவரது இழப்பு இந்த தேசத்தின் இழப்பு என்றும் குறிப்பிட்டார். பங்களாதேஷில் மதவாதம் தீவிரமாகிவிட்டதாகவும் அதன் பெயரை இஸ்லாமியக் குடியரசு என்று மாற்றுவதாகவும் அறிவிக்கப்பட்ட தகவலை ஜேபியிடம் தெரிவித்தேன். அவர் மிகவும் கவலை அடைந்தார்.

பேச்சு மதவாதம் பக்கம் திரும்பியது. ஜனசங்கத்தை மதவாத அமைப்பாக இந்திரா காந்தி குறிப்பிட்டதை ஜேபி மறுத்தார். இந்திராவின் குற்றச்சாட்டில் உண்மை இல்லை என்றவர், பல முஸ்லிம்களும் அதன் நிர்வாகத்தில் தற்போது இருப்பதைச் சுட்டிக்காட்டினார். 'ஆர்.எஸ்.எஸ்.கூடத் தன் நிலைப் பாட்டில் இருந்து மாறி வருகிறது. ஆர்.எஸ்.எஸ் தலைவர் பாலாசாஹேப் தேவ்ராவிடம் முஸ்லிம்களுக்கும் இடம் தருமாறு சொன்னேன். ஆர்.எஸ்.எஸ் அமைப்பின் திட்டத்தில் அதுவும் இருப்பதாக அவர் என்னிடம் சொன்னார். இந்திய மக்களிடையே ஒழுக்கத்தையும் துணிச்சலையும் ஏற்படுத்துவதற்காக உருவாக்கப்பட்டதுதான் ஆர்.எஸ்.எஸ் அமைப்பு. அந்த அமைப்பின் கடந்தகாலச் செயல்பாடுகளை வைத்து அதை முற்றிலுமாக ஒதுக்கிவிடக் கூடாது. உண்மையில் இந்திரா காந்தியே ஜனசங்கத்தின் வளர்ச்சியைப் பார்த்து பயப்படுகிறார்' என்றார் ஜேபி.

நெருக்கடிக் குழுக் கூட்டத்தில் ஜேபி வாக்கிங் போவது குறித்து விவாதிக்கப் பட்டது. வாக்கிங் போவதற்குச் சரியான இடவசதி இல்லை என்று சுட்டானியிடம் ஜேபி குறைப்பட்டாராம். ஜேபியை ஐந்தாவது மாடிக்கு மாற்றி அங்கிருக்கும் திறந்தவெளியை வாக்கிங்குக்காகப் பயன்படுத்துவது. ஜேபியை வேறு எங்காவது வாங்கிங்குக்காக அழைத்துச் செல்வது. அல்லது பழையபடி பி.ஜி.ஐ கெஸ்ட்ஹவுஸுக்கு மாற்றுவது. இந்த மூன்று வழிகளில் ஒன்றைத் தேர்ந்தெடுப்பது குறித்து விவாதிக்கப்பட்டது. முடிவில் மூன்றாவது யோசனை மட்டுமே சரியாக இருக்கும் என்று முடிவு செய்யப்பட்டது. பாதுகாப்பு வசதிகள், மற்ற வசதிகள் என்று எப்படிப் பார்த்தாலும் பி.ஜி.ஐ கெஸ்ட்ஹவுஸ்தான் சரியான தேர்வு.

திடீரென்று மாதுர் கூட்டத்தினரிடம் மன்னிப்பு கேட்டுக்கொண்டார். ஜேபி விஷயத்தில் தான் தாராளமாக நடந்துகொள்வதாகவும், ஒரு சிறைக் கைதியை சிறைக் கைதியாகவே நடத்தவேண்டும் என்றும் அதற்காகத் தான் மன்னிப்பு கேட்டுக்கொள்வதாகவும் குறிப்பிட்டார். ஜேபியை ஏன் கிளை சிறைக்கு மாற்றக் கூடாது என்று கேட்டேன். ஜேபியைப் பொருத்தவரை சிறை என்ற விஷயமே வேண்டாம் என்று டெல்லி தர்பார் நினைப்பதாகக் மாதுர் குறிப்பிட்டார்.

ஜேபியை பி.ஜி.ஐ கெஸ்ட்ஹவுஸுக்கு மாற்றுவதா அல்லது ஐந்தாவது மாடியில் வைத்திருப்பதா என்று முடிவெடுப்பது இழுபறியாக இருந்தது.

விஜபி வார்டு முழுவதையும் ஜேபிக்காகக் காலி செய்து தருவதை சுட்டானி ஏற்றுக்கொள்ளவில்லை. அவரைச் சமாதானப்படுத்தவும் முடியவில்லை. கெஸ்ட்ஹவுஸ் ஒன்றுதான் ஒரே வழியாக இருந்தது. அதை ஒட்டி இருந்த இடத்தைத்தான் இறுதியாகத் தேர்வு செய்தோம். அதில் இருக்கும் சாதக பாதகங்கள் அலசப்பட்டன. இன்னும் கூடுதல் ஏற்பாடுகள் செய்யப்பட வேண்டியிருந்தது. இறுதி முடிவெடுப்பது திரும்பவும் தாமதமானது.

அடுத்த நாள் ஜேபியைச் சந்தித்தபோது பங்களாதேஷ் பற்றியே பேசிக் கொண்டிருந்தோம். அங்கே நடந்த கொடூரத்தினால் இந்தியாவின் பாதுகாப் புக்கு ஆபத்து என்றவர், எமர்ஜென்சி ரத்து செய்யப்பட்டு ஜனநாயகம் வரும் அல்லது இந்திரா இன்னும் கொடிய சர்வாதிகாரியாக ஆவார் என்று தான் எதிர் பார்ப்பதாகச் சொன்னார். முதலாவதற்குத்தான் வாய்ப்பு இருக்கிறது என்றேன். இந்தியாவை எந்த ஒரு சர்வாதிகாரியாலும் முழுமையாக ஆள முடியாது. இனி ரஷ்யாவின் ஆதரவும் கிடைக்காது. பங்களாதேஷ் சம்பவத்துக்குப்பின் ரஷ்யா மிரண்டு போயிருக்கிறது என்றேன். ஜேபியிடம் தொடர்ந்து பேசிக் கொண்டிருந்தபோது பங்களாதேஷில் நடந்த சம்பவத்தால் இந்தியா வெளிச் சத்துக்கு வருவதற்கான வாய்ப்பு இருப்பதைத் தெரிந்துகொள்ள முடிந்தது.

இதற்கிடையே ஜேபியைச் சந்திக்க, தார்க்குண்டேவும் லக்கன்பாலும் வந்தனர். அவர்களது வருகையின் நோக்கம், ஜேபியிடம் கையெழுத்து வாங்குவது. டெல்லி உயர் நீதிமன்றத்தின் முடிவை எதிர்த்து உச்ச நீதிமன்றத்தில் வழக்கு தாக்கல் செய்வதற்காகக் கையோடு ஆவணங்களை எடுத்துக்கொண்டு வந்திருந்தனர். லக்கன்பாலுக்கு ஜேபியைச் சந்திப்பதற்கான வாய்ப்பை மறுத்தேன். ஜேபியின் நண்பர் என்னும் முறையில் அனுமதிக்கலாமே என்றார் தார்க்குண்டே. எங்களுக்குக் கொடுக்கப்பட்ட வழிமுறைகளின்படி அனு மதிக்க முடியாது என்று சொன்னேன். குர்காவோனில் தாருவில் தங்கவைக்கப் பட்டிருக்கும் மொரார்ஜி தேசாய் விஷயத்தில் அனுமதி கொடுக்கப்பட்டது என்றார் தார்க்குண்டே. அவர் சம்பந்தப்பட்ட வழக்கில் நண்பர்களைச் சந்திக்க அனுமதிக்கலாம் என்று டெல்லி உயர் நீதிமன்றத்தில் அரசு வழக்கறிஞர் விவரங்களைச் சமர்ப்பித்து இருப்பதாகவும், அதன் நகலை அனுப்பி வைப்ப தாகவும் தார்க்குண்டே சொன்னார்.

மொஹிந்தர் சிங் முன்னிலையில் ஜேபியை ஒரு மணி நேரம் சந்தித்துப் பேச தார்க்குண்டேவுக்கு அனுமதி கொடுத்தேன். உண்ணாவிரத முடிவைக் கைவிடும்படி ஜேபியைத் தான் கேட்டுக்கொள்ளப்போவதாகவும், அதற்கு அனுமதி வேண்டும் என்றும் தார்க்குண்டே என்னிடம் சொன்னார். ஜேபி ஏற்கெனவே அந்த முடிவைக் கைவிட்டுவிட்டார் என்றும் அதனால் அதைப் பற்றி தார்க்குண்டே பேசுவதில் பிரச்னை இல்லை என்றும் தெரிவித்தேன்.

தார்க்குண்டே திரும்பி வந்ததும் ஜேபி கையெழுத்திட்ட ஆவணங்களைக் கேட்டேன். இது முறையல்ல என்று வாதாடிய தார்க்குண்டே, அரை

மனத்தோடு கொடுத்தார். ஆவணங்களைச் சரிபார்த்துவிட்டு மேத்தா, தவே அண்ட் கோவுக்கு அனுப்பி வைக்கவேண்டும் என்றும், டெல்லி உயர் நீதிமன்றத்துக்கு அனுப்பிவிடவேண்டாம் என்றும் தார்க்குண்டே கேட்டுக் கொண்டார். சென்ற முறை டெல்லி உயர் நீதிமன்றத்துக்கு ஆவணங்களை நேரடியாக அனுப்பி வைத்ததால் சில பிரச்னைகள் ஏற்பட்டனவாம். மேத்தா, தவே அண்ட் கோவுக்கு ஜேபி சம்பந்தப்பட்ட ஆவணங்கள் விசாரணைக்கு வந்ததே தெரியாது. அன்று ஏதேச்சையாக நீதிமன்றத்தில் தார்க்குண்டே இருந்ததால்தான் வழக்கு விசாரணைக்கு வந்ததே தெரிந்ததாம்.

20 ஆகஸ்ட் அன்று நானும் பனோத்தும் பி.ஜி.ஐ சென்று அங்கே ஜேபியைத் தங்க வைப்பதற்கான நடவடிக்கைகளை மேற்பார்வையிட்டோம். பின்னர் மருத்துவமனையின் வாயிலுக்குச் சென்றோம். அங்கே டாக்டர் மெஹ்ராவும் எங்களுடன் இணைந்துகொண்டார். அங்கிருந்து மேல்தளத்துக்குச் சென் றோம். நல்ல காற்று. நல்ல இடம். அங்கிருந்து சண்டிகர் நகரைப் பார்க்க முடிந்தது. எனினும் பாதுகாப்பு சம்பந்தமாக கூடுதலாகச் சில விஷயங் களைச் செய்யவேண்டியிருந்தது.

பின்னர் அங்கிருந்து ஜேபியைச் சந்திக்கச் சென்றோம். ஜேபி நல்ல மனநிலை யில் இருந்தார். ஒரு சில புத்தகங்களைப் பற்றி விவாதித்தோம். தனக்கு வரலாறு சம்பந்தப்பட்ட புத்தகங்கள் வேண்டும் என்றார். குறிப்பாக பைபிள் ஒரு பிரதியும், குரு கோபிந்த சிங் கதைகளும் வேண்டும் என்று கேட்டார். பங்களாதேஷ் பிரச்னையைப் பற்றியும் பாகிஸ்தான் நடந்து கொள்ளும் விதம் பற்றியும் விரிவாகப் பேசினோம். ஜுல்ஃபிகார் அலி பூட்டோவின் அறிக்கைகள் அவருக்கு மனோதைரியம், பரந்த மனப்பான்மை ஆகியவை இல்லாததை வெளிப்படுத்துகின்றன என்றார். நம்முடைய பங்களாதேஷ் தூதர் டாக்கா விரைந்திருப்பதையும், அங்கே என்ன நடக்கிறது என்பது உறுதியாகத் தெரியவில்லை என்பதையும் ஜேபிக்குத் தெரியப்படுத்தினேன்.

அடுத்தடுத்த சந்திப்புகள், விவாதங்களின் மூலமாக ஜேபி என்னுடன் இன்னும் நெருங்கி வந்திருந்தார். ஆகஸ்ட் 22 அன்று அவரைச் சந்திக்கச் செல்வதற்குச் சில தினங்களுக்கு முன்பாக, பம்பாயிலிருந்து வெளியாகும் பிளிட்ஸ் என்ற வாரப் பத்திரிகை, இந்திரா காந்தியின் பேட்டியை வெளி யிட்டிருந்தது. அதில் புதிய அரசியல் அமைப்புச் சட்டம் ஏதும் கொண்டு வருவதாகத் திட்டமில்லை என்று இந்திரா காந்தி குறிப்பிட்டிருந்தார். அது பற்றிக் குறிப்பிட்டபோது ஜேபி, நல்ல வேளை, அரசியல் அமைப்புச்சட்டம் தப்பியது என்று கிண்டலடித்தார். அரசியல் அமைப்புச் சட்டத் திருத்த மசோதாவை நிறைவேற்றுவதில் எந்த முன்னேற்றமும் இல்லை என்று வரும் செய்திகளைக் கேட்டு ஜேபிக்கு நிம்மதி ஏற்பட்டது.

பரஸ்பர ஒத்துழைப்பு, புரிந்துணர்வு ஆகியவற்றின் அடிப்படையில் சகஜ நிலையை மீண்டும் கொண்டுவருவதற்கான சாத்தியங்களை பற்றிப்

பேசிக்கொண்டிருந்தோம். அவ்வளவு சீக்கிரமாக அது நடக்க வாய்ப்பில்லை என்றார் ஜேபி. நானாஜி தேஷ்முக் போன்றவர்கள் மறைவாக, தீவிரமாக இயங்கி வருகிறார்கள் என்று குறிப்பிட்டேன். அவர், இந்திராவை ஆதரித்துப் பேசும் வெளிநாட்டுப் பத்திரிகைகளைக் கடுமையாக விமர்சித்து அறிக்கை விடுத்திருப்பதைக் குறிப்பிட்டேன். இந்த வெளிநாட்டுப் பத்திரிகைகள் இந்திரா காந்தி சொல்வதை அப்படியே நம்பிவிடுகின்றன என்றவர், எதிராளி முற்றிலுமாகக் குழம்பிவிடும் வகையில் வார்த்தைகளை அள்ளிவீசக் கூடியவர் இந்திரா காந்தி என்றார். இந்திராவின் மேல்முறையீட்டு மனு மீதான உச்ச நீதிமன்றத்தின் தீர்ப்புக்குப் பின்னர், நிச்சயம் நிலைமை மாறும் என்றார் ஜேபி.

ஜேபி என்னிடம் பேசிக்கொண்டிருந்தபோது தன் தோலில் மினியேச்சர் கார்பன் தோன்ற ஆரம்பித்திருப்பதாகச் சொன்னார். டாக்டர் தல்வார் தன்னைப் பரிசோதித்ததாகச் சொன்னார். தோலில் கார்பன் வருவது கவலைக்குரிய விஷயம். கவனமாக இருந்தாக வேண்டும். அவருடைய கைகளைப் பார்த்தேன். அதில் சில இடங்களில் கார்பன் நீக்கப்பட்டிருந்தது.

சிறையில் இருக்கும் கைதிகளை நண்பர்கள் சந்திக்க அனுமதிப்பது குறித்த அரசுத் தரப்பு வழக்கறிஞரின் விளக்கத்தை டெல்லி உயர் நீதிமன்றத்திலிருந்து பெற்று தார்க்குண்டே அனுப்பி வைத்தாரா என்று ஜேபி கேட்டார். நான் இல்லை என்று சொன்னேன். ஒரு வேளை அந்த அரசு வழக்கறிஞர் நீதிமன்றத்தில் பொய் சொல்லியிருப்பாரோ என்று ஜேபி ஆச்சரியப்பட்டார்.

தன்னுடைய மனுவை விசாரித்தபின் உச்ச நீதிமன்றத்தின் முடிவு சாதகமாக இருக்கும் என்று ஜேபி நம்பிக்கையோடு இருந்தார். கூடிய சீக்கிரம் சண்டிகர் சிறையிலிருந்து தன்னை மாற்றுவதற்கான உத்தரவு வரும் என்பது அவரது நம்பிக்கை.

ஆகஸ்டு 25 அன்று ஜேபியுடனான சந்திப்பில் அமெரிக்காவின் என்.பி.சிக்கு இந்திரா காந்தி அளித்த பேட்டி பற்றி பேசிக்கொண்டு இருந்தோம். எமர் ஜென்சி குறித்த கடுமையான கேள்விகளுக்கு இந்திரா பதில் சொல்லாமல் நழுவியிருந்தார். ரேடியோ பேட்டி என்பதால் தொலைபேசி மூலமாகக் கேள்விகளை முன்கூட்டியே கொடுத்திருப்பார்கள். இருந்தும் இந்திராவால் கேள்விக்கணைகளைச் சமாளிக்க முடியவில்லை. தன்னுடைய தரப்பை நியாயப்படுத்துவதற்கான போதுமான விஷயங்கள் இல்லை என்பதாலோ என்னவோ இந்திராவுக்கு அடிக்கடி கோபம் வந்தது.

12. கரை எங்கே?

ஆகஸ்டு 27 இன்னொரு முக்கியமான நாள். காலையில் சில பணிகள் இருந்ததால் ஜேபியைச் சந்திக்க முடியவில்லை. மதியம் ஆர்.டி.சர்மா எனது வீட்டுக்கு வந்தார். அவரிடம் ஜேபி எழுதிய இரண்டு கடிதங்கள் இருந்தன. முதல் கடிதம் பிரதமருக்கு எழுதப்பட்டிருந்தது. இரண்டாவது கடிதம் எனக்கு எழுதப்பட்டு இருந்தது. அதில் பிகாரின் பாட்னா பகுதிகளில் ஏற்பட்டிருக்கும் வெள்ளப்பெருக்கு பற்றி ஜேபி கவலை தெரிவித்திருந்தார். வெள்ள மீட்புப் பணிகளில் ஈடுபடுவதற்காகத் தனக்கு ஒரு மாதம் பரோல் கிடைக்குமா என்று கேட்டிருந்தார். இந்தத் தகவலை உடனே பிரதமரிடம் தெரிவிக்கச் சொல்லி எழுதி யிருந்தார்.

நான் உடனே மாதுரைத் தொடர்பு கொண்டேன். ஜேபியின் கடிதத்தை டெல்லிக்கு அனுப்ப முடிவு செய்யப்பட்டது. அன்று மாலையே சிறப்புத் தூதர் மூலம் டெல்லிக்கும் அனுப்பி வைக்கப்பட்டது.

கடிதங்களை அனுப்பி வைத்தபின் ஜேபியைச் சந்திக்கச் சென்றேன். படுக்கையில் இருந்தபடி ஒரு சிறுகதைத் தொகுப்பைப் படித்துக்கொண்டிருந்தார். பிகார் வெள்ள நிலவரம் பற்றிக் கவலையோடு பேசினார். பாட்னாவுக்குள் எப்படித் தண்ணீர் வந்தது என்பதைத் தன்னால் புரிந்துகொள்ள முடியவில்லை என்றார். சோன் நதியின் ஒரு கரை உடைந்து

போனதால் நகருக்குள் தண்ணீர் வந்துவிட்டதாகச் செய்தித்தாளில் வெளியாகி யிருந்த செய்தியை அவரிடம் சொன்னேன். 'ஐந்து லட்சம் மக்கள் தொகை கொண்ட பாட்னா இப்படி ஒரு வெள்ளப்பெருக்கை எப்படிச் சமாளிக்கப் போகிறது? பழைய பாட்னாவில் ஏற்கெனவே நிலைமை மோசம். குறுகிய சந்துகள். சாதாரண மழைக்கே தெருக்களில் ஆறு போல் தண்ணீர் ஓடும் நிலை. தலைமைச் செயலகம், ராஜ் பவன் உள்ளிட்ட இடங்களையே தண்ணீர் சூழ்ந்திருக்கிறது என்னும்போது தாழ்வான பகுதிகளில் நிலைமை மோசமாகத்தான் இருக்கும். இதுபோன்ற பெரிய வெள்ள அபாயங்களைச் சமாளிக்கும் திறமை பிகார் அரசுக்கு இல்லை' என்றார் ஜேபி.

ஜேபி இறுக்கமான முகத்தோடு தொடர்ந்தார்: 'கடுமையான வறட்சியாலும் வெள்ளப்பெருக்காலும் பிகார் சபிக்கப்பட்டிருக்கிறது. இந்த முறை நிலைமை மோசம். நல்ல விளைச்சல் கண்டிருந்த கரீஃப் பயிர்கள் எல்லாம் அழிந்து போயிருக்கும். ஒவ்வொரு முறை வெள்ளம் வரும்போதும் ஆய்வுகள் நடைபெறும். அதிகாரிகள் வந்து கூட்டம் நடத்துவார்கள். அறிக்கை அனுப்புவார்கள். அதற்குப்பின் எந்த ஒரு நடவடிக்கையும் இருக்காது. பிகாரில் ஊழலும் லஞ்சமும் சகல மட்டங்களிலும் பரவி இருக்கிறது. சாதாரணக் கடைநிலை ஊழியர்களில் ஆரம்பித்து பொறுப்பான பதவிகளில் இருக்கும் நிர்வாகிகள்வரை அங்கே லஞ்சம் சர்வ சாதாரண மாகிவிட்டது. தாழ்த்தப்பட்ட, பழங்குடியினர்களில் ஒரு சிலர் தவிர மற்ற பிகாரிகள் கடுமையான உழைப்பாளிகள். இருந்தாலும் அவர்களால் ஜாதி வட்டத்தை விட்டு வெளியே வரமுடியவில்லை. பிகார் அரசியல்வாதிகள் ஜாதி வெறியைச் சகல இடங்களிலும் பரப்பியிருக்கிறார்கள். ஜாதி வெறியும் லஞ்சமும் நிர்வாகத்தில் கைகோர்த்திருக்கிறது. எல்லா வளங்கள் இருந்தாலும் பிகார் இன்னும் முன்னேறாமல் இருப்பதற்கு வளர்ச்சி வெகு குறைவாக இருப்பதுதான் காரணம்.'

1966-67 சமயத்தில் பிகாரில் வறட்சி நிலவியபோது ஜேபி, பிகார் நிவாரணக் குழுவின் தலைவராக இருந்தார். அப்போது அவர் மேற்கொண்ட நடவடிக்கை களை ஜேபி நினைவுகூர்ந்தார். பல சுய உதவிக் குழுக்கள் அவரோடு இணைந்து களத்தில் பணியாற்றின. காரிடாஸ் நிறுவனம் குறிப்பிடத்தக்க பணிகளைச் செய்ததாகச் சொன்னவர், அன்னை தெரசாவும் அவரது அமைப்பைச் சேர்ந்தவர்களும் செய்த நல உதவிகளைத் தன்னால் மறக்க முடியாது என்றார்.

அப்போது இந்திரா பிரதமராகிச் சிறிது காலம்தான் ஆகியிருந்தது. நாடாளு மன்றத்துக்கு உள்ளேயும் வெளியேயும் ஏகப்பட்ட கண்டனங்களை அவர் எதிர்கொள்ள வேண்டியிருந்தது. நிலைமையை நேரில் சென்று பார்வையிட, பிரதமர் தனி விமானம் மூலம் டில்லியிலிருந்து பாட்னாவுக்குச் சென்றார். கூடவே ஜேபி, அவருடைய மனைவி பிரபாவதி, ராம் மனோகர் லோகியா

ஆகியோரும் சென்றனர். அப்போது இந்திரா, ராஜ் நாராயண் உள்ளிட்டோர் தன்னை எப்போதும் கடுமையாக விமரிசிப்பதாக ஜேபியிடம் வருத்தத்துடன் சொல்லிக்கொண்டிருந்தாராம். வறட்சியால் பாதிக்கப்பட்ட ஒரு சிறுமியின் அனுபவத்தை நேரிடையாகக் கேட்ட இந்திரா கண்ணீர் விட்டு அழுதாராம். 'அப்போது இருந்த இந்திரா வேறு. அர்ப்பணிப்பு உணர்வு, மென்மையான அணுகுமுறை என அவரிடம் இருந்தவை எல்லாம் இப்போது தொலைந்து போய்விட்டன' என்றார் ஜேபி.

ஜேபி, தற்போதைய வெள்ள நிலவரம் பற்றி விசாரித்தார். வெள்ளத்தைப் பார்வையிடச் சென்ற ஜெகஜீவன் ராமின் ஹெலிகாப்டரால் தரை இறங்க முடியவில்லை என்ற செய்தியை அவருக்குச் சொன்னேன். சாமானிய மக்கள் தரையில் கஷ்டப்படும்போது ஹெலிகாப்டரில் சென்று இறங்குவது தனக்கு உடன்பாடான விஷயமல்ல என்றார் ஜேபி. பிரதமருக்குத் தான் எழுதிய கடிதம் பற்றிக் கேட்டார். 'உடனே டெல்லிக்கு அனுப்பி வைத்துவிட்டோம். பதில் வந்தவுடன் உடனே தெரிவிக்கிறேன்' என்றேன். பிரதமரிடமிருந்து சாதகமான பதில் வரும் என்று தான் நினைக்கவில்லை என்றார் ஜேபி.

அன்று மாலை டாக்டர் சுட்டானி எனக்கு போன் செய்தார். ஜேபி பதட்டமாக இருப்பதாகச் சொன்னவர், பிரதமருக்கு அவர் எழுதிய கடிதத்துக்கு ஏதாவது பதில் வந்ததா என்று கேட்டார். உடனே மாதுருக்கு போன் செய்தேன். அவரும் டெல்லியில் உள்துறைச் செயலரைத் தொடர்பு கொண்டு கேட்டுவிட்டுச் சொல்வதாகத் தெரிவித்தார்.

அடுத்த நாள் மாலை ஜேபியைச் சந்திக்கச் சென்றபோது அவர் ஆர்.டி.சர்மா வுடன் வெராந்தாவில் நடந்துகொண்டிருந்தார். என்னைப் பார்த்ததும் அவசர அவசரமாக அறைக்குத் திரும்பியவர், டெல்லியிலிருந்து ஏதாவது பதில் வந்ததா என்று கேட்டார். தற்போது டெல்லியில் இருக்கும் மாதுர் அது தொடர்பாக முயற்சி செய்து கொண்டிருப்பதாகச் சொன்னேன். ஜேபியின் கடிதம் தேதி கூடக் குறிப்பிடாமல் சுருக்கமாக இருந்ததையும் சொன்னேன். 'அது கடிதமல்ல, குறிப்பு மட்டுமே' என்றார் ஜேபி.

மீட்பு நடவடிக்கைகள் தவிர, தான் வேறு எந்த அரசியல் நடவடிக்கைகளிலும் ஈடுபடப்போவதில்லை என்பதையும் கடிதத்தில் எழுதியிருக்கலாம் என்றார் ஜேபி. 'பிகார் வெள்ளத்தில் மூழ்கிக்கொண்டிருக்கும் இந்த நேரத்தில் அரசியல் பேசுவதற்குச் சரியான நேரமல்ல. இது பற்றி விளக்கமாகப் பிரதம ரிடம் எழுத வேண்டுமா?' என்று என்னிடம் கேட்டார் ஜேபி. எழுதினால் நல்லது என்றேன். அவரது கோரிக்கைக்குப் பின்னணியில் வேறு எதுவும் காரணம் இல்லை என்பதை விளக்கவேண்டிய அவசியம் என்றேன். பாட்னா வில் ராஜ் பவன், முதலமைச்சர் வீடு ஆகியவை தனித் தீவாகிவிட்டதையும் மீட்பு நடவடிக்கைகளில் ராணுவத்தினர் ஈடுபடுத்தப்பட்டிருப்பதையும் அவருக்குச் சொன்னேன்.

அந்த நேரத்தில் பனோத்தும் எங்களோடு இணைந்துகொண்டார். பிகார் வெள்ளம் பற்றி ஜேபியிடம் பேசிக்கொண்டிருந்ததாக பனோத்திடம் சொன்னேன். எஞ்சினியர்கள் செய்த தவறுதான் இப்படி ஒரு வெள்ளப் பெருக்கு வந்ததற்குக் காரணம் என்றார் பனோத். ஜேபியும் அதை ஒப்புக்கொண்டார்.

அடுத்ததாக வரதட்சணைக் கொடுமை பற்றிப் பேசிக்கொண்டு இருந்தோம். பிகாரில் டாக்டர்களுக்குத்தான் அதிக வரதட்சணை கிடைக்கிறது. அதை அடுத்து ஐ.ஏ.எஸ், ஐ.பி.எஸ் அதிகாரிகளுக்கும் கிடைக்கிறது. ஐ.பி.எஸ் தன்னுடைய அந்தஸ்தை இழந்துவிட்டது என்றார் பனோத். ஐ.ஏ.எஸ் ஆபீசருக்கு ஒரு லட்சம் வரை வரதட்சணை கிடைப்பதையும், டாக்டர்களுக்கு 80 ஆயிரம் ரூபாய், ஐ.பி.எஸ் அதிகாரிகளுக்கு 50 ஆயிரம் ரூபாய் வரை கிடைப்பதையும் நான் குறிப்பிட்டேன். சமூகத்தில் எதற்கெல்லாம் விலை நிர்ண்யிக்கிறார்கள் என்று ஜேபி அலுத்துக்கொண்டார். வரதட்சணை கொடுப்பதற்கும் வாங்குவதற்கும் பெண்களே காரணமாக இருப்பதாக நான் சொன்னேன். ராணுவ அதிகாரிகளுக்குத் திருமணச் சந்தையில் மதிப்பே இல்லை என்றும் கான்வெண்டில் படித்த பெண்கள்கூட ராணுவ அதிகாரிகளை மணப்பதற்குச் சம்மதிப்பதில்லை என்றும் சொன்னேன்.

வரதட்சணைக் கொடுமை இந்தியாவின் மோசமான சமூகக் கொடுமை என்ற ஜேபி, இது சம்பந்தப்பட்ட பையன், பெண், அவர்களது பெற்றோர்கள் ஆகியோரின் சுயமரியாதையைக் கேள்விக்கு உள்ளாக்குகிறது என்றார். பனியா சமூகத்தைச் சேர்ந்தவர்களிடம் நிலவும் வழக்கத்தைப் பற்றி ஜேபியிடம் குறிப்பிட்டேன். ஆண் குழந்தை பிறந்ததிலிருந்து உண்டாகும் செலவுகள் - பொம்மை வாங்கியதிலிருந்து நாப்கின் வாங்கியது வரை - அனைத்தையும் எழுதிவைத்து, அதை மணமகள் வீட்டாரிடம் காட்டி வரதட்சணை பெற்றுக் கொள்ளும் அந்த வழக்கத்தைச் சொன்னேன். இது கிட்டத்தட்ட பையனை விலைக்கு விற்பது போன்றது. இப்படி ஒரு நிலைக்குப் பின்னர் அந்தப் பையனால் சுயமரியாதையோடு இருக்க முடியுமா?

அரசியல்வாதிகளும் அமைச்சர்களும் வரதட்சணையை ஒழித்துவிடுவதாக மேடையில் முழங்குகிறார்கள். நிஜத்திலோ தங்களுடைய செல்வத்தை வெளிப்படையாகக் காட்டிக்கொள்ள வரதட்சணையைத்தான் பயன்படுத்திக் கொள்கிறார்கள். கர்நாடக அமைச்சரும் மகாராஷ்டிர மாநில கிராம நிர்வாகக் குழுத் தலைவரும் செய்த ஊழலைப் பற்றி ஜேபி குறிப்பிட்டார். ‘குழுத் தலைவர், சர்க்கரை ஆலைகளுக்குத் தரப்பட்ட மின்சாரத்தைத் தன்னுடைய வீட்டுத் திருமண மண்டப அலங்காரத்துக்குப் பயன்படுத்திக்கொண்டார். பத்தாயிரத்துக்கும் மேற்பட்டோர் திருமணத்தில் கலந்து கொண்டார்கள். கிராமத்தில் இருந்த அனைத்துக் கிணறுகளிலும் ஐஸ் கட்டியைக் கொட்டி விருந்தினர்கள் குடிப்பதற்காகக் குளிர்ந்த நீர் தயாராக வைக்கப்பட்டிருந்தது’ என்றார் ஜேபி.

அன்றைய சந்திப்பின்போது ஜேபி இயல்பாக இருந்தார். நவீன ஓவியங்கள் முதல் கவிதைகள் வரை சகல விஷயங்களும் பேசப்பட்டன. ஓர் ஓவியத்தைச் சாதாரண மனிதனால் புரிந்துகொள்ள முடியாதபோது அதனால் என்ன பயன் என்றார் ஜேபி. கிளம்பும்போது, பிரதமருக்கு மீண்டும் கடிதம் எழுதுவதில் என்னுடைய ஆலோசனையைக் கேட்டார். மூன்று அல்லது நான்கு நாட்கள் காத்திருக்குமாறு சொன்னேன். டெல்லியில் இருந்து ஏதாவது தகவல் வந்தால் உடனே சொல்வதாகக் கூறி அவரிடமிருந்து விடை பெற்றுக்கொண்டேன்.

அடுத்த நாள் மாதுர் டெல்லியிலிருந்து என்னைத் தொடர்புகொள்ள முயற்சி செய்தார். என்னுடைய தொலைபேசி பழுதாகி இருந்ததால் முடியவில்லை. அவரது உதவியாளரிடம் சொல்லி உடனே அவரைத் தொடர்பு கொள்ளச் சொல்லியிருந்தார். செய்தி கிடைத்ததும் உடனே டெல்லியில் இருந்த ஹரியானா பவனுக்கு போன் செய்தேன். ஜேபி அனுப்பிய கோரிக்கை பிரதமரைச் சென்றடைந்துவிட்டது என்றும் ஜேபியை மூன்று அல்லது நான்கு நாட்கள் பொறுமையாகக் காத்திருக்கும்படியும் சொல்லச் சொன்னார்.

ஜேபியை மக்கள் தலைவர் என்று சொல்வதற்கான காரணத்தை இப்போது என்னால் புரிந்துகொள்ள முடிந்தது. பிகாருக்கு இழப்பு வந்திருக்கும் நேரத்தில் மக்களோடு மக்களாக இருக்க அவர் நினைத்தார். அதற்காக இந்திராவுடன் சமாதானம் செய்து கொள்ளவும் அவர் தயாராக இருந்தார். பிகாரில் ஜேபி கடவுளுக்குச் சமமானவர் என்று யாரோ சொன்னது என் நினைவுக்கு வருகிறது. அவர் மக்கள்மீது வைத்திருக்கும் பாசம், அக்கறை ஆகியவற்றில் இருந்தே இதை முழுமையாகப் புரிந்துகொள்ள முடிகிறது.

அடுத்த நாள் ஜேபியைச் சந்திக்கச் சென்றபோது வெராந்தாவில் இருந்து அவரது அறைக்குத் திரும்பிக் கொண்டிருந்தார். டெல்லியிடமிருந்து ஏதாவது செய்தி உண்டா என்று கேட்டார். மாதுரிடம் நடைபெற்ற தொலைபேசி உரையாடலை விவரித்தேன். 'கடிதத்தில் எல்லாவற்றையும் எழுதிவிட்டேன். அரசியல் பேசமாட்டேன் என்கிற உறுதிமொழியை ஒரு வேளை இந்திரா எதிர்பார்த்திருக்கலாம். இந்திராவே நேரடியாக அல்லது வேறு யாரையாவது அனுப்பி என்னை டெல்லிக்கு அழைத்து வரச் சொல்லலாம். நான் பரோலில்தான் செல்கிறேன். பாட்னாவில்தான் இருப்பேன். அங்கிருந்து எங்கேயும் செல்லமாட்டேன்' என்றார்.

பாட்னாவில் தனக்குச் சொந்தமாக வீடு ஏதுமில்லை என்ற ஜேபி, மகிலாசர்க்க சமிதிக்குச் சொந்தமான கட்டடத்தின் ஒரு பகுதியில்தான் குடியிருப்பதாக வும், இந்திரா தகவல் ஒலிபரப்புத் துறை அமைச்சராக இருந்தபோது ஒருமுறை அங்கு வந்திருப்பதாகவும் சொன்னார். 'கமலா நேரு குழந்தைகள் காப்பக'த்தைத் திறந்து வைப்பதற்காகத்தான் இந்திராவை ஜேபியின் மனைவி பிரபாவதி அழைத்திருந்தார். அங்குதான் இரவு உணவு ஏற்பாடு செய்யப் பட்டிருந்தது. 'இந்திரா தரையில்தான் உட்கார்ந்திருந்தார். இந்திராவுக்கு அந்த

117

இடத்தை நன்றாகத் தெரியும். அவை அனைத்தும் இப்போது வெள்ளத்தில் மூழ்கிக் கிடக்கின்றன.'

ஜேபி உணர்ச்சிபூர்வமாக இருந்தார். 'வெள்ள நீரில் நிறையப் பிணங்கள் மிதப்பதாகச் சொல்கிறார்கள். நிறையப் பேர் இறந்திருக்கலாம். சரியான நேரத்தில் வெள்ளப்பெருக்கு பற்றிய எச்சரிக்கை விடப்படவில்லை. பாதுகாப்பான இடங்களுக்குச் செல்வதற்கும் வாகன வசதி இல்லை. வெள்ளத்தின் கொடூரம் பிகாரின் மற்ற இடங்களிலும் தெரிகிறது. என்னுடைய சொந்தக் கிராமமான சம்பாரனில் எனக்கு ஒரு பண்ணை வீடு உண்டு. அதுவும் இந்நேரம் வெள்ளத்தில் அடித்துச் செல்லப்பட்டிருக்கும். நிறைய தானியங்கள் அழிந்து போயிருக்கும்' என்றார்.

நிலச்சீர்திருத்தச் சட்டம் பற்றிப் பேசிக்கொண்டிருந்தோம். 'சுதந்தரத்துக்குப் பின் காங்கிரஸ் ஜமீன்தாரி முறையை அமுல்படுத்தியதும் பிகாரில் நிலைமை மாறிவிட்டது. உண்மையில் காங்கிரஸ் பிகாருக்கு செய்த ஒரே நல்ல விஷயம் அது மட்டும்தான். ஆனாலும் ஜமீன்தாரி சட்டம் பிகாரில் முழுமையாக நடைமுறைப்படுத்தவில்லை என்றுதான் சொல்ல வேண்டும். அதைச் செய்ய வேண்டிய அதிகாரிகள், உதவி கலெக்டர்கள் வசமே ஏராளமான நிலங்கள் உள்ளன. வெளி மாநிலத்திலிருந்து வரும் அதிகாரிகள், குறிப்பாக தென்னிந்திய அதிகாரிகள் மட்டுமே ஜாதி, மத பேதம் பார்க்காமல் சட்டத்தைப் பாரபட்சமின்றி கடுமையாக அமுல்படுத்தியிருக்கிறார்கள்' என்றார்.

பாதேபாத்தில் பணிபுரியும்போது அங்கு எனக்கு ஏற்பட்ட அனுபவத்தை ஜேபியிடம் சொன்னேன். அங்கு இருந்த பண்ணையார் ஒருவரிடம் இருந்து 200 ஏக்கர் நிலத்தைக் கையகப்படுத்த வேண்டியிருந்தது. நிலத்தை மறைக்கும் மோசடியில் தாசில்தாரில் ஆரம்பித்து உயர் நீதிமன்றம் வரை ஏகப்பட்ட ஊழல். சரியாக விசாரணை செய்து 200 ஏக்கர் நிலத்தைக் கைப்பற்றி, 50 குடும்பங்களுக்குக் கொடுக்க வேண்டியிருந்தது. பெரும்பாலனவர்கள் தவறைக் கண்டுகொள்ளாமல் இருப்பதால்தான் ஏகப்பட்ட குளறுபடிகள் நடக்கின்றன என்றார் ஜேபி.

அன்று இரவு ஜேபி ஒரு கடிதம் எழுதி சர்மா மூலமாக எனக்குக் கொடுத்து அனுப்பினார். அதில், தான் வெள்ள நிவாரண நடவடிக்கைகளில் மட்டும் ஈடுபடப்போவதாகவும், அரசியல் பேசப்போவதில்லை என்றும் எழுதியிருந்தார். தன்னுடைய விளக்கம் பிரதமர் எந்த ஒரு முடிவையும் எடுப்பதற்கு முன்பாகப் போய்ச் சேரவேண்டும் என்றும் அவர் குறிப்பிட்டிருந்தார். உடனே மாதுரைத் தொடர்புகொண்டு பேசினேன். அவரது உதவியாளரை உடனே அணுகுமாறு சொன்னார். மொஹிந்தர் சிங்கைத் தொடர்புகொள்ள முயன்றேன். அவர் கிடைக்கவில்லை. கமல் தேவ் மூலமாக டிரைவர் குஷால் சிங்கை வரவழைக்கச் சொன்னேன்.

குஷால் சிங் இரவு பத்து மணிக்கு மாதுரின் உதவியாளர் பரத்வாஜை அழைத்துக்கொண்டு வந்தார். அங்கிருந்து மாதுரின் இருப்பிடத்துக்குச் சென்றோம். மத்திய உள்துறைச் செயலராக இருந்த எஸ்.எல். குரானாவுக்கு மாதுர் ஒரு கடிதம் எழுதி அதில் ஜேபியின் கடித நகலை இணைத்தார். ஒரிஜினல் கடிதம் எனக்கு எழுதப்பட்டிருந்ததால் அதை அப்படியே அனுப்பக்கூடாது என்றார் மாதுர். பாட்னாவில் ஏற்பட்டிருக்கும் வெள்ளப் பெருக்கு பற்றி ஜேபி கவலையோடு இருப்பதாகவும் ஒரு வரி அதில் சேர்த்து எழுதுமாறு மாதுரைக் கேட்டுக்கொண்டேன். ஒரு நிமிடம் யோசித்தவர், பின்னர் மறுத்துவிட்டார்.

சரியாக 11.15 மணிக்கு சண்டிகர் பேருந்து நிலையத்தில் இருந்த சோப்ராவிடம் கடிதம் கொடுக்கப்பட்டது. டெல்லிக்குச் சென்று மத்திய உள்துறைச் செயலரிடம் நேரிடையாகக் கொடுக்கும்படி அவர் அறிவுறுத்தப்பட்டார். கடிதம் அனுப்பப்பட்டுவிட்டது என்ற விவரத்தை அடுத்த நாள் காலை ஜேபியிடம் சொல்லிவிடுமாறு சர்மாவிடம் கேட்டுக்கொண்டு வீடு திரும்பினேன்.

பிகாரில் முன்பு வறட்சி வந்தபோது ஜேபி மேற்கொண்ட நடவடிக்கைகள் பற்றி திரைப்பட இயக்குநரும் பிலிம்ஸ் டிவிஷனுக்காகப் பல படங்களைத் தயாரித்தவருமான பிரேம் வைத்யா எழுதியதிலிருந்து:

> 1966-ல் ஜெயப்பிரகாஷ் நாராயண் என்னும் பெயர்தான் பிகார், உத்திரப்பிரதேச மாநில அரசு அதிகாரிகளும் வறட்சியால் பாதிக்கப்பட்டவர்களும் உச்சரிக்கும் ஒரே வார்த்தையாக இருந்தது. முதல் இரண்டு நாட்கள் சுற்றி அலைந்துவிட்டு, நாவா கிராமத்துக்குச் சென்றபோது அப்படி ஒரு வறட்சியை நாங்கள் யாரும் சந்தித்திருக்க வில்லை. கைகளில் பாத்திரம் ஏந்தியபடியே உணவுக்காக மக்கள் வரிசைகளில் காத்திருந்தார்கள். பிகார் நிவாரணக் குழுத் தலைவராக இருந்த ஜேபி அறிமுகப்படுத்திய இலவச சமையல் திட்டத்தின் கீழ் உணவைப் பெறுவதற்காக நின்ற கூட்டம்தான் அது. டிசம்பர் 1966 வரையிலான காலகட்டத்தில் கிட்டத்தட்ட 30 லட்சம் மக்கள் வறட்சியினால் பாதிக்கப்பட்டிருந்தார்கள்.வரும் மாதங்களில் இன்னும் பத்து லட்சம் பேர் அதிகரிக்கக்கூடும் என்று செய்திகள் வந்து கொண்டிருந்தன.
>
> ஜேபி அறிமுகப்படுத்திய இலவச சமையல் இயக்கம் நூற்றுக்கணக்கான மக்களை வறட்சியின் பிடியிலிருந்து காப்பாற்றியிருந்தது. வரிசையில் நின்ற மக்களில் நிறையப் பேர் எங்களது கேமராவைப் பார்க்கக் கூச்சப்பட்டார்கள். உணவுக்காக வரிசையில் நிற்பது அவர்களுக்கு வாழ்க்கையிலேயே அதுதான் முதல் முறை.

ஜேபியைச் சந்திப்பதற்காக பாட்னா சென்றோம். அவரது வீட்டின் முன்னர் கேமராவை வைத்து அவரைப் பேசச் சொன்னோம். அதன் மூலம் நாட்டு மக்களுக்கு ஜேபி வேண்டுகோள் விடுத்தார். 'வறட்சியின் பிடியில் இருக்கும் மக்களின் எண்ணிக்கை அதிகமாகிக்கொண்டே செல்லும் நேரத்தில் நாட்டின் பிற பகுதிகளிலிருந்து வந்து சேரும் உதவிகளின் எண்ணிக்கை திருப்திகரமாக இல்லை. வறட்சி நிலவரம் பற்றி மக்களுக்குச் சரிவரத் தெரியவில்லை என்றே நினைக்க வேண்டியிருக்கிறது. இது சாதாரண வறட்சி அல்ல என்பதை மட்டும் தயவு செய்து நினைவில் வைத்துக்கொள்ளுங்கள். இதுபோன்ற வறட்சியை இந்தியா இதுவரை சந்தித்ததில்லை. இப்போதைக்கு மக்களுக்குத் தேவைப்படுவது துணிமணிகளும் போர்வைகளும்தான். உங்களால் முடிந்த உதவியைப் பணமாகவோ அல்லது பொருளாகவோ செய்ய வேண்டிய நேரம் இது...'

அரசியல் தலைவர்களிலேயே மக்களின் உண்மையான நிலையை அறிந்தவர் ஜேபி மட்டுமே. அவருடைய நேரடி மேற்பார்வையின் மூலமாக நடைபெற்ற இலவச சமையல் இயக்கம், குறுகிய கால இடைவெளியில் அமோக வரவேற்பைப் பெற்றது. சமையல் இயக்கத்தின் எண்ணிக்கை 1,400 ஆக உயர்த்தப்பட்டது. வெகு சில மக்களின் பசியை மட்டுமே போக்கிக்கொண்டிருந்த இயக்கம், குறுகிய கால இடைவெளியில் அரசாங்கத்தின் எந்த உதவியும் இன்றி, 80,000 முதல் 1 லட்சம் மக்கள் வரையிலானோரின் பசியைப் போக்கிக்கொண்டிருந்தது.

13

மூழ்கினால் பரவாயில்லை!

பேராசிரியர் பி.என் தார், பிரதம மந்திரியின் முதன்மைச் செயலராக இருந்தவர். ஜேபியின் பரோல் மனு, அதை இந்திரா கையாண்ட விதம் ஆகியவை பற்றி 'இந்திரா காந்தி - எமர்ஜென்சியும் இந்திய ஜன நாயகமும்' என்னும் தன் புத்தகத்தில் விரிவாக எழுதி யிருக்கிறார்.

தொடர்ந்து பணியில் இருப்பது என்று முடி வெடுத்த பின்னர் எப்படியாவது இந்திரா காந்திக்கும் ஜேபிக்கும் இடையே நட்புணர்வைத் திரும்பக் கொண்டுவருவது என்று சில முயற்சிகளில் இறங்கினேன். ஆகஸ்ட் 1975 இறுதியில் அப்படி ஒரு வாய்ப்பு கிடைத்தது. பிகாரில் ஏற்பட்ட வெள்ளப் பெருக்கைத் தொடர்ந்து அங்கே நேரில் சென்று வெள்ள நிவாரண நடவடிக்கைகளை மேற்கொள்வதற் காகத் தன்னை ஒரு மாதம் பரோலில் அனுப்பு மாறு கோரி ஜேபியிடமிருந்து இந்திராவுக்குக் கடிதம் வந்திருந்தது.

அந்தக் கடிதத்துக்கு நேரடியாகப் பதில் அளிக்க பிரதமர் விரும்பவில்லை. ஜேபி முன்பு எழுதி யிருந்த கடிதத்தினால் ஏற்பட்ட கசப்புணர்வு மிச்சம் இருந்தது. முந்தைய கடிதம் ஒன்றில், ஆறாம் அறிவு படைத்த மக்களால், உன் உண்மைச் சொரூபத்தைக் கண்டுபிடிக்க ஒன்பது ஆண்டுகள் போதுமானவையே என்று ஜேபி

எழுதியிருந்தார். அந்த வரி, பிரதமரின் மனத்தை நிறையவே காயப்படுத்தி யிருந்தது. ஜேபியின் கடிதத்துக்குப் பின்னணியில் ஏதோ அரசியல் திட்டம் இருப்பதாக இந்திரா நினைத்தார். அப்படி நினைக்க வேண்டிய அவசியமில்லை என்றும் ஜேபியின் கோரிக்கைக்குப் பின்னணியில் ஏதுமில்லை என்றும் நான் மறுத்துப் பேசினேன்.

இதற்கிடையே ஜேபியிடமிருந்து இன்னொரு கடிதம் வந்தது. அதில் தன்னுடைய பேச்சுரிமையை அரசியல் லாபத்துக்காகப் பயன்படுத்தப் போவதில்லை என்று அவர் உறுதி மொழி அளித்திருந்தார். அரசுப் பொறுப்பில் இருக்கும் மூத்த அதிகாரி யாரையாவது அனுப்பி, ஜேபியை நேரில் சந்தித்து பிகார் வெள்ளப்பெருக்கு தொடர்பாக அரசு மேற் கொண்டு இருக்கும் பல்வேறு நடவடிக்கைகளை விவரிப்பது என முடிவு செய்யப்பட்டது.

டெல்லி தர்பாரில் நடந்தது இதுதான்! சண்டிகரிலோ அந்த முதியவர் பதட்டத் தோடு காத்திருந்தார். டெல்லியிலிருந்து ஏதாவது பதில் வந்ததா என்று அடிக்கடி என்னைக் கேட்டுக்கொண்டிருந்தார்.

இந்திராவால் ஏன் ஒரு முடிவுக்கு வரமுடியவில்லை, யாருக்காக அவர் பயப்படுகிறார் என்று ஜேபி கேள்வி மேல் கேள்வி கேட்டார். 'பரோலில் அல்லது வேறு எந்தவிதத்திலாவது உங்களை விடுதலை செய்வது என்பது எமர்ஜென்சியை முடிவுக்குக் கொண்டுவருவதை ஒத்தது. இது ஒரு முக்கியமான முடிவு என்பதால் உள்நாட்டிலும் சர்வதேச அளவிலும் நிறையப் பக்க விளைவுகள் இருக்கும். அதன் சாதக, பாதகங்களை அலசி ஆராய்ந்த பின்னர்தான் ஒரு முடிவுக்கு வரமுடியும். எனவே முடிவெடுக்க நிச்சயம் நிறைய நேரமாகும்' என்றேன்.

இந்திராவின் உடன் இருந்து அரசியல் முடிவுகளை மேற்கொள்பவர் யார் என்று தன்னால் ஊகிக்க முடியவில்லை என்றார் ஜேபி. 'சஞ்சய் காந்தி, பன்சிலால், எஸ்.எஸ். ராய் எல்லோரும் கம்யூனிசத்துக்கு எதிரானவர்கள். அவர்களால் ரஷ்யாவுக்கு ஆதரவான நிலைப்பாட்டை எடுக்க முடியாது. பரூவாவுக்கு முடிவெடுக்கும் திறன் கிடையாது. எனவே, ரஷ்யாவின் தூண்டு தலின் பேரில் இந்திரா காந்தியேதான் அனைத்து முடிவுகளையும் எடுப்பார். அப்படியென்றால், நிச்சயமாக எனக்குச் சாதகமான ஒரு முடிவை அவரிடமிருந்து எதிர்பார்க்க முடியாது' என்றார் ஜேபி.

காங்கிரஸில் இருந்த ரஷ்ய ஆதரவு, கம்யூனிஸ்ட் கட்சிக் கையாள்களுக்குக் கொடுக்கப்பட்ட அளவுக்கு மீறிய சுதந்தரத்தையும், அதை அவர்கள் எந்த அளவுக்கு தவறாகப் பயன்படுத்துகிறார்கள் என்பதையும் ஜேபியிடம் கோபத்தோடு சொன்னேன். பரூவாவின் திட்டமான கமிட்டிகள் மூலம் நிர்வாகத்தை நடத்துதல் என்பது அமுலுக்கு வந்தால், நிர்வாகம்

கட்சிக்காரர்களின் கைக்குள் வந்துவிடும். அப்படி ஒரு நிலையில் அதை எதிர்த்து, பணியிலிருந்து ராஜினாமா செய்யும் முதல் அதிகாரியாக நான் இருப்பேன் என்று கோபத்தோடு ஜேபியிடம் சொன்னேன். பரூவாவும் அவரது கையாள்களும் முஜிபுர் ரஹ்மான் பாணியைக் கடைப்பிடிக்க நினைத்தனர். ஆனால் அவர்களது திட்டம் படுதோல்வியில் முடிந்தது.

'அரசு அதிகாரிகளை மக்கள் கிரிமினலைவிடக் கேவலமாக நடத்த ஆரம்பித்துவிட்டார்கள். திறமையில்லாத, நேர்மையற்ற அரசு அதிகாரி களைப் பற்றி எனக்குத் தெரியாது. ஆனால் ஒட்டுமொத்தமாக அரசு அதிகாரி களை நேர்மையற்றவர்களாகவும் லஞ்சம் வாங்குபவர்களாகவும் மக்கள் தவறாக எண்ணுவதை என்னால் பொறுத்துக்கொள்ள முடியாது. அதிகாரிகள் ஊழல், திறமையின்மை, நேர்மையின்மை ஆகியவற்றில் சிக்குண்டு இருப்பதற்கு அரசியல்வாதிகளே 90 சதவிகிதம் காரணம்' என்று நான் உணர்ச்சிவசப்பட்டுப் பேசினேன். நான் சொல்வது அனைத்தையும் பொறுமையாகக் கேட்டுக்கொண்டிருந்த ஜேபி, அரசியல்வாதிகளின் பேராசைதான் ஊழலுக்கும் திறமையின்மைக்கும் காரணம் என்றார்.

எமர்ஜென்சி பற்றி மக்கள் என்ன பேசிக்கொள்கிறார்கள் என்று தெரிந்து கொள்வதில் ஜேபி ஆர்வமாக இருந்தார். கிராமவாசிகள், நகர்ப்புறத் தொழிலாளர்கள் மத்தியில் பெரிய அளவில் பாதிப்பில்லை. அத்தியாவசியப் பொருட்கள் சரியான நேரத்தில் கிடைப்பதால் எமர்ஜென்சி குறித்து அவர்கள் திருப்தியாகவே இருக்கிறார்கள். நடுத்தர வர்க்கத்தைப் பொருத்தவரை அவர் களில் 90 சதவிகிதம் பேர் அதிருப்தியில் இருக்கிறார்கள். இப்போதைக்கு அதை வெளிக்காட்டிக்கொள்ளாவிட்டாலும் ஒருநாள் அது வெளியே வரத்தான் போகிறது' என்றேன். அத்துடன் ஜேபியிடமிருந்து விடைபெற்றுக் கொண்டேன்.

வழக்கறிஞர் ஜஸ்பிந்தர் சாகல் என்னைச் சந்திக்க வந்திருந்தார். கூடவே அமெரிக்காவின் வட கரோலினாவில் மின் பொறியியல் பேராசிரியராக இருப்பவருமான சாட்டர்ஜி (என்னுடன் ஹரியானாவில் வேலை செய்த கே.ஜி.வர்மாவின் மைத்துனர்), திருமணச் சான்றிதழ் வாங்குவதற்காக வந்திருந்தார். பொதுவாக நாட்டு நடப்புகளைப் பற்றிப் பேசிக்கொண்டிருந் தோம். எமர்ஜென்சிக்குப் பின் இந்தியாமீது அமெரிக்காவுக்கு அதிருப்தி இருப்பதாகத் தெரிவித்தவர், அமெரிக்க ஊடக நிறுவனம் ஏபிசி எப்போதும் இந்தியாவுக்கு ஆதரவாக நடந்து கொண்டிருந்ததாகவும், எமர்ஜென்சிக்குப் பின் இந்தியாவுக்கு எதிராகத் திரும்பிவிட்டதாகவும் குறிப்பிட்டார். தன்னுடைய பதவியைக் காப்பாற்றிக்கொள்ளவே இந்திரா இப்படிக் கடுமையாக நடந்து கொள்கிறார் என்பது அமெரிக்கர்களின் எண்ணம். 'இனி இந்தியர்கள் சுதந்தரம், ஜனநாயகம் பற்றியெல்லாம் பெருமையாகப் பேசிக்கொள்ள முடியாது. அமெரிக்காவில் இருக்கும் இந்தியர்கள்கூடத்

தாய்நாட்டுக்குத் திரும்பும் முடிவைக் கைவிட்டுவிட்டார்கள்' என்றும் சாட்டர்ஜி தெரிவித்தார்.

நெருக்கடிக் குழு கூட்டத்தில், பரோல் பற்றிய தன் கோரிக்கைக்குப் பதிலை எதிர்பார்த்து ஜேபி காத்திருப்பதைப் பற்றிச் சொன்னேன். சொல்லி முடிப் பதற்குள் மாதுரிடமிருந்து பெரிய சிரிப்பு எழுந்தது. 'இந்தக் கிழவர் தன்னை நிஜமாகவே பிகாருக்கு அனுப்பி வைப்பார்கள் என்று நினைத்துக்கொண்டிருக் கிறாரா! ஒரு விஷயத்தைப் புரிந்துகொள்ளவேண்டும். ஜேபியை எல்லோரும் மறந்து விட்டார்கள் அல்லது மறைத்துவிட்டார்கள். இனி இவரை நம்பிப் பின்னால் வர யாரும் தயாராக இல்லை. நிலைமை இப்படி இருக்கும்போது எதற்காக பிரதமர் ஜேபிக்கு முக்கியத்துவம் கொடுக்கவேண்டும்? சிறையிலிருந்து ஜேபியை விடுவிக்க வேண்டாம் என்றும் மற்ற கைதிகளைப் போல அவரும் சாதாரண சிறைக்கைதிதான், விஐபி அல்ல என்றும் நான் டெல்லிக்கு எழுதியிருக்கிறேன்' என்றார் மாதுர். இடையில் குறுக்கிட்ட குப்தா, 'ஜேபி இப்போது வேண்டுமானால் மறைக்கப்பட்ட நபராக இருக்கலாம். ஆனால் ஒருநாள் அவரை யாராலும் மறக்க முடியாத நிலைமை வரும்' என்றார்.

மாதுர் கடுமையாக அல்லது அப்படி இருப்பது போல நடந்துகொண்டார். ஜேபியிடமிருந்து உங்களுக்கு இப்படி ஒரு கோரிக்கை வந்தால் என்ன செய்வீர்கள் என்று என்னிடம் கேட்டார். முட்டாள்தனமான கேள்வி! அதை நேரடியாகச் சொல்லாமல், வெளியே தெரியாத காரணங்கள் நிறைய இருக்கும்போது என்னால் எந்த ஒரு முடிவுக்கும் வரமுடியாது என்றேன். சரி, வெளியே தெரிந்த காரணங்களை மட்டுமே வைத்துக்கொண்டு ஒரு முடிவெடுக்கலாமே என்றார். குறிப்பாக அரசுக்கு எதிராக ஜேபி அறை கூவல் விடுத்தது, மாணவர்களிடம் வகுப்புகளைப் புறக்கணிக்கச் சொன்னது, சட்டமன்ற உறுப்பினர்களை முற்றுகையிடச் சொன்ன சம்ப வங்கள். 'இதெல்லாமே அவர் மீது சுமத்தப்படும் குற்றச்சாட்டுகள். அவற்றுக்கான எந்த முகாந்திரமும் இல்லை' என்றேன். சம்பந்தப்பட்ட குற்றச்சாட்டுகள் உண்மை என்று நிரூபிக்கப்பட்டாலும் கூட ஜேபியின் பரோல் கோரிக்கையைப் பரிசீலிக்கலாம் என்றேன். 'டெல்லிக்கு உண்மை யில் நாட்டின் மீது அக்கறை இருக்கிறதா? எப்படி இருந்தாலும் ஜேபியின் நடத்தையை ஒரு மாவட்ட ஆட்சியராக நான் பார்க்கவில்லை. அதனால் எந்த முடிவையும் நான் சொல்லமுடியாது. ஜேபி கைதி ஆனபிறகே நான் அவரைப் பார்த்தேன். அவர்மீது அரசாங்கம் இட்டுக்கட்டியுள்ள எந்தக் கதையையும் நம்புவதற்கு நான் தயாராக இல்லை' என்றேன்.

நான் ஜேபியால் வெகுவாக ஈர்க்கப்பட்டிருப்பதாகவும், அவரைச் சந்திக்கவே எனக்கு அனுமதி கொடுத்திருக்கக்கூடாது என்றும் பேச்சின் நடுவே சிரித்தபடியே மாதுர் சொன்னார். ஜேபியை பரோலில் விடுதலை

செய்தால்கூட அது சர்வதேச அளவில் விவாதிக்கப்படும் விஷயமாக இருக்கும் என்று நான் நினைத்ததையே குப்தாவும் குறிப்பிட்டார். அரசியல் பேசக் கூடாது என்று ஜேபி உறுதியாக இருந்தாலும்கூட மற்றவர்கள் அவரைப் பேச வைக்கக்கூடும். ஜேபியை விடுவிப்பது என்பது, எமர்ஜென்சியை முடிவுக்குக் கொண்டுவருவதை ஒத்தது. இதையெல்லாம் யோசித்துப் பார்த்துத்தான் இந்திரா முடிவெடுக்க வேண்டியிருக்கும்.

மாதுரை நினைத்துப் பார்க்கும்போது எனக்கு ஆச்சரியமாக இருந்தது. இவர் டெல்லி தர்பாரின் நம்பிக்கைக்கு உரிய ஆளாக இருக்க நினைக்கிறாரா? அல்லது மற்றவர்களுக்கு முன்னால் அப்படி நடிக்கிறாரா? ஒன்றும் புரியவில்லை. ஆனால் மாதுரிடம் லேசான படபடப்பு இருந்ததை என்னால் கவனிக்க முடிந்தது.

செப்டெம்பர் 3, புதன் கிழமை. டெல்லியில் எனக்கு ஒரு மீட்டிங் இருந்தது. ஹரியானா பவனில்தான் தங்கியிருந்தேன். அங்கே தங்கியிருந்த பன்சிலாலைச் சந்திக்கச் சென்றேன். நலம் விசாரித்தவர், திருமதி ஆத்மா ராம் சண்டிகரிலிருந்து கிளம்பிவிட்டாரா என்று கேட்டார். அது பற்றி எனக்குத் தெரியாது என்றும், ஆகஸ்டு 30-ம் தேதிதான் கடைசி என்பதால் இந்நேரம் சண்டிகரிலிருந்து கிளம்பியிருக்கக்கூடும் என்றும் சொன்னேன். 'அந்தப் பெண்மணி தன்னைப் பற்றி மிகவும் உயர்வாக நினைத்துக்கொண்டிருக் கிறார். எல்லாவற்றுக்கும் காரணம் பாக்ச்சிதான்' என்றார் பன்சிலால். சண்டிகரின் தலைமை ஆணையராக இருந்த பி.பி. பாக்ச்சி, ஆத்மா ராமை சண்டிகரின் முதல் பெண்மணி என்று குறிப்பிட்டதாகவும், விழா மேடை களில் தனக்கு அடுத்தபடியாக திருமதி ஆத்மா ராமை அமர வைத்துக் கொண்டதாகவும் செய்திகள் உண்டு. திருமதி ஆத்மா ராம், எப்படியாவது ஒட்டிக்கொண்டு முன்னேறிவிட முனைந்தார். ஆனால் கடைசியில் அவருக்குத் தோல்விதான்.

திடீரென்று பன்சிலால், மாதுர் பற்றி விசாரித்தார். 'மாதுர் என்னைச் சந்திக்க விரும்புவதாகச் சொன்னார். ஆனால் நான் மறுத்துவிட்டேன். அந்த காயஸ்தா மாதுரை நம்ப முடியாது. வழக்கறிஞர் லக்கன்பாலைக் கைது செய்ய வேண்டும் என்று நான் விரும்புவதாக ஓம் மேத்தாவிடம் சொல்லியிருக் கிறார். லக்கன்பால் என்மீது வழக்கு போட்டிருந்தால் எனக்கென்ன? ஏகப்பட்ட வழக்கறிஞர்கள் என் மீது கேஸ் போட்டிருக்கிறார்கள். அதற்காக எல்லோரையும் கைது செய்ய முடியுமா? நான் லக்கன்பாலைக் கைது செய்யவேண்டும் என்று சொன்னதே இல்லை. அப்படிச் செய்யவேண்டும் என்றால் ஹரியானாவிலேயே செய்திருக்க முடியும்' என்றவர், லக்கன்பாலை விட ஆனந்த் ஸ்வரூப் என்னும் வழக்கறிஞர்தான் தன்மீது அதிக வழக்கு களைத் தொடுத்திருப்பதாகச் சொன்னார். தொடர்ந்து, 'லக்கன்பாலுக்கு நிச்சயம் அரசியல் தொடர்பு உண்டு. அரசுக்கு எதிரான காரியங்களைத் தொடர்ந்து செய்துகொண்டிருக்கிறார். ஆனால், மாதுர் என்னைப் பற்றிப்

பேசவேண்டிய அவசிய/மில்லை. ஓம் மேத்தாவின் முன் நான் உட்கார்ந்து பேசிக்கொண்டிருக்கும்போதே சண்டிகரிலிருந்து அவருக்கு போன் செய்து என்னைப் பற்றி அவரிடம் பேசினார். ஓம் மேத்தாவுக்கும் அவர் மேல் கோபம். பிரதமரிடம் பேசிவிட்டு மாதுரை அங்கிருந்து மாற்ற ஏற்பாடு செய்கிறேன் என்று ஓம் மேத்தா என்னிடம் சொல்லியிருக்கிறார். அவருடைய இடத்துக்குச் சரியான ஆளை முடிவு செய்தாகவேண்டும்' என்றார் பன்சிலால். அவரது முகத்தில் கோபம் கொப்பளித்தது.

பன்சிலால் தொடர்ந்து மாதுரைப் பற்றியே பேசிக்கொண்டிருந்தார். 'உண்மையில் ஜேபியை சண்டிகருக்கு மாற்ற இருந்தபோதே மாதுர்மீது ஓம் மேத்தாவுக்குக் கோபம் வந்துவிட்டது. பின்னர் சந்திரசேகரை சண்டிகருக்கு மாற்றிய நேரத்திலும் மாதுர்மீது அவருக்குக் கோபம் இருந்தது. அப்போதே மாதுரை மாற்றவேண்டும் என்றார். அந்த நேரத்தில் அவரை பாண்டிச்சேரிக்கு மாற்றி விட நான்தான் ஆலோசனை சொன்னேன். இப்போதைய நிலையில் ஓய்வுக்கு பின்னர்கூட மாதுருக்கு வேறு எந்தப் பதவியும் கிடைக்காது. ஹரியானா மக்களைப் பற்றி குறை சொல்லிக்கொண்டிருப்பதுதான் மாதுரின் வழக்கம். உண்மையில் ஜேபியைக் கைது செய்ததில் மாதுருக்கு உள்ளூர வருத்தம். இரண்டு பேரும் காயஸ்தா பிரிவினர். ஜேபியை சண்டிகருக்கு மாற்றுவதில் மாதுருக்கு விருப்பமே இல்லை. பிரதமரும் ஓம் மேத்தாவும் இப்போது மாதுரின் பேரைக் கேட்டாலே எரிச்சல் அடைகிறார்கள். அவரைப் பற்றி எந்த ஒரு நல்ல அபிப்பிராயமும் இல்லை. அவருடைய இடத்துக்குச் சரியான மாற்று கிடைத்ததும் உடனே அங்கிருந்து மாற்றப்படுவார்' என்றார் பன்சிலால்.

அந்த நேரத்தில் ஹரியானா டிவி புகழ் ஷாம் பெரிவாலாவும் இன்னொரு வியாபார முக்கியஸ்தரும் பன்சிலாலைச் சந்திக்க வந்திருந்தனர். கலால் வரி, ஏனைய வரிகள் கடுமையாகிவிட்டதால் உற்பத்தி குறைந்துவிட்டதாகப் பேசிக்கொண்டிருந்தார்கள். இந்தியாவில் வரிகள் அதிகம் என்பதும், அவற்றைக் குறைத்தாக வேண்டும் என்பதும் பன்சிலாலின் கருத்து. பஞ்சாப் மாகாணம் மொஹாலியில் நடைபெறும் அகில இந்திய காங்கிரஸ் கமிட்டி கூட்டத்துக்காக 5 கோடி ரூபாய் வசூல் செய்வதாக FICCI என்ற தொழில் துறைக் கூட்டமைப்பின் தலைவரான கே.கே. பிர்லா சுற்றறிக்கை அனுப்பி இருப்பதாக பன்சிலால் சொன்னார். அதை எழுத்துப்பூர்வமாக பிர்லா அனுப்பியிருக்கக் கூடாது என்றார் பன்சிலால்.

கடுமையான சளி, ஜலதோஷத்தின் காரணமாக மற்ற நிகழ்ச்சிகளை எல்லாம் ரத்து செய்துவிட்டு அன்று மாலையே நான் சண்டிகர் திரும்ப வேண்டியிருந்தது.

செப்டெம்பர் 6. அன்றைய நெருக்கடிக் குழுக் கூட்டத்துக்கு பனோத் வரமுடியவில்லை. மாதுரும் குப்தாவும் முக்கியமான விஷயங்கள் குறித்துப்

பேசிக்கொண்டிருந்தார்கள். விவசாயத்துறை கூடுதல் செயலராக இருந்த பி.பி. வோரா ஜேபியைச் சந்தித்து பிகார் பகுதிகளில் நடைபெற்று வரும் வெள்ள நிவாரணப் பணிகள் பற்றி விவாதித்ததையும், சந்திப்பு பற்றிய விவரங்கள் பரம ரகசியமாக வைக்கப்பட்டிருந்ததாகவும் சொன்னார்கள். பனோத்துக்கும் எனக்கும்கூடத் தெரியக்கூடாத அளவுக்கு டாப் சீக்ரெட்டாம். யாரும் சொல்லாவிட்டாலும் என்னால் எப்படியும் கண்டுபிடித்துவிடமுடியும் என்பதையும் அவர்களிடம் சொன்னேன். வோராவின் வருகை பற்றி ஜேபி என்ன நினைக்கிறார் என்பதைத் தெரிந்துகொள்ளுமாறு அவர்கள் என்னிடம் கேட்டுக்கொண்டார்கள். அன்று மாலையே ஜேபியைச் சந்தித்து இது சம்பந்தமாகப் பேசுவதாக உறுதியளித்தேன்.

வோரா பற்றி மொஹிந்தர் சிங்கிடம் சொன்னதும் பல சுவாரசியமான தகவல்கள் கிடைத்தன. மூன்றாம் தேதி மாலை குப்தா மொஹிந்தர் சிங்கிடம், தான் ஜேபியைச் சந்திக்க இருப்பதாகவும், இது சம்பந்தமாக யாருக்கும் தெரியவேண்டாம் என்றும் சொன்னாராம். அது சாத்தியமில்லை என்று மொஹிந்தர் சிங் பதில் அளித்திருக்கிறார். குறைந்தபட்சம் டிஎஸ்பிக்கு இது தெரியாமல் பார்த்துக்கொள்ள வேண்டும் என்றதும், டிஎஸ்பி இல்லாத நேரத்தில் இரவு எட்டு மணிக்கு மேல் குப்தாவை வரச்சொல்லியிருக்கிறார். குப்தா தான் ஜேபியைச் சந்திக்கப் போவதில்லை என்றும் ஒரு பேச்சுக்காகத் தான் அப்படிக் கேட்டுக்கொண்டதாகவும் தெரிவித்துள்ளார்.

நான்காம் தேதி காலை குப்தா மொஹிந்தர் சிங்கிடம், பி.பி. வோரா ஜேபியைச் சந்திக்க இருப்பதாகவும் இது குறித்து மாவட்ட ஆட்சியருக்கு (அதாவது எனக்கு) தெரியப்படுத்த வேண்டாம் என்றும் சொன்னாராம். மொஹிந்தர் சிங் இதனை மறுத்திருக்கிறார். இது குறித்து தானே மாவட்ட ஆட்சியரிடம் பேசுவதாகவும், மொஹிந்தர் சிங் பேசத் தேவையில்லை என்றும் குப்தா கூறியிருக்கிறார். இறுதியாக சந்திப்பு குறித்து எழுத்துப் பூர்வமாக எதுவும் வேண்டாம் என்று முடிவெடுக்கப்பட்டது. அன்று டிஎஸ்பி வேறு விடுப்பில் இருந்தார்.

மொஹிந்தர் சிங் வோராவை அழைத்துக்கொண்டு ஜேபியைச் சந்திக்கச் சென்றார். சந்திப்பின்போது மொஹிந்தர் சிங் உடன் இருப்பதை வோரா விரும்பவில்லை. தான் வெளியே இருந்தால் சர்ச்சைகள் வரும் என்று மொஹிந்தர் சிங் கூறியிருக்கிறார். மாற்று வழி யோசிக்க வேண்டியிருந்தது. மொஹிந்தர் சிங் தன்னுடைய ரிஜிஸ்டரை எடுத்துக்கொண்டு, வோராவுடன் ஜேபி இருந்த அறைக்கு உள்ளே சென்றார். ஆனால் சந்திப்பின்போது அவருடன் கூட உட்காரவில்லை. கழிப்பறைக்குச் சென்று உள்ளே தாழிட்டுக்கொண்டார். இருபது நிமிடங்கள் மட்டுமே என்று சொல்லப் பட்டது. ஆனால் சந்திப்பு ஒரு மணி நேரம் வரை நீண்டது. கழிப்பறையின் உள்ளே துர்நாற்றம் தாங்கவில்லை. வியர்த்துக் கொட்டியதால் ஏற்பட்ட

கசகசப்பு வேறு. மொஹிந்தர் சிங்கால் அதற்குமேல் உள்ளே இருக்க முடியவில்லை. ஜேபியும் வோராவும் என்ன பேசிக்கொண்டார்கள் என்ற விவரம் கடைசிவரை அவருக்குத் தெரியாது. ரிஜிஸ்டரில் எதையும் எழுதாமலே வோராவுடன் மொஹிந்தர் சிங் வெளியே வந்திருக்கிறார்.

அன்று மதியம் ராஜேஷ்வர் பிரசாத் ஜேபியைச் சந்திக்க வந்திருந்தார். அவரிடம் பிகார் வெள்ளப் பெருக்கைப் பற்றி ஜேபி விசாரித்தார். தன்னுடைய உறவினர்கள், நண்பர்களைத் தொடர்புகொண்டு உண்மை நிலவரம் என்ன என்பதை விசாரித்துச் சொல்லுமாறும் ஜேபி, பிரசாத்தைக் கேட்டுக்கொண்டார். தன்னுடைய பரோல் கோரிக்கை பற்றியோ, வோரா வந்து சந்தித்தது பற்றியோ எதையும் பிரசாத்திடம் ஜேபி சொல்லவில்லை. மினு மசானியிடமிருந்து ஒரு கடிதத்தையும் ஜேபி படிப்பதற்காகச் சில புத்தகங்களையும் பிரசாத் கொண்டுவந்திருந்தார். புத்தகங்களை அனுப்பி வைத்தேன். ஆனால், கடிதத்தைக் கொடுக்க அனுமதி மறுத்துவிட்டேன். சர்வோதய இயக்கத் தலைவரிடமிருந்தும் ஜேபிக்கு ஒரு கடிதம் வந்திருந்தது. அதை ஜேபிக்கு அனுப்ப ஏற்பாடு செய்தேன்.

மதிய உணவுக்கு முன்பாக ஜேபியைச் சந்தித்தேன். என்னுடைய டெல்லி விசிட் பற்றியும் அவரது பரோல் விண்ணப்பம் பற்றியும் விசாரித்தார். எந்த ஒரு முன்னேற்றமும் இல்லை என்றேன். வோராவுடனான ஜேபியின் சந்திப்பு பற்றிக் கேட்டேன். பிகார் வெள்ள நிவாரணப் பணிகளைப் பற்றி விவரிப்பதற்காக அவர் வந்திருந்தாகச் சொன்னவர், விஷயம் எனக்குக்கூடத் தெரியப்படுத்தாமல் ஏன் ரகசியமாக வைக்கப்பட்டது என்று ஆச்சரியப் பட்டார். முதல் இரண்டு நாட்கள் பிகார் அரசு திணறிவிட்டதாம். ஆளுநரை யும் முதன்மைச் செயலரையுமே தொடர்பு கொள்ள முடியாத நிலை இருந்த தாம். மத்தியக் குழு பாட்னாவுக்கு வந்தபின்னர்தான் மீட்பு நடவடிக்கைகள் ஆரம்பமாயினவாம். நிலைமையை நேரில் பார்வையிட்ட ராணுவ அமைச்சர் ஜெகஜீவன் ராமுடன் வோராவும் பாட்னாவுக்கு சென்றிருந்தாராம். எல்லைக் காவல் படையின் ருஸ்தம்ஜி, பிகார் நிவாரண நடவடிக்கைகளுக்குப் பொறுப்பாளராக நியமிக்கப்பட்டார். ராணுவத்தின் நடவடிக்கைகள் முடுக்கி விடப்பட்டன. பிரதமரின் முதன்மைச் செயலர் பி.என். தார்தான் வோராவை பாட்னாவுக்கு அனுப்பி நிலைமையைக் கண்காணித்து வரச்சொல்லியிருந்தார். வோரா அளித்த தகவல்கள், நிலைமை எந்த அளவுக்கு மோசம் என்பதை வெளிக்காட்டியது.

தான் பரோலில் வெளியே செல்வதற்காகக் காத்திருப்பதாக வோராவிடம் ஜேபி சொன்னாராம். எக்காரணம் கொண்டும் அரசியல் பேசப்போவதில்லை என்ற உறுதிமொழியையும் அளித்தாராம். 'பிகார் அரசாங்கத்தால் நிலை மையைச் சமாளிக்க முடியவில்லை. முதல்வர் ஜெகந்நாத் மிஷ்ராவுக்குத் திறமை போதாது. மோசமான நிர்வாகம். இந்த நேரத்தில் அவரால் உருப் படியாக எதையும் செய்ய முடியாது. வெள்ளப் பெருக்கு வரப்போவதாகச்

செய்திகள் வந்ததும் சுதாரித்துக்கொண்டு பாதுகாப்பு நடவடிக்கைகளைச் செய்திருக்கவேண்டும். அப்படி ஏதும் செய்யப்படவில்லை. பிகார் இது போன்ற திறமையற்றவர்களின் கைகளில் மாட்டிக்கொள்ளக்கூடாது' என்றார் ஜேபி.

1934-ல் பூகம்பம் வந்தபோது ராஜேந்திர பிரசாத் எவ்வாறு சிறையிலிருந்து விடுதலை செய்யப்பட்டார் என்பதையும் ஜேபி வோராவிடம் எடுத்துச் சொன்னார். பின்னர் அகில இந்திய காங்கிரஸ் கமிட்டியின் கூட்டம் பாட்னாவில் நடைபெற்று, அங்கே முறைப்படி ஒத்துழையாமை இயக்கம் வாபஸ் பெறப்பட்டது என்பதையும் ஜேபி வோராவிடம் சொன்னாராம். அதாவது, ஜேபி பரோலில் வெளியே அனுப்பப்படும் பட்சத்தில் நிலைமை மாறி, அவரது மக்கள் இயக்கம் கூட வாபஸ் பெறப்படலாம் என்பதை ஜேபி பேச்சின்போது சூசகமாகத் தெரிவித்திருக்கிறார். ஜேபி என்னிடமும் அதையே தெரிவித்தார். சம்பந்தப்பட்ட அதிகாரிகளுக்கு என் மூலமாகச் செய்தி சென்று சேரட்டும் என்பது அவரது நம்பிக்கை.

பிகார் குறித்து ஜேபி மிகுந்த கவலையுடனும் பரபரப்புடனும் இருப்பது தெரிந்தது. வெள்ளப்பெருக்கு பற்றிய விவரங்களைத் தெரிவிக்க எதற்காக ஒரு சீனியர் அதிகாரி அனுப்பப்பட்டார் என்பது அவர் மனத்தில் பெரிய கேள்விக்குறியாக இருந்தது. இது ஆரம்பக் கட்டம்தான்; கூடிய விரைவில் ஜேபியிடம் அரசியல் சம்பந்தமாக விவாதிக்க யாராவது தூதர்கள் வருவார்கள் என்றேன். ஏன் இந்திராவே நேரடியாக வந்து என்னிடம் பேசக்கூடாது என்று ஜேபி கேட்டார். 'அவரால் முடியும். ஆனால் நிச்சயமாக அரசியல் ரீதியாக அது அவருக்குப் பின்னடைவை ஏற்படுத்திவிடும்' என்றேன். மெல்லப் புன்னகைத்து நான் சொன்னதை ஜேபி ஏற்றுக்கொண்டார்.

ஜேபி என்மீது வைத்திருக்கும் மதிப்பையும் மரியாதையையும் என்னால் புரிந்துகொள்ள முடிந்தது. அவரை மனத்தளவில் தயார்ப்படுத்தி ஜனநாயகத்தை மீட்டெடுக்கும் பணியில் அவரை முன்னிறுத்தும் எனது முயற்சிகளுக்குத் தொடர்ந்து வெற்றி கிடைத்துவந்தது. ஆனால் டெல்லியில் என்ன நடக்கிறது என்பதுதான் மர்மமாக இருந்தது. யார் முடிவு செய் கிறார்கள், அவர்களுக்கு என்ன வேண்டும் என்பதெல்லாம் விடை தெரியாத கேள்விகளாகவே இருந்தன.

பரஸ்பர நம்பிக்கை காரணமாக அவர் மனத்தில் என்ன இருக்கிறது என்பதை என்னால் தெரிந்து கொள்ள முடிந்தது. ஜனநாயகத்தை மீட்டெடுக்க என்ன வேண்டுமானாலும் செய்யத் தயாராக இருந்தேன். என்னுடைய முயற்சிகளால் எனக்குப் பல பிரச்னைகள் வரும் என்பது நன்றாகத் தெரியும். இனி கவனமாக இருக்கவேண்டும என்று முடிவு செய்து கொண்டேன். எக் காரணம் கொண்டும் நடப்பவற்றை வெளியுலகப் பத்திரிகையாளர்களின் கவனத்துக்குப் போகாமல் பார்த்துக்கொள்ளவேண்டும்.

அன்று மாலை ஒரு திருமண வரவேற்புக்குச் சென்றிருந்தேன். அங்கே பி.எஸ். ஓஜாவைச் சந்திக்க முடிந்தது. அவர் வோரா-ஜேபி சந்திப்பு பற்றிக் குறிப்பிட்டார். எந்தச் சந்திப்பு எனக்குத் தெரியக்கூடாது என்று மாதுரும் குப்தாவும் நினைத்தார்களோ, அது பற்றிய விவரங்கள் என்னைத் தேடி வந்தன. செயலர் பி.பி. வோரா அவருடைய சகோதரர் என்.என். வோராவிடம், அந்தச் சந்திப்பு பற்றிய விவரங்களைச் சொல்லியிருக்கக்கூடும். என்.என். வோராவும் ஓஜாவும் நெருங்கிய நண்பர்கள் என்பதால் ஓஜாமூலம் விஷயம் என் காது வரை வந்துவிட்டது. இது குறித்து மாதுரிடம் பேசவேண்டும் என்று முடிவு செய்துகொண்டேன்.

செப்டெம்பர் 7, ஞாயிறு அன்று எஸ்.என் பிரசாத்தின் மருமகன் பிரேம் வர்மா ஜேபியைச் சந்திக்க வந்திருந்தார். விதிகளின்படி அவரை அனுமதிக்கக்கூடாது என்றாலும் நீண்ட தொலைவில் இருந்து வந்திருப்பதால் மொஹிந்தர் சிங் முன்னிலையில் இருபது நிமிடம்வரை சந்திக்க அனுமதி அளித்தேன். வர்மாவும் ஜேபியும் பிகார் வெள்ளப் பெருக்கு பற்றிப் பேசிக்கொண்டதாக பின்னர் மொஹிந்தர் சிங் என்னிடம் தெரிவித்தார்.

செப்டெம்பர் 8 அன்று நடந்த நெருக்கடிக் குழுக் கூட்டத்தில் ஜேபி கவலையோடு இருப்பதாக பனோத் தெரிவித்தார். வெட்டவெளியில் வாக்கிங் செல்ல அனுமதி அளிக்காததுதான் காரணமாம். கட்டடத்தின் மேல் தளத்தில் வாக்கிங் செல்ல அனுமதிக்கலாமே என்றார் மாதுர். ஆனால் மேல்தளத்தில் பாதுகாப்புக் குறைபாடுகள் இருப்பதால் சாத்தியமில்லை என்று பனோத் பதிலளித்தார்.

கூட்டத்திலிருந்து பனோத் வெளியேறியதும் இரண்டு நாட்களாக ஜேபியிடம் நான் பேசிய விஷயங்களை விவரித்தேன். சரியான முறையில் ஜேபியை அணுகினால் அவர் தனது இயக்கத்தை வாபஸ் பெற்றுக்கொள்வதற்கும் தயாராக இருப்பதையும் அதன் மூலம் நாடு பழைய நிலைக்குத் திரும்ப வாய்ப்பு இருப்பதையும் எடுத்துச் சொன்னேன். ‘இயக்கத்தை வாபஸ் பெற்றுக்கொள்ளத் தயாராக இருக்கிறேன் என்று ஜேபியிடம் எழுதி வாங்கிக் கொள்ளலாமே? அதனால் நீங்கள் ஹீரோவாக ஆவதற்கும் வாய்ப்பிருக்கிறது’ என்றார் மாதுர். மேலும், ‘இந்திரா எப்படி ஜேபியை வெளியே விடுவார்? இதுவரை அவருக்குக் கிடைத்தவை எல்லாவற்றையும் அவர் இழக்க நேரிடும். ஜேபி வெளியே வந்தால் இந்திராவின் இரும்புப் பிடியில் இருக்கும் இந்த நாடு, அவர் கையிலிருந்து நழுவி விடும். ஜேபி தீவிரமான போராளி. வெளியே வந்ததும் நிச்சயம் அமைதியாக இருக்க மாட்டார். இந்திராவால் அப்படி ஒரு ரிஸ்க்கை எடுக்க முடியாது’ என்றார் மாதுர்.

அந்த வாக்குவாதம் அத்தோடு நின்று போனது. வோரா சந்திப்பு பற்றிய விவரங்கள் வெளிய வர ஆரம்பித்திருப்பது பற்றிச் சொன்னேன். குப்தாவுக்குக் கவலையாக இருந்தது. இந்த விஷயத்தை சர்வ ரகசியமாக

வைத்திருக்கும்படி குரானா ஒருமுறைக்கு இருமுறை தன்னிடம் ஞாபகப் படுத்தியதாகச் சொன்னார். எது எப்படியோ, விஷயம் எப்படி வெளியே போனது என்று யாராவது கேட்டால் இப்போது வோராமீதே பழியைப் போட முடியும். பனோத்துக்கு தெரியுமா என்று மாதுர் என்னைக் கேட்டார். ஜேபி பரோலுக்கு விண்ணப்பித்தது கூட பனோத்துக்குத் தெரியாது என்று பதில் சொன்னேன்.

கூட்டத்துக்குப் பின்னர் மாதுரை தனியாகச் சந்தித்து ஜேபியுடன் அரசியல் சம்பந்தமாகப் பேச்சுவார்த்தை நடத்துமாறு டெல்லியைக் கேட்டுக்கொள்ள முடியுமா என்பது பற்றிப் பேசினேன். பிரதமர் சார்பாக யாராவது தூதர் வந்தால் நிச்சயம் ஜேபி வரவேற்பார் என்பதையும் சொன்னேன். மாதுர் என்னுடைய கருத்தை ஒப்புக்கொண்டார். ஆனால் டெல்லிக்கு என்ன வேண்டும், யார் முடிவெடுக்கிறார்கள் என்பது தெளிவாகத் தெரியாத நிலை. டெல்லி தர்பாரில் இருப்பவர்களுக்கு உண்மையில் ஜனநாயகத்தை மீட்கும் எண்ணமோ அல்லது தற்போதைய சர்வாதிகாரப் போக்கைத் தொடர வேண்டும் என்ற எண்ணமோ இருப்பதாகத் தெரியவில்லை. உண்மையில் டெல்லி தர்பார் என்ன நினைக்கிறது என்பதை யாராலும் யூகிக்க முடியாத நிலை இருந்தது. இந்நிலையில் டெல்லியிலிருந்து சரியான தகவல் வரும் வரை இது சம்பந்தமாக ஜேபியிடம் தொடர்ந்து பேசிக்கொண்டிருக்கும்படி மாதுர் என்னைக் கேட்டுக்கொண்டார்.

14 சமாதான முயற்சி

டெல்லி தர்பாரின் திட்டங்கள் பற்றி முன்னுக்குப் பின் முரணாக வரும் செய்திகளும். மாதுருடனான சந்திப்பின்போது பேசப்பட்ட விஷயங்களும் ஒன்றை எனக்குத் தெளிவாக்கியிருந்தன. ஜேபி விஷயத்தில் என்னுடைய அணுகுமுறை வெளிப்படையாக இருந்தாக வேண்டும். ஆனாலும் ஜேபியை எதிர்கொள்வது சிரமமாக இருந்தது.

செப்டெம்பர் 9, செவ்வாய்க் கிழமையன்று காலை என்னைக் கண்டதும் ஜேபி வாக்கிங்கை முடித்து விட்டு காரிடாரிலிருந்து வேகவேகமாக வந்தார். அதே கேள்விதான். 'என்னுடைய பரோல் மனு என்ன ஆனது?' என்று அவர் கேட்ட கேள்விக்கு என்னால் பதில் சொல்ல முடியவில்லை. அவருடைய முகத்தில் கோபத்தைக் காண முடிந்தது. எந்த முன்னேற்றமும் இல்லை என்று சொல்லவே வருத்தமாக இருந்தது. 'அந்த அம்மாவுக்கு என்னதான் வேண்டுமாம்? நடப்பதை என்னால் கொஞ்சம்கூடப் புரிந்துகொள்ள முடியவில்லை' என்றார்.

தொடர்ந்தார். 'இனி பரோல் கிடைப்பதால் என்ன பிரயோஜனம்? ஆகஸ்டு 25-ம் தேதியே பாட்னாவில் வெள்ளம் வந்துவிட்டது. பரோல் மனுவை ஆகஸ்டு 27-ம் தேதியே உங்களிடம் கொடுத்திருக்கிறேன். அரசியல் பேச மாட்டேன் என்று திரும்பவும் ஒரு விளக்கத்தை ஆகஸ்டு 31 அன்று கொடுத்திருக்கிறேன்.

இரண்டு கடிதங்களையும் டெல்லிக்கு அனுப்பிவிட்டதாக நீங்கள் தெரிவித் தீர்கள். செப்டெம்பர் 4-ம் தேதி வோராவும் என்னைச் சந்திக்க வந்தார். அவரிடமும் என்னுடைய கோரிக்கைகளை வலியுறுத்தினேன். அரசியல் நடவடிக்கைகளில் ஈடுபடமாட்டேன் என்பதையும் தெரிவித்தேன். ஏன்? மக்கள் இயக்கத்தின் நடவடிக்கைகளைக்கூட நிறுத்திவிடுவதாக மறைமுக மாகத் தெரிவித்திருக்கிறேன். அது பற்றிப் பேராசிரியர் தாரிடம் வோராவும் விரிவாகச் சொல்லியிருப்பார். இவ்வளவு நடந்த பின்னும் இந்திராவால் ஏன் ஒரு முடிவுக்கு வரமுடியவில்லை?' என்று ஆவேசமானவர், 'பரோல் மனுவைத் திரும்பப் பெற்றுக்கொள்ளலாம் என்று முடிவு செய்துவிட்டேன். அது சம்பந்தமாக ஒரு கடிதம் எழுதியிருக்கிறேன். அதை நாளைக்கே உங்களிடம் அனுப்பி வைக்கிறேன்' என்றார்.

ஜேபி கோபத்தின் உச்சியில் இருப்பது தெரிந்தது. இந்திரா தன்னை வேண்டும் என்றே அலட்சியப்படுத்துவதாக அவர் நினைத்தார். கடிதத்தைப் பெற்றுக்கொண்டுவிட்டதாகக்கூட டெல்லியிலிருந்து தகவல் வராததில் அவருக்குப் பெரும் வருத்தம். கோபத்தில் எந்த ஒரு முடிவையும் அவர் எடுத்துவிடக் கூடாது என்று நினைத்தேன். அவரை மெல்ல அமைதிப் படுத்தும் முயற்சிகளை ஆரம்பித்தேன்.

ஜேபியை பரோலில் விடுதலை செய்வதில் அரசியல்ரீதியாக உள்ள சிக்கல் களை எடுத்துச் சொன்னேன். அதற்காக விஷயத்தை ஆறப்போடுவதை நியாயப்படுத்த முடியாது என்றார் ஜேபி. 'பரோல் மனுவை வேண்டு மென்றே தாமதப்படுத்துவதால் யாருக்கு என்ன பிரயோஜனம்? ஒரு கைதி தன் தந்தை இறந்துவிட்டதாக பரோல் விண்ணப்பித்தால் அதைப் பரிசீலித்து பதினைந்து நாட்கள் கழித்து அனுமதி கொடுப்பதால் அந்தக் கைதிக்கு ஒரு பயனும் இல்லை. உண்மையில் இப்படிச் செய்வதால் அந்தக் கைதிக்கு எரிச்சல்தான் வரும்' என்றார்.

இப்போதெல்லாம் அடிக்கடி பிரிட்டிஷார் காலத்தை நினைக்க வேண்டி யிருக்கிறது என்றவர், 1937-ல் நடந்த ஒரு சம்பவத்தை என்னிடம் பகிர்ந்து கொண்டார். ஹசாரிபாக் சிறையில் அடைக்கப்பட்டிருந்தபோது ஜேபியைச் சந்தித்த சிறைச்சாலை அதிகாரி அவரது தந்தை உடல்நலக்குறைவுடன் இருப்பதால் பதினைந்து நாள் பரோலில் விடுதலை செய்ய அனுமதிக்கப் பட்டிருப்பதாகத் தெரிவித்தாராம். இத்தனைக்கும் ஜேபி, பரோல் மனு ஏதும் விண்ணப்பிக்கவில்லை. ஜேபியின் உறவினர்கள் அனுப்பிய தந்தியையே அடிப்படையாக வைத்து பரோலில் விடுதலை செய்ய முடிவெடுத்திருக் கிறார்கள். அதெல்லாம் ஒரு காலம் என்று நீண்ட பெருமூச்சோடு சொல்லி முடித்தார் ஜேபி. '1930-களை இன்றைய காலத்துடன் ஒப்பிடமுடியாது. அப்போது ஜேபி பரோலில் விடுவிக்கப்பட்டதும், பாபு ராஜேந்திர பிரசாத் பரோலில் வந்ததும் எந்த ஒரு தனி நபரையும் அரசியல்ரீதியாகப் பாதிக்க வில்லை. ஆனால் இப்போது நிலைமை வேறு. அவசரப்பட்டு எடுக்கும் எந்த

ஒரு சின்ன முடிவும் ஒட்டுமொத்த அரசியல் விளையாட்டையும் முடிவுக்குக் கொண்டு வந்துவிடும். யார் அரசியல் முடிவுகள் எடுக்கிறார்கள் என்பதே தெளிவாகத் தெரியவில்லை. சஞ்சய் காந்தியும் அவரது சகாக்களும்தான் அனைத்து முடிவுகளையும் மேற்கொள்வதாகப் பேசப்படுகிறது' என்றேன்.

நான் சொல்லி முடிப்பதற்குள் ஜேபி வாய்விட்டுச் சிரித்தார். சஞ்சய்தான் முடிவெடுக்கிறார் என்று நான் சொன்னதுதான் அவரது சிரிப்புக்குக் காரணம். 'சஞ்சய் எல்லோரையும் ஆட்டுவிப்பதாகச் சொல்லப்படுவது வெறும் ஜோக்' என்றார் ஜேபி. 'ஜோக் அல்ல, அதுதான் உண்மை' என்றேன் நான். சஞ்சயின் கரங்கள் ஒவ்வொரு நாளும் பலமடைந்து வருவதாகச் சொன்னேன். 'முன்னாள் ராஜாக்களும் சஞ்சய் படித்த டூன் பள்ளியின் மாணவர்களும் சேர்ந்த குழுவின் செல்வாக்கு நாளுக்கு நாள் அதிகரித்துக்கொண்டே வருகிறது' என்றேன் நான். திடீரென்று சீரியஸான ஜேபி, 'நீங்கள் சொல்வது மட்டும் உண்மையென்றால் அழிவை நோக்கி இந்தியா நகரப்போவது நிச்சயம்' என்றார்.

ஜேபியின் குரல் கடுமையாவது தெரிந்ததும் பேச்சை மாற்றினேன். பிகார் வெள்ள நிவாரண நடவடிக்கையாக 20 லட்ச ரூபாய் மதிப்புள்ள மருந்துப் பொருட்களையும், 100 மருத்துவர்கள் அடங்கிய குழுவையும் டாடா நிறுவனம் அனுப்பத் தயாராக இருந்தது. பிகார் முதல்வர் ஜெகந்நாத் மிஷ்ராவோ வெள்ள நிவாரண நிதியாக 25 லட்ச ரூபாய் கொடுத்தால் போதும் என்றும் டாடா நிறுவனம் பிகாருக்கு எதிரானது என்றும் பேசியிருப்பதாக வெளியான செய்திகள் பற்றி ஜேபியுடம் சொன்னேன். ஜேபிக்கு ஆச்சரியமாக இருந்தது.

ஜாம்ஷெட்பூரில் டிஸ்கோ என்ற டாடாவின் இரும்பு ஆலை இருப்பதால், டாடா நிறுவனத்துக்கு பிகாருடன் நெருங்கிய தொடர்பு உண்டு. ஏற்கெனவே பல நிவாரண நடவடிக்கைகளில் டாடா நிறுவனம் பங்கேற்றிருக்கிறது. 1966-ல் பிகாரில் வறட்சி நிலவிய நேரத்தில் டாடா நிறுவனம் நிறைய உதவிகளைச் செய்தது. 'முதல்வர் ஜெகந்நாத் மிஷ்ராவின் அணுகுமுறை நிச்சயம் துரதிர்ஷ்டவசமானது.வெள்ளத்தால் மக்கள் கஷ்டப்படும் நேரத்தில் வரும் உதவிகளிலிருந்து தனக்குச் சாதகமாக ஏதாவது கிடைக்குமா என்று முதல்வர் எதிர்பார்த்திருக்கலாம். இக்கட்டான நேரத்தில் முதல்வர், பிகாரை மாற்றி அமைப்பதாகச் சவால் விடுவதெல்லாம் வேடிக்கை. பிகார் அரசால் தற்போதைய நெருக்கடியையே சமாளிக்க முடியாது. அதற்கான திறமையோ, அனுபவமோ அவருக்கு நிச்சயம் இல்லை. வறட்சி, வெள்ளப் பெருக்குக் காலங்களில் பல்வேறு நிவாரணக் குழுக்களோடு சேர்ந்து பணியாற்றிய அனுபவம் எனக்கு இருப்பதால் இந்த நேரத்தில் நான் பிகாரில் இருப்பது மக்களுக்கு உதவியாக இருக்கும்' என்றார் ஜேபி.

கங்கை, சோன் நதிகளில் தண்ணீர் வரத்து அதிகமாக இருப்பதால் பிகாரில் வெள்ளப் பெருக்கு தொடர வாய்ப்பு இருப்பதாக வரும் செய்திகளைக்

கேள்விப்பட்டு ஜேபி மேலும் கவலை அடைந்தார். நிவாரண நடவடிக்கை களைச் சரிவர மேற்கொள்ளாத அரசை எதிர்த்துத் தான் பேசவேண்டி வரலாம் என்றார். அப்படி எந்த ஒரு முடிவையும் அவசரப்பட்டு அவர் எடுக்க வேண்டாம் என்று கேட்டுக்கொண்டேன். 'உங்கள் கவலையை என்னால் புரிந்து கொள்ள முடிகிறது. அதே நேரம் இந்திரா காந்தி ஒரு முடிவை எடுப்பதற்கு வேண்டிய அவகாசத்தையும் கொடுக்கவேண்டும். அவரது உச்ச நீதிமன்ற வழக்கு வேறு விசாரணைக்கு வர இருக்கிறது. நீதிமன்ற உத்தரவுக்குப் பின்னர் அவருக்கு இன்னும் சில பிரச்னைகள் வரக்கூடும்' என்றேன்.

பம்பாயைச் சேர்ந்த, அரசியல் சாராத 100 அறிவுஜீவிகள் ஒன்றுகூடி இந்திரா காந்தியைச் சந்திக்க உள்ளதாகவும், அந்தச் சந்திப்பின்போது ஜேபியைச் சிறையிலிருந்து விடுவித்துப் பேச்சுவார்த்தை நடத்துமாறு இந்திராகாந்தியை வலியுறுத்தப் போவதாகவும் ஜேபியின் சகோதரர் சொன்னாராம். ஜேபி ஒத்துழைப்புக் கடிதம் ஒன்றைத் தரவேண்டும் என்று இந்திரா காந்தி கேட்டால், அந்தக் கடிதத்தில் என்னவெல்லாம் இருக்கவேண்டும் என்று அந்தக் குழுவினர் விசாரித்துத் தகவல் பெறுவார்களாம். இதுதான் சரியான சமயம் என்று, டெல்லியுடன் அவர் சமரசம் செய்யத் தயாராக இருக்கிறாரா என்று விசாரித்தேன். இந்திரா காந்தியுடன் அவர் பேச்சுவார்த்தைக்குத் தயாரா? இந்திரா காந்தி அனுப்பும் தூதருடன் அவர் பேசுவாரா? இது தொடர்பாக நாங்கள் டெல்லி தர்பாருக்குத் தகவல் தெரிவிக்கலாமா? அவர் அளித்த பதில்களில் இருந்து, ஜனநாயகம் மலர்ந்து, நாடு மீண்டும் முந்தைய நிலைக்குத் திரும்பவேண்டும் என்பதற்காக ஜேபி எதையும் செய்யத் தயாராக இருப்பதைத் தெரிந்துகொண்டேன். ஜேபிக்கு என் நன்றியைத் தெரிவித்துக் கொண்டு அங்கிருந்து கிளம்பினேன். அதற்குமுன், 'அவசரப்பட்டு எந்த ஒரு முடிவையும் எடுத்துவிட வேண்டாம். இன்னும் சிறிது நாள் காத்திருங்கள். அதுவரை பிரதமருக்கு எந்தக் கடிதமும் எழுதவேண்டாம்' என்று அவரிட மிருந்து உறுதி பெற்றுக்கொண்டேன்.

அன்று மாலை மாதுரை அவரது அலுவலகத்தில் சந்தித்தேன். கூடவே குப்தாவும் இருந்தார். ஜேபியிடம் பேசியவை பற்றிச் சுருக்கமாக எடுத்துச் சொன்னேன். ஜேபி பிரதமருக்குக் கடிதம் எழுதத் தயாராக இருப்பதையும், ஆனால் அந்த முடிவை ஒரு வாரம் தள்ளிப்போட்டிருப்பதையும் சொன் னேன். அதைக் கேட்டுவிட்டு சிரித்த மாதுர், 'ஜேபி எப்படியும் ஒரு வாரத்தில் விடுதலை செய்யப்படப்போவதில்லை; இந்திராவும் ஒரு முடிவுக்கு வரப்போவதில்லை' என்றார். ஜேபி டெல்லியுடன் பேச்சுவார்த்தைக்குத் தயாராக இருப்பதை டெல்லிக்கு எப்படியாவது தெரியப்படுத்தவேண்டும் என்றேன். குறுக்கிட்ட குப்தா, 'ஜேபி உங்களைப் பாதி மாற்றிவிட்டார்' என்றார். ஒருவர் தன் மனத்தில் என்ன நினைக்கிறாரோ அதை அப்படியே வெளியே சொல்லவேண்டும் என்பதுதான் என்னுடைய நோக்கம். 'யாரும்

135

என்னை மாற்றிவிடவில்லை' என்றேன். டெல்லியிடம் இது குறித்துப் பேசுவதாக மாதுர் தெரிவித்தார்.

செப்டெம்பர் 10. புதன்கிழமை. டெல்லியிடமிருந்து பதில் கடிதம் வந்த போது எல்லோருக்கும் பலத்த ஏமாற்றம். ஜேபியை உடனே கெஸ்ட்ஹவுஸுக்கு இடமாற்றம் செய்யும்படி பிரதமர் உத்தரவிட்டிருப்பதாக மாதுர் தெரிவித்தார். ஜேபி இத்தனை முயற்சி எடுத்துக்கொண்டு, ஏகப்பட்ட கடிதங்கள், விளக்கங்கள் கொடுத்ததெல்லாம் கெஸ்ட்ஹவுஸுக்கு இடமாற்றம் செய்வதற்குத்தானா என்று எனக்குள் ஏகப்பட்ட கேள்விகள். மாதுர் உடனே டெல்லியின் உத்தரவை அமுல்படுத்தியாகவேண்டும் என்றார். மதியத்துக்குள் ஜேபியை மாற்றியாக வேண்டும் என்று எஸ்.எல். குரானா உத்தரவிட்டிருப்பதாக மாதுர் குறிப்பிட்டார். அதற்குள் தகுந்த பாதுகாப்பு வசதிகளை ஏற்படுத்த முடியாது என்று மறுத்தார் பனோத். குறைந்தபட்சம் 48 மணி நேரமாவது வேண்டும் என்றார். மாதுர் படபடப்பாக இருந்தார். உத்தரவை உடனே நிறைவேற்றாவிட்டால் பிரதமர் தரப்பிலிருந்து கோபத்தை எதிர்கொள்ள வேண்டியிருக்கும் என்றார். நடைமுறைச் சிக்கலை விளக்கி டெல்லியிடம் பேசலாமே என்றதும், அதற்கு ஒப்புக்கொண்டார். குரானாவை உடனே தொடர்புகொண்டு, விஷயத்தைச் சொல்லி, 48 மணி நேர அவகாசம் கேட்டார். மாதுர் பரபரப்பாகவும் பதட்டமாகவும் இருப்பது ஏன் என்று பனோத்துக்கு ஆச்சரியமாக இருந்தது. பன்சிலால், ஓம் மேத்தா ஆகியோர் மாதுர்மீது கொண்டிருந்த அபிப்பிராயங்களைப் பற்றி அவரிடம் விளக்கிச் சொன்னேன்.

ஜேபியை கெஸ்ட்ஹவுஸுக்கு மாற்றுவது குறித்து டாக்டர் சுட்டானியின் அறையில் கூட்டம் கூட்ட முடிவு செய்யப்பட்டது. சுட்டானி ஊரில் இல்லாததால் அவருக்கு அடுத்தபடியாக இருந்த டாக்டர் பி.கே. ஐகட்டுக்குத் தகவல் தெரிவிக்கப்பட்டது. குப்தாவும், தலைமைப் பொறியாளர் குல்பிர் சிங்கும் கூட்டத்தில் கலந்துகொள்ள ஒப்புக்கொண்டனர். பி.ஜி.ஐ மருத்துவமனை பற்றி டாக்டர் ஐகட்டுக்கு முழுவதும் தெரியாததால் டாக்டர் மெஹ்ராவும் கூட்டத்தில் இருக்கவேண்டும் என்பதை நான் வலியுறுத்தினேன். பாதுகாப்பு சம்பந்தமாக என்னவெல்லாம் செய்யவேண்டும் என்பதை ஏற்கெனவே முடிவு செய்திருந்ததால் மளமளவென்று பணிகள் ஆரம்பிக்கப்பட்டன. பி.ஜி.ஐயின் சுற்றுச்சுவர்கள் உயர்த்திக் கட்டப்பட்டன. அதைச் சுற்றிலும் காவல்துறை அரணாக நின்று காவல் காப்பதற்கான எற்பாடுகள் செய்யப்பட்டன.

சரியாக மதியம் பனிரெண்டு மணிக்கு சுட்டானியின் அறையில் அனைவரும் ஒன்றுகூடினோம். மாதுரும் வந்திருந்தார். புதிதாகச் செய்யப்பட இருக்கும் ஏற்பாடுகள் குறித்துக் கூட்டத்தில் விவாதிக்கப்பட்டது. கெஸ்ட்ஹவுஸை வசதிகள் ஏதுமில்லாத ஸ்பெஷல் வார்டாக மாற்றுவது குறித்துப் பேசினோம்.

முழு விவரமும் தெரியாமல் ஐகட் முரணாகப் பேசிக்கொண்டிருந்தார். பின்னர் அங்கிருந்து கிளம்பி பி.ஜி.ஐ சென்று நேரில் பார்வையிட்டோம். சுற்றுச்சுவர்களில் விளக்குகள் பொருத்துவது என்று முடிவு செய்யப்பட்டது. எல்லாவற்றையும் ஒரே நாளில் ஏற்பாடு செய்துவிடுவதாகவும், பனோத்தைச் சுட்டிக்காட்டி மாதுரின் உதவியாளரை மறுநாள் வந்து இடத்தைப் பார்வை யிடும்படியும் ஐகட் கேட்டுக்கொண்டார். இடமாற்றம் குறித்து ஜேபியிடம் யார் பேசுவது என்பதுதான் ஐகட்டுக்குக் குழப்பம். 'அதைப்பற்றிக் கவலைப்படவேண்டாம், நான் பார்த்துக்கொள்கிறேன்' என்று நான் சொன்னேன். மாதுர் சென்றபின் டாக்டர் மெஹ்ராவிடம் பேசி, ஐகட்டை ஒதுக்கிவைக்கச் சொன்னேன். ஐகட் வளவளவென்று பேசிக்கொண்டிருப் பதும் எப்போதும் தன்னை முன்னிலைப்படுத்துவதும் நிச்சயம் பிரச்னை களை ஏற்படுத்தும் என்று சொன்னேன். டாக்டர் மெஹ்ராவும் ஒப்புக் கொண்டார்.

அலுவலகத்துக்குத் திரும்பி வந்தபோது இண்டெலிஜென்ஸ் பீரோவின் (ஐ.பி) டாண்டன் போன் செய்திருந்தார். ஜேபி பரோலுக்கு விண்ணப்பித் துள்ளார், சிறையில் உண்ணாவிரதம் இருக்கப்போகிறார் என்றெல்லாம் வரும் செய்திகள் பற்றிக் கேட்டார். பரோல் விஷயம் உண்மைதான் என்றும், உண்ணாவிரதம் பற்றி வெளியாகும் செய்திகள் ஆதாரமற்றவை என்றும் பதிலளித்தேன்.

செப்டெம்பர் 11 அன்று ஜேபியைச் சந்தித்து, டெல்லியிலிருந்து வந்த செய்தியைச் சொன்னபோது மனிதர் தளர்ந்துபோனார். நல்ல செய்தி வரும் என்ற எதிர்பார்த்து இருந்தவருக்கு ஏமாற்றமே மிச்சம். 'வோராவை அனுப்பி என்னுடன் பேச வைத்ததற்கு என்ன அர்த்தம் என்பதைப் புரிந்துகொள்ள முடியவில்லை' என்றார். 'வோராவை தார் அனுப்பி வைத்திருந்தாலும், சந்திப்பு குறித்த விவரங்கள் நிச்சயம் இந்திரா காந்திக்குச் சென்று சேர்ந் திருக்குமே? எதற்காக இப்படி ஒரு அமைதி?' என்றார். 'ஜேபி விஷயத்தில் ஒரு முடிவுக்கு வருவது என்பது கவனமாகச் செய்யப்படவேண்டிய விஷயம். இந்திரா அவசரப்பட்டு எந்த ஒரு முடிவையும் எடுக்கமாட்டார்' என்பதையே திரும்பவும் ஒருமுறை அவரிடம் சொன்னேன்.

'வோரா வந்து சந்தித்தபின் நிலைமையில் ஏதோ கொஞ்சம் முன்னேற்றம் இருக்கிறது என்றுதான் நினைத்திருந்தேன். ஆனால் இதுவரை ஒன்றுமில்லை' என்றவர் தன்னுடைய கடிதங்கள் சரியான முகவரிக்குச் சேர்ப்பிக்கப்பட வில்லை என்றார். குறிப்பாக மஹிலா சர்க சமிதிக்கு அனுப்பிய கடிதங்கள் எதுவும் உரியவர்களிடம் சென்று சேரவில்லை என்பது அவரது வருத்தம். குலாப், ஆப்ரஹாம் ஆகியோருக்கு அனுப்பிய கடிதங்களும் சென்று சேரவில்லையாம். உறவினர்கள் அல்லாதோருக்கும் கடிதம் எழுதுவது தடை செய்யப்பட்டிருக்கிறதா என்று என்னிடம் கேட்டார். நான் பதில் ஏதும் சொல்லவில்லை.

பேச்சைத் திசை திருப்புவதற்காக, இடமாற்றல் பற்றிச் சொன்னேன். நல்ல காற்றோட்டம் உள்ள இடத்துக்கு மாற்றப்பட இருப்பதைப் பற்றிச் சொன்னேன். அதைக் கேட்டு ஜேபிக்கு முகத்தில் மகிழ்ச்சி. டெல்லியின் உத்தரவா என்று கேட்டார். ஆம் என்றேன். இந்த மாற்றத்துக்குத் தான் நிச்சயம் நன்றி சொல்லவேண்டும் என்றார். 'தற்போதைய அறையில் வசதிக்கு எந்தக் குறைவும் இல்லை. காரிடாரில் போதிய வெளிச்சமும் காற்றோட்டமும் இல்லாததைத் தவிர மற்றபடி இதுவே நன்றாகத்தான் இருக்கிறது' என்றார்.

ஜேபியை இடமாற்றம் செய்யும் வேலைகள் விறுவிறுப்பாக நடந்தேறிய நேரத்தில் இன்னொரு சிக்கல். டாக்டர் மெஹ்ரா போன் செய்திருந்தார். அனைத்து வசதிகளும் தயாராகிவிட்டதாகவும் ஆனாலும் ஜேபியை உடனே மாற்றுவதில் சிக்கல் இருப்பதாகவும் சொன்னார். ஜேபியைப் பரிசோதித்த டாக்டர் வாஹி, அவரது காலில் பெரிய வீக்கம் ஏற்பட்டிருப்பதாகவும். இதயத்துடிப்பில் மாற்றம் இருப்பதாகவும் கூறி ஜேபிக்கு என்ன பிரச்னை என்று கண்டறியும்வரை அவரை இடமாற்றம் செய்யாமல் இருப்பது நல்லது என்று தெரிவித்திருக்கிறார். வாஹி தன்னுடைய அறிக்கையை எழுத்துப்பூர்வ மாக அளிக்க இருப்பதாகவும், அதை உடனே எனது பார்வைக்கு அனுப்பிவைப்பதாகவும் மெஹ்ரா தெரிவித்தார். ஜேபியை மூன்று நாட்கள் வரை இடமாற்றம் செய்யவேண்டாம் என்றும் அதற்குள் டாக்டர் சுட்டானி திரும்ப வந்துவிடுவார் என்றும் மெஹ்ரா கூறினார்.

பாதுகாப்பு சம்பந்தப்பட்ட ஏற்பாடுகள் அனைத்தும் தயாராகிவிட்டன என்றும் எப்போது ஜேபியை மாற்றலாம் என்றும் கேட்டு பனோத் போன் செய்தார். அவரிடம் டாக்டர் மெஹ்ராவின் அறிக்கை பற்றிச் சொன்னேன். இடமாற்ற நடவடிக்கைகளை நிறுத்திவிட வேண்டியதுதானா என்று அவர் கேட்டார். மதியம் ஏற்பாடு செய்யப்பட்டுள்ள நெருக்கடிக் குழுக் கூட்டத்தில் பேசிவிட்டு இது குறித்துப் பதிலளிப்பதாகச் சொன்னேன். அன்றைய கூட்டத்தில் மெஹ்ரா அனுப்பிய அறிக்கையை விவரித்து, ஜேபியை உடனடியாக இடமாற்றம் செய்ய முடியாத சூழ்நிலையைத் தெரிவித்தேன். மாதுர் உடனே குரானாவுக்கு போன் செய்து விஷயத்தைச் சொன்னார். ஜேபியைச் சந்தித்து உடனே இடமாற்றம் செய்ய முடியாத நிலையை விளக்குமாறு என்னையும் வாஹியை யும் கேட்டுக்கொண்டார். அவர் எழுதிய கடிதங்கள் சரியான முறையில் சென்று சேரவில்லை; குறிப்பாக மஹிலா சர்க சமிதிக்கு அனுப்பப்பட்ட எந்தக் கடிதமும் சென்று சேரவில்லை என்று ஜேபி வருத்தப்படுவது குறித்து மாதுரிடம் தெரிவித்தேன். மாதுரிடமிருந்து பதிலே இல்லை.

டாக்டர் வாஹியைத் தொலைபேசியில் தொடர்பு கொண்டு மாலை ஆறு மணிக்கு ஜேபியைச் சந்திக்கலாம் என்று சொல்லியிருந்தேன். மதியம் ஆரம்பமான கூட்டம் இன்னும் தொடர்ந்துகொண்டிருந்தது. அங்கிருந்து பாதியிலேயே கிளம்பி ஜேபியின் அறைக்கு வந்தபோது அவர் ஓய்வு எடுத்துக்கொண்டிருந்தார். அவரது காலில் இருந்த பெரிய வீக்கத்தைப்

பார்க்க முடிந்தது. அந்த நேரத்தில் டாக்டர் வாஹியும் அங்கு வந்து சேர்ந்தார். மருந்துகளைச் சரியாக எடுத்துக்கொள்ளாததுதான் வீக்கத்துக்குக் காரணம் என்றவர், 'ஜேபியின் உடல்நிலைக்கு ஏற்றபடி வேறு சிகிச்சையை ஆரம்பித்தாக வேண்டும். அதற்கு ஓரிரு நாட்கள் ஆகலாம். எனவே இடமாற்றம் செய்வது பற்றிய முடிவை ஞாயிறு மாலை அல்லது திங்கள் மாலை தெரிவிக்கிறேன்' என்று சொன்னார். அங்கிருந்து பத்து நிமிடத்தில் கிளம்பிவிட்டோம்.

ஜேபியுடனான அரசியல் சமரசத்துக்கு ஏற்பாடு செய்வது குறித்த எந்த பதிலும் மாதுர், குப்தா ஆகியோரிடமிருந்து வராததால் ஹரியானா முதலமைச்சரின் முதன்மைச் செயலரும், மூத்த ஐ.ஏ.எஸ் அதிகாரியுமான எஸ்.கே. மிஷ்ரா மற்றும் என் நண்பரும் இந்திராவின் வட்டாரத்துக்கு, குறிப்பாக டி.என் கௌலுக்கு, நெருக்கமான ராஷ்பால் மல்ஹோத்ரா ஆகியோரின் கவனத்துக்கு விஷயத்தைக் கொண்டுசெல்லவேண்டும் என்று முடிவு செய்தேன். எஸ்.கே. மிஷ்ராவைத் தொலைபேசியில் தொடர்பு கொண்டேன். அன்று மாலை ஏழு மணிக்கு அவரைச் சந்திக்க நேரம் ஒதுக்கினார். ஜேபியின் மனத்தில் இருப்பதை எப்படி விவரிப்பது, டெல்லி என்ன செய்யவேண்டும் என்பதைப் பற்றி விரிவாகப் பேசவேண்டும் என்று முடிவு செய்துகொண்டேன்.

ஏற்கெனவே பேசியபடி சரியாக ஏழு மணிக்கு எஸ்.கே. மிஷ்ராவின் இருப்பிடத்துக்குச் சென்றேன். ஆனால் அங்கு அவர் இல்லை. அவசர வேலையாக டெல்லிக்குச் சென்றிருப்பதாகத் தெரிவித்தனர். ஏமாற்றத்துடன் வீட்டுக்கு வந்து சேர்ந்தேன். ராஷ்பாலுக்கு போன் செய்து அவரும் டெல்லிக்குச் சென்றிருக்கிறாரா, இல்லையா என்பதைத் தெரிந்து கொள்ள நினைத்தேன். இருவரையும் நான் சந்திக்கக்கூடாது என்பது ஏற்கெனவே முடிவாகி இருக்கிறதோ என்னவோ! ஒருவேளை அந்தச் சந்திப்புகள் நடந்திருந்தால் நிலைமையில் பெரிய மாற்றங்கள் வந்திருக்குமோ என்னவோ!

மிஷ்ரா நிச்சயம் பன்சிலாலிடம் என்னைப் பற்றிச் சொல்லியிருக்கக்கூடும். பன்சிலால் நிலைமையை கொக்குபோல் கண்காணித்துக்கொண்டிருந்தார். ஜேபியின் பாதுகாப்புக்காக அனுப்பப்பட்ட ஹரியானாவின் டிஎஸ்பி மூலமாக அவருக்குச் சில தகவல்கள் கிடைத்திருக்கக்கூடும். ஜேபி-இந்திரா காந்தி இடையிலான சமரசத் திட்டத்துக்கான முயற்சிகள், ஜனநாயகத்தை மீண்டும் கொண்டு வருவதற்கான நடவடிக்கைகள் போன்றவை ஓரளவு அவரைச் சென்று அடைந்திருக்கும். சஞ்சயின் சகாக்கள் நிச்சயம் இதனை விரும்ப மாட்டார்கள். ஆகவே அப்படி ஒரு சமரசத் திட்டத்துக்கான வாய்ப்புகளை ஆரம்பக் கட்டத்திலேயே முறியடித்து, என்னை மாவட்ட ஆட்சியர் பதவியிலிருந்து மாற்றம் செய்வதற்குக்கூட அவர்கள் நினைக்கக்கூடும். மனிதன் ஒன்று நினைத்தால் தெய்வம் வேறு ஒன்றல்லவா நினைக்கிறது?

15. பிரதமர் சஞ்சய்?

ஜேபிக்கு பரோல் கிடைக்கப்போவது இல்லை என்று ஆகிவிட்டது. ஏமாற்றத்தாலும் வேதனையாலும் மனத்தளவில் உடைந்து போயிருந்த ஜேபியின் உடல்நிலை மேலும் மோசமடையும் என்பதால் அவரது கவனத்தை வேறு பக்கம் திருப்பவேண்டும் என்று முடிவு செய்தேன். அவரைச் சந்திக்கச் சென்ற போது மேஜையில் கிடந்த 'அல்ட்டர்னேடிவ்' பத்திரிகையை ஒரு முறை புரட்டிப் பார்த்துவிட்டு, அது நன்றாக இருப்பதாகச் சொன்னேன். உற்சாகமான ஜேபி, அது ஒரு உயர்தரமான பத்திரிகை என்றும், சமீபகாலமாகத்தான் வெளிவர ஆரம்பித்திருக்கிறது என்றும் சொன்னார். ரஜினி கோத்தாரிதான் ஆசிரியர். அதுதான் முதல் பிரதி. வழக்கறிஞர் வி.எம். தார்க்குண்டே தன்னைச் சந்திக்க வந்தபோது முதல் பிரதியைக் கையோடு எடுத்து வந்ததாகத் தெரிவித்தார். நான் ஒருமுறை படித்துவிட்டுத் தரட்டுமா என்று கேட்டேன். சரி என்றார்.

மாற்றுத் தொழில்நுட்பம் என்னும் தலைப்பில் முதல் கட்டுரையை எழுதியிருந்த ஈ.எஃப். ஷுமாக்கர் தன் நெருங்கிய நண்பர் என்று ஜேபி குறிப்பிட்டார். 'சிறியதே அழகானது' (ஸ்மால் ஈஸ் பியுட்டிபுல்) என்ற புத்தகம் மூலம் பிரபலமானவர் அவர். 'வளர்ச்சிக்கான மூன்றாவது வழி' என்ற தலைப்பில் வெளியாகியிருந்த ஒரு கட்டுரையில், தான் இதுவரை வலியுறுத்தி வந்த விஷயங்கள் சிறப்பாகச் சொல்லப்

பட்டிருப்பதாக ஜேபி குறிப்பிட்டார். அதை ஜிமோ ஓமோ-ஃபடாகா என்பவர் எழுதியிருந்தார்.

வளர்ச்சிக்கான தேவையை வலியுறுத்திய அந்தக் கட்டுரை பல்வேறு நாடுகளில் இருந்த பொருளாதாரக் கட்டமைப்பையும் அதன் மூலம் உலக அளவில் ஏற்படும் தாக்கங்களையும் குறிப்பிட்டிருந்தது. காலனியாதிக்க காலத்தில் புறம் சார்ந்து இயங்கிய பொருளாதார முறைமைகள் மாறி, உள்நாட்டுத் தேவைகளைப் பூர்த்திசெய்யும் வகையில் வளர்ச்சி இருக்க வேண்டும் என்று அந்தக் கட்டுரை குறிப்பிட்டது. இந்தப் பாதையைத் தேர்ந்தெடுத்த நாடுகளின் பொருளாதார பலத்தை அசைக்க முடியாது. குறிப்பாக வியட்நாம், கொரியா, கியூபா, அல்பேனியா, சீனா ஆகியவையின் பொருளாதார பலம். 1950-களில் ஏழையாக இருந்த இந்த நாடுகள் கிடுகிடுவென்று வளர்ச்சியை எட்டியதற்கான காரணம், அவை உலகச் சந்தைக்காகப் பொருள்களைத் தயாரிப்பதிலிருந்து விடுபட்டு, தங்களது வளங்களை தம் நாட்டின் தொழில்நுட்ப அடித்தளத்தை விரிவுபடுத்துவதில் ஈடுபட்டன. அவை தயாரானதும், இந்த நாடுகள் உலகச் சந்தையை நோக்கித் திரும்பின.

இதுதான் வளர்ச்சிக்கான மூன்றாவது வழிமுறை. முதலாளித்துவம், கம்யூனிசம் ஆகியவற்றில் உள்ள குறைபாடுகளை நீக்கிய புதிய வழிமுறை. மற்ற நாடுகளின் பொருளாதாரக் கட்டமைப்பை முன்மாதிரியாகக் கொண்டு அந்தந்த நாட்டின் சமூக, பொருளாதாரச் சூழ்நிலைக்கு ஏற்பத் திருத்தி அமைக்கப்பட்டவை. பெரும்பாலும் கிராமப்புற கலாசார, பொருளாதாரச் சூழ்நிலையை அடிப்படையாகக் கொண்டவை மட்டுமே காலத்தைத் தாண்டி நிற்கும்.

கட்டுரையின் உள்ளடக்கமும் அதன் சாத்தியக்கூறுகளும் என்னைக் கவர்ந்தன. அரசியல், பொருளாதார, சமூக விஷயங்களில் பல்வேறுபட்ட பிரச்னைகளை எதிர்கொள்ள மக்களை மனத்தளவில் தயார் செய்வதற்காகத் தான் பாடுபட்டுவருவதாக ஜேபி குறிப்பிட்டார். நம்முடைய நாட்டுக்கெனத் தனிப்பட்ட அரசியல் சித்தாந்தங்கள், பொருளாதாரக் கோட்பாடுகள், சமூக அமைப்புகளை உருவாக்கிக்கொள்ள வேண்டும். நம்முடையது கிராமப்புறச் சூழலை அடிப்படையாகக் கொண்டது. வளர்ச்சி என்பது கிராமங்களிலிருந்து ஆரம்பமாக வேண்டும். தற்போது இருப்பதைப்போல் வளர்ச்சியின் வீச்சு நகரங்களிலிருந்து கிராமங்களுக்குச் செல்வதாக இருக்கக்கூடாது. இதைத்தான் மகாத்மா காந்தியும் வலியுறுத்தினார். மேற்கத்திய மயமாக்கலும், உலகாளவிய சந்தைப் பொருளாதாரமும் நம்முடைய வேர்கள் தொலைந்து போகக் காரணமாகிவிட்டன. அரசியல் மற்றும் பொருளாதார ரீதியாகப் பல்வேறு பிரச்னைகளை தினம்தோறும் நாம் சந்திக்க வேண்டியிருப்பதற்கு அதுவே காரணம்.

மறுநாள் வெள்ளிக்கிழமை ஜேபியைச் சந்திக்கச் சென்றபோது கூடவே அவருக்கு வந்திருந்த ஒரு கடிதத்தையும் எடுத்துச் சென்றிருந்தேன். ஜேபியின் நெருங்கிய நண்பரான ஜே.ஜே. சிங்கின் மனைவி மாலதி சிங் எழுதியிருந்த கடிதம் அது. தான் முன்பு எழுதியிருந்த கடிதம் மாலதியைச் சென்றடைந்ததா என்று ஜேபி கேட்டார். நான் இல்லை என்று பதில் சொன்னதும், அவரது முகம் வாடிவிட்டது. எழுதும் கடிதங்கள் எல்லாம் உரியவர்களிடம் சென்று சேராமல் இருப்பதற்கு என்ன காரணம் என்று ஜேபி கேட்டார். 'கடிதம் கைவரப்பெற்றதும் 24 மணி நேரத்தில் டெல்லிக்கு அனுப்பி வைத்து விடுகிறோம். ஒரு வேளை உறவினர்களின் சரியான முகவரி தெரியாத காரணத்தில் தாமதம் ஆகலாம்' என்றேன். உறவினர்களுக்கோ, நண்பர்களுக்கோ கடிதம் எழுதுவதில் ஏதாவது புதிய விதிகள் இருக்கின்றனவா என்பதை விசாரித்துத் தெரிவிக்குமாறு ஜேபி என்னைக் கேட்டுக்கொண்டார். 'இங்கே நான் அதிக நாள் இருந்தாக வேண்டும் என்று நினைக்கிறேன். அதனால் பாட்னாவில் இருக்கும் என் மைத்துனரை குளிர்காலத்துக்குத் தேவையான உடைகளோடு உடனே வந்து என்னைச் சந்திக்குமாறு கடிதம் எழுதப்போகிறேன்' என்றார்.

உச்ச நீதிமன்றத்தில் இந்திராவின் தேர்தல் வழக்கு சம்பந்தமான முடிவு வந்ததும் நிலைமை மாறிவிடும் என்றேன். பிரதமர் மீதான வழக்கு முக்கியமான கட்டத்தை அடைந்திருந்தது. அட்டர்னி ஜெனரல் சின்ஹா திறமையாக வாதாடியிருந்தார்.

மஹிலா சர்க சமிதிக்கு அனுப்பிய கடிதங்கள் அனைத்தும் சென்று சேரா விட்டாலும் குசும் தேஷ்பாண்டேவுக்கு ஜேபி அனுப்பிய கடிதம் சென்று சேர்ந்து, பதிலும் கிடைத்திருப்பதைப் பற்றி ஜேபியிடம் குறிப்பிட்டேன். குசும் தேஷ்பாண்டே, வினோபா பாவேயின் உதவியாளர் என்பதால் இருக்கலாம் என்றார் ஜேபி. பேச்சு வினோபா பாவே பக்கம் திரும்பியது. 'எத்தனையோ எதிர்ப்புகள் வந்தாலும் இந்திராவுக்கு ஆதரவான நிலைப் பாட்டிலேயே வினோபா பாவே இருக்கிறார். எதன் காரணமாகவோ அவருக்கு இந்திராவின் மீது அனுதாபமும் பாசமும் உள்ளது. நேருவின் மகள் என்பதால் இருக்கலாம். ஆனால் வினோபாவை இந்திரா முன்னிலைப்படுத்த வேண்டிய அவசியம்தான் எனக்குப் புரியவில்லை' என்றார் ஜேபி. ஒரு வேளை உங்களை ஒதுக்கி வைப்பதற்காகக்கூட இருக்கலாமே என்றேன் நான். ஜேபி சிரித்தார். பதில் ஏதும் சொல்லவில்லை.

நாகாலாந்து அமைதி இயக்கத்தின்போது தன்னோடு குசும் தேஷ்பாண்டே வும் உடன் இருந்ததாகச் சொன்னவர், நாகாலாந்து இயக்கம் பற்றியும் டாக்டர் ஆரோன் பற்றியும் பேசினார். நாகாலாந்து பிரச்னையில் அரசியல் பேச்சுவார்த்தைதான் ஒரே தீர்வு என்றார் ஜேபி. நான் ராணுவ நடவடிக்கையை ஒரேயடியாக ஒதுக்கிவிட முடியாது என்றேன். ராணுவ நடவடிக்கையின் மூலமாக நாகாலாந்து பிரச்னைக்கு ஒரு தீர்வை எட்டமுடியுமா என்பதைத்

தெரிந்து கொள்வதில் ஜேபி ஆர்வமாக இருந்தார். ஆகவே அது குறித்துச் சில விஷயங்களை விவரித்தேன். நான் நாகாலாந்தில் ராணுவ கேப்டனாக இருந்தேன். ஆனால் என்னால் தனிப்பட்ட முடிவுகள் எதையும் எடுத்திருக்க முடியாது. இந்திய ராணுவத்தில் சீனியாரிட்டிக்குத்தான் முக்கியத்துவமே தவிர சின்சியாரிட்டிக்குக் கிடையாது.

கொள்கைரீதியாக மத்திய அரசு இரு வேறு நிலைப்பாடுகளில் இருந்ததற்குச் சரியான உதாரணமாக நாகாலாந்தைச் சொல்லலாம். ஜம்மு காஷ்மீர், நாகாலாந்து, பிற வட கிழக்கு மாநிலங்கள் அனைத்திலும் கொள்கைரீதியாக அரசு முரண்பட்டிருந்ததற்கு அரசியல்தான் காரணம். உள்ளூர் அரசியல்வாதிகளை டெல்லி திருப்திப்படுத்த வேண்டியிருந்தது. அரசியல்வாதிகள் ஊழலில் கொழுத்திருந்தார்கள். ஏழைகளோ ராணுவ நடவடிக்கை என்ற பெயரில் அடக்கி வைக்கப்பட்டிருந்தனர். வெளிநாட்டுத் தொடர்பு, உள்நாட்டுக் கலகம் என்று விதவிதமான காரணங்களைச் சொல்லி ராணுவம் அரசியல் காரணங்களுக்காகப் பயன்படுத்தப்பட்டது. ராணுவத்தினருக்குப் போதுமான வசதிகள் செய்து தரப்படவில்லை. தவறான உளவுத்துறை அறிக்கைகளால் ராணுவப் படைகளுக்குப் பலத்த சேதம் ஏற்பட்டிருந்தது.

மறுநாள் மாதுர் என்னைத் தொலைபேசி மூலம் தொடர்புகொண்டு இடமாற்றம் குறித்து ஜேபியின் எதிர்வினை என்ன என்று கேட்டார். ‘ஜேபிக்கு எந்த ஆட்சேபணையும் இல்லை. திறந்த வெளியில் நடைப்பயிற்சி செய்ய முடியும் என்பது அவருக்குப் பெரிய ஆறுதல். உடல்நிலை திருப்திகரமாக இல்லாத காரணத்தால்தான் இடமாற்றம் செய்வது தாமதமாகிக்கொண்டு இருக்கிறது என்பதையும், மருத்தவக் குழு சரி என்றதும் உடனே இடமாற்றம் செய்வதில் எந்தப் பிரச்னையும் இல்லை என்பதையும் அவரிடம் விளக்கமாக தெரிவித்துவிட்டேன்’ என்று மாதுருக்கு பதில் சொன்னேன்.

அன்றைய நெருக்கடிக் குழுக் கூட்டத்தில் கலந்துகொண்ட மாதுர் என்ன காரணத்தாலா தரக்குறைவாக நடந்துகொண்டார். ஜேபி விஷயத்தில் என்ன நடக்கிறது என்பதை யாரும் தெரிந்துகொள்ளாமல் இருக்க எல்லோரையும் குழப்பவேண்டும் என்றார். இது போன்ற அணுகுமுறை எனக்கு ஒத்துவராத விஷயம். இவையெல்லாம் மக்களிடமிருந்து ஆட்சியாளர்களை விலக்கி வைக்கும். அதிகாரிகள், ஆட்சியாளர்களின் கைப்பாவையாகச் செயல்பட நேரிடும். அரசியல்வாதிகளோடு சேர்த்து அதிகாரிகளையும் மக்கள் எதிரிகளாக நினைப்பார்கள். மக்களைக் குழப்புவது என்பது மக்களிடமிருந்து அதிகாரிகளை விலக்கி வைத்துவிடும். இது போன்ற அணுகுமுறை நிச்சயம் மக்களுக்கு எந்தவிதத்திலும் உதவியாக இருக்க முடியாது. மக்களுக்குச் சேவகனாக இருந்து, வழிகாட்டியாகச் செயல்படுவதுதான் அரசு அதிகாரிகளின் கடமை. ஆனால் பெரும்பாலான அதிகாரிகள் , ஆட்சியாளர்களுக்கு

நெருக்கமாகவும், மக்களுக்கு எதிரானவர்களாகவும் இருந்துவிடுவது நமது துரதிருஷ்டம்தான்.

அரசு நிர்வாகத்தில் எந்த ஒரு மாற்றமும் செய்யப்படாததுதான் இந்தக் குறைபாட்டுக்குக் காரணம். சுதந்தர இந்தியாவின் தேவைகளையும் எதிர்பார்ப்புகளையும் கருத்தில் கொண்டு நிர்வாகத்தில் அடிப்படையான சில மாற்றங்கள் செய்யப்பட்டிருக்க வேண்டும். ஆனால் மாற்றங்கள் ஏதும் செய்யப்படாமல் பிரிட்டிஷாரின் நிர்வாக அமைப்பு அப்படியே பின்பற்றப் பட்டது. முதல் பிரதமராக இருந்த ஜவாஹர்லால் நேருதான் இதற்கு முழுக் காரணம். பழைய நிர்வாக அமைப்பை ஒதுக்கி வைத்துவிட்டு புதிய நிர்வாக அமைப்பை நிறுவுவதற்கான ஆற்றல் அவரிடம் இல்லை. அவரே பிரிட்டிஷ் நிர்வாகத்தினால் உருவாக்கப்பட்டவர் என்பதும் ஒரு முக்கியமான விஷயம்.

செப்டெம்பர் 14, ஞாயிற்றுக்கிழமை. நண்பர் சுந்தரத்தின் மகளின் பிறந்தநாள் விருந்தில் கலந்துகொண்டேன். அங்கே, மத்திய, மாநில நிர்வாகங்களில் அங்கம் வகிக்கும் முக்கியமான உயரதிகாரிகளை நேரில் சந்தித்து உரையாடும் வாய்ப்பு கிடைத்தது. ராஷ்பால், பாலகிருஷ்ணன், பன்சல், மணிவண்ணன் என்று நிறையப் பேர் வந்திருந்தனர். நாட்டு நடப்பு பற்றியும், பிரதமரின் தேர்தல் தொடர்பான வழக்கு உச்ச நீதிமன்றத்தில் நடப்பது பற்றியும், அரசின் 20 அம்சத் திட்டம் பற்றியும் விரிவாகப் பேசிக்கொண்டிருந்தோம். கூட்டத்தில் பேசியவர்களில் ஒருவர்கூட இந்திராவுக்கு ஆதரவாகப் பேசவில்லை.

சஞ்சய் காந்திதான் அடுத்த பிரதமராக வருவார் என்று டெல்லியில் உலா வரும் செய்திகள் குறித்தும் பேசப்பட்டது. அன்றைய நிலையில் சஞ்சய் பிரதமரா வதைத் தடுக்க யாரும் இல்லை. அரசியல்ரீதியான எதிர்ப்புகளிலிருந்து வெளியே வர இந்திராவே சஞ்சயை முன்னிறுத்தக்கூடும். உச்ச நீதிமன்றத் தீர்ப்பு வெளிவருதற்கு முன்பாகவே அதைச் செய்து முடிக்கக்கூடும் என்பது தான் எல்லோருடைய ஒருமித்த கருத்தாகவும் இருந்தது.

இந்தியா என்னும் ஜனநாயக நாட்டில் வாரிசுகள் தலைமைப் பதவிக்கு வருவது சிரமமான விஷயம். ஜனநாயக முறைப்படி தேர்தல் நடத்தி அதன் மூலம் தேர்ந்தெடுக்கப்படுவதுதான் ஒப்புக்கொள்ளக்கூடியதாக இருக்கும். டெல்லியில் தலைமை மாற்றம் வரவேண்டும் என்றால் தேர்தல் நடத்தப் பட்டாக வேண்டும். தேர்தலுக்குப்பின் காங்கிரசுக்குப் பெரும்பான்மையான இடங்கள் கிடைத்தாக வேண்டும். தேர்ந்தெடுக்கப்பட்ட காங்கிரஸ் எம்.பிக்களில் பெரும்பாலானோர் சஞ்சய் காந்திக்கு ஆதரவாக இருந்தாக வேண்டும்.

சஞ்சய் காந்தியைப் பற்றிச் சொல்லவேண்டும் என்றால், அவருக்கு இந்திய ஜனநாயகத்தின் மீதோ, தேர்தல் அமைப்புகளின் மீதோ எந்தவிதமான

நம்பிக்கையோ, பற்றோ இருந்ததில்லை. இந்திரா காந்தியே தன்னுடைய மகனை வலுக்கட்டாயமாகத் தலைமைப் பீடத்தில் உட்கார வைத்தால் காங்கிரஸ் கட்சி தடுமாறக்கூடும். ஆனாலும் தனது தாயின் செல்வாக்கோடு எதிர்ப்படும் தடைகளை நொறுக்கித் தள்ளிவிட்டு தலைமைப் பொறுப்புக்கு சஞ்சயினால் வரமுடியும். எதிர்க்கட்சித் தலைவர்கள் எல்லாம் மிசாவில் கைது செய்யப்பட்டுச் சிறையில் அடைக்கப்பட்டிருக்கும் இந்த நேரத்தில் சஞ்சய்க்கு எதிர்ப்பு என்பதே இருக்க முடியாது.

ஆனால் இந்திரா அதை விரும்பவில்லை. அவர் செய்ய நினைக்கும் மாற்றத்துக்கு மக்களிடமும் எதிர்க்கட்சிகளிடமும் ஆதரவு கிடைக்காது என்பதற்காக அல்ல. எமர்ஜென்சியை அமுல்படுத்தியதற்கும், சஞ்சயை அரியணையில் அமர வைப்பதற்கும் சர்வதேசச் சமூகத்தின் பங்களிப்பும் ஆதரவும் முக்கியம் என்பது இந்திராவுக்குத் தெரியும். அதனால் ஜனநாயக முறைப்படி தேர்தல் நடத்தி அதன் மூலமாகத் தான் விரும்பும் மாற்றத்தைக் கொண்டுவரமுடியும் என்று அவர் நினைத்திருந்தார்.

இந்திராவின் திட்டமும் சாத்தியமானதுதான். சஞ்சய் காந்தி, அவரது சகாக்களான பன்சிலால், ஓம் மேத்தா, ஆர். கே. தவான் போன்றவர்கள் தேர்தல் ஜனநாயகத்தை அறவே வெறுப்பவர்கள். தேர்தல் நடத்துவதைப் பற்றி அவர்கள் கவலைப்படவில்லை. எப்படியும் காங்கிரஸ் கட்சி ஜெயித்துவிடும் என்பது அவர்களது நம்பிக்கை. எமர்ஜென்சிக்கு முன்பாகவே எதிர்க்கட்சி களைக் கடுமையாக ஒடுக்கியாகிவிட்டது. எமர்ஜென்சிக்குப் பின்னர் எதிர்க்கட்சிகள் நிலைகுலைந்து போயிருக்கிறார்கள். மக்கள் மனத்தில் இறுக்கமும் எதிர்காலம் குறித்த அச்சமும் எழுந்திருக்கிறது. 1976 ஆரம்பத்திலேயே தேர்தல் அறிவிப்பு வெளியானால் காங்கிரஸ் கட்சிக்கு எளிதான வெற்றி கிடைத்துவிடும். உலகிலேயே மிகப்பெரும் ஜனநாயக நாட்டின் பிரதமர் பதவியை எந்தவித எதிர்ப்பும் இல்லாமல் சஞ்சயினால் கைப்பற்ற முடியும்.

ஆனால் அவர்களது எண்ணத்துக்கும் திட்டங்களுக்கும் தடையாக இருந்தது ஒரு விஷயம். அதுதான் 73 வயது முதியவர் உருவில் இருந்தது. மிசா சட்டத்தின்கீழ் கைது செய்யப்பட்டு சண்டிகரில் அடைத்து வைக்கப் பட்டிருக்கும் ஜேபியால் மட்டுமே அவர்களது திட்டங்களைத் தவிடு பொடியாக்க முடியும். தேர்தல் அறிவிப்பு வந்ததும் அவரால் எதிர்க் கட்சிகளை ஒருங்கிணைத்து காங்கிரசுக்கு எதிராக ஒரணியில் நிறுத்த முடியும். தேர்தல் அறிவிப்பு வரும்போது ஜேபி போன்ற எதிர்க்கட்சித் தலைவர்களை சிறையிலிருந்து விடுவித்தாக வேண்டும். சர்வாதிகார காங்கிரஸ் தோற் கடிக்கப்பட்டாக வேண்டும் என்பதற்காக எதையும் செய்யும் துணிவு ஜேபிக்கு உண்டு. முப்பதுகளில் இருந்த சஞ்சய் காந்திக்கு அறுபதுகளில் இருந்த ஜேபிதான் மிகப்பெரும் சவாலாக இருப்பார் என்பது வேடிக்கையான விஷயம்.

ஜேபியை முடக்கிவிட்டால் முப்பது வயதே ஆன சஞ்சய் காந்தியால் பிரதமர் பதவிக்கு வருவதில் எந்தப் பிரச்னையும் இல்லை என்பது நிச்சயம். இது குறித்துத்தான் கூட்டத்தில் நீண்ட நேரம் பேசிக்கொண்டிருந்தோம். டெல்லி வட்டாரத்திலும் இதுபற்றித்தான் பேசிக்கொள்கிறார் என்று சுந்தரம் குறிப்பிட்டார்.

செப்டெம்பர் 15, திங்கள்கிழமை. ஜேபியிடமிருந்து இரண்டு கடிதங்கள் வந்திருந்தன. வழக்கறிஞர் வி.எம். தார்க்குண்டேவுக்கு ஒரு கடிதமும் உள்துறைச் செயலருக்கு ஒரு கடிதமும் எழுதியிருந்தார். உள்துறைச் செயலருக்கு எழுதப்பட்டிருந்த கடிதத்தைப் படித்துப் பார்த்தபோது அது ஒரு புகார்க்கடிதம் என்று தெரிய வந்தது. தன்னுடைய உறவினர்களுக்கும் நண்பர்களுக்கும் எழுதும் எந்தக் கடிதமும் உரியவர்களுக்குச் சென்று சேராததற்கு விளக்கம் கேட்டு எழுதியிருந்தார். அவர் எழுதிய 20 கடிதங்களில் 19 கடிதங்கள் உரியவர்களிடம் சென்று சேராததற்கு என்ன காரணம் என்பது எனக்குள்ளும் கேள்விக்குறியாக இருந்தது.

ஜேபியை அன்றைய தினம் சந்தித்தபோது மிகுந்த மனவருத்தத்தில் இருந்தார். பிரதமருக்கு ஒரு கடிதம் எழுதிக்கொண்டிருப்பதாகவும் மறுநாள் அதை எனக்கு அனுப்பி வைப்பதாகவும் குறிப்பிட்டார். 'எனக்கு பரோல் தேவையில்லை. அதனால் இனி எந்த பிரயோஜனமும் இல்லை. எல்லாம் முடிந்துவிட்டது. பிரதமரிடம் இருந்து எந்த ஒரு தயவையும் நான் எதிர்பார்க்கவில்லை. உதவி கிடைக்கும் என்று எதிர்பார்த்தேன். ஆனால் அதைச் செய்வதற்கு பிரதமரிடம் கொஞ்சம் கூட நல்லெண்ணம் இல்லை. ஆகவே இம்முறை அரசியல் சம்பந்தப்பட்ட விஷயங்களையும் கடிதத்தில் எழுதப் போகிறேன். குறிப்பாக, உடனே தேர்தலை நடத்துமாறு கேட்டுக்கொள்ளப் போகிறேன்' என்று தெரிவித்தார்.

தேர்தலைப் பற்றி ஜேபி குறிப்பிட்டதும் முந்தைய நாள் மாலை நண்பர்களுடன் நடைபெற்ற விவாதத்தைப் பற்றிச் சொன்னேன். சஞ்சய் காந்தி பிரதமராகும் வாய்ப்பு பளிச் என்று இருப்பதாகச் சொன்னதும் ஜேபி சிரித்தார். சஞ்சயை முன்னிறுத்தும் முயற்சிகள் டெல்லியில் தீவிரம் அடைந்திருப்பதை அவரிடம் விவரமாகச் சொன்னேன். பிகார் வெள்ள நிவாரண நடவடிக்கைகளைக்கூட யாரும் மேற்பார்வையிடாமல் எல்லோரும் தலைநகரில் குழுமியிருக்க சஞ்சய் காந்தி விஷயம்தான் காரணம் என்பதையும் சொன்னேன்.

எல்லோருடைய கண்களும் உச்ச நீதிமன்றத் தீர்ப்பையே எதிர்நோக்கி இருந்தன. முடிவு எப்படி வேண்டுமானாலும் இருக்கலாம். அது இந்திராவுக்கு எதிராக இருந்தால் அவர் ராஜினாமா செய்ய வேண்டியிருக்கும். அவருக்குப் பின் யார் பிரதமராக வருவது என்பது பெரிய கேள்விக்குறி. ஸ்வரண் சிங், சித்தார்த் சங்கர் ராய் இருவரின் பெயரும் அடிபட்டாலும் காங்கிரஸ்காரர்கள் அவர்கள் இருவரையும் பிரதமராக ஏற்றுக்கொள்ள

மாட்டார்கள். நேரு குடும்பத்தைச் சேர்ந்தவர்களில் யாராவது தலைமைப் பதவிக்கு வருவதே அவர்களுடைய விருப்பம். இந்நிலையில் தன்னுடைய மகனின் பெயரை இந்திரா முன்மொழிந்தால் அதை ஏற்றுக்கொள்ள அவர்கள் தயாராகவே இருப்பார்கள். சஞ்சய் பிரதமராவதன்மூலம் தன் மீது தொடரப் பட்டிருக்கும் வழக்குகளைச் சமாளித்து மீண்டும் பிரதமர் பதவிக்கு வர இந்திராவால் முடியும்.

டெல்லியில் உலா வரும் செய்திகள் பற்றி நான் சொல்வதை ஜேபி கவனமாகக் கேட்டுக்கொண்டிருந்தார். அரசியலிலும் நிர்வாகத்திலும் இளைஞர்களை முன்னிறுத்த வேண்டிய காலம் வந்துவிட்டது என்று சஞ்சயும் அவரது சகாக்களும் சொல்லிவருவது பற்றியும் பேச்சின் நடுவே குறிப்பிட்டேன். குறிப்பாக பிரியரஞ்சன் தாஸ் முன்ஷியின் பேச்சு பற்றிக் குறிப்பிட்டேன். ‘இளைஞர்கள் அரசியலில் முன்னுக்கு வருவதை நான் எப்போதும் வரவேற்கிறேன். இவர்கள் ஆட்சிக்கு வந்து பொறுப்புடன், உண்மையாக நடந்துகொண்டால் நிச்சயம் சந்தோஷப்படுவேன். ஆனால் நீங்கள் குறிப்பிடும் நபர்கள்மீது எனக்கு நம்பிக்கை இல்லை. சஞ்சய் ஒரு விளையாட்டுப் பிள்ளை. அவருக்குக் கொள்கைகளில் உறுதியோ அல்லது அனுபவமோ கிடையாது. எதையும் யோசிக்காமல் மேம்போக்கான கருத்துகளைச் சொல்லிவிடுவதுண்டு. ஆகவே நீங்கள் குறிப்பிடும் யார் மீதும் எனக்கு நம்பிக்கை கிடையாது’ என்றார் ஜேபி.

ஆனால், ஜேபி நிலைமையின் தீவிரத்தை உணர்ந்துகொண்டார். சஞ்சய் பிரதமராகும் வாய்ப்பு இருப்பதாக இப்போது நினைத்தார். ‘ஜனநாயக முறைப்படி தேர்தல் நடத்தினால் சஞ்சயால் நிச்சயம் பிரதமராக வரமுடியாது. உச்ச நீதிமன்றத் தீர்ப்பை மதித்து பதவி விலக வேண்டிய சூழலில் சஞ்சயை இந்திரா முன்னிறுத்தும் வாய்ப்புகள் உண்டு. இந்திராவுக்கு அதைத்தவிர வேறு வழி தெரியாது. அப்படி ஒரு நிலைமை வந்தால் ஜனநாயகம் மேலும் குழிதோண்டிப் புதைக்கப்படும். சர்வாதிகார ஆட்சியின் கீழ் இந்தியா நீண்ட நாள் இருக்க வேண்டியிருக்கும்.’

பேசிக்கொண்டே வந்தவரின் குரல் திடீரென்று உயர்ந்தது. ‘எப்படியாவது அதைத் தடுக்க வேண்டும். இந்தச் சிறையில் இருந்து நான் உயிரோடு திரும்பப் போனால், நிச்சயம் அது நடக்காமல் தடுத்துவிடுவேன். அப்படி ஒரு வாய்ப்பு எனக்குக் கிடைக்குமா?’ அவருடைய கண்கள் பழுப்பேறியிருந்தன. ஜேபி நினைப்பது நடக்கவேண்டும்; அதற்கு என்னால் முடிந்தவற்றை எல்லாம் செய்யவேண்டும் என்று மனத்துக்குள் முடிவு செய்துகொண்டேன்.

சஞ்சய் பற்றிப் பேசப்படும் விஷயங்கள் ஜேபியை மீண்டும் சுறுசுறுப்பாக்கிவிட்டது. ஜேபியின் பரோல் மனுவைத் தடுத்து வைத்திருப்பது இந்திரா அல்ல, சஞ்சயின் சகாக்கள் என்பது இப்போது தெரிந்தது. ஜேபியை

விடுவித்தால் இக்கட்டான நேரத்தில் சிக்கலாகிவிடும் என்று அவர்கள் நினைத்தனர். எத்தனையோ முறை பரோல் மனு பற்றி நினைவூட்டியும் விஷயம் இழுத்தடிக்கப்படுவதற்கு அதுவே காரணம்.

'இந்திரா, தன்னுடைய நெருங்கிய வட்டாரத்தில் மோசமான ஆசாமிகளைத் தான் வைத்திருக்கிறார். நேர்மையான ஆசாமிகளை ஏனோ அவருக்குப் பிடிப்பதில்லை. மிஸ்டர் தேவசகாயம், நீங்கள் சொன்னது சரிதான். அவர்கள் உச்ச நீதிமன்றத்தின் முடிவுக்காகத்தான் காத்திருக்கிறார்கள்' என்றார் ஜேபி. 'உச்ச நீதிமன்றத்திடம் இருந்து நியாயமான தீர்ப்பு வந்தால் அது நிச்சயம் இந்திராவுக்கு எதிராகத்தான் இருக்கும். எது எப்படியோ, அரசியல் நிலைமை பரபரப்பாகியிருக்கிறது' என்றேன். உச்ச நீதிமன்றத் தலைமை நீதிபதியாக இந்திராவின் அபிமானியான ஏ.என். ராய் இருக்கும்வரை தீர்ப்பு நிச்சயம் இந்திராவுக்குச் சாதகமாகத்தான் வரும் என்பது ஜேபியின் கருத்து.

அவரது கால் வீக்கத்தைப் பற்றி விசாரித்தேன். தற்போது நன்றாக உணர்வ தாகக் குறிப்பிட்டவர், தான் இடமாற்றம் செய்யப்பட்டாலும் சிகிச்சை தொடர்ந்து நடைபெறலாம் என்றார். இடமாற்றம் குறித்து அவர் ஆர்வத்தோடு இருப்பது வெளிப்படையாகத் தெரிந்தது.

அலுவலகத்துக்குத் திரும்பி வந்ததும் டாக்டர் சுட்டானி, டாக்டர் வாஹி, டாக்டர் மெஹ்ரா ஆகியோருக்கு போன் செய்தேன். ஜேபியை இடமாற்றம் செய்வது குறித்துப் பேசினேன். புதன்கிழமைக்குள் ஜேபியை இடமாற்றம் செய்துவிடலாம் என்று சுட்டானி தெரிவித்தார். மாதுரிடம் தான் முக்கியமான சில விஷயங்களைப் பேசியிருப்பதாகவும், அது சம்பந்தமாக மேற்கொண்டு ஆலோசிக்க மாதுர் கூடிய விரைவில் டெல்லி செல்ல இருப்பதாகவும் தெரிவித்தார். எது சம்பந்தப்பட்டது என்பதைப் பற்றி அவர் என்னிடம் குறிப்பிடவில்லை. அப்படி என்ன முக்கியமான விஷயமோ? ஜேபியின் அன்றாட நடவடிக்கைகளைக் கவனித்துக்கொள்ளும் எனக்குக்கூடத் தெரி யாமல் அதை ரகசியமாக வைத்திருக்க வேண்டிய அவசியம் என்ன என்பதை என்னால் புரிந்துகொள்ள முடியவில்லை. மாதுர் டெல்லியிலிருந்து திரும்பிவந்தபின்னர்தான் ஜேபியை இடமாற்றம் செய்யமுடியும். இதற் கிடையே ஜேபியின் பாதுகாப்புக்காக நியமிக்கப்படும் காவல்துறையினருக்கு டாய்லெட் உள்ளிட்ட வசதிகளைச் செய்யவேண்டியிருந்தது.

டாக்டர் வாஹியிடம் பேசியபோது அன்று மதியம் ஜேபியைச் சந்திக்க இருப்பதாகவும் அடுத்த நாள் மாலையே இடமாற்றம் செய்துவிடலாம் என்பதையும் தெரிவித்தார். டாக்டர் மெஹ்ராவோ தான் ஜேபியை இதுவரை சந்திக்கவில்லை என்றும், சந்தித்துவிட்டு இது குறித்து ஒரு முடிவுக்கு வருவதாகவும் தெரிவித்தார். இடமாற்றம் குறித்து வேறு தகவல்கள் ஏதும் அவர்களுக்கும் தெரிவிக்கப்படவில்லை. ஒருவேளை சுட்டானியும் மாதுரும் வேறு ஏதாவது திட்டம் வைத்திருக்கிறார்களோ என்னவோ?

அன்றைய நெருக்கடிக் குழுக் கூட்டத்தில் மாதுர் குழப்பத்துடன் தென் பட்டார். பேசும்போது பதட்டமாகத் தென்பட்டார். ஒருவேளை சுட்டானி குறிப்பிட்டிருந்த அந்த முக்கியமான விஷயங்கள்கூடக் காரணமாக இருக் கலாம். ஜேபியை இடமாற்றம் செய்வது குறித்துத்தான் விவாதம் நடந்து கொண்டிருந்தது. காட்டேஜில் உள்ள டிராயிங் ரூமை ஜேபி உபயோகப் படுத்துவதற்கு டெல்லியிடம் பேசி அனுமதி வாங்கியாக வேண்டும் என்றார் மாதுர். இதற்கெல்லாம் டெல்லியை அணுகவேண்டிய அவசியமில்லை என்று குப்தாவும் நானும் சொன்னபிறகும் அதைத் தொடர்ந்து வலியுறுத்தி னார். டிராயிங் ரூமை ஜேபி பயன்படுத்திக்கொள்ள அனுமதி அளிப்பதன் மூலம் அரசியல் பெரியவர்களின் எதிர்ப்பைச் சந்திக்கவேண்டியிருக்கும் என்று மாதுர் பொரிந்து தள்ளினார். தலைமைப்பீடத்தில் இருப்பவர்கள் என்ன முடிவெடுப்பார்கள் என்று தெரியாத நிலையில் இதுபோன்ற செயல்களால் அவர்களது எதிர்ப்பைச் சம்பாதிக்க வேண்டியிருக்கும் என்றார்.

மாதுர் குறிப்பிடும் அரசியல் பெரியவர்கள் யார் யார் என்பது குழப்பமாக இருந்தது. ஏனோ சஞ்சய் காந்திதான் என் நினைவுக்கு வந்தார். உள்துறை அமைச்சகத்தில் ஓம் மேத்தாவும், சண்டிகரில் இருந்து பன்சிலாலும் ஜேபியை நெருக்கமாகக் கண்காணித்து டெல்லிக்குச் செய்திகள் கொடுத்திருக்கலாம். யாருக்குத் தெரியும்! டாக்டர் சுட்டானிகூட பன்சிலாலுக்கு நெருக்கமானவர் தான். அவர் மூலமாகக்கூடத் தகவல்கள் பன்சிலாலைச் சென்று அடையக் கூடும். அதுவே மாதுரை பதட்டத்தில் வைத்திருக்கக்கூடும்.

மாதுர் அடுத்தடுத்துக் குழப்பமாகவே பேசிக்கொண்டிருந்தார். ஜேபி டிராயிங் ரூமில் இருந்தாலும், எழுதினாலும், சாப்பிட்டாலும், புல்வெளியில் நடந் தாலும் கூடவே ஒரு டிஎஸ்பி இருந்தாக வேண்டும் என்றார். நடைமுறையில் அதற்குச் சாத்தியமே இல்லை. காட்டேஜை சிறையாக்கினால், உள்ளே சிறை அதிகாரிகளை மட்டுமே அனுமதிக்க முடியும். அவர்கள் மட்டுமே ஜேபியைக் கவனித்துக் கொள்வார்கள். காவல்துறையினர் - டிஎஸ்பி உள்பட - எவரையும் உள்ளே அனுமதிக்க முடியாது.

ஜேபிக்குத் தரப்படும் வசதிகள் குறித்து அரசியல் பெரியவர்களுக்கு நிறைய அதிருப்தி இருப்பதாகப் பேச்சின் இடையே மாதுர் குறிப்பிட்டார். 'காயத்ரி தேவி விஷயத்தில் என்ன நடந்தது என்பது உங்களுக்கெல்லாம் தெரியாது. அவரை ஏ கிளாஸ் சிறையில் தங்க வைத்ததற்கே மேலிடத்தின் அதிருப்தியை எதிர்கொள்ள வேண்டியிருந்தது. இப்போது ஏ கிளாஸ் சிறையை விட காட்டேஜில் அதிக வசதிகள் ஏற்பாடு செய்யப்பட்டிருக்கின்றன. எனவே டெல்லி மேலிடத்துக்கு நிச்சயம் நம்மீது அதிருப்தி வரும். மேலிடத்தைக் கோபப்படுத்தும்படியான செயல்களை நாம் ஏன் செய்ய வேண்டும்?' என்றார். இடைமறித்த குப்தா, 'ஜேபியை காயத்ரி தேவியோடு ஒப்பிட முடியாது. சர்வதேச அளவில் கவனத்தைப் பெற்றவர் ஜேபி. அவருடைய

உடல்நிலை வேறு சீராக இல்லை. இந்நிலையில் டிராயிங் ரூமை அவர் பயன்படுத்துவதற்கு எல்லாம் டெல்லியின் அனுமதியை எதிர்பார்த்து நாம் காத்திருக்க வேண்டிய அவசியமில்லை' என்றார்.

நானும் குறுக்கிட்டுப் பேசினேன். 'ஜேபியைச் சிறைக்கைதியாகவே அணுக நேரிட்டால் அவரைச் சிறையிலேயே அடைத்திருக்கலாமே? அப்படிப்பட்ட சிறையில்கூடக் கைதிகள் உலா வருவதற்கு அனுமதி உண்டு. ஜேபியின் உடல்நிலை சரியில்லாத நிலையில் அவரைத் தனிமைப்படுத்தி மேலும் தண்டிக்கக்கூடாது' என்றேன். சட்டென்று குறுக்கிட்ட மாதுர், 'ஜேபியைச் சிறையில் அடைக்கக்கூடாது என்று அரசு இரண்டு மாதத்துக்கு முன்னரே முடிவெடுத்துவிட்டது' என்றார். 'அது இந்திராவின் முடிவு. இப்போது நிலைமை மாறிவிட்டது. தற்போது மேலிடத்தின் முடிவுகள் வேறு மாதிரியாக இருக்கின்றன' என்றார். மாதுர் நேரிடையாகச் சொல்லாவிட்டாலும், அவர் சஞ்சய் காந்தியையும் அவரது சகாக்களையும்தான் குறிப்பிடுகிறார் என்பது தெளிவாகப் புரிந்தது.

ஜேபியை காட்டேஜுக்கு மாற்றுவதை ஒரு வாரம் தள்ளிவைக்க வேண்டும் என்பதுதான் மாதுரின் விருப்பம். அதற்குள் அவர் டெல்லிக்குச் சென்று, பேச வேண்டியவர்களிடம் பேசி, அனுமதி வாங்கி வருவாராம். அதாவது ஒரு யூனியன் பிரதேசத்தின் தலைமை ஆணையர் டெல்லிக்கு நேரில் சென்று ஜேபி டிராயிங் ரூமைப் பயன்படுத்த அனுமதிக்கலாமா, வேண்டாமா என்பதைக் கேட்டுவிட்டு வருவாராம். என்ன ஒரு வெட்கக்கேடான விஷயம்! இந்தச் சின்ன விஷயத்துக்கு டெல்லியின் அனுமதி தேவையில்லை என்பதை இன்னொரு முறை நானும் குப்தாவும் வலியுறுத்தினோம். 'நான் உங்களிடம் அபிப்பிராயம் மட்டும்தான் கேட்டேன். இறுதி முடிவை நான் மட்டுமே எடுப்பேன். எதுவாக இருந்தாலும் என் மனச்சாட்சிப்படிதான் முடிவெடுப்பேன். யாரும் என்னை வற்புறுத்த முடியாது' என்றார் மாதுர்.

ஜேபியிடமிருந்து பெறப்பட்ட கடிதங்களை மாதுரிடம் காட்டினேன். தான் எழுதிய கடிதங்கள் உரியவர்களுக்குச் சேராதது குறித்து ஜேபி வருத்தப்படுவதைப் பற்றியும் இன்னொரு முறை குறிப்பிட்டேன். சுட்டானியும் இது குறித்துத் தன்னிடம் பேசியதாகச் சொன்னவர், கூடிய விரைவிலேயே சுட்டானி ஜேபியைச் சந்தித்து இது குறித்துப் பேசுவார் என்று தெரிவித்தார். 'டிராயிங் ரூமை ஜேபி பயன்படுத்துவது குறித்து நாம் சரியான முடிவெடுக்க வேண்டியது அவசியம். இப்போது அனுமதி அளித்துவிட்டு, பின்னர் தடை செய்தால் அதை எதிர்த்து ஜேபி உண்ணாவிரதம் இருக்கவும் கூடும். ஜேபி அப்படிச் செய்வதால் நமக்குத்தான் பின்னடைவு. ஒரு நாள் மதிய உணவு எடுத்துக்கொள்ளாததால் வந்து பிரச்னைகள் எல்லாம் உங்களுக்கே நன்றாகத் தெரியும். உண்ணாவிரதம் இருப்பதால் பின்னணியில் வரும் பிரச்னைகள் பற்றி அந்த மனிதருக்கு ஒன்றும் தெரியாது' என்றார் மாதுர்.

இதுபோன்ற சின்ன விஷயங்களுக்கெல்லாம் ஜேபி உண்ணாவிரதம் இருப்பார் என்று எனக்குத் தோன்றவில்லை என்றேன். குப்தாவும் நான் சொன்னதையே சரி என்றார். ஜேபிக்கு அதிருப்தி இருந்தால் அதை முன்கூட்டியே நமக்குத் தெரியப்படுத்துவாரே ஒழிய உண்ணாவிரத முடிவுக்குப் போய்விடமாட்டார் என்றார். மாதுர் பேச்சை வேறு பக்கம் திருப்பினார். 'தான் எழுதிய கடிதங்கள் உரியவரிடம் சென்று சேராதது, மற்றவர்களைச் சந்திக்க அனுமதி மறுப்பது போன்ற விஷயங்கள் எல்லாம் ஜேபியை எளிதாக எரிச்சல்பட வைக்கும். மன உளைச்சலில் அவர் கடுமையான முடிவுகளை எடுக்கக்கூடும் என்பதற்காகத்தான் சொன்னேன்' என்றார் மாதுர்.

ஜேபி வருத்தமுடன் இருப்பதற்கு அவரது மன உளைச்சல்தான் காரணமே தவிர உடல் ஆரோக்கியம் காரணமாக இருக்க முடியாது என்பதை நான் வெளிப்படையாகக் குறிப்பிட்டேன். பிரதமரும் டெல்லி மேலிடமும் அவரைத் தொடர்ந்து உதாசீனப்படுத்துவதுதான் அவரது வருத்தத்துக்குக் காரணம் என்றேன். நான் சொன்னதை ஒப்புக்கொண்ட மாதுர், 'உள்துறைச் செயலர் குரானாவிடம் நான் பேசியதிலிருந்து ஜேபி பற்றிய விஷயங்கள் டெல்லி வட்டாரத்தில் சீரியஸாக எடுத்துக்கொள்ளப்படுவதில்லை என்பது தெரிகிறது' என்றார். ஜேபியை வருத்தப்பட வைக்கும் விஷயங்களைத் தனியாக ஒரு பட்டியல் இட்டு தன்னிடம் கொடுக்குமாறு சொன்னார்.

அன்று மாலை ராஷ்பாலைச் சந்தித்தேன். டெல்லி வட்டாரத்துடன் தொடர்ந்து தான் தொடர்பில் இருப்பதாகச் சொன்ன ராஷ்பால், இந்திரா காந்திக்கும் ஜேபிக்கும் இடையே அரசியல் ரீதியிலான பேச்சுவார்த்தைக்கு இப்போது வாய்ப்பில்லை என்றார். கியானி ஜெயில் சிங், ஷேக் அப்துல்லாவை இது சம்பந்தமாக முயற்சி எடுக்குமாறு கேட்டுக்கொண்டாராம். ஆனால் ஷேக் அப்துல்லாவோ, டெல்லி மேலிடம் ஜேபி பற்றி என்ன நினைக்கிறது என்று தெரியாத காரணத்தால் அப்படிப்பட்ட முயற்சிகளைத் தன்னால் மேற்கொள்ள முடியாது என்று மறுத்திருக்கிறார். ஜேபியை காஷ்மீருக்கு அனுப்பி ஷேக் அப்துல்லாவுடன் பேச்சுவார்த்தை நடத்துவதற்கான சாத்தியக்கூறுகளும் இருப்பதாகச் சொல்லப்படுகிறது. உச்ச நீதிமன்றத் தீர்ப்புக்காகத்தான் டெல்லியில் அனைவரும் காத்திருப்பதாகவும் அதுவரை ஜேபியுடனான பேச்சுவார்த்தைக்கான முயற்சிகள் நிறுத்தி வைக்கப்படும் என்று தான் நினைப்பதாகவும் ராஷ்பால் குறிப்பிட்டார்.

அரசுப் பணியாளர்களுக்கான பாதுகாப்பை உறுதி செய்யும் அரசியல் அமைப்புச் சட்டத்தின் 311-வது பிரிவை விலக்குவதற்கு இந்திரா முடிவு செய்திருந்ததாகவும், ஆனால், பங்களாதேஷ் படுகொலை காரணமாக அதை இந்திரா செயல்படுத்தப் போவதில்லை என்றும் ராஷ்பால் குறிப்பிட்டார். முஜிபுர் ரஹ்மானின் உயிருக்கு இருந்த ஆபத்தை பங்களாதேஷில் இருந்த

இந்திய உளவுத்துறை கணிக்கத் தவறியதால் ரஷ்யா கடும் கோபத்தில் இருப்பதாகச் செய்திகள் வருவதாகவும் ராஷ்பால் குறிப்பிட்டார்.

நண்பர்கள் வட்டாரத்திலிருந்து எனக்குக் கிடைத்த செய்திகளும் அதைத் தொடர்ந்து நடந்த விவாதங்களும் ஒரு விஷயத்தை எனக்குள் உறுதிப்படுத்தின. டெல்லியின் அதிகார மையங்களுக்கு இடையே பலத்த போட்டி இருப்பது தெரிகிறது. சஞ்சய் பற்றி வரும் விவரங்கள் உண்மை என்றால் அவரது சகாக்களின் முதல் வேலையே அவர்களுக்கு எதிரான அரசியல் சக்திகளை அடக்கி வைப்பது. இல்லாவிட்டால் அவர்களை இருக்குமிடம் தெரியாமல் அழித்துவிடுவது. எது எப்படி இருந்தாலும் சஞ்சய் காந்தியைப் பிரதமராக வரவிடாமல் தடுக்கும் முக்கியமான சக்தி ஜேபிதான். ஆகவே ஜேபியைச் சமாதானப்படுத்தவோ, அல்லது அடக்கி வைக்கவோ அவர்கள் முயற்சிக்கக்கூடும்.

இந்நிலையில் ஜேபியின் பரோல் மனுவும், அரசியல் பேசமாட்டேன் என்ற உறுதிமொழியும் பரிசீலிக்கப்படாது என்பது வெளிப்படை. ஜேபி வெளியே வந்தால் இந்திராவைவிட சஞ்சய்க்குத்தான் பிரச்னை. ஜேபி தனது பரோல் மனுவை வாபஸ் வாங்கிக்கொண்டால் அது குறித்து சந்தோஷப்படப் போவது சஞ்சயும் அவரது சகாக்களும்தான். டெல்லியில் நடப்பதை யெல்லாம் பார்க்கும்போது ஜேபி அவரது மனுவை வாபஸ் வாங்காமல் இருப்பதுதான் நல்லது. அடுத்த முறை அவரைச் சந்திக்கும்போது பிரதமருக்கு அவர் எழுதிக்கொண்டிருப்பதாகச் சொல்லப்படும் கடிதத்தை எப்படியாவது தடுத்து நிறுத்தியாக வேண்டும் என்று முடிவு செய்து கொண்டேன்.

16

வெள்ளைப் புறா

செப்டெம்பர் 17, புதன்கிழமை. ஜேபியைச் சந்திக்கச் சென்றபோது எனக்கு ஏகப்பட்ட கவலையாக இருந்தது. மனத்தளவில் தளர்ந்து போயிருந்தேன். எதிர்பார்ப்பு எல்லாம் பொய்த்துப்போய் கானல் நீராகிவிடுமோ என்று நினைக்கத் தோன்றியது. ஜேபியிடம் எந்த மாற்றமும் இல்லை. என்னை எதிர்பார்த்துக்கொண்டிருந்ததாகக் குறிப்பிட்டார். பேசும்போது, 'கால் மட்டும்தான் வீங்கியிருக்கிறது. மனது அல்ல' என்றார்.

பிரதமருக்கு அவர் எழுத ஆரம்பித்த கடிதத்தை இன்னும் முடிக்கவில்லை. எனக்கு அவர் கொடுத்திருந்த வாக்குறுதி முந்தைய நாளோடு முடிந்து விட்டது. இனி அவரை யாராலும் கட்டுப்படுத்த முடியாது. கடிதத்தில் கடுமையான தொனி இருந்தால் என்ன செய்வது? தன்னுடைய எண்ணங்களையும் எதிர்பார்ப்புகளையும் தெளிவாகச் சொல்லி அவர் ஏற்கெனவே டெல்லிக்குச் செய்தி அனுப்பியிருந்தார். ஜேபியை உடனே பரோலில் அனுப்புவதில் டெல்லி தரப்பில் நிறைய சிக்கல்கள் இருக்கத்தான் செய்தன. ஆனாலும், எழுதிய எந்த ஒரு கடிதத்துக்கும் பதில் வராத நிலையில் யாராக இருந்தாலும் மனம் உடைந்து போவது இயற்கைதான்.

எந்தச் சூழ்நிலையிலும் பரோல் மனுவை வாபஸ் வாங்கவேண்டாம் என்று அவரிடம் மீண்டும் ஒரு முறை கேட்டுக்கொண்டேன். பரோல் மனுவை

டெல்லி தர்பார் பரிசீலிக்காமல் இருப்பதை ஜேபிக்குச் சாதகமான விஷயமாக நினைத்தேன். தன்னுடைய மனுவை ஏற்காத காரணத்துக்காக பிரதமரைக் கடுமையாகக் கண்டித்துக் கடிதம் எழுதுவதால் எந்த மாற்றமும் ஏற்படப் போவதில்லை. சமாதானப் பேச்சுவார்த்தை நடத்துவதற்கான சூழ்நிலையை அது உருவாக்காது. அதே நேரத்தில், அரசியல் நிகழ்வுகள் குறித்து ஜேபி கடிதம் எழுதித்தான் ஆகவேண்டும். சகஜ நிலை திரும்பிவிட்டதாக இந்திரா காந்தி பேசி வருவது பற்றி ஜேபி என்ன நினைக்கிறார் என்பது வெளியே தெரிந்தாக வேண்டும்.

நான் சொல்வதை ஜேபி கவனமாகக் கேட்டுக்கொண்டிருந்தார். பரோல் மனுவைத் திரும்பப் பெறுவது பற்றிக் கடிதம் எழுதுவதற்கு பதிலாக பிகாரில் வெள்ளப்பெருக்கு ஆபத்து இன்னும் நீடிப்பதாக வரும் செய்திகளைக் குறித்து எழுத இருப்பதாகவும், முன்பு தான் மேற்கொண்ட நிவாரண நடவடிக்கைகளை இந்திரா காந்திக்கு நினைவுபடுத்தும்படியாகக் கடிதம் இருக்கும் என்றும் ஜேபி குறிப்பிட்டார். கூடவே, அக்டோபருக்குள் தேர்தல் அறிவிப்பை வெளியிடவேண்டும் என்று கேட்கப்போவதாகவும் ஜேபி கூறினார். ஜேபியின் தேர்தல் குறித்த கோரிக்கையைப் பரிசீலிப்பதில் இந்திராவுக்குப் பிரச்னை இருக்காது. கூடிய சீக்கிரமே எமர்ஜென்சி முடிவுக்கு வரப்போவதாக ஏற்கெனவே அவர் அறிவித்திருக்கிறாரே!

ஜேபி, நாட்டு நடப்பு பற்றித் தொடர்ந்து பேசிக்கொண்டிருந்தார். 'பொருளாதார வீழ்ச்சியைச் சரிசெய்வதற்காகத்தான் எமர்ஜென்சி கொண்டுவரப்பட்டது என்று பிரதமர் இந்திரா காந்தி சொல்லியிருந்தார். அதை நியாயப்படுத்த என்று அவர் அறிவித்த 20 அம்சத் திட்டம் எல்லாமே மக்களை ஏமாற்றும் முயற்சிதான். எல்லோரும் ஒரு விஷயத்தைப் புரிந்துகொள்ளாமல் ஒரே மாதிரியாகப் பேசிக்கொண்டிருக்கிறார்கள். வறுமையை விரட்டுவோம் என்பதெல்லாம் வெற்று அரசியல் கோஷம். மக்களின் அடிப்படைப் பிரச்னைகளான உடல்நலம், குடும்பக் கட்டுப்பாடு, கல்வி பற்றியெல்லாம் இருபது அம்சத் திட்டத்தில் எதுவும் இல்லை. இவை எல்லாமே அரசு ஊழியர்களை இயந்திரங்களாக மாற்றி அவர்களது எண்ணங்களையும் சிந்தனைகளையும் கட்டுப்படுத்தும் சர்வாதிகாரத்தனத்தை முதன்மையாகக் கொண்டவை. மன்னிப்பு கேட்டுக்கொண்டு சிறையிலிருந்து வெளியே வரும் ஜனசங்கம், ஆர்.எஸ்.எஸ் அமைப்பினர்கூட பகவத் கீதையைப் படிப்பது போல 20 அம்சத் திட்டம் பற்றிய அறிவிப்பைப் படித்துவிட்டு அவற்றுக்கு விளக்கும் சொல்லுவது வேடிக்கை.'

ஜேபி தொடர்ந்தார்: '20 அம்சத் திட்டத்தின் பெயரால் அரசியல் அமைப்புச் சட்டத்தில் திருத்தம் கொண்டுவருவதாகச் சொல்வதும், புதிய உத்தரவுகளைப் பிறப்பிப்பதும் மக்களை ஏமாற்றும் முயற்சி. இந்தச் சபிக்கப்பட்டட தேசத்தில் ஏராளமான சட்டங்கள் இருக்கின்றன. ஆனால் அவை தாளில் மட்டுமே இருக்

கின்றன. மக்களின் அடிப்படை உரிமைகளான பேச்சு சுதந்தரம் உள்ளிட்டவற்றைப் பறித்துவிட்டு இதுபோன்ற திட்டங்களை நிறைவேற்றவேண்டிய அவசியமே இல்லை. இந்திரா காந்தியின் தேர்தல் வழக்கு குறித்த உச்ச நீதிமன்றத் தீர்ப்புதான், நாளைய இந்திய ஜனநாயகத்தின் தலைவிதியைத் தீர்மானிக்கும். பிரதமருக்கு ஆதரவான தீர்ப்பு வந்தால் தன்னுடைய இருப்பை மேலும் பலப்படுத்திக்கொள்ள முயற்சிக்கக்கூடும். தோற்றுப்போனால் சமாதானப் பேச்சுக்கு முன்வருவார். ஒரு வேளை பதவியிலிருந்து விலகி சஞ்சய் காந்திக்கு வழிவிடவும் செய்யலாம்.'

சஞ்சய் பிரதமர் ஆகக்கூடும் என்பதை ஜேபி முழுமையாக ஏற்றுக்கொள்ள வில்லை. டெல்லி வட்டாரத்தில் உலா வரும் செய்தியை நிச்சயம் ஒதுக்கி வைக்க முடியாது என்று பலமுறை சொன்னபிறகே அவரால் அதை நம்ப முடிந்தது. 'ஜனநாயகம் நிரந்தரமாக இந்தியாவிலிருந்து விடைபெறும் நேரம் வந்துவிட்டது' என்றார். 'எனக்கு மக்கள்மீது நம்பிக்கை இருக்கிறது. அவர்கள் மனத்தில் நிச்சயம் மாற்றம் இருக்கும். இன்றைக்கு இல்லாவிட்டாலும் என்றைக்காவது ஒரு நாள் எமர்ஜென்சி பற்றிய உண்மைகளை அவர்கள் புரிந்துகொள்ளத்தான் போகிறார்கள்' என்றேன் நான்.

உச்ச நீதிமன்றத்தில் நீதிபதி மாத்தியூவும் நீதிபதி கன்னாவும் இந்திரா சம்பந்தப்பட்ட வழக்கில் கேள்வி மேல் கேள்வி கேட்பதாக வரும் செய்திகளைப் பற்றி ஜேபியிடம் சொன்னேன். விளக்கங்கள் போதவில்லை என்று அரசுத்தரப்பு வழக்கறிஞரிடம் அவர்கள் கேட்டுக்கொண்டதாக வரும் செய்திகளை ஜேபியிடம் சொன்ன பின்னர்தான் அவரது முகத்தில் ஆறுதல் தெரிந்தது.

பொருளாதார வளர்ச்சி, புதிய பொருளாதாரக் கொள்கை ஆகியவை பற்றிப் பேசிக்கொண்டிருந்தோம். குறிப்பாக 'அல்டர்நேட்டிவ்' பத்திரிகை பற்றியும் அதில் ஷுமாக்கர் எழுதியிருந்த கட்டுரை பற்றியும் பேச்சு எழுந்தது. பெருகிவரும் மக்கள் தொகையின் தேவைக்கு ஏற்ப, உற்பத்திப் பெருக்கம் அமைய வேண்டிய அவசியம், அதற்கான வழிமுறைகள் ஆகியவற்றை அவர் விரிவாக எழுதியிருப்பதாக ஜேபியிடம் குறிப்பிட்டேன். அவரது கருத்து மகாத்மா முன்வைத்த கிராமியப் பொருளாதாரத்தை வலியுறுத்துவதாகச் சொன்னேன். ஜேபி ஒப்புக்கொண்டார்.

மேற்கத்திய பாணியிலான உற்பத்திப் பெருக்கம் என்றைக்கும் வெற்றி பெறாது என்பதை எடுத்துச்சொல்லி கிராமப் பொருளாதாரத்தை அடிப்படை யாகக் கொண்ட பொருளாதாரக் கொள்கைகளை வகுக்குமாறு தான் தொடர்ந்து அரசை வலியுறுத்தி வந்திருப்பதாக ஜேபி குறிப்பிட்டார். சில ஆண்டுகளுக்கு முன் திட்டக் குழு துணைத் தலைவராக டி.பி. தார் இருந்தபோது திட்டக் குழுவின் அழைப்பின் பேரில் ஷுமாக்கர், தாரையும் பிரதமரையும் சந்தித்துப் பேசியதாகவும் ஜேபி குறிப்பிட்டார். அவருடைய பேச்சும் அவர் முன்வைத்த

திட்டங்களும் இருவரையும் கவர்ந்தன. பிரதமர் கேட்டுக்கொண்டதற்கு இணங்க ஷுமாக்கர், முக்கியமான எட்டு விஷயங்களை எழுதிக் கொடுத் திருந்தார். இந்தியாவிலிருந்து வறுமையை ஒழிப்பது என்பதில் இந்திரா உட்பட யாருமே உண்மையாக நடந்து கொள்ளாததால் ஷுமாக்கர் முன் வைத்த விஷயங்கள் எல்லாம் என்ன ஆயின என்றே தெரியவில்லை என்று வருத்தப்பட்டார் ஜேபி.

அன்று நெருக்கடிக் குழுக் கூட்டம் நடைபெறவில்லை. ஆனாலும் பரபரப் புக்குக் குறைச்சல் இல்லை. மாதுர் வழக்கம்போல் அதிரடியாக நடந்து கொண்டார். மதியம் ஒரு மணிக்குத் தொலைபேசியில் தொடர்பு கொண்டவர், ஜேபியை கெஸ்ட்ஹவுஸுக்கு மாற்றுவது குறித்து உடனே அதிகாரப்பூர்வ மாக அறிவிக்க வேண்டும் என்றார். சண்டிகரின் உள்துறைச் செயலருக்குத் தான் கடிதம் எழுதியிருப்பதாகவும், அவரைத் தொடர்பு கொண்டு தேவை யான நடவடிக்கைகளை உடனே எடுக்குமாறும் என்னைக் கேட்டுக் கொண்டார். இதில் உள்துறைச் செயலரைத் தொடர்பு கொள்ள வேண்டிய அவசியம் என்ன என்பதை என்னால் புரிந்துகொள்ள முடியவில்லை. பனோத் துடன் பேசிக்கொண்டிருந்தபோது இன்னும் கெஸ்ட்ஹவுஸ் தயாராகவில்லை என்று அவர் தெரிவித்தார். காவல்துறையினர் தங்குவதற்கான இடம் தயாராக 24 மணி நேரமாவது ஆகும். பின்னர்தான் பாதுகாப்பு குறித்த விஷயங்களை இறுதி செய்ய முடியும் என்றார் அவர். நானும் ஒப்புக்கொண்டேன்.

ஆனால் மாதுர் பதட்டமாக இருந்தார். டாக்டர் சுட்டானியைத் தனியாகத் தொடர்புகொண்டு பேசியவர், அன்று மாலையே இடமாற்றத்துக்குத் தயாராகும்படி ஜேபியிடம் தெரிவிக்குமாறு சுட்டானியைக் கேட்டுக் கொண்டிருக்கிறார். டாக்டர் மெஹ்ரா மூலம் இது எனக்குத் தெரியவந்தது. மாலைக்குள் இடமாற்றம் செய்வது என்பது சாத்தியமே இல்லை. இதை சுட்டானியிடம் சொல்லி, ஜேபிக்குத் தெரியப்படுத்துமாறு சொன்னேன்.

மாலை ஐந்து மணிக்கு மீண்டும் மாதுர் என்னைத் தொடர்புகொண்டார். மறுமுனையில் மிகவும் பதட்டமாக இருந்தார் என்பது தெரியவந்தது. ஏன் மாலையே ஜேபியை இடமாற்றம் செய்ய முடியாது என்று என்னிடம் கேட்டார். காரணத்தை விவரித்தேன். பனோத்திடம் பேசி உடனே அதைச் செய்து முடிக்குமாறு கேட்டுக்கொள்ளச் சொன்னார். நானும் பனோத்தும் உடனே காட்டேஜுக்குச் சென்று நேரில் பார்வையிட்டு சுட்டானியிடம் பேசவேண்டும் என்று உத்தரவிட்டார்.

உடனே மொஹிந்தர் சிங்கை அழைத்துக்கொண்டு கெஸ்ட்ஹவுஸ் கிளம்பி னேன். அங்கு பனோத்தும் இருந்தார். பாதுகாப்பு வசதி குறித்த நடவடிக்கை களில் ஏற்பட்டிருக்கும் காலதாமதத்தை அவர் குறிப்பிட்டார். அவை முற்றிலும் ஏற்கக்கூடியதாகவே இருந்தது. உடனே சுட்டானியைத் தொடர்பு கொண்டு விஷயத்தைச் சொன்னோம். சுட்டானி தயங்கினார்.

‘இடமாற்றத்தை எதிர்பார்த்து ஜேபி காத்திருப்பார். அதை இன்று செய்து முடிக்காவிட்டால் நிச்சயம் ஏமாற்றமடைவார்’ என்றார் சுட்டானி. ஜேபியை நேரில் பார்த்து விளக்கிச் சொன்னால் அவர் நிச்சயம் ஒப்புக்கொள்வார் என்றேன் நான். எல்லோரும் சேர்ந்து ஜேபியைச் சந்திக்கச் சென்றோம்.

ஜேபி பிரதமருக்கான கடிதத்தை எழுதிக்கொண்டிருந்தார். பனோத் கூட நான் வருவதை வித்தியாசமாகப் பார்த்தார். ஒருவேளை பரோல் மனு பரிசீலிக்கப் பட்டு அவரைச் சிறையில் இருந்து விடுவிப்பது தொடர்பாக நாங்கள் வந்திருப்பதாக அவர் நினைத்திருக்கக்கூடும். கெஸ்ட்ஹவுஸில் செய்யப்பட வேண்டிய ஏற்பாடுகளை எடுத்துச் சொல்லி அதனால் இடமாற்றம் இன்று சாத்தியமில்லை என்பதையும் விளக்கமாகச் சொன்னேன். ஜேபியின் முகத்தில் அதிருப்திக்கான எந்த அறிகுறியும் இல்லை. பொறுமையாக நாங்கள் சொல்வதைக் கேட்டவர் சரி என்று ஒப்புக்கொண்டார். மறுநாள் இரவு 9 மணிக்குச் சந்திப்பதாகக் கூறி விடைபெற்றுக்கொண்டோம்.

வீட்டுக்குத் திரும்பியதும் மாதுரிடமிருந்து தொலைபேசி அழைப்பு. மறுமுனையில் மூச்சிரைக்கப் பேசினார். கெஸ்ட்ஹவுஸ் மாற்றம் இன்னும் ஒரு நாள் தாமதமாவது குறித்து ஜேபி என்ன நினைக்கிறார் என்பதைத் தெரிந்து கொள்வதுதான் அவரது நோக்கம். ஜேபி முகமலர்ச்சியோடு அதற்குச் சம்மதித்தார் என்று சொன்னதும் மாதுரிடமிருந்து பெரிய நிம்மதிப் பெருமூச்சு. மாதுர் போன்ற சீனியர் அதிகாரிகள் இதுபோன்ற சின்னச் சின்ன விஷயங்களுக்கெல்லாம் கவலைப்படுவது ஏன் என்ற கேள்விதான் என் மனத்தை அரித்துக் கொண்டிருந்தது. இதற்குப் பின்னணியில் ஏதாவது இருக்கவேண்டும் என்று நான் நினைத்தது சரியாகத்தான் இருந்தது.

செப்டெம்பர் 18, வியாழக்கிழமை. ஜேபி எனக்குக் கொடுத்த வாக்குறுதியை மீறவில்லை என்பது அவர் பிரதமருக்கு எழுதிய கடிதத்திலிருந்து தெரிய வந்தது. அவரது கடிதத்தை நானும் மாதுரும் படித்துப் பார்த்துவிட்டு உடனே டெல்லிக்கு அனுப்பி வைத்தோம். கடிதத்தில் கடுமையாக எதையும் அவர் எழுதியிருக்கவில்லை. பிகார் வெள்ளம் பற்றிய அவரது கவலையை விவர மாக எழுதியிருந்தார். கோசி நீர்ப்பரப்பின் வலது பக்கம் இருக்கும் கரை உடைப்பு எடுத்ததால் பாட்னாவுக்குள் வெள்ளம் வந்தது பற்றி எழுதி யிருந்தார். மாதுரும் பிகாரைச் சேர்ந்தவர் என்பதால் ஜேபி எழுதியிருந்ததின் பின்னணியில் இருந்த விவரங்களை அவரால் நன்கு புரிந்து கொள்ள முடிந்தது. வரைபடம் வரைந்து ஜேபி குறிப்பிட்ட விஷயங்களை மாதுர் எனக்கு விளக்கினார். ஆனால் வெள்ள நிவாரணப் பணிகளில் ஜேபிக்கு உள்ள அனுபவத்தையும் அவரது பணிகளையும் மாதுர் ஏற்றுக்கொள்ள வில்லை.என்ன காரணத்தாலோ ஜேபியை அவர் நிராகரிக்க விரும்பினார். ஆனால் அவரது வார்த்தைகள் இதயத்திலிருந்து வரவில்லை என்று புரிந்துகொண்டேன். மாதுர் பொதுவாக நல்ல மனிதர். ஒரு வேளை எங்களில்

ஒருவரை அவர் சந்தேகப்பட்டிருக்கக்கூடும். அவரைப் பற்றித் தவறாக வெளியே சொல்கிறோம் என்று அவர் நினைத்திருக்கலாம். அதனால் வேண்டும் என்றே ஜேபியைப் பற்றி மோசமாகப் பேசிக்கொண்டிருந்தார்.

ஜேபியின் மனத்தில் இருக்கும் எண்ணங்களைச் சக அதிகாரிகளுடன் பகிர்ந்துகொள்ள இதுதான் சரியான சமயம் என்று நினைத்தேன். இந்திரா வுக்கும் ஜேபிக்கும் இடையேயான அரசியல் பேச்சுவார்த்தைகளுக்கான சாத்தியக்கூறுகள், அதனால் கிடைக்கப்போகும் சாதக அம்சங்கள் ஆகிய வற்றை எடுத்துச்சொன்னேன். பனோத்திடமிருந்து வந்த பதில் சராசரி காவல் துறை அதிகாரியை ஒத்திருந்தது. 'எதற்காக இந்திரா ஜேபியுடன் பேச்சு வார்த்தை நடத்தவேண்டும்? இந்திராவின் கையில் இப்போது முழுமையான அரசியல் அதிகாரம் கொட்டிக் கிடக்கிறது. அவரை எதிர்த்து யாராலும் ஒன்றும் செய்ய முடியாது. ஜேபியின் கைவசம் ஏதுமில்லை. அவர் ஒரு முடிந்து போன கதை. எதற்காக அவரிடம் பேச்சுவார்த்தைக்கு இறங்கி வர வேண்டும்?' என்றார் பனோத்.

மாதுர் இடைமறித்துப் பேசினார். அவரால் தன்னைக் கட்டுப்படுத்திக் கொள்ள முடியவில்லை. 'இன்னும் எத்தனை காலத்துக்கு போலீஸ் ராஜ்ஜியம் பற்றிப் பேசப்போகிறீர்கள்? பேச்சுவார்த்தை நடத்தியே ஆகவேண்டும். யார் யாருடன் பேச்சுவார்த்தை நடத்தவேண்டும் என்பதுதான் இங்கே கேள்விக் குறி' என்றவர், என்னிடம் திரும்பி ஜேபியின் பரோல் மனு பற்றி டெல்லிக்கு நாம் என்ன பரிந்துரை செய்தோம் என்று கேட்டார். 'டெல்லி என்ன நினைக்கிறது என்பதைத் தெரிந்துகொள்ளாமல் நம்மால் எந்தப் பரிந்துரை யும் செய்ய முடியாது. அதனால் எந்தப் பரிந்துரையும் செய்யவில்லை' என்றேன். என்னைப் பொருத்தவரை, பிரச்னையின் வடிவம் எளிமையானது. இப்போதைய சர்வாதிகார நிலைமை நீடிக்கவேண்டுமானால், ஜேபியை பரோலில் விடுதலை செய்வது என்ற பேச்சுக்கே இடமில்லை. ஜேபியுடன் பேச்சுவார்த்தை நடத்தவேண்டும் என்று பிரதமர் நினைத்தால், அதற்கான முதல் நடவடிக்கை ஜேபியை பரோலில் விடுதலை செய்வதாகத்தான் இருக்கும்.

பனோத் சொன்னதையே திரும்பத் திரும்பச் சொன்னார். 'நாமெல்லாம் ஜேபிக்கு அதிக முக்கியத்துவம் கொடுத்துக்கொண்டிருக்கிறோம். அவர் துணிச்சல் இல்லாதவர். அவருக்குத் தன்மீதே நம்பிக்கை கிடையாது. தன்னை சர்வதேச அளவில் முக்கியமானவர் என்று அவர் நினைத்துக்கொண்டிருக் கிறார். அவரால் அதிக நாள் தாக்குப்பிடிக்க முடியாது. அவரைப் பற்றி நாம் கவலைப்படவேண்டிய அவசியமே இல்லை' என்றார்.

இந்த முறை பனோத் சொன்னதை மாதுர் பொருட்படுத்தவே இல்லை. ஜேபி அதிருப்தியில் இருப்பதற்கான காரணங்களை வரிசையாகச் சொல்லுமாறு மாதுர் என்னைக் கேட்டுக்கொண்டார். நானும் எழுதிக்கொடுத்தேன்.

கடுமையாக்கப்பட்டிருக்கும் சந்திப்பு விதிகள். குறிப்பாக நெருங்கிய உறவினர்கள் மட்டுமே அவரைச் சந்திக்க முடியும் என்ற நிலைமை. நண்பர்களும் அவரது நலம் விரும்பிகளும் அவரைச் சந்திக்கவே முடியாத நிலைமை.

ஜேபி அவரது உறவினர்களுக்கும் நண்பர்களுக்கும் எழுதிய கடிதங்கள் ஏதும் உரியவர்களிடம் சென்று சேராத நிலைமை.

கூட யாரும் இல்லாதது. கிட்டத்தட்ட தனிமைச்சிறையில் ஜேபி வைக்கப்பட்டிருப்பது.

காற்றோட்டமான திறந்தவெளியில்கூட நடமாட முடியாத நிலைமை.

டெல்லிக்குச் சென்று குரானாவிடம் பேச இருந்ததாகவும், ஆனால் குப்தா குறுக்கிட்டு குரானாவிடம் பேசுவதால் எந்தப் பயனும் இல்லை என்று சொன்னதாகவும் மாதுர் குறிப்பிட்டார். குரானாவுக்கு பதிலாக உள்துறை அமைச்சராக இருந்த ஓம் மேத்தாவிடம் பேச வேண்டுமாம். 'நான் எந்த ஒரு அரசியல்வாதியிடமும் பேச விரும்பவில்லை' என்றார் மாதுர். 'ஜேபி சமாதானத்துக்குத் தயாராக இருக்கிறார். பிரதமரும் அதற்குத் தயாராக இருந்தால், இதுதான் சரியான நேரம். யாரையாவது தூதராக அனுப்பி ஜேபியிடம் பேசுவதுதான் நல்லது' என்பதை நான் இன்னொரு முறை வலியுறுத்தினேன்.

தார்க்குண்டே டெல்லியிலிருந்து பேசினார். வரும் சனிக்கிழமை ஜேபியைச் சந்திக்க இருப்பதாகத் தெரிவித்தார். ஜேபிக்குச் சில கடிதங்கள் வந்திருந்தன. ஒரு கடிதம் அமெரிக்காவிலிருந்து வந்திருந்தது. 'ரோஸஸ் இன் டிசம்பர்' என்னும் புத்தகம் ஜேபிக்கு அனுப்பப்பட்டிருந்தது. மொஹிந்தர் சிங்கிடம் அனைத்தையும் கொடுத்து ஜேபியிடம் சேர்க்குமாறு கேட்டுக்கொண்டேன்.

சரியாக மாலை 8.45 மணிக்கு பனோத்தையும் அழைத்துக்கொண்டு ஜேபியின் அறைக்கு வந்தேன். அப்போதுதான் அவர் சாப்பிட்டு முடித்திருந்தார். காட்டேஜை நோக்கி நடந்தோம். வார்டிலிருந்து வெளியே வந்ததும் மூச்சை இழுத்தபடியே, 'அப்பாடி... இரண்டு மாதத்துக்குப் பின் இப்போதுதான் திறந்தவெளிக் காற்றைச் சுவாசிக்க முடிகிறது' என்றார் ஜேபி. கைது செய்தபின் தன்னை இடமாற்றம் செய்வது இது ஐந்தாவது முறை என்றார். ஜேபிக்கு காட்டேஜ் பிடித்திருந்தது. எழுதுவதற்கு மேஜை வேண்டும் என்றார். அதற்கும் உடனே ஏற்பாடு செய்யப்பட்டது. அங்கிருந்து கிளம்பும்போது அவரிடமிருந்து ரஜினி கோத்தாரி எழுதிய Footsteps into the Future என்ற புத்தகத்தைப் படிப்பதற்காக இரவல் வாங்கிக்கொண்டேன்.

★

மாதுரின் குழப்பமான நடவடிக்கைகள், முன்னுக்குப் பின் முரணான பேச்சுகள் அதன் பின்னணிகள் எதையும் கடைசிவரை என்னால் புரிந்து

கொள்ள முடியவில்லை. டிசம்பர் 4, 1975 அன்று தலைமை ஆணையர் பொறுப்பை முறையான உத்தரவுகள் ஏதும் இல்லாமல் திடீரென்று குப்தா விடம் கொடுத்துவிட்டு அவர் விடுப்பில் செல்ல வேண்டியிருந்தது. குப்தா அவரைவிட மிகவும் ஜூனியர். மாதுர் பின்னர் டெல்லிக்கு இடமாற்றம் செய்யப்பட்டார். எந்தப் பதவியும் ஒதுக்கப்படாமல் சிறிது காலம் ஒய்வில் வைக்கப்பட்டார். இதெல்லாம் அவர் ஓய்வு பெறுவதற்கு நான்கு மாதங்களே இருக்கும்போது நிகழ்ந்தன.

பன்சிலால், ஓம் மேத்தா, ஜெயில் சிங் போன்றவர்கள், தங்களுடைய சுயநலனுக்காக சிலரை ஆட்டிப்படைத்துக்கொண்டிருந்தார்கள் என்பது உண்மை. ஆகவே, பெரும்பாலான நெருக்கடிக் குழுக் கூட்டங்களின்போது மாதுர் பதட்டமாக, குழப்பமாக பேசியதில் ஆச்சரியம் ஏதுமில்லை.

17. சமாதானத்தின் முதல் படிகள்

ஜேபி விரும்பியபடியே நல்ல காற்றோட்டமான இடத்துக்கு அவரை இடமாற்றம் செய்தாகிவிட்டது. எனக்கு நிம்மதியாக இருந்தது. நீண்ட நாட்களாக என் மனத்தில் இருந்த பாரம் இன்றோடு இறங்கிவிட்டது. இனி ஜேபிக்கும் மன உளைச்சல் இருக்காது. இடமாற்றத்தால் அவருக்கு மன நிம்மதி கிடைக்கும். இருதரப்பும் இறங்கி வந்து சமாதானப் பேச்சு வார்த்தை நடத்துவதற்கான அமைதியான சூழ்நிலையை ஏற்படுத்த இது உதவும்.

ஜேபியுடனான சமாதானப் பேச்சுவார்த்தைக்கு டெல்லிதான் முயற்சி எடுக்கவேண்டும் என்று மாதுர் சொன்ன பதிலில் எனக்குத் திருப்தி இல்லை. மாதுருக்குச் சில கட்டுப்பாடுகள் இருக்கலாம். அவரது அதிகாரம் வரையறைக்கு உட்பட்டதுதான். முதலில் அவர் ஓர் அரசாங்கப் பிரதிநிதி. அரசியல் விஷயங்களில் அதிகாரிகள் தலையிடக்கூடாது என்பது பொதுவான விதி. இரண்டாவது, அவர் ஜேபியின் காயஸ்தா ஜாதியைச் சேர்ந்தவர். டெல்லி தர்பாருக்கு அது நிச்சயம் சந்தேகத்தை ஏற்படுத்தும். ஆகவே எப்படிப் பார்த்தாலும் மாதுரின் முயற்சி வெற்றி பெறுவதற்கான வாய்ப்பில்லை. ஏற்கெனவே பன்சிலாலுக்கு மாதுர்மீது அதிருப்தி இருந்தது. ஆகவே அவரது கோபம் மாதுர்மீது திரும்பும். மாதுரின் இக்கட்டான நிலையை என்னால் புரிந்து கொள்ள முடிந்தது.

இருதரப்பிலும் சுமுகமான சூழ்நிலையை உருவாக்கி எப்படியாவது பேச்சு வார்த்தைக்கான முயற்சிகளை ஆரம்பிக்கவேண்டும் என்பதில் நான் தீவிரமாக இருந்தேன். ஆனால் எனது முயற்சிகள் அனைத்துமே விழலுக்கு இறைத்த நீராகத்தான் இருந்தன. டெல்லி வட்டாரத்தில் எனக்கு நேரடியான தொடர்பு கள் இல்லை. பன்சிலால் மட்டுமே ஓரளவுக்கு நெருக்கமானவர். அவரைப் பற்றிச் சொல்ல வேண்டியதில்லை. பேச்சுவார்த்தைக்கான முயற்சிகளுக்கு அவர்தான் முதல் முட்டுக்கட்டை. கியானி ஜெயில் சிங்கை அணுகலாம். ஆனால் அவர் எனக்குப் பரிச்சயம் கிடையாது. அப்படியே நேரடியாக அணுகினாலும் ஜெயில் சிங்கின் பதில் எப்படி இருக்கும் என்பதை ஊகிக்க முடியவில்லை. ராஷ்பால் முக்கியமானவர்தான். பேச்சுவார்த்தை நடத்து வதற்கு இது சரியான தருணமல்ல என்று அவர் ஏற்கெனவே மறுத்துவிட்டார். ஜேபி சமாதானத்துக்குத் தயாராக இருக்கிறார் என்ற செய்தியைக்கூட டெல்லி வட்டாரங்களுக்கு என்னால் தெரிவிக்க முடியாத சூழலில், ஏமாற்றமாக உணர்ந்தேன்.

அன்று இரவு எனக்கு உறக்கம் வரவேயில்லை. எல்லா வழிகளும் அடைப் பட்டிருக்கும் நிலையில், இதிலிருந்து வெளியே வருவது எப்படி என்பதே சிக்கலாக இருந்தது. அப்போதுதான் ராஷ்பால் சொன்ன ஒரு விஷயம் நினைவுக்கு வந்தது. ஜேபியிடம் பேச ஜெயில் சிங், ஷேக் அப்துல்லாவை அணுகியிருப்பதாக அவர் சொல்லியிருந்தார். இந்திராவின் ஆதரவும் ஜெயில் சிங்குக்கு இருக்கிறதாம். ஷேக் அப்துல்லா உடனான நட்பு பற்றி ஜேபிகூட ஒரு முறை என்னிடம் பேசியிருந்தது நினைவுக்கு வந்தது. அடுத்த கட்ட நடவடிக்கையை எங்கிருந்து ஆரம்பிப்பது என்பதை அந்த நொடியிலேயே முடிவு செய்துவிட்டேன்.

19 செப்டெம்பர், வெள்ளிக்கிழமை. அலுவலகப் பணியை முடித்துவிட்டு ஜேபியைச் சந்திக்கச் சென்றேன். காட்டேஜ் வெராந்தாவின் ஓரத்தில் அவர் உட்கார்ந்திருந்தார். அந்த வெட்ட வெளியும், பச்சைப் பசேல் என்றிருக்கும் செடி, கொடிகளும் அவர் முகத்தில் சந்தோஷத்தை வரவழைத்திருந்தன. மரம், புல்வெளி, பசுமை பற்றியெல்லாம் சிலாகித்துப் பேசினார். சண்டி கரைப் பசுமையாக்கும் திட்டம் பற்றியும் அதற்கு டாக்டர் எம்.எஸ். ரணதவா வின் பங்கு பற்றியும் ஜேபியிடம் குறிப்பிட்டேன். ஆசியாவிலேயே பெரிய தோட்டமான ரோஸ் கார்டன் பற்றியும் சொன்னேன். என் வீடு ரோஸ் கார்டன் அருகே இருப்பதையும், டென்னிஸ் விளையாடாத நாட்களில் ரோஸ் கார்டனில் வாக்கிங் செய்வதுண்டு என்று நான் குறிப்பிட்டதையும் ஜேபி ஆர்வத்தோடு கேட்டுக்கொண்டார்.

இந்திரா வழக்கு பற்றி உச்ச நீதிமன்றம் தர இருக்கும் தீர்ப்பு பற்றிப் பேசினார். தீர்ப்பில் நிறைய விஷயங்கள் அடங்கியிருக்கும் என்று தான் எதிர்பார்ப் பதாகச் சொன்னார். சர்வாதிகாரப் பாதையில் சென்றுகொண்டிருக்கும்

ஆட்சியாளர்களைத் தடுத்து நிறுத்தி, மீண்டும் ஜனநாயகத்தை அமுல்படுத்துவது குறித்த விஷயங்கள் தீர்ப்பின் உள்ளடக்கமாக இருக்கும். ஆனால் அப்படி ஒரு வரலாற்றுச் சிறப்பு மிக்க தீர்ப்பை அளிப்பதில் உச்ச நீதிமன்றத்துக்குத் துணிச்சலும் நேர்மையும் இருக்குமா என்று தான் சந்தேகப்படுவதாகவும் குறிப்பிட்டார்.

இதுதான் சரியான தருணம். இரு தரப்புப் பேச்சுவார்த்தையின் அவசியம் பற்றி ஜேபியின் மனத்தில் ஆழப் பதியும்படிச் செய்தாக வேண்டும். 'இந்திரா சர்வாதிகாரப் பாதையில் செல்வாரா அல்லது ஜனநாயகத்தைத் திரும்பக் கொண்டுவருவாரா என்பதை முடிவு செய்யப்போவது உச்ச நீதிமன்றம் அல்ல. இந்திரா காந்தியும் ஜேபியும்தான். ஜனநாயகம் மலர, அரசியல் ரீதியிலான பேச்சுவார்த்தையை முன்னெடுத்துச் செல்வதுதான் ஒரே வழி' என்றேன் நான். 'நான் எதற்கும் தயார். ஆனால் அதை எப்படிச் செய்வது என்பதுதான் எனக்குத் தெரியவில்லை' என்றார் ஜேபி. ஷேக் அப்துல்லாவுக்குக் கடிதம் எழுதுவதன் மூலம் அதற்கான முயற்சிகளில் இறங்க முடியும் என்பதை நான் விவரித்தேன். இந்திராவுக்கும் ஷேக் அப்துல்லாவுக்கும் சுமுகமான உறவு இருப்பதால், ஷேக் சரியான நபர் என்று ஜேபி ஏற்றுக்கொண்டார். விரைவில் ஷேக் அப்துல்லாவுக்கு விரிவாக ஒரு கடிதம் எழுதுவதாக என்னிடம் உறுதியளித்தார்.

மறுநாள் தார்க்குண்டே வர இருப்பதை அவரிடம் தெரிவித்தேன். தகவலுக்கு நன்றி தெரிவித்துக்கொண்டார். தார்க்குண்டேயிடம் சில முக்கியமான விஷயங்களைக் கேட்டிருப்பதாகவும், என்னென்ன பேசவேண்டும் என்பதைப் பற்றிய குறிப்புகளை எழுதி சந்திப்புக்குத் தயாராக இருக்கப் போவதாகவும் அவர் தெரிவித்தார்.

ஜேபியிடமிருந்து விடைபெற்றுக்கொண்டு கிளம்பும் நேரத்தில் அவர் எனது கைகளைப் பற்றிக்கொண்டார். காற்றோட்டமுள்ள இடத்தில் அவர் தங்குவதற்கு ஏற்பாடு செய்து கொடுத்ததற்கும், குறிப்பாக ஷேக் அப்துல்லாவுக்குக் கடிதம் எழுதுமாறு நான் கூறிய ஆலோசனைக்கும் தன் நன்றிகளைத் தெரிவித்துக்கொண்டார்.

ஜேபியின் முகத்தில் மலர்ச்சி தெரிந்தது. காரில் வீட்டுக்குத் திரும்பிக் கொண்டிருந்த நேரத்தில் எனது மனம் லேசாக இருப்பதை உணர்ந்தேன். ஜேபிக்கும் இந்திராவுக்கும் இடையில் சமாதான உடன்பாடு ஏற்பட்டு, இருண்ட காலம் மறைந்து, சர்வாதிகாரம் ஒழியும் காலம் வெகு தொலைவில் இல்லை என்றே நினைத்தேன்.

அன்று மாலை ராஷ்பாலுடன் பேசிக்கொண்டிருந்தேன். ஜேபியை ஷேக் அப்துல்லாவுக்குக் கடிதம் எழுதுமாறு கேட்டுக்கொண்டதையும், அதற்கு அவர் ஒப்புக்கொண்டதையும் அவரிடம் விவரித்தேன். ஷேக் அப்துல்லா

பேச்சுவார்த்தைகளுக்கான முயற்சிகளை மேற்கொள்ளும் பட்சத்தில் ஜேபியிடமிருந்து அவருக்கு முழு ஒத்துழைப்பு கிடைக்க வாய்ப்பு உண்டு என்பதையும் சொன்னேன். கியானி ஜெயில் சிங் அல்லது வேறு யாரிடமாவது சொல்லி அதற்கு ஏற்பாடு செய்ய முடியுமா என்று கேட்டேன். தன்னால் முடிந்தவரை முயற்சிப்பதாக ராஷ்பால் தெரிவித்தார்.

செப்டெம்பர் 20, சனிக்கிழமை. ஜேபியைச் சந்திக்க தார்க்குண்டே வந்திருந் தார். மொஹிந்தர் சிங்கை உடன் அனுப்பி ஜேபியைச் சந்திக்க ஏற்பாடு செய்தேன். டென்னிஸ் போட்டி சம்பந்தமாக ராமநாதன் கிருஷ்ணன், விஜய் அமிர்தராஜ் ஆகியோருடன் பேச வேண்டி இருந்ததால், தார்க்குண்டேயிடம் பேச எனக்கு நேரம் கிடைக்கவில்லை.

செப்டெம்பர் 22, திங்கள் கிழமை அன்று நல்ல செய்தி கிடைத்தது. டிரிப்யூன் நாளேடு ஸ்ரீநகரில் இருந்து வந்திருக்கும் பிடிஐ செய்தியாக, ஜம்மு காஷ்மீர் முதல்வர் ஷேக் அப்துல்லாவின் அறிக்கையை வெளியிட்டிருந்தது. ஷேக் அப்துல்லா தனது அறிக்கையில், சமாதானப் பேச்சுவார்த்தைக்கான முயற்சிகளை மேற்கொள்ள பிரதமரின் முடிவைத் தான் எதிர்நோக்கி இருப்ப தாகவும், சகஜ நிலை திரும்புவதையே எல்லோரும் விரும்புவதாகவும், எமர்ஜென்சியை முடிவுக்குக் கொண்டுவரும் முயற்சிகளில் பிரதமரும் தீவிரமாக இருப்பதாகவும் சொல்லியிருந்தார்.

ஏதோ கடவுளே நேரில் வந்து சொன்னதுபோல் மிகச் சரியான நேரத்தில் வந்திருந்தது அந்தச் செய்தி. பேச்சு வார்த்தைகள் சம்பந்தமாக ஷேக் அப்துல்லாவைத் தொடர்பு கொள்ளவேண்டும் என்பதை ஜேபி மனத்தில் ஏற்கெனவே விதைத்தாகிவிட்டது. டிரிப்யூனில் வெளியாகியிருக்கும் இந்தச் செய்தியும் சாதகமான சூழ்நிலையைக் கொண்டுவருவதற்கு உதவி செய்யும்.

சில நாட்களாக ஜேபியும் நாளேடுகளைத் தொடர்ந்து படிக்க ஆரம்பித் திருந்தார். இந்தச் செய்தியையும் அவர் படித்திருக்கக்கூடும். ஷேக் அப்துல்லா வின் அறிக்கையைப் படித்தபின் உடனே கடிதம் எழுதவேண்டும் என்று ஜேபிக்கு எண்ணம் வரவேண்டும். இந்த விஷயத்தில் நான் அவரைக் கட்டாயப்படுத்தக்கூடாது என்றும் அவராகவே எழுத நினைக்கவேண்டும் என்றும் எண்ணினேன். ஜேபி தனது மனத்தை ஒருநிலைப்படுத்திக்கொள்ளப் போதுமான கால அவகாசம் தரப்பட வேண்டும்.

மாதுர் டெல்லியிலிருந்து திரும்பி வந்திருந்தார். வழக்கமான அலுவலகப் பணிகள் தொடர்பாகக் காலையில் அவரைச் சந்திக்கச் சென்றேன். அவரது டெல்லிப் பயணம் திருப்திகரமாக அமையவில்லை என்று புரிந்துகொண் டேன். ஜேபியின் கடிதங்கள் உரியவர்களுக்குச் சென்று சேரவில்லை என்பதை எஸ்.எல். குரானா, சி.வி. நரசிம்மன் ஆகியோரிடம் அவர் சொன்னதாகவும், நிச்சயம் நடவடிக்கை எடுப்பதாக அவர்கள் உறுதி அளித்ததாகவும் தெரிவித்

தார். அரசியல் தொடர்பான பேச்சுவார்த்தைகள் குறித்தோ, சமாதான உடன்படிக்கை குறித்தோ அவர் யாரிடமும் பேசவில்லை. அதனால் எந்தப் பிரயோஜனமும் இருக்காது என்பது அவரது கருத்து. திடீரென்று பேச்சுக்கு நடுவில், அவருக்கே உரிய பாணியில் கேட்டார்: 'ஜேபியிடம் இனி பேசவேண்டியது ஏதாவது இருக்கிறதா, என்ன? மக்கள் மத்தியில் அவருக்கு இன்னுமா செல்வாக்கு இருக்கிறது?' நான் தலையாட்டி, ஆம் என்றேன். 'ஊழலுக்கு எதிராகவும் ஆட்சியாளர்களின் தவறுகளுக்கு எதிராகவும் மக்களைத் திரட்டி, போராட்டக் களத்தில் அவர் இறங்கி வெகுகாலம் ஆகிவிட்டாலும் ஜேபி இன்னும் தேசத்தின் மனச்சாட்சியாகவே இருக்கிறார்' என்றேன்.

நாளேடுகளில் வெளியாகி இருக்கும் ஷேக் அப்துல்லாவின் அறிக்கை பற்றியும், பேச்சுவார்த்தைக்கான ஜெயில் சிங்கின் முயற்சிகள் பற்றியும் மாதுரிடம் விரிவாகச் சொன்னேன். எந்த பதிலும் சொல்லாமல் அனைத்தையும் கேட்டுக்கொண்டார்.

மறுநாள் மாலை ஜேபியைச் சந்திக்கச் சென்றிருந்தேன். ஆர்.டி.சர்மாவுடன் புல்வெளியில் நடந்துகொண்டிருந்தார். என்னைப் பார்த்ததும் திரும்பி வந்தார். பேசுவதற்காக வெராந்தாவில் அமர்ந்தோம்.

நான் பேச ஆரம்பிப்பதற்குள் ஜேபியே பேச்சை ஆரம்பித்தார். ஷேக் அப்துல்லாவின் அறிக்கையாக நாளேடுகளில் வந்திருக்கும் செய்தி பற்றிக் குறிப்பிட்டார். என்னுடைய ஆலோசனையின் பேரில் ஷேக் அப்துல்லாவுக்குக் கடிதம் எழுதவேண்டும் என்று நினைத்துக்கொண்டிருந்த நேரத்தில் இப்படி ஒரு அறிக்கை வந்திருப்பதாகச் சொன்னார். நேற்றே ஷேக் அப்துல்லாவுக்குத் தான் கடிதம் எழுத ஆரம்பித்துவிட்டதாகவும், கடிதத்தை இறுதி செய்துவிட்டு எனக்கு அனுப்பிவைப்பதாகவும் தெரிவித்தார்.

ஷேக் அப்துல்லாவின் அறிக்கை, எமர்ஜென்சியை முடிவுக்குக் கொண்டு வருவதில் பிரதமர் உறுதியாக இருப்பதாகத் தெரிவித்திருந்தது என்பதில் ஜேபிக்கு உள்ளூர மகிழ்ச்சி. அதே சமயம் அவருக்கு பிரதமர் மீதான வருத்தம் குறையவில்லை. மதச்சார்பின்மை, சோஷலிசம், ஜனநாயகம் சம்பந்தப்பட்ட கருத்தரங்கில் கலந்துகொண்ட இந்திரா காந்தி தெரிவித்த கருத்துகள்தான் அவரது அதிருப்திக்குக் காரணம்.

இந்திய ஜனநாயகம் பற்றி மேற்கத்தியப் பத்திரிகைகளின் ஒருமித்த எதிர்ப்புக் குரலால் எரிச்சல் அடைந்த இந்திரா காந்தி, 'ஜூன் 29-க்குப்பின் நாட்டில் நிறைய மக்கள் படுகொலை செய்யப்பட்டு, நான், என் குடும்ப உறுப்பினர்கள், என் கட்சியைச் சேர்ந்த முதல்வர்கள் மற்றும் என் ஆதரவாளர்களும் அழிக்கப்பட்டிருந்தால், ஒருவேளை இந்தியாவில் ஜனநாயகம் தழைக்கிறது என்று இந்தப் பத்திரிகைகள் எழுதி இருப்பார்களோ?' என்று பேசியிருந்ததாகச் செய்தி வெளியாகியிருந்தது.

‘பிரதமர் தன் மனத்தில் என்ன நினைத்துக்கொண்டிருக்கிறார்? எதிர்க்கட்சிகள் மீது ஏன் இப்படி வெறுப்பைக் கக்குகிறார்? எதிர்க்கட்சிகள்மீது பொய்யாகக் குற்றம் சாட்டுவதன் மூலம் அடுத்தடுத்துப் பெரிய தவறுகளைச் செய்கிறார். பிரதமருக்கு இப்படிப்பட்ட மனோபாவம் இருக்கும்வரை என்னுடைய கோரிக்கை ஏற்கப்படும் என்று நம்புவதற்கு இல்லை. ஆகவே பரோல் மனுவை வாபஸ் பெற்றுக்கொள்ளப்போகிறேன்’ என்றார் ஜேபி.

வெடித்துக் கிளம்பிய ஜேபி சிறிது நேரத்தில் அமைதி ஆகிவிட்டார். ஜேபியின் கோபம் கருத்தரங்கை ஏற்பாடு செய்த கே.எல். ஸ்ரீமாலி மீது திரும்பியது. கே.எல். ஸ்ரீமாலிக்கு வெட்கமோ சுயமரியாதையோ இல்லை என்பது தனக்கு ஆச்சரியமாக இருக்கிறது என்றார். கல்வி அமைச்சராக இருந்த ஸ்ரீமாலியை, நேரு, தன் மகள் இந்திராவின் பரிந்துரையின் பேரில் எப்படி நீக்கினார் என்பது அவருக்குத் தெரியாது என்ற ஜேபி, அதன் பின்னணியை என்னிடம் விவரித்தார்.

‘நேருவின் கேபினெட்டில் கல்வி அமைச்சராக இருந்தவர் கே.எல். ஸ்ரீமாலி. காமராஜ் திட்டத்தின்படி அமைச்சரவையில் இருந்து விலகுமாறு கேட்டுக் கொள்ளப்பட்டார். ஆனால், ஸ்ரீமாலி முழுநேர அரசியல்வாதி அல்ல. காமராஜ் திட்டத்தின்படி அவர் பதவியிலிருந்து விலகவேண்டிய அவசியம் இல்லை. இருந்தும் வலுக்கட்டாயமாக அவர் அமைச்சரவையிலிருந்து விலக்கப்பட்டார். இது குறித்து அவரே என்னிடம் தெரிவித்திருக்கிறார். இந்திராவின் யோகா மாஸ்டராக இருந்த தீரேந்திர பிரம்மச்சாரி நடத்தும் யோகா ஆசிரமத்துக்கு நிதி உதவி செய்யவேண்டும் என்று இந்திரா விரும்பினார். ஆனால் ஸ்ரீமாலியோ, முன்னர் கொடுத்த நிதியையே பிரம்மச்சாரி சரிவரப் பயன்படுத்தவில்லை என்றும் தணிக்கைத்துறையின் ஆட்சேபணை இருப்பதால் மேற்கொண்டு நிதி அளிக்க முடியாது என்றும் மறுத்திருக்கிறார். இதனால் கோபமடைந்த இந்திரா, தன் தந்தையின் உதவியோடு அவரைப் பதவியிலிருந்து நீக்கிவிட்டார். அப்படிப்பட்ட ஸ்ரீமாலிதான் இன்று தன் சுயமரியாதையை உதறித் தொலைத்துவிட்டு, இந்திராவின் பேச்சைக் கேட்டபடி மேடையில் அமர்ந்திருக்கிறார்’ என்றார் ஜேபி.

ஷேக் அப்துல்லாவுக்கான கடிதம் பற்றிப் பேச்சு வந்தது. கடிதம் தயாராக இருப்பதாக என்னிடம் சொன்னவர், இரு முறை எழுதி, கிழித்து, குப்பைத்தொட்டியில் போடவேண்டி இருந்தது என்றார். அவர் கைப்பட எழுதிய எதுவும் தவறான கைகளுக்குப் போய்ச் சேருவதை நான் விரும்பவில்லை என்றேன். நான் சொன்னதை ஜேபியும் ஒப்புக்கொண்டார். படுக்கை அறைக்குச் சென்றவர், குப்பைத்தொட்டியில் இருந்த அனைத்துக் கடிதங்களையும் எடுத்துவந்து டாய்லெட்டில் எறிந்து ஃப்ளஷ் செய்தார். பின்னர் ஷேக் அப்துல்லாவுக்கு எழுதிய கடிதத்தை என்னிடம் கொடுத்தார்.

அவர் எழுதிய கடிதத்தை ஒருமுறை படித்துப் பார்த்தேன். நாட்டில் ஜனநாயகத்தைத் திரும்பக் கொண்டுவருவதற்கான அவசியம் பற்றி விவரித்து, பின்னர் ஜனநாயகத்தை மீட்கும் விஷயத்தில் எந்தவிதச் சமாதான முயற்சிகளுக்கும் தன் முழு ஒத்துழைப்பு இருக்கும் என்று ஜேபி குறிப்பிட்டிருந்தார். பேச்சுவார்த்தை குறித்த விரிவான விவாதத்துக்குத் தான் தயாராக இருப்பதாகவும் அதில் தெரிவித்திருந்தார். கடிதத்தின் முடிவில் சில நிபந்தனைகளையும் குறிப்பிட்டிருந்தார்.

அதில் முக்கியமான வரி இதுதான்: 'எமர்ஜென்சியை விலக்கிக்கொள்ள பிரதமர் ஆர்வத்தோடு இருப்பதாக நீங்கள் குறிப்பிட்டிருக்கிறீர்கள். முதல் கட்டமாக இந்தக் கடிதம் உங்களது பார்வைக்கு அனுப்பி வைக்கப்படுகிறதா என்பதையும், நீங்கள் என்னைச் சந்திக்க அனுமதிக்கப்படுகிறீர்களா என்பதையும் பொருத்தே, பிரதமர் எந்த அளவு ஆர்வத்துடன் இருக்கிறார் என்பதை என்னால் புரிந்து கொள்ள முடியும்.'

ஜேபி எழுதியிருந்த கடிதத்தின் முக்கியத்துவம் கருதி, அன்று இரவே டெல்லிக்கு குரியர் மூலம் ஷேக் அப்துல்லாவைச் சென்றடையும் வகையில் அனுப்பி வைக்கப்பட்டது.

18. அசையும் மலை

பேராசிரியர் தாருடன் எனக்கு முன்பின் பரிச்சயம் இல்லை. இருந்தாலும், ஏதோ ஒருவிதத்தில் எங்களுக்குள் ஒத்துப்போனது. ஜேபிக்கும் இந்திராவுக்கும் இடையே பேச்சுவார்த்தை நடைபெற்று சகஜ நிலை திரும்பவேண்டும் என்று என்னைப்போலவே தாரும் நினைத்திருந்தார். அதற்கான ஆக்கப்பூர்வமான பணிகளில் ஈடுபட்டார். முதல் கட்டமாக வோராவை ஜேபியுடன் இது குறித்துப் பேச அனுப்பி வைத்தார். ஜேபி-வோரா சந்திப்பு பற்றி தார் தன் புத்தகத்தில் கீழ்க்கண்டவாறு குறிப்பிடுகிறார்:

வோராவிடம் தான் அரசாங்கத்துக்கு ஒரு முக்கியமான செய்தியைத் தெரிவிக்க விரும்புவதாக ஜேபி குறிப்பிட்டார். 'நிறைய விஷயங்கள் செய்தாக வேண்டும். எந்நாளும் மக்களுக்குச் சேவை செய்யவே நினைக்கிறேன். மக்களின் ஆதரவு எனக்குக் கிடைக்கும் என்பதிலும் நம்பிக்கை இருக்கிறது. மக்களுடன் இப்போது எனக்குத் தொடர்பு இல்லாவிட்டாலும் நான் சொல்வதை பிகாரில் இருக்கும் எதிர்க்கட்சித் தலைவர்கள் அனைவரும் கேட்பார்கள். பிகார் தற்போது இருக்கும் சூழ்நிலையில் அரசியல் பேசுவது முற்றிலும் பொருத்தமில்லாத, தவறான விஷயம். உண்மையில் அரசியல்ரீதியாக ஆதாயம் தேடவேண்டும் என்ற எண்ணம் எனக்கு இல்லை. 1934-ல் பிகாரில் பூகம்பம் ஏற்பட்ட

போது, சிறையில் இருந்த ராஜேந்திர பிரசாத் பிரிட்டிஷ் அரசால் விடுவிக்கப்பட்டார். என்னையும் விடுவித்தால் மக்கள் இயக்க நடவடிக்கைகள் வாபஸ் பெறப்படும். நாட்டில் சுமுகமான சூழ்நிலையைக் கொண்டுவர நிச்சயம் அது உதவும்' என்று ஜேபி வோராவிடம் சொன்னார்.

எமர்ஜென்சியின் பெயரால் அமுல்படுத்தப்பட்டுள்ள கொள்கை முடிவுகளை மறுபரிசீலனை செய்ய இது சரியான தருணம் என்பதையும் வோராவிடம் ஜேபி தெரிவித்திருக்கிறார். இதுபோன்ற செய்திகள் ஜேபியின் மனநிலை மாறி வருவதையும், பேச்சுவார்த்தைக்கு இறங்கிவர அவர் தயாராக இருப்பதையும் எனக்கு உணர்த்தின. ஆனால் இந்திராவுக்கோ அந்த நம்பிக்கை இல்லை. காரியம் கைகூடி வரும் என்று அவருக்குத் தோன்றவில்லை. ஆனால் எந்த ஒரு முயற்சிக்கும் தடையாக இருக்க அவர் விரும்பவில்லை. இருதரப்புக்கும் பொதுவான ஒரு நபரால் பேச்சுவார்த்தையில் இறங்கி வெற்றிகரமாகச் செய்துமுடிக்க முடியும் என்று அவருக்குத் தோன்றியது. யாரால் அதைச் செய்ய முடியும் என்பதில் அவருக்கும் குழப்பம்.

இது போன்ற அரசியல் பேச்சுவார்த்தைகளில் பங்கெடுத்து முன்பு தோல்வி கண்டிருந்த இரு அரசியல்வாதிகளின் பெயர்களை இந்திரா பரிந்துரைத்தார். ஆனால் சம்பந்தப்பட்ட இரண்டு அரசியல்வாதிகளுமே அதை அரசியல் லாபத்துக்காகப் பயன்படுத்திக்கொள்வார்கள் என்றே எனக்குத் தோன்றியது. முன்பு கிடைத்த அனுபவங்களிலிருந்து இந்திரா ஒரு முடிவுக்கு வந்திருந்தார். பிரபலமில்லாத, நேரடி அரசியலில் பங்கேற்காத, ஜேபியின் நம்பிக்கைக்கும் பாத்திரமான ஒருவரைத் தூதராக அனுப்பிவைக்கலாம் என்பதே அந்த முடிவு.

உடனே சுகதா தாஸ்குப்தாதான் என் நினைவுக்கு வந்தார். சுகதா நிச்சயம் சரியான தேர்வாக இருப்பார். அவரை வாரணாசியில் இருக்கும் காந்தியன் இன்ஸ்டிட்யூட்டின் இயக்குநர் ஆக்கியது ஜேபிதான். தாஸ்குப்தாவுடன் எனக்கு நல்ல பரிச்சயம் உண்டு. திறமையானவர். எதையும் செய்து முடிக்கும் ஆற்றல் உண்டு. இந்திராவின் ஒப்புதலோடு அவரிடம் பேசினேன். ஜேபியிடம் பேசுவதற்கு அவரும் மகிழ்ச்சியோடு ஒப்புக்கொண்டார். 25 செப்டெம்பர் 1975 அன்று அவர் சண்டிகருக்குச் சென்று ஜேபியை சந்தித்துப் பேசுவதாக முடிவானது.

அவர் கிளம்புவதற்கு முன்னர்தான் ஷேக் அப்துல்லாவுக்கு ஜேபி எழுதிய கடிதம் டெல்லிக்கு வந்து சேர்ந்தது. அதில் ஜேபியின் மனநிலை தெள்ளத் தெளிவாக இருந்தது. இந்திராவுடனான சமாதானப் பேச்சுகளுக்குத் தான் தயாராக இருப்பதாக ஷேக் அப்துல்லாவுக்கு எழுதிய கடிதத்தில் ஜேபி தெரிவித்திருந்தார். தாஸ்குப்தாவின் பயணம் சரியான நேரத்தில்தான் அமைகிறது என்று நினைத்துக்கொண்டேன்.

செப்டெம்பர் 24, புதன்கிழமை. சரியாக மாலை ஏழு மணிக்கு மாதுரிட மிருந்து எனக்குத் தொலைபேசி அழைப்பு வந்தது. ஒரு முக்கியமான விஷயம் பற்றி விவாதிக்க வேண்டியிருப்பதாகவும், இரவு ஒன்பது மணிக்கு அவருடைய இல்லத்தில் சந்திக்கலாம் என்றும் சொன்னார். நான் அங்கு சென்றபோது மாதுரையும் என்னையும் தவிர வேறு யாரும் இல்லை. தாஸ் குப்தா என்பவர் மறுநாள் காலை ஜேபியைச் சந்திக்க விமானத்தில் சண்டிக ருக்கு வருவதாக குரானா தனக்குத் தொலைபேசி மூலம் தெரிவித்தாக மாதுர் என்னிடம் சொன்னார். தாஸ்குப்தா, பி.என். தார் சார்பாக ஜேபியைச் சந்திக்க வருகிறாராம். சந்திப்பு குறித்த விவரங்கள் படு ரகசியமாக வைக்கப் பட்டிருக்கின்றன. விமான நிலையத்தில் இருந்து அவரை அழைத்துப்போய் ஜேபியைச் சந்திக்க வைக்கவேண்டும். நானே நேரடியாகத் தலையிட்டு இதைச் செய்தாக வேண்டும். ஜேபியுடனான சந்திப்பின்போது நான் கூட இருந் தாக வேண்டும். தாஸ்குப்தாவை சண்டிகர் யூனியன் பிரதேச கெஸ்ட்ஹவுஸில் தன் விருந்தாளியாகத் தங்க வைப்பதற்கான ஏற்பாடுகளை தான் ஏற்கெனவே செய்துவிட்டதாக மாதுர் குறிப்பிட்டார். எந்தப் பதிவேட்டிலும் தாஸ்குப்தா வின் பெயர் குறிப்பிடப்படாது.

தாஸ்குப்தா யார் என்பதோ, எதற்காக அவர் இங்கு வருகிறார் என்பதோ மாதுருக்குத் தெரிந்திருக்கவில்லை. அவர் அரசியல் பிரபலம் இல்லை என்பதால், அவரது வருகையால் பேச்சுவார்த்தைகளுக்கான ஏற்பாடுகள் ஆரம்பமாகுமா என்பதில் சந்தேகம் இருந்தது. அதே நேரம் பேராசிரியர் தார் அனுப்பிவைத்திருக்கும் நபர் என்பதால் அவரது வருகை நிச்சயம் முக்கியத் துவம் உடையதாக இருக்கவேண்டும். தாஸ்குப்தா என்ன செய்யப்போகிறார் என்பதைக் கூடவே இருந்து விழிப்போடு கண்காணிக்குமாறு மாதுர் என்னைக் கேட்டுக்கொண்டார்.

மாதுரைச் சந்தித்துவிட்டு காரில் வீடு திரும்பும்போது தாஸ்குப்தாவின் வருகை பற்றியே நினைத்துக்கொண்டிருந்தேன். ஷேக் அப்துல்லாவுக்கு ஜேபி எழுதிய கடிதம் உள்துறை அமைச்சகத்துக்கு மதியம்தான் கிடைத்திருக்கும். மாலையே இப்படி ஒரு செய்தி அனுப்பப்பட்டிருக்கிறது. ஜேபி எழுதிய கடிதத்துக்கும் தாஸ்குப்தாவின் வருகைக்கும் நிச்சயம் தொடர்பு இருப்ப தாகவே நினைத்தேன். மறுநாள் இதுகுறித்துத் தீர விசாரிக்கவேண்டும் என்று முடிவு செய்துகொண்டேன்.

அடுத்த நாள் காலை தாஸ்குப்தாவை விமானநிலையத்தில் எதிர்கொண்டு அழைத்து வந்து யூனியன் பிரதேச கெஸ்ட்ஹவுசில் தங்கவைத்தபின் குஷால் சிங், சரியாக எட்டு மணிக்கு என்னைத் தொடர்புகொண்டார். தகவல் கிடைத்தபின் தயாராகி கெஸ்ட்ஹவுஸைச் சென்று அடையும்போது நேரம் சரியாகப் பத்து மணி. தாஸ்குப்தாவின் அறைக்கு வந்து, கைகுலுக்கி, அவரிடம் என்னை நானே அறிமுகப்படுத்திக்கொண்டேன். தன்னை பேராசிரியர் பி.என். தாரின் நண்பர் என்று அவர் அறிமுகம் செய்துகொண்டார்.

வாரணாசியில் இருக்கும் காந்தியன் இன்ஸ்டிட்யூட் தலைவராக ஜேபி இருந்தபோது தாஸ்குப்தா இயக்குநராக இருந்தாராம். ஜேபியுடன் நல்ல அறிமுகம் உண்டு என்று அவர் பேச்சின் நடுவே குறிப்பிட்டார். அவரை அழைத்துக்கொண்டு எனது காரிலேயே பி.ஜி.ஐ நோக்கிப் புறப்பட்டேன். ஜேபியின் உடல்நிலை, அவரது மனநிலை, அரசியல்ரீதியிலான பேச்சு வார்த்தைகளுக்கு அவர் தயாராக இருக்கிறாரா என்பதைத் தெரிந்து கொள்வதுதான் தன் வருகையின் நோக்கம் என்று தாஸ்குப்தா என்னிடம் குறிப்பிட்டார். குறுக்கிட்டு நான் கேள்வி ஏதும் கேட்கவில்லை. என்மீது சந்தேகத்தின் நிழல் விழுவதை நான் விரும்பவில்லை.

ஜேபி அவரது அறையில்தான் இருந்தார். என்னை தாஸ்குப்தா சகிதம் பார்த்ததில் அவருக்கு ஒரே மகிழ்ச்சி. ஜேபியைக் கண்டதும் தாஸ்குப்தா ஓடிச் சென்று, அவரது காலில் விழுந்து வணங்கினார். அவரது கைகளைப் பற்றிய படியே முன்னால் மண்டியிட்டு அமர்ந்தார். உணர்ச்சிவசப்பட்ட நிலையில் இருந்த ஜேபி, 'சுகதா, உன்னைப் பார்ப்பதில் எவ்வளவு சந்தோஷமாக இருக் கிறது' என்றார். திடீர் வருகை பற்றிய ஜேபியின் கேள்வியைப் புரிந்து கொண்டவராக தாஸ்குப்தாவே பேச்சை ஆரம்பித்தார். 'பல்கலைக்கழக மானியக் குழுக் கூட்டத்தில் பேராசிரியர் தாரைச் சந்தித்தேன். உங்களைச் சந்திக்கவேண்டும் என்ற என் ஆவலைச் சொன்னேன். உடனே சந்திக்க அனுமதி கொடுத்தவர், ஒரு சில விஷயங்கள் பற்றி உங்களிடம் விரிவாகப் பேசிவிட்டு வரச்சொல்லியிருக்கிறார்' என்றார். ஜேபியும் நானும் ஒரு விநாடி பார்வை களைப் பரிமாறிக்கொண்டோம். ஷேக் அப்துல்லாவுக்கு ஜேபி எழுதிய கடிதத்துக்குப் பின் உள்துறை அமைச்சகத்தின் சார்பாகப் பேச்சுவார்த்தைக்கான ஆரம்பகட்ட முயற்சிகளை மேற்கொள்ளும் விதமாக அனுப்பிவைக்கப் பட்டவர்தான் தாஸ்குப்தா என்பது வெளிப்படையாகவே தெரிந்தது.

ஜேபியும் தாஸ்குப்தாவும் காந்தியன் இன்ஸ்டிட்யூட் பற்றிப் பேசிக் கொண்டிருந்தனர். இன்ஸ்டிட்யூட்டின் செயல்பாடு தற்போது திருப்திகரமாக இல்லையாம். ஜேபி இல்லாததால் தாற்காலிகமாக ஒரு தலைவர் நியமிக்கப்பட்டிருப்பதாகவும், இயக்குநர்களும் போதுமான ஒத்துழைப்பு தருவதில்லை என்றும் நிர்வாகரீதியாகச் சில மாற்றங்கள் செய்யப்பட வேண்டியுள்ளது என்றும் தாஸ்குப்தா குறிப்பிட்டார்.

அடுத்து பிகார் வெள்ள நிவாரணப் பணிகள் பற்றிப் பேச்சு வந்தது. ஜேபி, தன் பரோல் மனு பற்றியும், அரசியல் நடவடிக்கைகளில் இறங்கப்போவ தில்லை என்று தான் கொடுத்த விளக்கத்தில் ஆரம்பித்து 1934-ல் ராஜேந்திர பிரசாத் விஷயத்தில் நடைபெற்றது வரையிலான விஷயங்கள் குறித்தும் விரிவாகப் பேசினார். ஜேபி பேசுவதைக் கேட்டபடி தாஸ்குப்தா அமைதியாக இருந்தார். ஜேபியின் அடுத்தடுத்த கேள்விகளுக்குப் பதில் வராத காரணத் தால், நிலைமையைச் சுமுகமாக்க நான் இடை இடையே பேச வேண்டி

யிருந்தது. 1933-க்கும் தற்போதைய நிலைக்கும் நிறைய வித்தியாசம் இருப்ப தாகத் தெரிவித்தேன்.

உடனே தாஸ்குப்தாவின் பக்கம் திரும்பிய ஜேபி, 'டெல்லியில் என்னதான் நடந்து கொண்டிருக்கிறது?' என்று கேட்டார். ஒரு விநாடி தயங்கிய தாஸ்குப்தா தனது பேச்சைத் தொடர்ந்தார். 'எதுவும் தெளிவாக இல்லை. உச்ச நீதிமன்றத் தீர்ப்புக்குப்பின் ஒருவேளை நிலைமை மாறலாம். எது வேண்டுமானாலும் நடக்கலாம்' என்றார். அரசியல் சட்டத்திருத்தம் பற்றிய உச்ச நீதிமன்றத்தின் முடிவு வெளிவராதவரை இந்திராவின் வழக்கிலும் எந்த ஒரு முடிவுக்கும் வரமுடியாது என்று தார்க்குண்டே குறிப்பிட்டதை பேச்சின் நடுவே ஜேபி தெரிவித்தார்.

பின்னர் நாட்டு நடப்பு பற்றி பேச்சு திரும்பியது. நாட்டின் அறிவுஜீவிகள் எல்லாம் தங்களுடைய நிலையை மாற்றிக்கொண்டு வருவதாக தாஸ்குப்தா சொன்னார். 'இந்திராவை முன்பு விமரிசித்தவர்கள் கூடத் தற்போது புகழ ஆரம்பித்திருக்கிறார்கள். குறிப்பாக வழக்கறிஞர்கள், ஆசிரியர்கள் மத்தியில் மாற்றம் வெளிப்படையாகவே தெரிகிறது' என்றார். ஜேபியின் முகம் வாடிப்போனது. 'எவ்வளவு சீக்கிரமாக மக்கள் அடிமைகளாகவும், கோழை களாகவும் மாறிவிட்டார்கள்' என்று ஜேபி பெருமூச்சு விட்டார். தன்னையும், தன் குடும்பத்தினரையும், ஆதரவாளர்களையும் எதிர்க்கட்சிகள் கொல் வதற்குச் சதி செய்வதாக இந்திரா கூறிவருவது பற்றி வருத்தப்பட்டவர், 'ஒரு நாட்டின் பிரதமராக இருப்பவர் இப்படிப்பட்ட மோசமான பொய்களைச் சொல்லலாமா?' என்றார்.

தாஸ்குப்தா தயங்கியபடி ஜேபியின் மக்கள் இயக்கம் பற்றிக் கேட்டார். இனியும் இப்படி ஒரு இயக்கம் தேவைதானா என்ற தொனியில் அவரது கேள்வி அமைந்திருந்தது. இப்போதைய முக்கியத் தேவை ஜேபி சிறைக்கு வெளியே வருவது என்றும், அதுவே வெளியே உள்ள கொந்தளிப்பான நிலையை அமைதிப்படுத்தும் என்றும் தாஸ்குப்தா சொன்னார். ஜேபியின் மனத்தில் இருப்பதை வெளியே கொட்டி, அவரது மனநிலையை நாடி பிடித்துப் பார்க்கும் தாஸ்குப்தாவின் புத்திசாலித்தனமான முயற்சி அது என்று நினைத்தேன்.

ஜேபி பதிலளித்தார். 'மக்கள் இயக்கத்துக்கு என்று ஒரு நோக்கம் இருக்கிறது. அது பல இடங்களையும் சென்று அடைந்திருக்கிறது. பிகாரிலும் உத்திரப் பிரதேசத்தின் ஒரு சில பகுதிகளிலும் மட்டுமே மக்கள் இயக்கம் மும்முரமாக இருக்கிறது. ஊழல் செய்யும் அல்லது தவறான பாதையில் செல்லும் ஆட்சி யாளர்களை எதிர்க்கும் நோக்கமுடைய தன் இயக்கத்தை, அரசியல் அல்லது தனிப்பட்ட லாபங்களுக்காகக் குறுகிய நோக்கத்தோடு ஒரு சிலர் தவறாகப் பயன்படுத்துவது உண்மைதான். ஆனால் ஒட்டுமொத்தமாக இயக்கம் தவறான பாதைக்குச் சென்றுவிட்டதாகச் சொல்லிவிடமுடியாது.'

ஜேபி தொடர்ந்தார். 'இந்திராவும் அரசும் நல்லதொரு வாய்ப்பை இழந்துவிட்டார்கள். பரோல் மனுவோடு அரசியல் நடவடிக்கைகளில் ஈடுபடப்போவதில்லை என்று தான் கொடுத்திருந்த வாக்குறுதியைப் பரிசீலிக்காமல் தவற விட்டுவிட்டனர். 1933-34 சமயத்தில் பூகம்பம் வந்தபோது ராஜேந்திர பிரசாத்தைச் சிறையிலிருந்து விடுவித்ததுடன் காந்தி, நேரு ஆகியோரையும் பாதிக்கப்பட்ட பகுதிகளுக்குச் சென்று பார்வையிட பிரிட்டிஷார் அனுமதி அளித்தனர். அதன் விளைவாக அகில இந்திய காங்கிரஸ் கமிட்டி கூடி போராட்டத்தைத் தாற்காலிகமாக விலக்கிக்கொள்வதாகத் தீர்மானம் நிறைவேற்றியது. ஆனால் பிகார் வெள்ளப்பெருக்கு சமயத்தில் வந்த வாய்ப்பை இந்திரா பயன்படுத்திக்கொள்ளத் தவறிவிட்டார்.'

ஜேபி சொல்ல வந்த விஷயம் வெளிப்படையாக இருந்தது.

தாஸ்குப்தாவிடமிருந்து பதிலே வரவில்லை. நிலைமை இறுக்கமாக இருந்தது. நிலைமையைச் சுமுகமாக்க நான் தலையிட வேண்டியிருந்தது. தாஸ்குப்தாவுடனான முதல் சந்திப்பிலேயே விவாதம் சீரியஸாக இருக்க வேண்டாம் என்று நினைத்தேன். 'ஜேபி சிறிது நேரம் ஓய்வெடுக்கட்டும். நாம் பின்னர் சந்திக்கலாமே' என்றேன். இருவருமே அதை ஏற்றுக்கொண்டனர்.

தாஸ்குப்தாவும் நானும் யூனியன் பிரதேச கெஸ்ட்ஹவுஸுக்குத் திரும்பி வந்து நீண்ட நேரம் பேசிக்கொண்டிருந்தோம். ஒரு சில மணி நேரங்களிலேயே இருவரும் நெருக்கமாக ஆகிவிட்டோம். அவர் ஜேபியிடம் என்ன சொல்ல நினைக்கிறார், அதன் மூலம் சாதிக்க நினைப்பது என்ன என்பது பற்றியெல்லாம் அவரிடம் கேட்டுக்கொண்டிருந்தேன். தாஸ்குப்தா வெளிப்படையாகவே பேசினார். அவருடைய நோக்கம் ஜேபியின் மனநிலை, உடல்நிலையைப் பற்றிய உண்மை நிலையை அறிந்து கொள்வது. குறிப்பாக ஜேபி இன்னும் பழைய மனநிலையிலேயே இருக்கிறாரா அல்லது மூன்று மாதச் சிறைவாசம் அவரை மாற்றியிருக்கிறதா என்பதைத் தெரிந்து கொள்வது. பின்னர் அதைப் பேராசிரியர் தாரிடம் தெரிவிப்பது. இதுதான் அவரது நோக்கம்.

ஜேபி பற்றி தாஸ்குப்தா என் கருத்தைக் கேட்டார். நான் ஒரு விஷயத்தை மட்டும் உறுதியாகச் சொன்னேன். சிறைவாசத்தால் ஜேபி தளர்ந்து போயிருப்பார் என்று டெல்லி நினைத்தால் நிச்சயம் அது டெல்லியின் தவறு. மற்ற விஷயங்களை எல்லாம் தாஸ்குப்தாவே தெரிந்துகொள்ளட்டும் என்று விட்டுவிட்டேன். அவரது மனத்தில் என்னைப் பற்றி எந்தவிதச் சந்தேகமும் வராமல் கவனமாக இருந்தேன்.

மீண்டும் மாலை ஆறு மணிக்கு ஜேபியைச் சந்திக்கத் திரும்பி வந்தபோது, ஜேபி பேனாவும் கையுமாக இருந்தார். தாஸ்குப்தாவிடம் பேச வேண்டிய விஷயங்களை வரிசையாகக் குறித்து வைத்துக்கொண்டு தயாராக இருந்தார்.

தாஸ்குப்தா பேச்சை ஆரம்பிப்பதற்கு முன் ஜேபியே ஆரம்பித்தார். 'நடந்த எல்லாவற்றுக்கும் நான்தான் காரணம் என்று மக்கள் நினைக்கிறார்களா? மக்கள் மத்தியில் என்னைப் பற்றி என்னதான் பேசிக்கொள்கிறார்கள்?' என்று கேட்டார். 'விலைவாசி குறைந்திருப்பது, சட்டம் ஒழுங்கு நன்றாக இருப்பது, எல்லாமே சரியான நேரத்தில் நடப்பது ஆகியவை குறித்துப் பெரும்பாலான மக்கள் மகிழ்ச்சியோடு இருக்கிறார்கள். யாரும் ஜேபியைக் குறை சொல்வதில்லை. ஒரு சிலர் இதற்குக் காரணமான ஜேபிக்கு நன்றி தெரிவிக்கிறார்கள்' என்று பதிலளித்தார் தாஸ்குப்தா.

ஜேபி, தன் கடிதங்கள் உரியவர்களுக்கு சென்று சேராதது, நண்பர்களும் உறவினர்களும் தன்னைச் சந்திப்பது குறித்த கடுமையான விதிமுறைகள், பாட்னா அல்லது டெல்லிக்கு அருகே உள்ள சிறைக்குத் தன்னை இடமாற்றம் செய்யவேண்டி அனுப்பிய கோரிக்கை இன்னும் பரிசீலிக்கப்படாதது எனத் தன் புகார்கள் அனைத்தையும் தாஸ்குப்தாவிடம் விவரித்தார். இது குறித்துப் பேராசிரியர் தாரிடம் பேசுவதாக தாஸ்குப்தா உறுதியளித்தார்.

தாஸ்குப்தா மெல்ல ஜேபியின் மக்கள் இயக்கம் பற்றிய விஷயத்துக்கே வந்தார். 'எந்த நோக்கத்துக்காக ஆரம்பிக்கப்பட்டதோ அதை மக்கள் இயக்கம் திறம்படச் செய்து முடித்துவிட்டது. சுதந்தரத்துக்குப்பின் ஆரம்பிக்கப்பட்ட ஏராளமான மக்கள் இயக்கங்களை விட ஜேபி இயக்கத்தின் தாக்கம் பெரியது. ஆனால் இப்போதோ...' அதற்கு மேல் தொடர்ந்து பேச தாஸ்குப்தா தயங்கினார்.

ஏற்கெனவே தாஸ்குப்தாவிடம் பேசி வைத்திருந்தபடி, நான் குறுக்கிட்டேன். 'என் கணிப்பின்படி ஜேபியின் மக்கள் இயக்கம் தன் முக்கிய நோக்கமான ஊழலுக்கும் அதிகார வர்க்கத்துக்கும் எதிராக மக்களைத் திரட்டும் விஷயத்தைச் செய்து முடித்திருக்கிறது. பரஸ்பர ஒத்துழைப்பு, புரிந்துணர்தல் அடிப்படையில் நாட்டில் மீண்டும் சகஜ நிலையைக் கொண்டு வருவதுதான் நாம் இப்போது செய்ய வேண்டிய பணி. அதற்கான பூர்வாங்க முயற்சிகள் மேற்கொள்ளப்பட்டிருக்கின்றன. ஜேபியின் பரிபூரண ஒத்துழைப்பின் மூலம் அத்தகைய முயற்சிகளை வெற்றி பெறச்செய்ய முடியும்' என்றேன்.

தாஸ்குப்தா ஜேபியின் முகத்தையே பார்த்தபடி அமைதியாக உட்கார்ந்திருந்தார். நீண்ட பெருமூச்சுக்குப்பின் ஜேபி பேச ஆரம்பித்தார். 'மக்கள் இயக்கம் சாதித்த விஷயங்கள் குறித்து எனக்கும் திருப்திதான். தேர்தல் அறிவிப்போடு கூடவே சிறையில் இருக்கும் எதிர்க்கட்சித் தலைவர்கள் விடுதலை செய்யப்படும் பட்சத்தில் இயக்கத்துக்கான தேவை இருக்காது' என்றார். மக்கள் இயக்கத்தை வாபஸ் பெற வேண்டுமானால் மூன்று விஷயங்கள் நடந்தாக வேண்டும் என்பதை ஜேபி தெளிவாகக் குறிப்பிட்டார்.

1. தேர்தல் அறிவிப்பு, குறித்த காலத்துக்குள் வெளியாக வேண்டும்
2. அனைத்து அரசியல் கைதிகளும் சிறையிலிருந்து விடுதலை செய்யப்படவேண்டும்
3. பேச்சுரிமைமீதும் பத்திரிகைகள்மீதும் உள்ள கட்டுப்பாடுகள் விலக்கிக்கொள்ளப்படவேண்டும்

எமர்ஜென்சி விலக்கிக்கொள்ளப்படவேண்டும் என்பதை ஜேபி ஒரு நிபந்தனையாகக் குறிப்பிடவில்லை என்பது இங்கே முக்கியமான விஷயம். அவரிடம் அதற்கான காரணங்கள் இருந்தன. சமாதானப் பேச்சுவார்த்தைகளுக்குத் தான் எப்போதும் தயாராகவே இருப்பதாகவும் அதன் காரணமாகத் தான் ஷேக் அப்துல்லாவுக்குத் தான் கடிதம் எழுதியிருப்பதாகவும் சொன்னவர், கடிதத்தில் தான் குறிப்பிட்டிருக்கும் விவரங்களையும் தாஸ்குப்தாவிடம் தெரிவித்தார். ஷேக் அப்துல்லாவிடம் தான் எழுதிய கடிதம் சேர்க்கப்படும் என்ற நம்பிக்கை ஜேபிக்கு இல்லை. எனவே தான் சந்திக்க விரும்பும் தகவலை எப்படியாவது ஷேக் அப்துல்லாவிடம் தெரிவிக்கும்படி தாஸ்குப்தாவை ஜேபி கேட்டுக்கொண்டார்.

தேவசகாயத்தின் வேண்டுகோளின்பேரில் ஜேபி சிறையில் உண்ணாவிரதம் இருக்கும் முடிவைக் கைவிட்டது குறித்துத் தானும் டெல்லிவாசிகளும் மிகுந்த மகிழ்ச்சியடைந்ததாக தாஸ்குப்தா தெரிவித்தார். அது ஒரு தாற்காலிக முடிவுதான் என்ற ஜேபி, தேர்தல் தேதி குறித்த காலத்துக்குள் அறிவிக்கப்படா விட்டால் உண்ணாவிரத முடிவைப் பற்றிப் பரிசீலிக்க வேண்டியிருக்கும் என்றார். உடனே குறுக்கிட்ட தாஸ்குப்தா, ‘அப்படி ஒரு கடுமையான முடிவை நீங்கள் எடுத்துவிடக் கூடாது’ என்றார். ஆனால் ஜேபியோ, சாகும் வரை உண்ணாவிரதம் இருப்பதைத் தவிரத் தனக்கு வேறு வழியில்லை என்பதை உறுதியாகத் தெரிவித்தார். வெளி உலகுக்கு ஜேபியின் உண்ணா விரதம் தெரியாமல் போகும் பட்சத்தில் அதனால் எந்தப் பிரயோஜனமும் இருக்காது என்ற தாஸ்குப்தாவின் பேச்சைக் கேட்டு ஆவேசப்பட்ட ஜேபி, ‘அதுபற்றி எனக்குக் கவலையில்லை. என்னுடைய மனச்சாட்சிதான் முக்கியம்’ என்றார்.

சந்திப்பு சரியாக எட்டு மணிக்கு நிறைவடைந்தது. பேச்சுவார்த்தை விவரங்களை பேராசிரியர் தாரிடம் தெரிவிப்பதாக உறுதி அளித்துவிட்டு தாஸ்குப்தா விடை பெற்றுக்கொண்டார். கூடிய விரைவில் நல்ல செய்தி வரும் என்று எதிர்பார்ப்பதாகவும், தேவைப்பட்டால் இன்னொரு முறை ஜேபியைச் சந்திக்க வரவேண்டியிருக்கும் என்றும் தாஸ்குப்தா என்னிடம் சொன்னார்.

நாங்கள் மீண்டும் யூனியன் பிரதேச கெஸ்ட்ஹவுஸ் வந்து சேர்ந்தோம். அன்று இரவே கல்கா மெயிலில் தாஸ்குப்தா டெல்லிக்குப் புறப்பட்டுச் சென்றார்.

மறுநாள் காலை மாதுரைச் சந்தித்து ஜேபி-தாஸ்குப்தா பேச்சுவார்த்தை பற்றிய விவரங்களை எடுத்துச் சொன்னேன். அன்றைய தினம் உள்துறை அமைச்சகத் திடமிருந்து எனக்கு ஒரு உத்தரவு வந்திருந்தது. உச்ச நீதிமன்றத்தில் ஜேபியின் ஸ்பெஷல் லீவ் பெடிஷன் குறித்த கூட்டம் அடுத்த நாள் காலை டெல்லியில் நடைபெற இருந்தது. அதில் நானும் கலந்து கொண்டாக வேண்டுமாம்.

மறுநாள் காலை டெல்லியில் உள்துறை அமைச்சகக் கூடுதல் செயலர் பி.பி. நாயர் அறையில் ஏற்பாடு செய்யப்பட்டிருந்த கூட்டத்தில் நான் கலந்துகொண்டேன். ஜேபியை முதலில் கைது செய்த டெல்லி நிர்வாகம் தன்னுடைய பிரதிநிதி யாரையும் கூட்டத்துக்கு அனுப்பி வைக்கவில்லை. ஒருமணி நேரம் காத்திருந்தபின் துணைச் செயலர் வாசுதேவனும் நானும் உச்ச நீதிமன்றத்துக்குச் சென்று அரசு வழக்கறிஞர் (சொலிசிட்டர் ஜெனரல்) சின்ஹாவைச் சந்தித்தோம். இந்திராவின் தேர்தல் சம்பந்தப்பட்ட வழக்கில் ஆஜராகிவிட்டு அப்போதுதான் அவர் தன்னுடைய அறைக்குத் திரும்பி யிருந்தார். மிகுந்த பரபரப்புடன் தென்பட்டார். ஜேபியின் மனு பற்றிய சின்னச் சின்ன விஷயங்களுக்கு எல்லாம் தன்னால் நேரம் ஒதுக்க முடியாது என்றவர் அரசு ப்ளீடரைச் சந்தித்து எழுத்து மூலமாக ஆவணங்களைச் சமர்ப் பிக்குமாறு சொன்னார். ப்ளீடரின் சிறிய அறைக்குள் அமர்ந்து ஆவணங்களை அவசர அவசரமாகத் தயார் செய்ய வேண்டியிருந்தது. ப்ளீடருக்கு வழக்கின் முழுப் பின்னணி விவரங்கள் தெரிந்திருக்கவில்லை. முழு விவரங்களையும் நானே எடுத்துச் சொல்ல வேண்டியிருந்தது. வெறுத்துப்போய் சண்டிகருக்குத் திரும்பிவிடலாம் என்று முடிவெடுத்தேன். எனக்கு பதில், ஒ.பி மிட்டலை அமர்த்திவிட்டு, சண்டிகருக்குத் திரும்பினேன். நான் எந்த ஆவணங்களில் கையெழுத்திட வேண்டுமோ அவற்றை எடுத்துக்கொண்டு அன்று இரவு மிட்டல் சண்டிகருக்குத் திரும்புவதாக ஏற்பாடு.

ஆனால், மறுநாள் மதியம்தான் ஒ.பி. மிட்டல் திரும்பி வந்தார். ஜேபி வழக்கு செப்டெம்பர் 29 அன்று விசாரணைக்கு வரவில்லை என்றும் நீதிமன்றப் பட்டியலில் மட்டுமே வருவதாகவும், அதனால் எழுத்து பூர்வமான ஆவணங்களைச் சமர்ப்பிக்கப் போதுமான அவகாசம் இருப்பதாகவும் தெரிவித்தார். ப்ளீடர், வழக்குப் பட்டியலைக் கவனித்தபோதுதான் இது தெரிய வந்ததாம். இதற்கிடையே வாசுதேவன் என்னைத் தொடர்புகொண்டு மறுநாள் காலை விமானத்தில் டெல்லிக்கு வந்து ஆவணங்களில் கையெழுத்து இடுமாறு கேட்டுக்கொண்டது தனி கதை. உயர் அதிகாரிகள் மட்டத்தில் சிந்திப்பதிலும் செயல்படுவதிலும் தேவையற்ற பதட்டமும் அவசரமும் இருப்பதை இது வெளிக்காட்டியது.

அன்று மாலை என்னைச் சந்திக்க வந்த பனோத், ஜேபிக்கு உடல்நிலை சரியில்லை என்றார். ஜேபியின் அடிவயிற்றில் வலி இருப்பதாகவும், அருகில்

கட்டி இருப்பதாகவும், மருத்துவக் குழு அவரைப் பரிசோதனை செய்வ தாகவும் தெரிவித்தார்.

செப்டெம்பர் 29 அன்று ஜேபியைச் சந்திக்கச் சென்றபோது டாக்டர் தல்வாரும் டாக்டர் வாஹியும் அவரைப் பரிசோதித்துக்கொண்டிருந்தார்கள். இதயத் துடிப்பும் ரத்த அழுத்தமும் நார்மலாக இருப்பதாகவும், குறைந்த கலோரி உணவுகளை மட்டுமே உட்கொண்டதால் வலியும் வீக்கமும் ஏற்பட்டிருப்ப தாகவும் தெரிவித்தார்கள். கெட்டியான உணவை ஒதுக்கிவிட்டு திரவ உணவைத் தொடர்ந்து உட்கொண்டு வந்ததன் காரணமாக ஜேபியின் உடல்நிலை பாதிக்கப்பட்டிருந்தது. ஊட்டச்சத்து நிபுணருடன் கலந்து ஆலோசித்துவிட்டு ஜேபி உட்கொள்ள வேண்டிய மெனுவை எழுதித் தருவதாக டாக்டர் வாஹி சொன்னார். ஜேபி இனிதான் கவனமாக இருப்பதாகத் தெரிவித்தார்.

டாக்டர்கள் அங்கிருந்து கிளம்பியதும் வலி எப்படி இருக்கிறது என்று ஜேபியிடம் கேட்டேன். சனிக்கிழமை வலி அதிகமாக இருந்ததாகவும், தற்போது பரவாயில்லை என்றும் பதிலளித்தார்.

தாஸ்குப்தா உடனான சந்திப்பு பற்றி ஜேபியின் கருத்தைக் கேட்டேன். சுகதா தாஸ்குப்தா, History of Indian Philosophy: An In-depth Analysis என்ற புத்தகத்தை எழுதிய எஸ்.என். தாஸ்குப்தாவின் மகன். அவருடைய புத்தகங்கள், டாக்டர் ராதாகிருஷ்ணன் எழுதியவற்றை விடச் சிறப்பாக இருக்கும் என்ற ஜேபி, 'தாஸ்குப்தா தாரைச் சந்திக்க நேர்ந்தது. அதனால் என்னைச் சந்திக்க வந்திருந்தார். அவ்வளவுதான்' என்று முடித்துவிட்டார். தாஸ்குப்தா உடனான சந்திப்பால் பெரிய முன்னேற்றங்கள் இருக்காது என்பது அவரது கருத்து.

செப்டெம்பர் 30. முக்கியமான டென்னிஸ் விளையாட்டுப் போட்டி நடைபெற இருந்தது. பிரபலங்களான ராமநாதன் கிருஷ்ணன், அக்தர் அலி, சிரதீப் முகர்ஜி ஆகியோர் பங்கேற்றனர். மறுநாள் ஜேபியைச் சந்தித்தபோது, டென்னிஸ் பற்றி நாளேடுகளில் வந்த செய்திகள் குறித்து என்னிடம் கேட்டார். விளையாட்டில் நான் கொண்டிருந்த ஆர்வம் அவருக்கு மகிழ்ச்சி அளித்தது.

19

காமராஜர் மரணம்

பிரதமராக இருந்த ஜவாஹர்லால் நேரு மறைவில் ஆரம்பித்து 1969-ல் காங்கிரஸ் இரண்டாகப் பிளவு பட்ட காலம் வரை இந்தியாவின் தலைவிதியைத் தீர்மானிக்கும் சக்தியாக இருந்தவர் குமாரசாமி காமராஜ். 1903 ஜூலை 15 அன்று, விருதுநகரில், ஒரு பிற்படுத்தப்பட்ட ஏழைக்குடும்பத்தில் பிறந்த காமராஜின் பள்ளிப்படிப்பு ஆறு வயது வரை மட்டுமே இருந்தது. தன்னுடைய பனிரெண்டாவது வயதில் குடும்பச் சூழ்நிலை காரணமாக மளிகைக் கடையில் வேலைக்குச் சேர்ந்தார். ஜாலியன்வாலா பாக் படுகொலைதான் அவரது வாழ்க்கையைப் புரட்டிப் போட்டது. அப்போது காமராஜுக்குப் பதினைந்து வயதுதான். சுதந்தரம் வேண்டி பிரிட்டிஷாரை எதிர்த்துப் போராட்டம் நடத்தவேண்டும் என்று காமராஜ் நினைத்தார். மதுரைக்கு வந்த காந்தியைச் சந்தித்தபோது காமராஜுக்குத் தான் செல்ல வேண்டிய பாதை குறித்த ஞானம் பிறந்தது. இந்திய தேசிய காங்கிரஸ் கட்சியின் உறுப்பினர் ஆனார்.

காங்கிரஸ் தொண்டராக இருந்த காலத்தில் சுயநலம் பாராமல் நாட்டின் விடுதலைக்காகக் கடுமையாக உழைத்தவர் காமராஜ். காந்தி ஒத்துழையாமை இயக்கத்தைத் தொடங்கியபோது காமராஜுக்கு வயது பதினெட்டுதான். தமிழ்நாட்டின் குக்கிராமங்கள் தோறும் சென்று ஒத்துழையாமை இயக்கம் பற்றிய பிரசாரத்தை மேற்கொண்டார். காங்கிரஸ் கட்சிக்காக

நிதி திரட்டுவதிலும் கூட்டங்களை நடத்துவதிலும் முன்னின்றார். தன் இருபதாவது வயதில், தமிழ்நாடு காங்கிரஸ் கமிட்டியின் முக்கியமான தலைவராக இருந்த சத்திய மூர்த்தியின் கவனத்தைப் பெற்றார். காமராஜின் அரசியல் குருவாக சத்திய மூர்த்தி கருதப்படுகிறார். 1930 ஏப்ரல் மாதம் வேதாரண்யத்தில் நடைபெற்ற உப்புச் சத்தியாகிரகத்தில் பங்கேற்ற காமராஜுக்கு இரண்டு ஆண்டு கால சிறைத் தண்டனை விதிக்கப்பட்டது. அதுதான் காமராஜின் முதல் சிறைவாசம். அதற்குப் பின்னர் போராட்டத்தில் ஈடுபட்டு சிறைக்குச் செல்வது என்பது அவரது அரசியல் வாழ்க்கையில் வழக்கமானதொரு விஷயம் ஆகிவிட்டது. அடுத்தடுத்து ஆறு முறை சிறை சென்ற காமராஜ், கிட்டத்தட்ட 3,000 நாட்களைச் சிறையிலேயே கழித்திருக்கிறார். இந்தியா சுதந்தரம் பெற்றபோது காமராஜுக்கு வயது 44.

1940 பிப்ரவரியில் தமிழ்நாடு காங்கிரஸ் கமிட்டியின் தலைவராக காமராஜ் தேர்ந்தெடுக்கப்பட்டார். 1954 வரை தலைவர் பதவியில் தொடர்ந்தார். 1947-ல் அகில இந்திய காங்கிரஸ் செயல் குழுவின் உறுப்பினரானவர், 1969-ல் காங்கிரஸ் கட்சி இரண்டாகப் பிளவுபடும்வரை செயல் குழு உறுப்பின ராகவோ அல்லது சிறப்பு அழைப்பாளராகவோ நீடித்தார். 1937-ல் சென்னை மாகாண சட்டமன்றத் தேர்தலில் போட்டியின்றி ஒருமனதாக அவர் தேர்வு செய்யப்பட்டார். 1946-ல் சென்னை மாகாண சட்டமன்ற உறுப்பினராகவும் 1952-ல் தமிழ்நாட்டிலிருந்து நாடாளுமன்றத்துக்கும் அவர் தேர்ந்தெடுக்கப் பட்டார். 1954-ல் சென்னை மாகாண முதல்வரான காமராஜ், ஒன்பது ஆண்டு காலம் வரை ஆட்சிப்பொறுப்பில் இருந்தார். அவர் ஆட்சியில் இருந்த காலம் முழுவதும் இந்தியாவிலேயே சிறந்த முறையில் நிர்வகிக்கப்படும் மாநிலம் என்ற பெயரை தமிழ்நாடு பெற்று வந்தது.

காங்கிரஸ் கட்சியின் மூத்த தலைவர்கள், அரசுப் பதவிகளைத் துறந்துவிட்டு கட்சிப் பணிகளில் ஈடுபடுமாறு செய்யவேண்டும் என்று காமராஜ் பிரதமர் நேருவுக்கு ஆலோசனை கூறினார். இதுதான் 'காமராஜ் திட்டம்' என்று உருவெடுத்தது. கட்சிக்காரர்களிடம் இருந்த பதவி மோகத்தைப் போக்கி, கட்சிப் பணிகளில் ஈடுபடுத்தி, கட்சியைப் பெரிய அளவில் வளர்ப்பதற்காகக் கொண்டுவரப்பட்ட திட்டம் அது. காங்கிரஸ் செயல்குழுவின் ஒப்புதல் பெறப்பட்டு, இரண்டே மாதத்தில் அமுலுக்கு வந்தது. காமராஜ் உட்பட ஆறு மாநில முதல்வர்கள், ஆறு மத்திய அமைச்சர்கள் அந்தத் திட்டத்தின்படி பதவி விலகினர். 1963 அக்டோபரில் இந்திய தேசிய காங்கிரஸ் கட்சியின் அகில இந்தியத் தலைவராக காமராஜ் தேர்ந்தெடுக்கப்பட்டார். இந்தியாவின் பிரதமரைத் தேர்ந்தெடுப்பதில் காமராஜ் இருமுறை முக்கியப் பங்கு வகித்திருக்கிறார்.

1964 மே மாதம் நேருவின் மறைவுக்குப்பின் லால் பகதூர் சாஸ்திரி பிரதமராகத் தேர்ந்தெடுக்கப்பட்டார். நேருவின் வாரிசான இந்திரா காந்தி அரசியல்

அனுபவம் பெறும் வரை இருக்கட்டும் என்றே சாஸ்திரி பிரதமர் ஆக்கப் பட்டார் என்று மூத்த காங்கிரஸ் தலைவர்கள் வட்டாரத்தில் பேசப்பட்டது. இந்திரா காந்தி கட்சியிலும் நிர்வாகத்திலும் எதிர்கால இந்தியாவின் நம்பிக்கை நட்சத்திரமாக முன்னிறுத்தப்பட்டார். கட்சிக்குப் புது ரத்தம் பாய்ச்சுவதற்காக காமராஜ் கொண்டுவந்த திட்டத்துக்கு இளைஞர்கள் தரப்பிலிருந்து ஆதரவு கிடைத்திருந்தாலும், ஒரு சில மூத்த தலைவர்கள் மத்தியில் பெரும் சர்ச்சையைக் கிளப்பியது. குறிப்பாக மொரார்ஜி தேசாய் அதிருப்தியில் இருந்தார். அனுபவத்திலும் வயதிலும் மூத்த தலைவர்கள் நிறையப் பேர் கட்சியில் இருந்த நிலையில், இந்திரா காந்தி எல்லோரையும் ஓரங்கட்டிவிட்டு முன்னுக்கு வந்துவிடுவதற்கு காமராஜின் திட்டம் உதவும் என்று மொரார்ஜி தேசாய் உள்ளிட்டோர் கவலைப்பட்டனர். தன்னை அரசியலில் இருந்து கட்டம் கட்டி ஒதுக்கி, இந்திராவை முன்னிறுத்தச் சதி நடப்பதாக மொரார்ஜி தேசாய் வெளிப்படையாகவே பேசி வந்தார்.

1966 ஜனவரியில் தாஷ்கெண்ட்டில் லால் பகதூர் சாஸ்திரியின் அகால மரணத்துக்குப்பின் பிரதமர் பதவியை யார் கைப்பற்றுவது என்பதில் போட்டி எழுந்தது. கட்சியில் மூத்த தலைவர்களின் ஆதரவு மொரார்ஜி தேசாய்க்கே இருந்தது. நேருவின் கொள்கையை ஒத்த தேசியவாதிகளின் ஆதரவும் அவருக்கு இருந்தது. இந்திராவுக்கோ இடதுசாரி சோஷலிசத் தலைவர்களின் ஆதரவு இருந்தது. கட்சியின் சோஷலிச அணிக்கு இளைய தலைமுறையினர் மத்தியில் நல்ல செல்வாக்கு இருந்தது.

கட்சிக்குள் காமராஜுக்கு நல்ல செல்வாக்கு. காமராஜ் கைகாட்டுபவர்தான் ஜெயிப்பார் என்ற நிலைமை இருந்தது. தேசாயைவிட இந்திரா காந்தி பிரதமர் பதவிக்குப் பொருத்தமாக இருப்பார் என்று காமராஜ் நினைத்தார். கட்சி சம்பந்தப்பட்ட விஷயங்களில் இந்திரா தலையிடமாட்டார். கட்சியை வளர்ப்பதில் மூத்த தலைவர்கள் முனைப்போடு செயல்பட முடியும் என்று காமராஜ் நம்பினார். இது தவிர மதராசிகளுக்கே உரிய நேரு குடும்ப விசுவாசமும் காமராஜிடம் இருந்தது. கட்சியின் மூத்த தலைவர்களைச் சந்தித்துப் பேசிய காமராஜ், கட்சியினரின் ஒருமித்த தேர்வாக இந்திரா இருக்க வேண்டும் என்று அவர்களைக் கேட்டுக்கொண்டார். காமராஜின் வேண்டுகோள் பலித்தது. பெரும்பாலான கட்சியினரின் ஏகோபித்த ஆதரவோடு இந்திரா காந்தி நாடாளுமன்றத் தலைவரானார். பிரதமராகவும் ஆனார்.

ஆனால், தன் தவறை உணர்ந்துகொள்ள காமராஜுக்கு நீண்ட காலம் பிடிக்கவில்லை. 1969-ல் நடைபெற்ற ஜனாதிபதி தேர்தலில் கட்சி சார்பாகப் போட்டியிட்ட சஞ்சீவ ரெட்டிக்கு எதிராக சுயேச்சையாகப் போட்டியிட்ட வி.வி. கிரியை இந்திரா மறைமுகமாக ஆதரித்தார். ஜனாதிபதி தேர்தலில் இந்திராவின் ஆதரவைப் பெற்ற கிரியும் வெற்றி பெற்றார். இந்திராவின் நடவடிக்கைகள் கட்சியின் மூத்த தலைவர்கள் மத்தியில் கசப்புணர்வை

ஏற்படுத்தியது. இந்திராவைக் கட்சியிலிருந்து விலக்க காங்கிரஸ் செயல்குழு முடிவு செய்தது. இந்திராவின் வெளியேற்றத்தால் கட்சி இரண்டாகப் பிளவு பட்டது. அரசியல் அனுபவத்தைக் கருத்தில் கொள்ளாமல், நேரு குடும்பத்துக்கு விசுவாசம் காட்டியதன் மூலம் தான் செய்த தவறை காமராஜ் கடைசிவரை மறக்கவில்லை. 1975 அக்டோபர் 2, காந்தி ஜெயந்தி அன்று காமராஜ் மறைந்தார்.

மகாத்மா காந்தி, ஜெயப்பிரகாஷ் நாரயணன், காமராஜ் ஆகிய மூவருக்கும் பொதுவான விஷயம் ஒன்று இருந்தது. அதுதான் எளிமை. மக்கள் மனத்தில் மறக்கவே முடியாத மனிதர்களாக அவர்களை வைத்திருப்பது அந்த எளிமைதான்.

சுதந்தரம் என்பது எட்டாக் கனவாக இருந்த காலத்தில் இந்த மூவரும் சுயநலம் பாராமல் அதற்காகத் தொடர்ந்து போராடிவந்தனர். ஜேபியும் காமராஜும் ஒருவரை ஒருவர் நன்கு அறிவர். வயதிலும் அரசியல் சித்தாந்தத்திலும் இருவருக்கும் நிறைய ஒற்றுமைகள் இருந்தன. இருவருமே ஒரு சில மாத இடைவெளியில் பிறந்தவர்கள்தாம். உண்மை, நேர்மை, எளிமை ஆகியவையே இவர்களை ஒரே அலைவரிசையில் இணைய வைத்திருந்தது.

காமராஜ் மறைந்த நாளுக்கு மறுநாள் காலை ஜேபியைச் சந்திக்கச் சென்ற போது மறைவு பற்றி நாளேடுகளில் வந்த செய்திகளைப் படித்துக் கொண்டிருந்தார். என்னைப் பார்த்ததும் பெரிய பெருமூச்சோடு நாளேட்டைக் கீழே மடித்துவைத்தவர், காமராஜ் பற்றிய நினைவுகளைப் பகிர்ந்து கொண்டார். 'இக்கட்டான காலகட்டத்தில் காமராஜை நாம் இழந்து விட்டோம். பாரத தேசத்தின் விஷயத்தில் விதியின் விளையாட்டு கொடூர மாக இருக்கிறது' என்றார்.

காமராஜ் நல்ல மனிதர், எளிமையானவர், உண்மையானவர். இந்திராவை ஆட்சிக்குக் கொண்டுவருவதில் முக்கியப் பங்காற்றியவர். அவ்வாறு செய் தமைக்காகப் பலமுறை வருத்தப்பட்டவர். காங்கிரஸ் கட்சி இரண்டாகப் பிளவுபட்ட நேரத்தில் தன்னைச் சந்திக்க வந்தவர்களிடம் மிகுந்த வருத்தத் துடன் பேசிக்கொண்டு இருந்தாராம். கட்சிக்கும் நாட்டுக்கும் தான் ஒரு பெரிய தவறைச் செய்துவிட்டதாகவும், இந்திரா ஒரு பித்தலாட்டடக்காரி என்பது இப்போதுதான் தெரிகிறது என்றும் சொல்லி வருத்தப்பட்டாராம். அதற்குப்பின் கடைசிவரை அதே வருத்தத்துடன்தான் இருந்திருக்கிறார்.

எமர்ஜென்சி பற்றியும் இந்திரா காந்தி சர்வாதிகாரியாக மாறிவருவதைப் பற்றியும் காமராஜிடம் கேட்டபோது, 'எல்லாம் போச்சு, எல்லாம் என்னோட தப்பு' என்று புலம்பினார் என்ற விஷயத்தை ஜேபியிடம் சொன்னேன். ஒருவேளை காமராஜிடம் இருந்த இந்தக் கவலையே அவரது உடல்நிலை சீர்கேடு அடைவதற்குக் காரணமாக இருக்கலாம் என்றேன். நான் சொன்னதை

ஒப்புக்கொண்ட ஜேபியும், 'உண்மைதான். இந்தியா ஒரு நேர்மையான மனிதரை இழந்துவிட்டது' என்றார்.

காமராஜ் பற்றியும் தமிழ்நாடு அரசியல் பற்றியும் தன்னுடைய டைரியில் கீழ்க்கண்டவாறு ஜேபி எழுதியிருந்தார்.

> நேற்று மாரடைப்பின் காரணமாக காமராஜ் சென்னையில் உயிர் இழந்தார். இந்திய அரசியலில் ஒரு முக்கியமான தலைவர் மறைந்துவிட்டார். ஆனால் அவரது பணி இன்னும் முடிந்துவிடவில்லை. கடைசியாக அவர் என்னை டெல்லியில் சந்தித்தபோது, உங்களைத்தான் இந்த நாடு நம்பிக்கொண்டு இருக்கிறது என்று என்னிடம் குறிப்பிட்டார். தமிழ்நாட்டுக்கு நான் சுற்றுப்பயணம் வந்தபோது என்னுடைய பேச்சை அவர் ரசிக்கவில்லை. திமுக அரசைக் கண்டித்து அதற்கு எதிராகப் போராடுமாறு மக்களை என்னால் கேட்டுக்கொள்ள முடியவில்லை. அதற்குக் காரணம் கருணாநிதி.
>
> மற்ற காங்கிரஸ் முதல்வர்களைப் போல் அல்லாமல் எதிர்க்கட்சிகளின் குரலுக்கு மதிப்பு கொடுத்து, அவர்களது விமரிசனங்களை ஏற்றுக் கொண்டு, தவறு ஏதாவது இருந்தால் திருத்திக்கொள்வதாக கருணாநிதி குறிப்பிட்டிருந்தார். தன்மீதான ஒரு குற்றச்சாட்டை விசாரிக்க ஓய்வுபெற்ற உயர் நீதிமன்ற நீதிபதியை அவர் நியமித்திருந்தார். தவிர பொது வாழ்வில் ஈடுபடுவோரின் நடத்தைகளைக் கண்காணிக்க ஒரு சட்டத்தை யும் நடைமுறைப்படுத்தியிருந்தார். சட்ட முன்வடிவில் செய்யப்பட வேண்டிய மாற்றங்கள் பற்றியும், புதிய சட்டத்தில் ஏதேனும் குறைபாடு கள் இருந்தால் அவற்றைச் சரி செய்வது தொடர்பாகவும் யாரிடமும் பேசத் தயாராக இருப்பதாக அவர் குறிப்பிட்டிருந்தார். இந்நிலையில் பொறுப்பான எதிர்க்கட்சிகள் திமுக தலைவருக்கு ஒத்துழைப்பு கொடுப்பதன் மூலம் அதைச் சிறப்பான முறையில் நடைமுறைப்படுத்த முடியும். தமிழ்நாட்டில் ஒரு மேடையில் பேசும்போது இப்படி ஒரு அறுவை சிகிச்சை அவசியம் என்றும் காமராஜ் அதை முன்னெடுத்துச் செல்வதன் மூலம் தமிழ்நாட்டு அரசியலில் பல நல்ல மாற்றங்களை உருவாக்க முடியும் என்றும் நான் பேசியிருந்தேன்.
>
> ராஜாராமும் செழியனும் சென்னையிலும் டெல்லியிலும் என்னிடம் கூறியவற்றை எல்லாம் அப்படியே நான் எடுத்துக்கொண்டு பேசிவிட வில்லை. காமராஜிடம் இருந்து எந்த ஒரு பதிலும் வராத நிலையில் திமுக அரசை எதிர்க்கச் சொல்லி மக்கள் இயக்கத்துக்கு அறைகூவல் விடுப்பது சரியான விஷயமாக எனக்குத் தோன்றவில்லை. மக்கள் இயக்கத்தை முடுக்கிவிடுவதற்கான காரணங்கள் இருந்தது உண்மைதான். மக்கள் இயக்கத்தின் நோக்கம் முழுமையான புரட்சிக்குத் தயாராவதே தவிர,

ஒவ்வொரு விஷயத்துக்கும் அரசாங்கத்தை எதிர்த்துப் போராட்டம் நடத்திக்கொண்டிருப்பது அல்ல. எதிர்க்கட்சிகளிடம் இருந்தும் மக்கள் இயக்கத்துக்குப் போதுமான ஆதரவு இல்லை. அரசியல்ரீதியாக லாபம் தரக்கூடிய மக்கள் இயக்கங்களை மட்டுமே ஆதரிக்க தமிழ்நாட்டு எதிர்க்கட்சிகள், காமராஜ் உட்பட, தயாராக இருந்தார்கள்.

காமராஜ் இக்கட்டான நிலையில் இருந்தார். திமுகவை பலவீனப் படுத்துவது காமராஜின் நோக்கமாக இருக்கவில்லை. திமுகவை பலவீனப்படுத்துவது அதிமுகவை ஆதரிப்பதில் கொண்டு போய்விடும். டெல்லியில் என்னைச் சந்தித்தபோதும் அதையே என்னிடம் குறிப்பிட்டார். காமராஜைப் பொருத்தவரை அதிமுகவை விட திமுகவே மேல். பழைய காங்கிரஸ் கட்சியின் தேசியக் கொள்கையின் காரணமாக இந்திரா காங்கிரஸுடன் நெருக்கம் காட்டுவதையும் அவர் விரும்ப வில்லை. ஆகவே மற்ற மாநிலங்களைப் போல் அல்லாமல் தமிழ்நாட்டில் பழைய காங்கிரஸ் கட்சியின் நிலை கேள்விக்குறியாக இருந்தது. இந்திராவைப் போன்ற கொள்கையற்ற அரசியல்வாதிகள், அதிமுகவோடு கைகோர்ப்பதற்குத் தயங்கமாட்டார்கள். எது நடந்தாலும் ஒதுங்கி இருந்து வேடிக்கை பார்க்கலாம் என்பதே காமராஜின் எண்ணமாக இருந்தது. எமர்ஜென்சிக்குப் பிந்தைய காலத்தில் காமராஜின் அரசியல் நிலைப்பாடு இன்னும் சிக்கலாகிவிட்டது.

அவருடைய அரசியல் பிரச்னைக்கு அவரது மரணம்தான் தீர்வாக இருந்தது. இதுவரை கட்டுக்கோப்பாக இருந்த காமராஜின் ஆதரவாளர்கள் இனி கலைந்து போகக்கூடும். காமராஜின் இறுதிச்சடங்கில் இந்திரா காந்தி பங்கேற்கப் போவதாக வந்திருக்கும் செய்திகளால் ஏற்கெனவே தமிழ்நாடு பழைய காங்கிரஸ் கட்சி வட்டாரம் பரபரப்பாகி இருக்கிறது...

பொதுநலம் என்று வந்துவிட்டால் தனிப்பட்ட வாழ்க்கையைப் பற்றிக் கவலைப்பட முடியாது என்று ஜவாஹர்லால் நேரு ஒருமுறை குறிப்பிட்டு இருந்தார். காமராஜோ பொதுநலத்துக்காகத் தன்னுடைய தனிப்பட்ட வாழ்க்கையையே தள்ளி வைத்தவர். கடைசிவரை பிரம்மச்சாரியாகவே வாழ்ந்து மறைந்த காமராஜ், இன்றும் நேர்மைக்கும் எளிமைக்கும் உதாரண மாகவும் சுயநலமில்லாத மனத்துக்குச் சொந்தக்காரராகவும் அறியப் படுகிறார்.

காமராஜ் ஆட்சிக்காலம் போய் 45 ஆண்டுகளுக்குமேல் ஆகிவிட்டன. தமிழ் நாட்டில் அனைத்துத் துறைகளிலும் சிறப்பான நிர்வாகத்தைக் கொடுத்த பொற் காலமாக காமராஜின் ஆட்சிக்காலம் இன்றும் நினைவுகூரப்படுகிறது. நேருவின் தொலைநோக்குப் பார்வையைப் பின்பற்றி, காமராஜ், தமிழகத்தில் நிறைய அணைக்கட்டுகளைக் கட்டினார். தொழில்வளத்தைப் பெருக்கினார்.

கிராமங்களை இணைக்கும் சாலைகள் தயாராயின. புது மருத்துவமனைகள் கட்டப்பட்டன. ஆரம்பக்கல்வி முற்றிலும் இலவசமாக்கப்பட்டதற்கு காமராஜ்தான் காரணம். வறுமையை நிரந்தரமாக ஒழிக்க கல்வியால் மட்டுமே முடியும் என்றும் வறுமை எந்த விதத்திலும் கல்விக்குத் தடையாக இருக்கக்கூடாது என்றும் காமராஜ் நினைத்தார். அதற்காகவே தன்னுடைய வாழ்நாளில் பெரும்பகுதியைச் செலவிட்டார்.

பள்ளிகளில் இலவச மதிய உணவுத் திட்டத்தை அறிமுகப்படுத்தினார். மதிய உணவுத் திட்டத்தினால் பள்ளிக்குச் செல்லாத குழந்தைகளின் எண்ணிக்கை வெகுவாகக் குறைய ஆரம்பித்தது. காமராஜால் தமிழ்நாட்டில் அறிமுகப் படுத்தப்பட்டு பெரிய அளவில் வெற்றி பெற்ற அந்தத் திட்டம்தான் இன்று தேசிய அளவில் அனைத்து மாநிலங்களிலும் அமுல்படுத்தப்பட்டிருக்கிறது. அரசியல்வாதிகளும் அரசு அதிகாரிகளும் அரசு நிர்வாகம் என்றால் என்ன என்பதை காமராஜின் ஆட்சியைப் பார்த்துத்தான் கற்றுக்கொள்ள வேண்டும்.

எமர்ஜென்சிக்குப்பின் வரும் தேர்தலில் எதிர்க்கட்சிகளை ஒருங்கிணைத்து இந்திரா காந்தியின் கட்சியைத் தோற்கடிக்கும் ஜேபியின் திட்டத்துக்கு காமராஜின் மறைவுச் செய்தி பெரிய பின்னடைவாக இருந்தது. காமராஜால் எதிர்க்கட்சிகளை ஒருங்கிணைத்து வெற்றி இலக்கை எட்ட முடியும் என்பது ஜேபியின் அசைக்க முடியாத நம்பிக்கையாக இருந்தது. எந்த காமராஜால் இந்திரா காந்தி அரசியலின் உச்சிக்கு வந்தாரோ, அதே காமராஜால் இந்திரா தேர்தலில் தோற்கடிக்கப்பட்டு பதவி இழக்க வேண்டும் என்பது ஜேபியின் கனவு. காமராஜும் அப்போது தமிழ்நாட்டில் முதல்வராக இருந்த கருணாநிதி யும் நெருங்கி வந்து கூட்டணி அமைத்து இந்திரா காங்கிரஸ் கட்சிக்கு எதிராகச் செயல்படவேண்டும் என்று ஜேபி விரும்பினார்.

ஜேபியின் திட்டத்துக்கு காமராஜும் கொள்கை அளவில் ஒப்புக்கொண்டார். 'அதிமுகவை ஆட்சிக்கு வர அனுமதிப்பதன் மூலம் தமிழ்நாடு அதல பாதாளத்துக்குச் சென்றுவிடும். அதிமுக என்னும் கட்சியே கொள்கையற்ற ஒரு சினிமாக் கூட்டம். அதிமுகவை விட திமுகவே மேல்' என்பது காம ராஜின் எண்ணம்.

தமிழ்நாட்டு அரசியலை உன்னிப்பாகக் கவனித்து வந்த ஜேபி, மனத்துக்குள் தெளிவான அரசியல் கணக்குகளைப் போட்டு வைத்திருந்தார். அதைப் பற்றி நயந்தரா சஹால் வர்ணிக்கிறார்:

> தமிழ்நாட்டின் தவிர்க்க முடியாத அரசியல் சக்தியாக திமுக தன்னை முன்னிறுத்திக் கொண்டிருக்கிறது. 1975 ஜூலை 12 அன்று சென்னை மெரீனா கடற்கரையில் ஏற்பாடு செய்யப்பட்டிருந்த பொதுக்கூட்டத்தில் பேசிய முதல்வர் கருணாநிதி, இந்தியாவின் சுதந்தரத்துக்கு உள்ளிருந்தோ அல்லது வெளியிலிருந்தோ எந்தவித ஆபத்தும் இல்லை என்று

குறிப்பிட்டார். கூட்டத்தின் முடிவில், 'பெற்ற சுதந்தரத்தைப் பேணிக் காப்போம்' என்ற உறுதிமொழியும் எடுத்துக்கொள்ளப்பட்டது. எரியும் தீயில் எண்ணெய் வார்த்ததுபோல் அமைந்த முதல்வரின் பேச்சால் எமர்ஜென்சியின் தீவிரம் தமிழ்நாட்டிலும் பரவுவதற்கான வழி ஏற்பட்டது.

டிசம்பர் மாதம் கோவையில் நடைபெற்ற திமுகவின் செயற்குழுக் கூட்டத்தில் எமர்ஜென்சி குறித்த கட்சியின் நிலைப்பாடு விவாதிக்கப்பட்டு பத்திரிகைகளிலும் செய்தியாக வெளியானது.

தொழில் நகரமான கோவை இதுபோன்ற கூட்டத்தை இதுவரை சந்தித்ததில்லை. ஐந்து லட்சத்துக்கும் அதிகமான தொண்டர்கள் நடந்து வர, ஐந்து மைல் தொலைவுக்கு திமுகவினரின் ஊர்வலம் நீண்டது. (டைம்ஸ் ஆப் இந்தியா, 5 டிசம்பர் 1975)

கோவையில் நடைபெற்ற மாநில மாநாடு திமுகவின் பலத்தை நிரூபித்திருக்கிறது. பிரபலமில்லாத கட்சித் தலைமை, கடந்த மூன்றாண்டுகளில் கட்சி பெற்ற தேர்தல் தோல்விகள் என்பதையெல்லாம் தாண்டி கட்சி இன்னும் செல்வாக்கோடு இருப்பதை, திரண்டு வந்திருந்த கூட்டம் உறுதிப்படுத்தியிருக்கிறது. (த ஸ்டேட்ஸ்மென், 1 ஜனவரி 1976)

நயந்தரா சஹால் தொடர்கிறார்: 'தமிழ்நாட்டில் இந்திரா காந்தியை எதிர்த்து நிற்பது கருணாநிதி மட்டுமல்ல. மூத்த காங்கிரஸ் தலைவரான காம ராஜும்தான். காமராஜ் தற்போது அமைதியாக இருந்தாலும், எமர்ஜென்சி வந்த நேரத்தில் சோழிங்கநல்லூரில் ஏற்பாடு செய்யப்பட்டிருந்த பொதுக் கூட்டத்திலும், திருவள்ளூரில் இருந்து தன்னைச் சந்திக்க வந்திருந்த மாணவர்கள் மத்தியில் பேசும்போதும் எமர்ஜென்சி குறித்த தனது அதிருப்தியை வெளிப்படுத்தியிருக்கிறார்.'

எமர்ஜென்சி முடிந்து சகஜ நிலை திரும்பியபின் காமராஜ், கருணாநிதி என்னும் இரு பெரும் துருவங்களையும் ஒரே அணிக்குக் கொண்டு வருவதற்கான திட்டங்களில் இருந்தார் ஜேபி. ஆனால் அது நிறைவேறாமலே போய்விட்டது.

கருணாநிதி எமர்ஜென்சியை எதிர்கொண்ட விதம் துணிச்சலானது. 1975 ஆகஸ்டில் அவர் தமிழ்நாட்டில் முதலமைச்சராக இருந்தார். ஜேபியோ, சண்டிகரில் சிறைக்கைதியாக இருந்தார். அந்த நேரத்திலும் தன்னுடைய மகன் எம்.கே. ஸ்டாலினின் திருமண அழைப்பிதழை கருணாநிதி ஜேபிக்கு அனுப்பி வைத்திருந்தார். அவர் அனுப்பியிருந்த அழைப்பிதழ் திருமண நாள் அன்று வந்து சேர்ந்தது. அதை ஜேபியிடம் கொண்டுபோய் நான் கொடுத்த போது, ஜேபி தன் வாழ்த்துகளைத் தெரிவித்துக்கொண்டார்.

தமிழ்நாட்டில் எமர்ஜென்சியின் தாக்கம் இல்லாததற்கு முழு முதல் காரணம் கருணாநிதிதான் என்று காமராஜ் பாராட்டியிருந்தார். திமுக தலைவர்கள் இந்திரா காந்தியை சர்வாதிகாரி என்று விளித்தபோது, கருணாநிதி தனக்கே உரிய பாணியில் 'இந்திரா காந்தி தன்னை வெறும் சர்வாதிகாரியாக மட்டுமே நினைத்து கீழான நிலையில் இருந்துவிடக்கூடாது' என்று குறிப்பிட்டார்.

1976 ஜனவரி 31. முதல்முறையாக அரசியல் சட்டப்பிரிவு 356 தமிழ்நாட்டில் அமுல்படுத்தப்பட்டு சட்டமன்றம் கலைக்கப்பட்டது. கருணாநிதியின் வீட்டிலிருந்த தொலைபேசி இணைப்புகள் துண்டிக்கப்பட்டன. ஒரு சில மணி நேரங்களிலேயே அவர் வீட்டுக்காவலில் அடைக்கப்பட்டார். திமுகவைச் சேர்ந்த முன்னணித் தலைவர்கள், மாவட்டச் செயலர்கள். முன்னாள் எம்.எல்.ஏ, எம்.பி என அனைவரும் மிசா சட்டத்தின்படிச் சிறையில் அடைக்கப்பட்டு கொடுமைப்படுத்தப்பட்டார்கள்.

மறுநாள் கருணாநிதியின் மகன் ஸ்டாலினும் மிசா சட்டத்தில் கைது செய்யப்பட்டார். முரசொலி மாறனுக்கு உடல்நலக்குறைவு ஏற்பட்டது. கட்சியின் முக்கியப் பிரமுகர்களான சிட்டிபாபு, சாத்தூர் பாலகிருஷ்ணன் ஆகியோர் சிறையில் கொடுமைப்படுத்தப்பட்டு உயிரிழந்தனர். கட்சியின் மூத்த தலைவர்களின் உதவியால் கட்சியைப் பிளவுபடுத்தும் வேலையும் நடந்தது. எமர்ஜென்சிக்காக கருணாநிதி நிறைய விலை கொடுக்க வேண்டி யிருந்தது. ஆனால் அவர் எதற்கும் கவலைப்படவில்லை. எமர்ஜென்சி காலத்தில் இந்திரா அரசை எதிர்த்து திமுகவினரை தினமும் ஒரு போராட்டம் மேற்கொள்ள வைத்து, கட்சியைச் சுறுசுறுப்பாக வைத்துக்கொள்ள உதவியது கருணாநிதியின் எழுத்தாளுமையும் அவரது பேச்சுத் திறனும் என்றால் அதில் கொஞ்சம்கூடச் சந்தேகம் இல்லை.

20. அரசியல் வரைவுபடம்

*அ*க்டோபர் 8. சுகதா தாஸ்குப்தா ஜேபியைச் சந்திக்கத் திரும்பவும் வந்தார். அதிகாலை ஐந்து மணிக்கு டெல்லியில் இருந்து சண்டிகருக்கு ரயிலில் வந்து இறங்கியவரை குஷால் சிங் எதிர்கொண்டு அழைத்துப்போய் யூனியன் பிரதேச கெஸ்ட்ஹவுஸில் தங்க வைத்தார். சிறிது நேரத்துக்குப்பின் தாஸ் குப்தாவை நேரில் சந்திக்கச் சென்றேன். ஜேபியைச் சந்திக்கக் கிளம்புவதற்குமுன் அவரோடு சிறிது நேரம் பேச முடிந்தது. முந்தைய சந்திப்பு பற்றிய விவரங் களை எழுத்து மூலமாக தாரிடம் கொடுத்ததாகவும் பின்னர் அது பிரதமரின் பார்வைக்கு அனுப்பி வைக்கப்பட்டதாகவும் தாஸ்குப்தா தெரிவித்தார். ஜேபிக்கும் இந்திராவுக்கும் இடையே இணக்கமான சூழ்நிலை வரும் என்ற நம்பிக்கை தனக்குக் குறைந்து விட்டதாக தாஸ்குப்தா பேச்சின் ஊடே குறிப்பிட்டார். எனினும் பேச்சுவார்த்தைக்கான ஏற்பாடுகள் தொடர்ந்து நடைபெறுகின்றன என்றும் இன்னும் சில விவரங் களை ஜேபியிடமிருந்து தெரிந்து கொள்வதற்காகவே தான் திரும்பவும் வந்திருப்பதாகவும் கூறினார்.

தாஸ்குப்தாவின் வருகை ரகசியமாக வைக்கப் பட்டிருந்தது. இந்திரா காந்தி, தார், குரானா ஆகியோர் தவிர வேறு யாருக்கும் அவரது வருகை தெரியாது. டெல்லி திரும்புவதற்கான முன்பதிவுச் சீட்டில்கூட உளவுத்துறை உதவி இயக்குநர் பி.எஸ்.தாக்குரின் தொலைபேசி எண்தான் கொடுக்கப்பட்டிருந்து.

டெல்லி திரும்பியபின் நடைபெற்ற விஷயங்கள் குறித்து தாஸ்குப்தா ஜேபியிடம் விவரித்தார். சந்திப்பு பற்றிய விவரங்களை எழுத்துமூலம் தான் தாரிடம் அளித்ததை ஜேபியிடம் காட்டினார். தேர்தல் அறிவிக்கப்படும் பட்சத்தில் இயக்கத்தைத் திரும்பப் பெறும் மனநிலையில் ஜேபி இருப்பதாக அவரது அறிக்கையில் குறிப்பிட்டிருந்தார். ஜேபியின் குடும்பத்தினர், நண்பர்களைச் சந்திக்க அனுமதிப்பதில் உள்ள கட்டுப்பாடுகள், ஜேபி எழுதிய கடிதங்கள் உரியவர்களுக்குச் சென்று சேராதது போன்ற விஷயங்களையும் தாஸ்குப்தா குறிப்பிட்டிருந்தார். ஆனால் ஜேபியை வேறு சிறைக்கு மாற்றுவது குறித்தோ, தனிமைச்சிறை பற்றி அவர் வருத்தப்படுவது பற்றியோ ஏதும் குறிப்பிடவில்லை. இது குறித்து உரிய சமயத்தில் குறிப்பிடுவதாக தாஸ்குப்தா தெரிவித்தார்.

தாஸ்குப்தாவின் அறிக்கையைப் படித்தவுடன் பிரதமர் உடனடியாகச் சில நடவடிக்கைகளை மேற்கொண்டார். சந்திப்புகளின் எண்ணிக்கை அதிகரிக்கப் பட்டது. மைத்துனர், சகோதரர் மகன் ஆகியோரும் குடும்ப உறுப்பினர்கள் வரிசையில் சேர்த்துக்கொள்ளப்பட்டனர். ஜேபி தன் நண்பர்களுக்கு எழுதும் அரசியல் சம்பந்தப்படாத கடிதங்களை நேரடியாக உரியவர்களுக்கு அனுப்ப எனக்கு அனுமதி அளிக்கப்பட்டது. அவற்றை டெல்லிக்கு அனுப்பத் தேவையில்லை.

ஜேபி-தாஸ்குப்தா முதல் சந்திப்பு பற்றியும் அவர் அளித்த அறிக்கை பற்றியும் பின்னாளில் தார் என்ன எழுதியிருக்கிறார் என்பதை இப்போது பார்ப்போம்:

> சிறையிலிருந்து விடுதலை ஆவதில் ஜேபி ஆர்வமுடன் இருப்பதாகவும் தன்னுடைய இயக்கத்தைத் திரும்பப் பெற்றுக்கொள்ளச் சரியான சமயத்தை எதிர்நோக்கி இருப்பதாகவும் தாஸ்குப்தாவின் அறிக்கை தெரிவித்தது. வெள்ள நிவாரண நடவடிக்கைகளில் ஈடுபடவேண்டும் என்பதைக் காரணமாகக் கூறி இயக்கத்தை வாபஸ் பெறுவது பொருத்த மாக இருந்தது. ஆனால் அது நிறைவேறாததால், மத்திய அரசு தேர்தலை அறிவிக்கும் பட்சத்தில் இயக்கத்தைத் திரும்பப்பெறும் முடிவில் ஜேபி இருப்பதாக தாஸ்குப்தா தெரிவித்தார். எமர்ஜென்சிக்கு ஜேபிதான் காரணம் என்று மக்கள் நினைப்பதாக தார்க்குண்டே தெரிவித்திருந்ததால் ஜேபிக்கு அப்படி ஒரு எண்ணம் இருந்தது என்று தாஸ்குப்தா நினைத்தார்.
>
> நாட்டில் நடைபெறும் விரும்பத்தகாத விஷயங்களுக்கெல்லாம் பிரதமர் தன்னையும் தன் சகாக்களையும் குற்றம் சாட்டுவதாக ஜேபி வருத்தப் பட்டார். சத்தியாக்கிரகம் அறிவிக்கப்படும் நாளில் லட்சக்கணக்கான மக்கள் இந்திரா வீட்டின் முன் கூடி, அவரைப் பதவி விலகச் சொல்லி வற்புறுத்தக் கூடும் என்ற வதந்தி உலா வருவது பற்றி தாஸ்குப்தா சொன்னதற்கு பதில் அளித்த ஜேபி, 'நிச்சயம் அப்படி நடக்காது. அப்படி ஒரு எண்ணம் என் மனத்தில் இருந்ததில்லை. நான் எப்போதும் வன்முறையை

ஆதரித்ததில்லை' என்றாராம். ஜேபியிடமிருந்து தாஸ்குப்தா விடை பெறும்போது, தன் பேச்சை யாரும் கேட்கவில்லை என்றால் அக்டோபர் இறுதியில் சாகும்வரை உண்ணாவிரதம் இருப்பதைத் தவிரத் தனக்கு வேறு வழியில்லை என்றிருக்கிறார்.

தாஸ்குப்தாவின் அறிக்கை எனக்கு உற்சாகம் கொடுத்தது. ஜேபியுடனான பேச்சுவார்த்தைகள் பலனளிக்கும் என்ற நம்பிக்கை எனக்குள் வந்தது. ஆனால் அவசரத்தில் தாஸ்குப்தாவின் அறிக்கையை அப்படியே பிரதம ருக்கு அனுப்பி வைத்துவிட்டேன். என் கருத்தையோ அல்லது சந்திப்பின் முக்கிய அம்சங்களையோ அடிக்கோடிட்டுக் காட்டாமல் அப்படியே அனுப்பி வைத்துவிட்டேன். பிரதமரிடமிருந்து சாதகமான பதில் கிடைத்தது. ஆனால் என் எதிர்பார்ப்பைவிடக் குறைவாகவே இருந்தது. தாஸ்குப்தாவின் அறிக்கை பற்றிய பிரதமரின் கருத்து இதுதான்.

1. என் வீட்டைச் சுற்றி முற்றுகை நடத்தப்படும் என்பது வதந்தி அல்ல. மொரார்ஜி அவ்வாறு பேசியதாக ஓரியானா ஃபல்லாச்சி தெரி வித்திருக்கிறார்.

2. எல்லாவற்றுக்கும் ஜேபியை நான் குறை கூறவில்லை. என்னையும் காங்கிரஸ் கட்சியையும் குறை கூறுவது, ஆர்.எஸ்.எஸ், ஜனசங்கம், மார்க்சிஸ்ட் மற்றும் நக்சலைட்டுகளை முன்னிலைப்படுத்துவது, லஞ்சம் போன்ற பிரச்னைகளை அரசியல் காரணங்களுக்காகப் பயன்படுத்துவது, காங்கிரஸ் கட்சியில் இருந்த ஊழல்வாதிகளுக்குத் தஞ்சம் கொடுப்பது, மாணவர்கள், அரசு ஊழியர்கள், காவல் துறையினர் ஆகியோரை எனக்கு எதிராகத் தூண்டிவிடுவது ஆகிய காரணங்களுக்காகத்தான் ஜேபியைக் குற்றம் சாட்டுகிறேன்.

3. அவரைக் கொலையாளி என்று எப்போதும் நான் சொன்னதில்லை.

4. நிபந்தனைகள் பற்றி எந்தக் கேள்விக்கும் இங்கே இடமில்லை.

5. அவர் உண்ணாவிரத முடிவை எடுக்கும் பட்சத்தில் அமெரிக்கா அல்லது லண்டனுக்கு அவரை அனுப்பி வைப்பதுதான் சரியாக இருக்கும். அங்கிருக்கும் அவரது நண்பர்கள் அவரைக் கவனித்துக் கொள்ளட்டும்.

இந்த வசைமாரியை அடுத்து, எனக்கு ஒரு வழிகாட்டுதலையும் பிறப்பித்திருந்தார். 'அவரோடு சமாதானம் பேசக்கூடாது என்பதல்ல என் கருத்து. அது சாத்தியம் என்றால் அதற்கான முயற்சிகளை நாம் செய்தாக வேண்டும். அதே நேரத்தில் அவரது வார்த்தைகள்மீது எனக்கு நம்பிக்கை இல்லை என்பதையும் நான் சொல்லியாக வேண்டும். இதை உங்கள் மனத்தில் வைத்துக்கொள்ளுங்கள்.'

இந்திராவின் குறிப்பிலிருந்து அவர் எந்த அளவுக்கு மனத்தளவில் காயம் பட்டிருந்தார் என்பது தெரிகிறது. மொரார்ஜி சொன்னதாக இத்தாலியப் பத்திரிகையாளர் ஓரியானா ஃபல்லாச்சி சொன்னதை நம்பமுடிகிறது, ஆனால் உண்மைக்கும் நேர்மைக்கும் பேர்போன ஜேபியை நம்பமுடியவில்லை. இந்தியாவில் மீண்டும் ஜனநாயகம் மலரவேண்டும் என்பதற்காக நாட்டுக்கு வெளியே இருந்து பாடுபடுபவர்களைக் கிண்டல் அடிப்பதோடு, ஜேபியை லண்டனுக்கோ அமெரிக்காவுக்கோ அனுப்பிவிடலாம் என்றும் ஆணவத் தோடு எழுதியிருந்தார்.

இந்திராவின் அடிக்குறிப்பைப் படித்தபின், இதுதான் பிரதமரின் எண்ணம் என்றால் ஜேபியைத் தான் சந்தித்ததற்கு என்ன அர்த்தம் என்று தாரிடம் தாஸ்குப்தா கேட்டிருக்கிறார். 'நீங்கள் அதைப்பற்றிக் கவலைப்பட வேண்டாம். ஜேபியைச் சந்தித்துவிட்டு சாதகமான விஷயத்தோடுதான் திரும்பி வந்தீர்கள். நல்லதொரு பணி ஆரம்பமாகியிருக்கிறது' என்று தார் அவரை உற்சாகப்படுத்தியிருக்கிறார்.

ஜேபியிடம் தனிமையில் பேசுவது என்பதுதான் தாஸ்குப்தாவுக்குக் கொடுக்கப்பட்ட பணி. என்னைப் பற்றியும் என்மீது ஜேபி வைத்திருக்கும் மரியாதை பற்றியும் தாஸ்குப்தா தாரிடம் எடுத்துச்சொல்லியிருக்கிறார். இருப்பினும் சந்திப்பின்போது வேறு யாரும் உடன் இருக்கக்கூடாது என்பதில் தார் விடாப்பிடியாக இருந்திருக்கிறார். எக்காரணம் கொண்டும் ஜேபி சொல்ல வந்த விஷயத்தைச் சொல்லத் தயங்கக்கூடாது; எந்தவிதக் கட்டுப்பாடும் இல்லாமல் பேசவேண்டும் என்பது தாரின் எண்ணம்.

ஷேக் அப்துல்லாவுக்கு ஜேபி எழுதிய கடிதத்தை டில்லி தாஸ்குப்தா மூலம் ஜேபிக்கே திருப்பி அனுப்பிவிட்டது. மிசா விதிகளின்படி அரசியல் சம்பந்தப் பட்ட நபருக்கு மிசாகைதிகள் கடிதம் எழுதக்கூடாது. அதையே காரணம் காட்டி ஷேக் அப்துல்லாவுக்கு அந்தக் கடிதத்தை அனுப்பாமல் திருப்பி அனுப்பி விட்டார்கள். கடிதத்தை உள்துறை அமைச்சகத்திலேயே வைத்திருக்கவும் பிரதமர் விரும்பவில்லை. ஜேபியிடமே திருப்பிக் கொடுத்துவிடச் சொல்லிவிட்டாராம்.

ஜேபி நினைத்தபடியே நடந்துவிட்டது. ஷேக் அப்துல்லாவுக்கு அவர் எழுதிய கடிதத்தின் கடைசி வரிதான் எனக்கு நினைவுக்கு வந்தது. தெரிந்தோ, தெரியாமலோ ஜேபியால் கிடைத்த இன்னொரு வாய்ப்பையும் இந்திரா இழந்துவிட்டார். இந்திரா சொல்லும் காரணங்கள் அனைத்தும் நல்ல வேடிக்கையாக இருந்தன. ஜேபிக்கும் ஷேக் அப்துல்லாவுக்கும் இடையே அரசியல் தவிர வேறு என்ன பேச முடியும்? சந்தித்துப் பேசினால் நாட்டு நடப்பு பற்றியும் எமர்ஜென்சி பற்றி அவர் கொடுத்த அறிக்கை பற்றியும்தான் பேசுவார்கள். இந்திராவின் எண்ணம் இப்படி இருக்கும்போது இனி பேச்சுவார்த்தை என்பதே பெரிய கேள்விக்குறிதான் என்று நினைத்தேன்.

பெரிய தலைகள் யாரும் பேச்சுவார்த்தைக்கான முயற்சிகளில் தலையிட வில்லை என்பது தாஸ்குப்தாவின் கருத்து. தாஸ்குப்தா குழப்பமான மனநிலையில் இருப்பது தெரிந்தது. அப்படியென்றால் அவருடைய வருகையைக் கூட எதற்கான இத்தனை ரகசியமாக வைத்திருக்க வேண்டும்? காரணம் என்னவாக இருக்கும் என்று நினைக்கையில் ஆச்சரியமாக இருந்தது. அதே நேரத்தில் தாஸ்குப்தாவை நம்புவதும் சிரமமாக இருந்தது.

ஜேபியைச் சந்திக்க காலை 10.15 மணிக்கு நாங்கள் சென்றபோது ஒரு டாக்டர் அவரைப் பரிசோதித்துக்கொண்டிருந்தார். சிறிது நேரம் காத்திருந்தபின் உள்ளே சென்றோம். தாஸ்குப்தாவை மீண்டும் சந்தித்ததில் ஜேபிக்கு மகிழ்ச்சி. சந்திப்பின்போது நான் வெளியே இருக்கிறேன் என்று சொன்னதற்கு ஜேபி எதிர்ப்பு தெரிவித்தார். அதைக் கண்டுகொள்ளாமல் அவரது மேஜையில் இருந்த ஜெகதீஷ் பகவதி எழுதியிருந்த The Economics of Underdeveloped Countries என்ற புத்தகத்தை எடுத்துக்கொண்டு பக்கத்து அறைக்குச் சென்று உள்ளே தாழிட்டுக்கொண்டேன்.

படித்தபடியே அப்படியே பாதி தூங்கிப்போயிருந்தவனை சரியாக பன்னி ரண்டு மணிக்கு அறைக் கதவைத் தட்டி எழுப்பிவிட்டார் தாஸ்குப்தா. வெளியே வந்து பார்த்தபோது ஜேபி பதட்டத்தோடு இருந்தார். என்னிடம் எதுவும் பேசவில்லை. காரில் திரும்பி வரும்போது ஜேபியுடனான பேச்சு பற்றி தாஸ்குப்தா விவரித்தார். இந்திராவுக்கு எழுதிய முதல் கடிதத்தைப் பற்றி நீண்ட நேரம் பேசிக்கொண்டிருந்தாராம். தாஸ்குப்தா எழுத்துபூர்வமாகக் கொடுத்த அறிக்கையையும் படித்துப்பார்த்தவர், பொருத்தமான வார்த்தை களால் நிரம்பிய கடிதம் என்று பாராட்டினாராம். ஷேக் அப்துல்லாவுக்கு எழுதிய கடிதம் திரும்பி வந்தது குறித்துத்தான் அவருக்கு வருத்தம். மற்ற விஷயங்களில் உள்ள முன்னேற்றம் அவருக்குத் திருப்தி அளித்திருந்தது. மிசா பரிசீலனைக் குழு எப்போது வருகிறது என்று ஆர்வத்தோடு தாஸ்குப்தா விடம் கேட்டாராம்.

ஜேபி சிறையிலிருந்து விடுவிக்கப்பட்டால் குறைந்தபட்சம் என்னென்ன செய்வார் என்று எதிர்பார்க்கலாம் என்று தாஸ்குப்தா என்னிடம் கேட்டார். என் கணிப்பை அவரிடம் பகிர்ந்துகொண்டேன். ஜேபி ஒரேயடியாக ஆட்சி யாளர்களிடம் பணிந்து போய்விட மாட்டார். ஆனால் தான் கொடுத்த வார்த்தை களைக் காப்பாற்றுவார். அவரது இயக்கம் வாபஸ் பெறப்படும். தேர்தலின் போது இந்திராவுக்கு எதிரான அணியில் முன்னணியில் இருந்து இந்திராவை எதிர்த்துச்செயல்படுவார். தன்நோக்கம் நிறைவேறுவதற்காக எதிர்க்கட்சிகளை ஓரணிக்குக் கொண்டுவருவார். முயற்சி தோல்வியுற்றால் அரசியலில் இருந்து வெளியேறிவிடுவார். ஜேபியின் மனத்தில் ஏற்பட்டிருக்கும் காயத்துக்கு அரசியல் வெற்றி தவிர வேறு எதுவும் மருந்தாக அமைய முடியாது. எதிர்க் கட்சித் தலைவர்களைச்சிறையிலிருந்து விடுவிப்பதும் தேர்தல் அறிவிப்பைக் குறித்த நேரத்தில் வெளியிடுவதும்தான் சரியான தீர்வாக இருக்க முடியும்.

மாலையில் மீண்டும் ஜேபியைச் சந்திக்கும்போது இதையெல்லாம் ஞாபகத்தில் வைத்துக்கொண்டு அதற்கு ஏற்றபடி அவரிடம் கேள்விகள் கேட்கவேண்டும் என்றார் தாஸ்குப்தா. மாலையில் வேண்டாம், அடுத்த நாள் காலையில் சந்திக்கலாமே என்றேன். ஜேபியும் ஆசுவாசமாக இருப்பார். எனக்கும் அன்று மாலை வேறு இடத்தில் வேலை இருந்தது.

அன்றைய நெருக்கடிக் குழுக் கூட்டத்தில் சில கைதிகளை பெயிலில் அனுப்புவதா அல்லது மீண்டும் மிசா சட்டத்தின்படிக் கைது செய்வதா என்பது பற்றிய விவாதம் நடந்தது. குல்தீப் நய்யார் வழக்கில் டெல்லி உயர் நீதிமன்றம் அளித்த தீர்ப்பு பற்றிய மேலதிக விவரங்கள் தேவைப்பட்டன. அது குறித்து டெல்லி வட்டாரத்தில் கேட்கலாம் என்றும் முடிவு செய்யப்பட்டது. பனோத் கூட்டத்திலிருந்து வெளியேறியதும், ஜேபி-தாஸ்குப்தா சந்திப்பு பற்றியும், பெரிய தலைகள் பேச்சுவார்த்தையில் இன்னும் தலையிடவில்லை என்று தாஸ்குப்தா சொன்னது குறித்தும் மாதுரிடம் தெரிவித்தேன். டெல்லியில் கெடுபிடிகள் அதிகமாகிவிட்ட நிலையில் இதை ரகசியமாக வைத்திருக்க வேண்டிய அவசியம் இந்திராவுக்கு இருக்கிறது என்றார் மாதுர்.

அடுத்த நாள் காலை ஜேபியைச் சந்திக்கக் கிளம்பும் முன் கெஸ்ட்ஹவுசில் தாஸ்குப்தாவுடன் பேசிக்கொண்டிருந்தேன். ஜேபிக்கும் இந்திராவுக்கும் இணக்கமான சூழ்நிலை ஏற்பட வாய்ப்பு உண்டு என்று இருவரும் நினைத்தோம். ‘ஜேபி ஊழல்வாதி’ என்று புவனேஷ்வரில் பேசியதற்கு இந்திரா காந்தி வருத்தம் தெரிவித்ததும், பிகார் சட்டப்பேரவையைக் கலைக்க இந்திரா ஒப்புக்கொண்ட பிறகும்கூட, இந்திராவை வற்புறுத்தியதற்காக ஜேபி மன்னிப்பு கேட்டதும் ஞாபகத்துக்கு வந்தன. யோசித்து முடிவெடுக்க இந்திராவுக்குப் போதுமான கால அவகாசம் கொடுத்திருக்க வேண்டும் என்று ஜேபி வருத்தப் பட்டார். இருவரும் ஏதோ ஓரிடத்தில் ஒத்துப்போவது தெரிந்தது.

ஜேபியைப் போலவே மொரார்ஜி தேசாயுடன் ஏதாவது பேச்சுவார்த்தைகள் நடைபெறுகிறதா என்று தாஸ்குப்தாவிடம் கேட்டேன். அது குறித்து தாரிடம் அவர் கேட்டதாகவும், அதற்கு தார் இப்போதைக்கு ஜேபி விஷயத்தில் மட்டும் கவனத்தைச் செலுத்துவோம் என்று சொன்னதாகவும் தெரிவித்தார். ஜேபி விஷயத்தில் மொரார்ஜிக்கு நல்ல அபிப்பிராயம் இல்லை என்றும், ஜுன் 25 அன்று டெல்லியில் ஜேபி பேசியது அளவுக்கு அதிகமானது என்று மொரார்ஜி பேசிவருவதாகவும் தாஸ்குப்தா குறிப்பிட்டார். இந்திராவும் அவரது சகாக்களும் ஒழிந்து போவார்கள் என்று ஜுன் 24 அன்று மொரார்ஜி பேசியதை வைத்தும் நிறையக் கதைகள் பின்னப்படுகின்றனவாம். மொரார்ஜியைப் பேட்டி எடுக்க இத்தாலியப் பத்திரிகைக்கு அனுமதி அளிக்கப்பட்ட விஷயம் சர்ச்சைக்குரியது என்றார் தாஸ்குப்தா. இந்திரா காந்தி குறிப்பிட்ட ஓரியானா ஃபல்லாச்சியைப் பற்றித்தான் தாஸ்குப்தா சொல்கிறார் என்று நினைத்துக் கொண்டேன்.

ஜேபி விஷயத்தை இந்திரா கூர்ந்து கவனிப்பதாக தாஸ்குப்தா குறிப்பிட்டார். ஜேபியைச் சந்தித்துவிட்டு டெல்லியில் தாரைச் சந்திக்கச் சென்றபோது அவர் பிசியாக இருந்தாராம். தாஸ்குப்தாவை மதியத்துக்கு மேல் வரச்சொன்ன தார், ஜேபியின் உடல்நிலை குறித்த தகவல்களை மட்டும் உடனே கேட்டுக் கொண்டாராம். உடனே இந்திராவுக்குத் தெரிவிக்க வசதியாக இருக்கும் என்பதால்தான் அவசரத்திலும் தாஸ்குப்தாவிடம் இந்தத் தகவல்களைக் கேட்டுப் பெற்றுக்கொண்டாராம்.

சர்வோதய சங்கத் தலைவர்கள் சிலர் பிகார் வெள்ள நிவாரண நடவடிக்கை களைக் கவனிக்க ஜேபியை விடுவிக்கவேண்டும் என்று இந்திராவிடம் வேண்டுகோள் வைத்தபோது, 'ஜேபிக்கு உடல்நிலை சரியில்லை. அவருக்குச் சிகிச்சை அளிக்கப்பட்டு வருகிறது. இந்த நேரத்தில் அவரை எப்படி பிகாருக்கு அனுப்பி வைக்க முடியும்? அவர் உங்களுடன் இருந்தால் அதை நீங்கள் தாராளமாகச் செய்யலாம். ஆனால் இப்போது அவர் என்னுடைய மேற்பார்வையில் இருக்கிறார். அவரை அனுப்பிவைக்க எனக்கு இஷ்ட மில்லை' என்றாராம் இந்திரா. பிரதமருக்கு ஜேபியின் உதவியாளர் குலாப் எங்கே இருக்கிறார் என்பதுகூடத் தெரியுமாம்.

அடுத்த நாள் காலை சரியாக பதினொரு மணிக்கு தாஸ்குப்தாவுடன் ஜேபியைச் சந்திக்கச் சென்றேன். டி.எல். சேத் எழுதிய Citizentry and Politics என்ற புத்த கத்தை எடுத்துப் புரட்டியபடி பக்கத்து அறைக்குள் சென்று கதவைத் தாழிட்டுக்கொண்டேன். மதியத்துக்கு மேல் தாஸ்குப்தா அறைக்கதவைத் தட்டினார். நாங்கள் அங்கிருந்து விடைபெறும்போது ஜேபி, தாஸ்குப்தா விடம், 'ஏன் பேராசிரியர் தாரே இங்கு நேரில் வரக்கூடாது?' என்று கேட்டார். தாஸ்குப்தா பதில் ஏதும் சொல்லவில்லை.

காரில் திரும்பிக்கொண்டிருக்கும்போது ஜேபி பற்றிய என் அனுமானங்கள் எல்லாம் சரியானவைதான் என்றார் தாஸ்குப்தா. ஷேக் அப்துல்லாவுக்குத் தான் எழுதிய கடிதத்தைத் திருப்பிக்கொடுத்த ஜேபி, 'தாரே இதை வைத்துக்கொள்ளட்டும். இது குறித்து முடிவெடுக்க வேண்டுமானால் அவரே இங்கு நேரில் வரட்டும். மற்ற விஷயங்களைப் பொருத்தவரை இந்திராவின் திட்டம் என்ன, அவருக்கு என்ன வேண்டும் என்பதைத் தெளிவுபடுத்தினால் தான், என்னால் யோசித்து ஒரு முடிவுக்கு வரமுடியும்' என்றாராம்.

யூனியன் பிரதேச கெஸ்ட்ஹவுஸில் எங்களது விவாதம் தொடர்ந்தது. 'பிரதமர் பதவியை ராஜினாமா செய்யச் சொல்லி இந்திராவுக்கு எதிர்ப்பு தெரிவித்த தோடு எதிர்க்கட்சிகள் நிறுத்திக்கொண்டிருக்கலாம். அதற்காகத் தெருவில் இறங்கிப் போராடியிருக்க வேண்டிய அவசியமில்லை' என்றார் தாஸ்குப்தா. 'ஜேபியைப் பொருத்தவரை தெருவில் இறங்கி முதலில் போராடியது இந்திரா தரப்புதானே தவிர எதிர்க்கட்சிகள் அல்ல. அரசு இயந்திரத்தைத் தவறாகப் பயன்படுத்தி டெல்லியில் ஊர்வலத்தை நடத்திக்காட்டியது இந்திராவின்

சகாக்கள்தான்' என்ற ஜேபியின் தரப்பு வாதத்தையே நான் முன்வைத்தேன். ஆனாலும் ஜேபியுடன் நான் முரண்படும் ஒரு விஷயத்தையும் சொல்ல மறந்துவிடவில்லை. 'ராணுவத்தையும் காவல்துறையையும் எந்த உத்தரவையும் மதிக்கவேண்டாம் என்று அவர் கேட்டுக்கொண்டது தவறானதுதான்' என்று ஒப்புக்கொண்டேன். எந்த உத்தரவு அதிகாரப்பூர்வமானது என்பதை முடிவு செய்வதில் எப்போதும் குழப்பம் இருப்பது இந்திய நிர்வாக அமைப்பில் உள்ள ஒரு பெரிய குறை.

ஜெகஜீவன் ராம், ஒய்.பி. சவான் ஆகியோரின் எண்ணங்கள் பற்றிப் பேச்சு திரும்பியது. மக்கள் இயக்கத்தைத் தொடர்ந்து நடத்துமாறு முன்னர் ஜேபியை ஊக்கப்படுத்தி வந்தவர்கள் தற்போது மாறிப்போய்விட்டார்கள். தலைமையின் பேச்சைக் கேட்டுக் கீழ்ப்படியும் அடிமைகளைப் போல ஆகிவிட்டார்கள். மனிதாபிமானமும் துணிச்சலும் கொண்ட நேர்மையான அரசியல்வாதிகள் கிடைப்பது நாட்டில் அரிதான விஷயமாகிவிட்டது.

'ஜேபியால் எதிர்க்கட்சிகளை ஒருங்கிணைக்க முடியுமா?' என்று கேட்ட தாஸ்குப்தா பதிலையும் தானே சொன்னார். 'அப்படிச் சொல்ல முடியாது. அது ஒரு பெரிய தலைவலி. அதே சமயம் ஜனநாயகம் மீண்டும் நாட்டில் பலம் பெற அவருக்கு வாய்ப்பு கொடுக்கப்படவேண்டும். சுதந்தரமான, நேர்மையான தேர்தல் நடைபெறும் பட்சத்தில் முடிவுகள் காங்கிரஸ் கட்சிக்குச் சவாலாகத்தான் இருக்கும்' என்றார்.

'இந்திராவுக்கு மாற்று யாராக இருக்க முடியும்? ஜேபி, மொரார்ஜி தேசாய்... வேறு யார்?' என்ற கேள்வியை தாஸ்குப்தா முன்வைத்தார். 'ஜனநாயகத்தில் எதையும் முன்னரே முடிவு செய்ய வேண்டிய அவசியமில்லை. நிச்சயம் யாராவது வருவார்கள். இந்த தேசம் எந்த ஒரு தனி நபரையும் சார்ந்து இருக்க முடியாது. அப்படி இருக்கும் பட்சத்தில் அது நாட்டின் நலனுக்கே ஆபத்தாக முடியும்' என்றேன் நான். ஜேபியே இந்திரா காந்தியை நேரடியாகப் பேச்சுவார்த்தைக்கு வருமாறு கேட்டுக்கொள்ள முடியும். ஷேக் அப்துல்லாவைப் பேச்சுவார்த்தையில் ஈடுபடச் செய்வதில் பிரதமருக்கு விருப்பம் இல்லை என்பது வெளிப்படையாகத் தெரிந்தது. பேச்சுவார்த்தைக்காக வேறு யாரையாவது அவர் பணிக்கக்கூடும். அது யாராக இருக்கக்கூடும் என்பதுதான் பெரிய கேள்விக்குறியாக இருந்தது.

ஆரம்பகட்டப் பணிகளை மேற்கொண்டு, உண்மை நிலையைக் கண்டறிந்து டெல்லிக்குத் தெரிவிப்பது மட்டும்தான் தாஸ்குப்தாவுக்குக் கொடுக்கப்பட்டிருந்த வேலை. அதற்குப்பின் பேச்சுவார்த்தைக்கான பரிசீலனைகளும் முடிவுகளும் உயர்மட்ட அளவில் மேற்கொள்ளப்படும். தன்னை வேறிடத்துக்கு மாற்றுவதில் ஜேபிக்குத் தற்போது இஷ்டமில்லை. இங்கேயே சந்தோஷமாக இருக்கிறார். ஜேபியை உத்தரப் பிரதேசம், பிகார் அல்லது வங்காளத்துக்கு மாற்றுவது எளிதான விஷயமல்ல. சம்பந்தப்பட்ட மாநில

முதல்வர்களை இந்திராவால் நம்பியிருக்க முடியாது. 'ஜேபியின் மனமாற்றத்துக்கு நிச்சயம் நீங்கள்தான் காரணம். உங்கள் மீது அவருக்கு நிறைய மதிப்பு இருக்கிறது. நீங்கள் கேட்டுக்கொண்டதன் பேரில்தான் உண்ணாவிரத முடிவை அவர் கைவிட்டார்' என்று தாஸ்குப்தா என்னைப் பாராட்டினார்.

அதே சமயம் டெல்லியில் என்ன நடந்துகொண்டிருந்தது என்பதைப் பற்றி தார் எழுதியிருக்கிறார். அதைப் பார்ப்போம்:

> அக்டோபர் 9 அன்று சுகதா தாஸ்குப்தா மீண்டும் ஜேபியைச் சந்தித்தார். இந்த முறை எதிர்பார்த்த பலன் கிடைக்கவில்லை என்றே சொல்ல வேண்டும். சந்திப்பின்போது மாவட்ட ஆட்சியர் இருக்கவேண்டும் என்று கேட்டுக்கொள்ளப்பட்டது. விதிகளின் படி யாராவது ஒருவர் கூட இருந்தாக வேண்டும். ஆனால் மாவட்ட ஆட்சியர் பக்கத்து அறைக்குச் சென்று தாழிட்டுக்கொள்ளவேண்டும் என்று ஏற்கெனவே முடிவு செய்யப்பட்டிருந்தது. சந்திப்பின் நோக்கம் பற்றி முழுவதும் தெரியாத ஜேபியோ தன்னைச் சந்திக்க ஷேக் அப்துல்லாவோ அல்லது மிசா மறுபரிசீலனைக் குழுவோ வரக்கூடும் என்ற எதிர்பார்ப்பில் இருந்தார்.
>
> எதிர்பார்த்ததற்கு மாறாக தாஸ்குப்தாவைப் பார்த்தவுடன் அவரால் ஏமாற்றத்தை மறைக்க முடியவில்லை. தனிமைச் சிறை அவரை விரக்தியில் தள்ளியிருந்தது. உயர்மட்டத்தில் இருந்து யாரும் தன்னைச் சந்திக்க வராததால் பேச்சுவார்த்தை மீதான நிஜமான அக்கறை பிரதமருக்கு இல்லை என்ற முடிவுக்கு அவர் வந்திருந்தார். தேர்தல் ஒன்று மட்டுமே சரியான தீர்வு என்பதை அடிக்கடிச் சொன்னார். தேர்தல் தேதி அறிவிக்கப் படாவிட்டால் நான் என்னதான் செய்யமுடியும் என்று சலிப்புடன் சொல்லிக்கொண்டிருந்தார். 'தேர்தல் நடைபெறாவிட்டால் தான் சிறையில் இருந்துகொண்டே படித்து, எழுதி, பொழுதைக் கழிப்பதே உத்தமம். தன்னைப் போன்றவர்களால் ஜனநாயக நாட்டில்தான் செயல்படமுடியும். ஜனநாயகம் இல்லாவிட்டால் அரசை எதிர்த்து ஒன்றும் செய்ய முடியாது' என்றார்.

பேராசிரியர் தார், தேர்தல் எப்போது நடக்கும் என்பது பற்றிய தன் கருத்துகளையும் எழுதியிருந்தார்.

> பொதுத்தேர்தல் 1976 ஜனவரி அல்லது பிப்ரவரி சமயத்தில் நடத்தப்பட வேண்டும். அப்படிச் செய்யும் பட்சத்தில் காங்கிரஸ் கட்சி நிச்சயம் வெற்றிபெறும். பொருளாதார வளர்ச்சி, விலைவாசி மேலே ஏறாமல் ஒரே நிலையில் இருப்பது, போராட்டம், ஸ்டிரைக், ஆர்ப்பாட்டம், ஊர்வலம் போன்ற தொல்லைகளிலிருந்து கிடைத்திருக்கும் விடுதலை போன்ற சாதக அம்சங்கள் எமர்ஜென்சியின் மூலமாகவே கிடைத்திருப்பதாக மக்கள் நினைக்கிறார்கள். எமர்ஜென்சி குறித்த ஆதரவான நிலை இருக்கும்

போதே தேர்தலை நடத்தி முடித்துவிடவேண்டும் என்று இந்திரா கவலைப் பட்டார். ஆனால் சஞ்சயும் அவரது சகாக்களும் தேர்தலை முடிந்தவரை ஒத்திப்போட்டு அதற்குள் தம் திட்டங்களை நிறைவேற்றிக்கொள்ளத் தயாராக இருந்தார்கள். சுதந்தரமான அதிகார மையமாகத் தன்னை ஆக்கிக்கொள்ளும் திட்டம் சஞ்சய் காந்தியிடம் இருந்தது. தேர்தலைத் தள்ளிப்போடுவதால் எமர்ஜென்சியால் கிடைக்கும் சாதக அம்சங்கள் இரட்டிப்பாக இருக்கும் என்று அவர்கள் எதிர்பார்த்தனர். அதன் காரணமாக தேர்தல் இன்னோர் ஆண்டு தள்ளிவைக்கப்பட்டது.

திரும்பவும் சண்டிகருக்கு வருவோம். தாஸ்குப்தாவின் வருகையும் அதைத் தொடர்ந்த விவாதங்களும் ஜேபியின் மனத்தில் ஒரு நம்பிக்கையை ஏற்படுத்தியிருந்தன. 'எப்படியும் எமர்ஜென்ஸி முடிவுக்கு வந்துவிடும். காங்கிரஸ் கட்சிக்குச் சரியான மாற்றை அடையாளம் கண்டாக வேண்டும். இல்லாவிட்டால் எமர்ஜென்சி போன்ற நிலைமை எதிர்காலத்தில் திரும்ப வரும். வாழ்நாளின் மீதியை எதிர்க்கட்சிகளை ஒன்று திரட்டுவதில் செலவிடவேண்டும்' என்று ஜேபி முடிவு செய்துகொண்டார்.

அக்டோபர் 6 அன்று அவரைச் சந்தித்தபோது அவர் இது குறித்துத்தான் பேசிக்கொண்டிருந்தார். தேர்தல் பற்றி ஏதாவது செய்திகள் உண்டா என்று என்னிடம் கேட்டார். 'தேர்தலைத் தள்ளிப்போடுவதை யாரும் நியாயப்படுத்த முடியாது. இந்திரா காந்தியே சகஜ நிலை இருப்பதாக ஒப்புக்கொண்ட பின்னர் தேர்தலை ஏன் அறிவிக்கக்கூடாது?' என்றார்.

எதிர்க்கட்சிகளை ஒருங்கிணைப்பது எந்த அளவுக்குச் சாத்தியம் என்பதைப் பற்றிப் பேசிக்கொண்டிருந்தோம். எதிர்க்கட்சிகள் எல்லோரும் இப்போது பிரிந்து நிற்கிறார்கள். எமர்ஜென்சி அவர்களை ஒருங்கிணைக்குமா? தேர்தல் அறிவிக்கப்பட்டு, சிறையிலிருந்து தான் விடுவிக்கப்பட்டால் இந்திராவைத் தோற்கடிக்கும் வழிகளில் இறங்கப்போவதாகச் சொன்னார். 'அந்தப் பெண்மணி தோற்கடிக்கப்படவேண்டியவர். இத்தனை காலம் நாட்டைச் சுரண்டியது போதும்' என்று ஆவேசப்பட்டார்.

'சிறுபான்மையினர், மதவாதிகள், இனவாதிகள் மத்தியில் இந்திரா பெரிய நம்பிக்கை நட்சத்திரம். சிறுபான்மையினர் எல்லோரும் பெரும்பான்மை யினர் ஆகிவிட்ட நிலையில் இந்திராவைத் தேர்தலில் தோற்கடிப்பது சாதாரண காரியமாக இருக்காது' என்று எதிர்க்கட்சிகளின் தற்போதைய நிலை பற்றிய எனது கருத்தை ஜேபியிடம் தெரிவித்தேன். ஜனசங்கத்துக்கு மதவாத முத்திரை இருக்கிறது. ஆர்.எஸ்.எஸ் தொடர்பு இருப்பதால் இந்துக்கள் அல்லாதோர் ஜனசங்கத்தை விரும்பமாட்டார்கள். ஜனசங்கத்தின் மொழிக்கொள்கையால் இந்தி பேசாத மாநிலங்களில் ஜனசங்கத்தின் மீது நம்பிக்கை இல்லை. நாடு முழுவதும் பழைய காங்கிரஸ் கட்சி இரண்டாகப் பிளவுபட்டிருக்கிறது. அதற்கு முக்கியமான காரணம் மொரார்ஜி தேசாயின்

மொழிக்கொள்கைதான். தமிழ்நாட்டில் நடந்த இந்தி எதிர்ப்புப் போராட்டங்கள் மொரார்ஜி தேசாயின் மொழிக்கொள்கையால் தீவிரமடைந்தது. காமராஜுடனான மோதல் தமிழ்நாட்டில் திமுக ஆட்சிக்கு வரக் காரணமாக இருந்தது. அதன் காரணமாகவே தென்னிந்தியா, இந்திராவின் வாக்கு வங்கியாக மாறிப்போனது. எமர்ஜென்சி பாதகங்கள் தென்னிந்தியாவைப் பாதிக்காமல் இருந்ததற்கும் அதுதான் காரணம்.

1965-ல் நடைபெற்ற இந்தி எதிர்ப்புப் போராட்டம் பற்றிப் பேச்சு திரும்பியது. தேவையின்றி இந்தியைத் திணித்ததுதான் சர்ச்சைக்குக் காரணமாகி விட்டது. அதைச் செய்யாமல் இருந்திருந்தாலே இந்தி தமிழ்நாட்டில் வளர்ந்திருக்கும். பள்ளி, கல்லூரி போன்றவற்றிலும் அதற்கு வெளியேயும் இந்தி படிப்பவர்கள் அதிகமாகிக்கொண்டுதான் இருந்தார்கள். இந்தியை ஆதரித்து வந்த ராஜாஜி போன்றவர்கள்கூட இந்தித் திணிப்பை எதிர்த்தார்கள். தமிழ் மொழியும் தமிழ்க் கலாசாரமும் இந்தியை விடப் பழமையானது. இந்தித் திணிப்பைத் தீவிரமாக முன்னெடுத்துச் சென்றதன் மூலம் மொரார்ஜி தேசாய் வட இந்தியாவில் பெரிய தலைவராக உருவெடுத்தார். ஆனால் தென்னிந்தியாவில் அவரது செல்வாக்கு செல்லாக்காசானது. மொழிக் கொள்கையில் மொரார்ஜி அப்படி ஒரு தீவிரம் காட்டியிருக்க வேண்டிய அவசியமில்லை. உண்மையில் தென்னிந்தியக் கலாசாரம் பற்றியும் மக்களின் மனோபாவம் பற்றியும் அவர் கணிக்கத் தவறிவிட்டார்.

ஜேபியின் மனத்தில் எதிர்க்கட்சிகளில் யாரையெல்லாம் ஒருங்கிணைக்கலாம் என்பது பற்றிய திட்டம் இருந்தது. பழைய காங்கிரஸ், பாரதீய லோக் தள் போன்றவற்றை உள்ளே இழுக்கலாம். ஜனசங்கத்தின் தொண்டர் படை குறுகிய காலத்தில் தேர்தலைச் சந்திக்கப் பெரிய உதவியாக இருக்கும். திமுக, சிரோமணி அகாலி தள் போன்றவையும் மாநில அளவில் வலுவான அடித்தளத்தை அமைத்துக்கொடுக்கும்.

ஜனசங்கத்தின் உண்மையான முகம் பற்றி ஜேபி பல்வேறு சந்தர்ப்பங்களில் தெரிவித்திருந்த கருத்துக்களை இப்போது படித்துப் பார்க்கும்போது வியப்பாக இருக்கிறது. 1968-ல் ஒரு பத்திரிகையில் அவர் எழுதியதைப் படிக்க நேர்ந்தது. 'மகாத்மா காந்தி கொலைக்குப் பின்னணியில் ஆர்.எஸ்.எஸ் இருந்தது என்ற குற்றச்சாட்டைத் தொடர்ந்து, அதை கலாசார, பண்பாட்டு இயக்கமாக ஏற்றுக் கொள்வதில் நிறைய எதிர்ப்புகள் உருவெடுத்தன. ஆர்.எஸ்.எஸ் உடனான தொடர்பை முறித்துக்கொள்ளும் வரை ஜனசங்கம், மதச்சார்பற்ற தன்மையை வலியுறுத்திப் பேசுவதை யாரும் பொருட்படுத்தமாட்டார்கள். அரசியல் கட்சியின் ஆலோசகராக இருக்கும்வரை ஆர்.எஸ்.எஸ் அமைப்பை கலாசார அமைப்பாக மட்டும் கருதவும் முடியாது' என்று ஜேபி எழுதியிருந்தார்.

கொள்கைரீதியாக ஏற்றுக்கொள்ள முடியாத ஓர் அமைப்போடு சேர்ந்து எமர்ஜென்சியை எதிர்த்து எப்படி ஓரணியில் திரளமுடியும் என்று ஜேபியிடம்

கேட்டேன். ஜனசங்கத்தோடு சேர்ந்து போராட வேண்டியதன் அவசியம் பற்றி ஜேபி விளக்க ஆரம்பித்தார். அவர் சொன்ன காரணங்கள் இரண்டு. முதல் காரணம், கம்யூனிஸ்ட்டுகளோடு சேர்ந்து பணியாற்றுவதில் ஜேபிக்கு ஆர்வமில்லை. 'கம்யூனிஸ்ட்டுகள் பிரிட்டிஷாரோடு இணைந்து பணியாற்றி னார்கள். இப்போது எமர்ஜென்சி சக்திகளோடும் அவர்கள் பணியாற்றிக் கொண்டிருப்பார்கள்' என்றார் ஜேபி. இரண்டாவது காரணம், ஆட்சிக்கு வரும் பட்சத்தில் மதவாத அரசியலில் ஈடுபடமாட்டோம் என்று ஜனசங்கம் எடுத்திருந்த உறுதிமொழி. ஜேபிக்கு ஜனசங்கத்தின் நேர்மை, உறுதி மீதெல் லாம் சந்தேகமில்லை.

'ஜனசங்கம் மதவாத அமைப்பாக நீண்டகாலத்துக்கு இருக்கப்போவதில்லை. அதன் பார்வையில் நிறைய மாற்றங்கள் வந்திருக்கின்றன. பின்னாளில் ஜனசங்கம் நிச்சயம் தேசியக் கட்சியாக உருவெடுக்கும்' என்பது ஜேபியின் எண்ணமாக இருந்தது. 'மொரார்ஜி தேசாயைப் பொருத்தவரை அவர் தனது தவறுகளை உணர ஆரம்பித்திருக்கிறார். இருபது ஆண்டுகள் நிர்வாகத்தில் இருந்ததை விடக் கடைசி ஐந்து ஆண்டுகள் எதிர்க்கட்சிகளோடு இருந்தபோது கற்றுக்கொண்டதுதான் அதிகம் என்று கடைசியாக என்னைச் சந்திக்கும்போது கூடச் சொல்லியிருக்கிறார். இந்தக் கட்சிகளெல்லாம் ஓரணியில் இணைந்து போராடுவதால் மட்டுமே ஜனநாயகத்தை மீட்டுக் கொண்டு வர முடியும்.'

எனக்கு ஜனசங்கத்தைப் பற்றிச் சந்தேகங்கள் இருந்தாலும் இதை இத்தோடு விட்டுவிடுவது நல்லது என்றே நினைத்தேன்.

21

நடந்தது என்ன?

அக்டோபர் 4 அன்று நடைபெற்ற இரவு விருந்தில் ராஷ்பாலைச் சந்தித்துப் பேச முடிந்தது. ஜெயில் சிங்கும் நானும் எதிர்பார்த்த சில விஷயங்கள் நடந்தன. ஆனால் ஷேக் அப்துல்லாவுக்கு ஜேபி எழுதியிருந்த கடிதம் இந்திராவைப் பின்வாங்கச் செய்துவிட்டது. ஆனாலும் தார் நம்பிக்கையோடு தொடர்ந்து முயற்சி எடுத்துக்கொண்டிருந்தார். இந்திராவும் அவருக்கு ஆதரவளிப்பது போல் தெரிந்தது. ஜேபியிடமிருந்து செய்திகளைச் சுமந்து வரும் தாஸ்குப்தாவின் பணியும் தொடரும். 'கூடிய விரைவில் பேச்சுவார்த்தை சம்பந்தப்பட்ட விஷயங்களில் நல்ல திருப்பு முனையை எதிர்பார்க்கலாம்' என்றார் ராஷ்பால். சஞ்சயின் சகாக்கள் ஜேபியுடனான பேச்சுவார்த்தைக்கு ஆதரவாக இல்லை என்றும் அதை எப்படியாவது தடுத்து நிறுத்துவதில் மும்முரமாக உள்ளனர் என்றும் அவர் பேச்சின் இடையே குறிப்பிட்டார்.

ஜேபிக்கு வந்த கடிதங்களிலிருந்து அவரது பிறந்த நாள் அக்டோபர் 11 என்று தெரிந்துகொண்டேன். அன்றைய தினம் நான் ஊரில் இருக்கப்போவதில்லை என்பதால் மொஹிந்தர் சிங்கை அழைத்து அக்டோபர் 11 அன்று ஜேபியைச் சந்தித்து மலர்க்கொத்து கொடுத்து அவர் சார்பிலும் என் சார்பிலும் பிறந்த நாள் வாழ்த்துகளைத் தெரிவிக்குமாறு கேட்டுக்கொண்டேன். மொஹிந்தர் சிங்கும் அதிகாலையிலேயே சென்று ஜேபியைச் சந்தித்து வாழ்த்துகளைக் கூறி பூச்செண்டு அளித்தார்.

அடுத்து வந்த சில நாட்களுக்கு ஏகப்பட்ட தந்திகள், வாழ்த்துச்செய்திகள் என்று தொலைதூரத்திலிருந்தும் ஜேபிக்கு வந்தபடியே இருந்தன.

அடுத்து, அக்டோபர் 13 அன்றுதான் ஜேபியைச் சந்திக்க முடிந்தது. அன்று விடுமுறை தினம் என்பதால் மதியத்துக்கு மேல் சென்றிருந்தேன். ஜேபி, டாக்டர் சுட்டானியுடன் தன் அறையில் பேசிக்கொண்டிருந்தார். ஜேபிக்கு வந்த மேலும் சில பிறந்த நாள் வாழ்த்துத் தந்திகளையும் கையோடு எடுத்துச் சென்றிருந்தேன். அவற்றைப் பார்த்ததும் சுட்டானிக்கு ஒரே ஆச்சரியம். அவருக்கு ஜேபியின் பிறந்த நாள் பற்றித் தெரிந்திருக்கவில்லை. ஆனால் நிலைமையைச்சமாளிக்க நினைத்தார். 'பிறந்த நாள் கொண்டாடுவது என்பது மேற்கத்திய கலாசாரம். மெழுகுவர்த்தி அணைத்து கேக் வெட்டிக் கொண்டாடும் பழக்கம் அங்கு சின்ன வயதிலிருந்தே இருக்கிறது. அதெல்லாம் நம் கலாசாரத்துடன் ஒத்து வராத பழக்கம்' என்றார் சுட்டானி. இடையே குறுக்கிட்ட ஜேபி, 'மொஹிந்தர் சிங் பூங்கொத்து கொண்டுவந்து கொடுத்தது மகிழ்ச்சியாக இருந்தது' என்றார். சிறிது நேரத்துக்குப் பின் சுட்டானி ஜேபியிடமிருந்து விடைபெற்றுக்கொண்டார். கிளம்பும்போது என்னைச் சுட்டிக்காட்டி, 'உண்மையான விருந்தினர் வந்துவிட்டார். இனி எனக்கு இங்கே என்ன வேலை?' என்று சொல்லியபடியே கிளம்பினார்.

தாஸ்குப்தாவின் வருகை பற்றி ஜேபியிடம் கருத்து கேட்டேன். 'பிரதமரிடமிருந்து தேர்தல் அறிவிப்பு வந்தால் இயக்கத்தை வாபஸ் பெற்றுக்கொள்வதாக இன்னொரு முறை அவரிடம் வலியுறுத்தியிருக்கிறேன். தேர்தல் வந்துவிட்டால் இயக்கத்தைத் தொடர்ந்து நடத்துவதில் எந்த அர்த்தமும் இருக்காது. இயக்கத்தைத் தொடர்வதாக நான் அறிவித்தாலும் என் பேச்சை யாரும் கேட்கமாட்டார்கள். ஒருவேளை தேர்தலை அறிவித்துவிட்டு எதிர்க்கட்சித் தலைவர்களைக் கடைசி நேரத்தில் விடுதலை செய்யவும் திட்டம் இருக்கலாம். அப்படிச் செய்தால் யாராலும் பிரசாரத்துக்குப் போக முடியாது. தேர்தல் நியாயமாகவும் ஒழுங்காகவும் நடைபெறாது' என்றவர் தாஸ்குப்தாவைப் பற்றிச் சொல்லும்போது அவர் தன் செய்திகளை டெல்லிக்குத் தெரிவிக்கும் தூதர் மட்டுமே என்று குறிப்பிட்டார். ஷேக் அப்துல்லா தன்னோடு பேச்சுவார்த்தைகளில் ஈடுபடுவதில் இந்திராவுக்கு இஷ்டமில்லை என்பதையும் தன்னால் புரிந்துகொள்ள முடிவதாகச் சொன்னார்.

பின்னர் பொதுவான விஷயங்களைப் பற்றிப் பேசிக்கொண்டிருந்தோம். மொழிப் பிரச்னைதான் நாட்டின் முக்கியமான பிரச்னை என்று நான் என் கருத்தைத் தெரிவித்தேன். 'மும்மொழித் திட்டத்தை வட இந்தியர்கள் முறையாகப் பின்பற்றுவதில்லை. வட இந்தியாவைப் பற்றித் தென்னிந்தியர்களுக்குத் தெரிந்த அளவுக்கு தென்னிந்தியாவைப் பற்றி வட இந்தியர்களுக்குத் தெரிவதில்லை. தெரிந்துகொள்ளவும் அவர்கள் முயற்சி செய்வ

தில்லை. மும்மொழித் திட்டத்தின் நிலை கேலிக்கூத்தானது. ஹரியானாவில் தெலுங்குதான் இரண்டாவது மொழி. அது குறித்து ஏனோ பஞ்சாபிகள் கோபப்படுகிறார்கள். உண்மையில் இரண்டாவது மொழியைத் தேர்ந் தெடுத்துப் படிப்பவர்கள் அங்கே மிகக் குறைவு. பஞ்சாப் பல்கலைக் கழகத்தின் தமிழ்த் துறையோ வெறிச்சோடிக் கிடக்கிறது' என்றேன். தமிழ், வங்காளம் ஆகியவற்றின் மொழி வளம் பற்றி ஜேபி சிலாகித்துப் பேசினார். பழைமை வாய்ந்த மொழிகளை ஒதுக்கிவிட்டு இந்தியைத் திணிப்பது புத்திசாலித்தனமான காரியமல்ல என்றார்.

அக்டோபர் 16. அன்றைய நெருக்கடிக் குழுக் கூட்டத்தில் பனோத் ஒரு கடிதத்தைக் கொண்டுவந்திருந்தார். பிகாரைச் சேர்ந்த உளவுத்துறை அதிகாரி ஒருவரிடமிருந்து வந்திருந்த கடிதம் அது. ஜேபியைச் சந்திப்பவர்கள் யார் யார் என்பது பற்றிய விவரங்களைக் கேட்டுக் கடிதம் எழுதப்பட்டிருந்தது. சந்திப்பு பற்றிய விவரங்களை யாரிடமும் பகிர்ந்துகொள்ள முடியாது. மத்திய அரசுக்கு அல்லது டெல்லி நிர்வாகத்துக்கு மட்டுமே அந்த விவரங் களைத் தெரியப்படுத்துவேன் என்று நான் உறுதியாகத் தெரிவித்தேன். அத்தகைய சந்திப்புகளின்போது காவல்துறை அதிகாரிகளை ஒதுக்கி வைப்பது குறித்துத் தான் அதிருப்தியோடு இருப்பதாக பனோத் தெரிவித்தார். ஹரியானா, டெல்லி, பஞ்சாப் போன்ற இடங்களில் சிஐடி அதிகாரிகள் மிசா கைதிகளுடனான சந்திப்பின்போது கூடவே இருப்பதாகவும் தெரிவித்தார். மாதுர் பதில் ஏதும் சொல்லவில்லை.

எமர்ஜென்சிக்கு எதிர்ப்பு தெரிவித்து எதிர்க்கட்சித் தலைவர்கள் அனைவரும் நவம்பர் இரண்டாம் வாரம் உண்ணாவிரதம் இருக்கப்போவதாக பஞ்சாப் சிஐடி போலீஸ் அனுப்பியிருந்த தகவலை பனோத் கூட்டத்துக்குத் தெரியப்படுத்தினார். 'ஜேபி உண்ணாவிரதம் இருக்கப்போவதாக யாரிடமோ சொல்லியிருக்கிறார். அதன்மூலம் தகவல் வெளியே கசிந்துள்ளது. எனவே யார் யாரோ ஜேபியைச் சந்திக்கிறார்கள் என்று தெரியவந்துள்ளது' என்றார் பனோத். 'முறையான அனுமதி இல்லாமல் யாரும் ஜேபியைச் சந்திப்பதற்குச் சாத்தியமே இல்லை' என்றேன் நான். இடையே குறுக்கிட்ட மாதுர், 'சந்திப்பு பற்றிய விஷயங்களில் பனோத் சம்பந்தப்படாததால், அது குறித்துக் கருத்து தெரிவிக்க அவருக்கு உரிமையில்லை' என்றார். தொடர்ந்து, ஜேபியை யார் யாரெல்லாம் சந்தித்தார்கள் என்பது பற்றிய விவரங்கள் அடங்கிய ஒரு கோப்பைத் தயார் செய்து மொஹிந்தர் சிங் தன்னிடம் சமர்ப்பிக்கவேண்டும் என்று உத்தரவிட்டார். சந்திப்பு பற்றிய விவரங்கள் அடங்கிய ஒரு கோப்பு ஏற்கெனவே தயாராக உள்ளது என்று நான் பதிலளித்தேன்.

அன்று மாலை ஜேபியைச் சந்தித்தபோது லோக் சங்கர்ஷ் சமிதி மீண்டும் ஆரம்பிக்கப்படப்போவதாக வரும் செய்திகளைப் பற்றிச் சொன்னேன். அதைக் கேட்டு ஜேபிக்கு மகிழ்ச்சி. அவருக்கு வந்த தந்திகளையும்

கொடுத்தேன். உச்ச நீதிமன்றத்தின் தீர்ப்பு தள்ளிப்போவது தனக்குக் கவலை அளிப்பதாக அவர் சொன்னார். இந்திராவிடமிருந்து வந்திருந்த கடுமையான அறிக்கைகளைப் படித்துவிட்டு, இப்போதைக்கு அரசியல் நிலைமையில் மாற்றத்தை எதிர்பார்க்க முடியாது என்று தான் நினைப்பதாகச் சொன்னார்.

ஜேபி இந்திராமீது கோபத்துடன் இருந்தார். 'மக்களை முட்டாளாக்குவதில் இந்திரா ஜெயித்துவிட்டார். அவர் தேர்தலை அறிவிக்கப்போவதில்லை. தேர்தலும் சுதந்தரமாக, நியாயமாக, நேர்மையான வழியில் நடைபெறப் போவதில்லை. 20 அம்சத் திட்டத்தில் இருக்கும் கவர்ச்சியெல்லாம் காணாமல் போய் மக்களுக்கு உண்மையான நிலவரம் தெரிய ஆரம்பித்துவிட்டது. 12 அம்சத் திட்டம் கூட வெறும் அரசியல் ஸ்டண்ட்தான்' என்றார்.

தேர்தல் சீர்திருத்தம் பற்றி ஜேபியிடம் கேட்டதற்கு அவரிடம் இருந்து சரியான பதில் இல்லை. ஜெர்மனியில் உள்ளது போன்ற அமைப்பு வேண்டும் என்று குறிப்பிட்டவர் அதற்காகச் செய்யப்பட வேண்டிய மாற்றங்கள் குறித்து ஏதும் சொல்லவில்லை.

அக்டோபர் 20 அன்று ஜேபியைச் சந்தித்தபோது, முதல்முறையாக தனக்கு அளிக்கப்பட்டு வரும் மருத்துவ சிகிச்சை பற்றிக் குறைப்பட்டுக்கொண்டார். 'அடிக்கடித் தொடரும் வயிற்றுவலியும் அதற்குத் தரப்படும் மருந்துகளும் போதுமானதாக இல்லை. பிரச்னை என்ன என்று மருத்துவர்களால் ஒரு முடிவுக்கு வரமுடியவில்லை. சிகிச்சை அளிப்பவர்கள் அனைவருமே ஸ்பெஷலிஸ்ட்டுகள் என்பதால் அவரவர்களின் பகுதியை மட்டுமே பரிசோதித்து அதற்கான சிகிச்சையை மட்டுமே அளிக்கிறார்கள். ஒட்டு மொத்தமாக உடலில் ஏற்பட்டிருக்கும் அலர்ஜியையும் அதன் பக்க விளைவு களையும் யாரும் கருத்தில் கொள்வதில்லை. அலோபதி மருத்துவத்தில் பக்க விளைவுகள் இல்லாத சிகிச்சை முறை கிடையாது. ஆனாலும் மேற்கத்திய மருத்துவ சிகிச்சைகளில்தான் எல்லோருக்கும் ஆர்வமிருக்கிறது' என்றார்.

ஜெய்ப்பூரில் இருக்கும் ஆயுர்வேத மருத்துவர் டாக்டர் பட் என்பவரின் உதவியை நாடும்படி சுட்டானியைத் தான் கேட்டுக்கொள்ளப்போவதாக ஜேபி சொன்னார். அலோபதி மருத்துவர்கள் அதை கௌரவக் குறைவாக எடுத்துக்கொள்ளக்கூடும் என்றேன் நான். 'அப்படி நினைத்துக்கொள்ளக் கூடாது. நமது நாட்டில் ஏராளமான மூலிகைகள் கிடைக்கின்றன. ஆயுர்வேத மருத்துவத்தின் அடிப்படையே மூலிகைகள் மூலம் சிகிச்சை அளிப்பதுதான். விலைமதிப்பற்ற மூலிகை வளத்தைப் பயன்படுத்திக்கொள்வதில் இங்கே யாருக்கும் ஆர்வமில்லை. சீனாவின் அக்குபஞ்சர் முறையில் அமெரிக்கர் களுக்கு ஆர்வம் உண்டு. ஆனால் நாம் நமக்கான மருத்துவ முறைகளையோ, மருந்துகளையோ பயன்படுத்துவதற்கு இன்னும் பழக்கப்படவில்லை' என்றார் ஜேபி.

ஜேபியைச் சந்தித்த வழக்கறிஞர் தார்க்குண்டே, உச்ச நீதிமன்றத் தீர்ப்பு 27 அக்டோபர் அன்று வரும் என்ற தகவலைத் தெரிவித்தார். 'மக்கள் பிரதிநிதித்துவச் சட்டத்தின் 39-வது விதியின் உட்பிரிவில் மாற்றம் செய்யப்படும். இந்திராவின் எம்.பி பதவி தக்கவைக்கப்படும். அதன் மூலம் பிரதமர் பதவிக்கு வரும் ஆபத்து முறியடிக்கப்படும். அதனால் இந்திரா முன்பைவிடப் பலம் பொருந்தியவர் ஆகிவிடுவார். அரசியல் அமைப்புச் சட்டத் திருத்தம் பற்றிய அனைவரது கருத்துக்களையும் உச்ச நீதிமன்றத் தலைமை நீதிபதி கேட்டு வருகிறார். அரசியல் அமைப்புச் சட்டத்தின் அடிப்படையில் செய்யப்படவேண்டிய மாற்றங்கள் பற்றிய பரிந்துரைகள் சட்ட வல்லுநர் குழுவுக்கு அனுப்பி வைக்கப்படப்போகின்றன' என்று தார்க்குண்டே தெரிவித்தார்.

உச்ச நீதிமன்றத்தில் சமர்ப்பிக்கப்பட்ட ஜேபியின் மேல்முறையீட்டு மனுவில் எந்த ஒரு முன்னேற்றமும் இருக்காது என்பது தார்க்குண்டேவின் எண்ணம். திறந்தவெளியில் நடக்க அனுமதி வேண்டும் என்ற கோரிக்கை நிறைவேறிவிட்டது. ஜேபியால் தனிமைச் சிறையில் இருந்துதான் இன்னும் விடுபட முடியவில்லை. காட்டேஜின் முதல் மாடியில் யாரையாவது தங்க வைக்கமுடியுமா என்று ஜேபி கேட்டுக்கொண்டார். நெடுந்தொலைவில் இருந்து உறவினர்கள் வருவதில் சிரமம் இருப்பதால், பிகாருக்கு மாற்றும் விஷயத்தில் ஜேபிக்கு இன்னும் இஷ்டம் இருந்தது. டெல்லியில் தாஸ்குப்தாவைச் சந்தித்து இது குறித்து ஏதாவது ஏற்பாடு செய்ய முடியுமா என்று கேட்கப்போவதாக தார்க்குண்டே கூறினார். ஜேபியை விடுதலை செய்து, உடனே தேர்தல் தேதியை அறிவிக்குமாறு கோரி நாடாளுமன்றத்தில் விவாதத்தைத் தாக்கல் செய்ய ஜனநாயகக் குடிமக்கள் சங்கம் தயாராக இருப்பதாகவும் அவர் தெரிவித்தார்.

அதற்குச் சில நாட்கள் முன்னதாக ஷேக் அப்துல்லா காங்கிரஸ் கட்சியைக் கடுமையாக விமர்சித்திருந்தார். ஜேபிக்கு இந்த விஷயம் தெரிய வந்தபோது சந்தோஷப்பட்டார். இந்திராவுக்கு அடங்கிப்போய்விடாமல் ஒரு சின்ன அதிர்ச்சியையாவது ஏற்படுத்த ஒரு மனிதராவது இருக்கிறாரே என்று ஜேபிக்கு மகிழ்ச்சி. 'ஷேக் ஒரு உண்மையான மனிதர். காஷ்மீரின் நலன் விஷயத்தில் அவரது நிலைப்பாடு வெளிப்படையானது. காஷ்மீர் இந்தியாவோடு இணைக்கப்படக்கூடாது என்பது அவரது எண்ணம். சிந்திப்பதிலும் செயல்படுவதிலும் தன்னிச்சையானவர். பேச்சுவார்த்தையில் ஷேக் அப்துல்லாவால் ஈடுபடமுடியாது என்பது முடிவாகிவிட்டது. இனி இந்திரா அவரை நம்ப மாட்டார். அவருக்கு முக்கியத்துவமும் கொடுக்க மாட்டார்' என்றார் ஜேபி.

இந்திராவின் இடத்தில் நீங்கள் இருந்து, உங்கள் இடத்தில் இந்திரா இருந் திருந்தால் என்ன செய்திருப்பீர்கள் என்று ஜேபியைக் கேட்டேன். ஜேபி

என்னிடமிருந்து அப்படி ஒரு கேள்வியை எதிர்பார்க்கவில்லை. ஆனாலும் பொறுமையாகப் பதிலளிக்க ஆரம்பித்தார்.

'இது ஒரு சிக்கலான கேள்வி. ஜனநாயகத்துக்கு எதிரான எந்த ஒரு விஷயத்தையும் நான் செய்திருக்க மாட்டேன். நல்லாட்சிக்கு ஜனநாயகம்தான் முக்கியம். சர்வாதிகார வழியில் செல்வது நிச்சயம் நன்மை தராது. எமர்ஜென்சியை விலக்கி, தேர்தல் அறிவிப்பை வெளியிட்டு, எதிர்க்கட்சித் தலைவர்களை உடனே சிறையிலிருந்து விடுவிப்பதன் மூலமாகத்தான் ஜனநாயகத்தை மீட்க முடியும். அதற்கான முழு முயற்சிகளிலும் பிரதமர் இறங்கியாக வேண்டும். ஆனால் அவரால் அதைச் செய்ய முடியுமா? அவருக்கு உண்மையிலேயே நல்லாட்சி மீதும் ஜனநாயகத்தின் மீதும் நம்பிக்கை இருக்கிறதா? எனக்குச் சந்தேகமாக இருக்கிறது!' என்றார் ஜேபி.

22. இந்திரா பின்வாங்குகிறார்

என்னதான் தாஸ்குப்தா, தார் போன்றவர்கள் பெரும் முயற்சி எடுத்து பேச்சுவார்த்தைக்கான ஆரம்பகட்ட ஏற்பாடுகளைச் செய்திருந்தாலும் பிரதமர் இந்திரா காந்தி எதிலும் நேரடியாகவோ அல்லது மறைமுக மாகவோ ஈடுபடவில்லை. அக்டோபர் 22 அன்று சில பிரச்னைகள் வந்தபோதுதான் இது தெளிவானது.

அலுவலகப் பணியில் மும்முரமாக இருந்த நேரத்தில் மாதுரிடம் இருந்து அழைப்பு வந்தது. உடனே அவர் அறைக்குச் சென்று பார்த்தேன். மாதுர் பதட்டத்தில் இருந்தார். கையில் ஒரு பழுப்பு கவர் இருந்தது. அதில் பெறுநர் பகுதியில் ஜேபியின் பெயர் இருந்தது. உறையின் மேல் அரசாங்க முத்திரை இருந்தது. 'இந்தக் கடிதம் டெல்லியிலிருந்து வந்திருக்கிறது. பிரதமரால் படிக்கப்பட்டு, அவர் முன்னிலையில் சீல் இடப்பட்டு அனுப்பி வைக்கப்பட்டிருக்கிறது. ஆகவே உறையைப் பிரிக்காமல் ஜேபியிடம் கடிதத்தைச் சேர்த்தாக வேண்டும்' என்றார். ஆனால், சிறை விதிகளின்படி கைதிகளுக்கு வரும் கடிதத்தில் என்ன எழுதப்பட்டிருக்கிறது என்பதை மாவட்ட மாஜிஸ்திரேட்டான என் கவனத்துக்கு வராமல் கைதியிடம் கொடுக்க முடியாது என்று நான் மறுத் தேன். 'இது பிரதமரின் தனிப்பட்ட உத்தரவு. உத்தரவைப் பின்பற்றுவதுதான் நம் கடமை' என்றார் மாதுர். உறையின் வெளிப்பக்கத்தில் அதற்கான

உத்தரவை எழுதி என்னிடம் கொடுத்தார். கையொப்பம் இட்டு வாங்கிக் கொண்டேன். உறைக்குள் இருக்கும் கடிதம் நிச்சயம் சரித்திர முக்கியத்துவம் வாய்ந்த ஒன்றாக இருக்கும் என்று தான் எதிர்பார்ப்பதாக மாதுர் தெரிவித்தார். உடன் இருந்த குப்தாவோ, அதில் முக்கியமான விஷயம் ஏதும் இருக்காது என்றார். கடிதத்தில் என்ன எழுதப்பட்டிருக்கும் என்பதே எங்களின் விவாதமாக இருந்தது.

அங்கிருந்து கிளம்பி சரியாக மதியம் ஒன்றரை மணிக்கு ஜேபியைச் சந்திக்கச் சென்றேன். காவல்துறையினரின் கண்ணில் படாதவகையில் அரசியல் அமைப்புச் சட்டப் புத்தகத்துக்குள் கடிதத்தை மறைத்து வைத்து உள்ளே எடுத்துச் சென்றேன். பத்து நிமிடங்கள் காத்திருந்தபின், பாத்ரூமிலிருந்து ஜேபி வெளியே வந்தார். முதல்முறையாக சட்டை இல்லாமல் வெறும் பைஜாமாவோடு அவரைப் பார்த்தேன். உடல் பலவீனமாக இருந்தது. என்னைப் பார்த்தவுடன் பனியனும் குர்தாவும் அணிந்துகொண்டார். அவரது சகோதரி அவரைப் பார்க்க வந்திருந்ததால் குளியல் தாமதமாகி மதிய உணவும் தாமதமாகிவிட்டதாகக் கூறினார்.

கடித உறையை அவரிடம் கொடுத்தேன். அதைக் கிழித்து கடிதத்தை அவரால் வெளியே எடுக்க முடியவில்லை. என்னிடம் கொடுத்து கிழித்து எடுக்கச் சொன்னார். கடிதத்தை வெளியே எடுத்தேன். மேலே லார்ட் ப்ராக்வே, எம்.பி என்று எழுதப்பட்டிருந்தது. பிரிட்டன் நாடாளுமன்ற உறுப்பினர், பிரபல லார்ட் ப்ராக்வேயிடம் இருந்துதான் ஜேபிக்குக் கடிதம் வந்திருந்தது. அவர் கிரிப்ஸ் கமிஷனில் உறுப்பினராக இருந்த காலத்தில் இருந்தே ஜேபியோடு நட்பு உண்டு என்று கேள்விப்பட்டிருக்கிறேன்.

கடிதத்தைப் பொறுமையாகப் படிக்க ஆரம்பித்த ஜேபி, படித்து முடித்தவுடன் ஒரு மெல்லிய புன்னகையுடன் என்னைப் பார்த்தார். ‘இது ஒரு முக்கியமான கடிதம். நீங்களும் படித்துப் பாருங்கள்’ என்றார். கடிதத்தின் பின் எழுதப்பட்டிருந்த பிரதமரின் உத்தரவைப் பார்த்துத் தயங்கினேன். ‘நான் இதைப் படித்து முடித்துவிட்டேன். இப்போது கடிதம் என்னுடையது, இனி பிரதமரின் உத்தரவு உங்களைக் கட்டுப்படுத்தாது. ஆகவே தாராளமாக இதனை நீங்கள் படிக்கலாம்’ என்றார் ஜேபி.

ஒரு விதத் தயக்கத்துடன் கடிதத்தைப் படிக்க ஆரம்பித்தேன். இந்தியா உடனான தனது தொடர்பையும், சுதந்தரப் போராட்ட கால அனுபவங் களையும், ஜேபியின் செயல்பாடுகளையும் நினைவுகூர்ந்த லார்ட் ப்ராக்வே, தற்போதைய எமர்ஜென்சி பற்றி வருத்தப்பட்டு எழுதியிருந்தார். இந்திய ஜனநாயகத்துக்கு ஏற்பட்ட அச்சுறுத்தலுக்குக் கவலை தெரிவித்ததோடு, இந்திராவுக்கும் ஜேபிக்கும் இடையேயான பிளவுதான் அதற்குக் காரணம் என்று சொல்லியிருந்தார். ‘இரு தரப்பும் பேச்சுவார்த்தைக்கு முன்வருவதன் மூலமாகத்தான் பிரச்னையைத் தீர்க்க முடியும். நேர்மைக்கும் மனிதாபி

மானத்துக்கும் பெயர் பெற்ற ஜேபி நடந்தவற்றை மறந்துவிட்டு இந்திராவுக்குப் போதுமான ஒத்துழைப்பு கொடுக்கவேண்டும். எமர்ஜென்சி அமுல்படுத்தப்பட்டதற்கும் அதைத் தொடர்ந்து நடைபெற்ற நிகழ்வுகளுக்கும் இந்திராவின் சார்பில் நான் மன்னிப்பு கேட்டுக்கொள்கிறேன்' என்று லார்ட் ப்ராக்வே எழுதியிருந்தார். 'இனி முடிவு எடுப்பது உங்கள் கையில்தான் இருக்கிறது. எத்தகைய உதவியையும் செய்ய நான் தயாராக இருக்கிறேன்' என்று கடிதத்தின் இறுதியில் குறிப்பிட்டிருந்தார்.

'இது ஒரு நல்ல கடிதம். இந்தியாவுக்காகவும் இந்திரா காந்திக்காகவும் பேச லார்ட் ப்ராக்வேக்கு உரிமை இருந்தது. அவர் நேரு குடும்பத்தின் நெருங்கிய நண்பர். இந்திய சுதந்தரத்துக்கு லார்டு ப்ராக்வேயின் உதவி முக்கியமானது. நான் ஏற்கெனவே என் முடிவைச் சொல்லி ஷேக் அப்துல்லாவுக்குக் கடிதம் எழுதிவிட்டேன். அதை உரியவரிடம் அனுப்பி வைக்கக்கூட பிரதமர் தயாராக இல்லை' என்றார் ஜேபி. ஊழல் எதிர்ப்பு இயக்கம் பற்றிக் கடிதத்தில் குறிப்பிட்டிருந்தது தொடர்பாக ஜேபியிடம் கேட்டேன். 'உண்மைதான். அதிகாரிகள் மட்டத்தில் ஒரு சிலர் நேர்மையாகத்தான் இருக்கிறார்கள். ஆனால் ஆட்சியில் இருக்கும் ஊழல்வாதிகளுக்காக அனுசரித்துப் போகவேண்டியிருக்கிறது. நேர்மையான தலைவர்களால் இங்கே நிச்சயம் சுதந்தரமாகப் பணியாற்ற முடியாது' என்றார் ஜேபி.

ஊழலை ஒழிக்க நிர்வாக அமைப்பில் மாற்றம் செய்வதற்கு இந்திரா தயாராக இல்லை என்ற ஜேபி, '1971 தேர்தலுக்கு முன்னர் லைசென்ஸ்களையும் பர்மிட்டுகளையும் அனுமதிப்பதன் மூலம் வந்து சேர்ந்த கமிஷன் தொகை கணக்கிட முடியாது ஒன்று. பிரதமர் நிச்சயம் ஊழலுக்குத் துணை போகிறார். அதிகாரிகளும் ஊழல் செய்யும்படி அமைச்சர்களால் கட்டாயப்படுத்தப்படுகின்றனர்' என்றார்.

வெளியே ஒரு சிலர் பேசிக்கொள்வதாக தார்க்குண்டே சொன்ன தகவலை ஜேபி என்னிடம் பகிர்ந்துகொண்டார். 'ஜேபி சிறைவாசி ஆனபின் ஊழலுக்கு எதிரான இயக்கம் முடங்கிவிட்டது. ஜேபி பணிந்து போய்விட்டார்' என்று சிலர் அவரது பரோல் மனுவையும் அவர் ஷேக் அப்துல்லாவுக்கு எழுதிய கடிதத்தையும் உதாரணம் காட்டிப் பேசியுள்ளனராம். தான் மாறிவிடவில்லை என்ற ஜேபி, ஷேக் அப்துல்லாவுக்குத் தான் எழுதிய கடிதத்தை இன்னொரு முறை எனக்குப் படித்துக் காட்டினார். 'இதில் எங்கே பணிந்து போயிருக்கிறேன்? பிகார் வெள்ள நிவாரண நடவடிக்கைகளில் ஈடுபடுவதற்காகவே பரோல் மனுவைச் சமர்ப்பித்தேன். மற்றபடி யாருக்கும் பணிந்து போய்விடவில்லை. அந்த மனுவைப் பரிசீலித்து என்னை பரோலில் அனுப்பியிருந்தால் ஒரு சமாதானத்துக்கு வந்திருக்க முடியும். என்னைச் சிறையில் அடைத்து வைத்திருக்கும் நிலையில் இந்திராவுக்கு நான் எப்படி ஒத்துழைப்பு கொடுக்க முடியும்? மக்கள் என்னை எப்படித் தவறாக நினைக்கலாம்?' என்றார்.

இதுதான் சரியான சமயம் என்று நான் குறுக்கிட்டேன். ‘நிச்சயம், மக்கள் அப்படி நினைக்க மாட்டார்கள். ஜேபிக்குப் பதவிமீது ஆசை இல்லை என்பது எல்லோருக்கும் தெரியும்’ என்றேன்.

பெருமூச்சு விட்ட ஜேபி தொடர்ந்தார். ‘தேர்தலைப் பற்றி எதுவும் சொல்லாமல் எப்படி என்னிடமிருந்து ஒத்துழைப்பை எதிர்பார்க்கிறார்கள்? என்னைச் சிறையிலிருந்து விடுவித்தபின் பேச்சுவார்த்தைக்கு ஏன் ஏற்பாடு செய்யக்கூடாது?’ என்றார். ப்ராக்வேயின் கடிதத்துக்கும் ஜேபி கேட்கும் கேள்விகளுக்கும் சம்பந்தமில்லை என்றே நான் நினைத்தேன். ஜேபிக்கு வந்திருக்கும் கடிதம் கிட்டத்தட்ட மறைமுகமாக எமர்ஜென்சிக்காக மன்னிப்பு கேட்கும் கடிதம். பேச்சுவார்த்தையைத் தொடர்வதால் நிச்சயம் நிறைய பலன்கள் கிடைக்கும் என்பதைத் திரும்பவும் ஜேபிக்கு எடுத்துச் சொல்லி, இரண்டொரு நாட்களில் பதில் கடிதம் எழுதுமாறு கேட்டுக்கொண்டேன். அவரும் சரி என்று ஒப்புக்கொண்டார்.

அலுவலகத்துக்குத் திரும்பி வந்து, மாதுர், குப்தா ஆகியோரைச் சந்தித்து ஜேபிக்கு வந்திருக்கும் கடிதம் பற்றியும் அதற்கு ஜேபியின் எதிர்வினை பற்றியும் விவரித்தேன். ‘ஜேபியுடன் சமாதானமாகப் போகவேண்டும் என்ற எண்ணம் இன்னும் இந்திரா காந்திக்கு இருப்பதாக நினைக்கிறீர்களா?’ என்று மாதுர் கேட்டார். ‘ஆம்! அப்படி இல்லை என்றால் எதற்காக இப்படி ஒரு கடிதம் இந்திரா காந்தியின் மூலமாக வரவேண்டும்?’ என்று நான் பதில் கேள்வி கேட்டேன். பேச்சுவார்த்தையில் எப்படியாவது பிரதமர் தலையிட வேண்டும். சுமுகமான சூழ்நிலை உருவாகவேண்டும். அப்போதுதான் காரியம் வெற்றி பெறும்.

அக்டோபர் 24 அன்று காலை ஒன்பதரை மணிக்கு ஜேபியைச் சந்திக்கும்போது, காலை உணவைத் தாமதமாக எடுத்துக்கொண்டிருந்தார். அவரது உடம்பில் இரண்டு கனமான கம்பளி ஆடைகள் இருந்தன. உடல்நிலை சரியில்லை என்றும் வயிற்றுவலி திரும்பவும் வந்திருப்பதாகவும் சொன்னார். அவருக்குத் தரப்பட்டிருந்த மாத்திரைகள் பக்க விளைவுகளை ஏற்படுத்தியிருந்ததால் உடம்பு வேர்த்துக் கொட்டியது. டெல்லிக்குச் சென்றிருந்த டாக்டர் சுட்டானியின் வருகைக்காகக் காத்திருந்தார். ஜெய்ப்பூர் ஆயுர்வேத மருத்துவர் பற்றிக் குறிப்பிட்டு, இது சம்பந்தமாக சுட்டானியிடம் பேசும்படி என்னைக் கேட்டுக்கொண்டார். ஆயுர்வேத சிகிச்சையே ஏமாற்றுவித்தை என்பது சுட்டானியின் கருத்து என்பதால் இது குறித்து நான் பேசுவது முறையாக இருக்காது என்றேன். டெல்லியில் நெஞ்சுவலி நிபுணராக இருக்கும் டாக்டர் ஷிவ்புரி, ஆயுர்வேத சிகிச்சை தவறானது என்று கூறியிருப்பதையும் ஜேபியிடம் சொன்னேன். யாராவது வெளிநாட்டு ஆசாமி ஆயுர்வேதத்தைப் பற்றி எழுதினால் மட்டுமே இந்த அலோபாதி மருத்துவர்களுக்கெல்லாம் அதன் அருமை தெரிய வரும் என்ற ஜேபி, இதுபோன்ற ஒரு வயிற்றுவலி தனக்கு

இதுவரை வந்ததே இல்லை என்பதையும் சொன்னார். உடன் இருந்த டாக்டர் கால்ரா தண்ணீரைக் கொதிக்க வைத்து அருந்தவேண்டும் என்றார். சமையல்காரரிடம் சொல்லி கொதிநீரை வாங்கி அதில் துளசி இலைகளைப் போட்டு ஜேபியிடம் கொடுத்தார்.

உடல் உபாதை காரணமாக, லார்டு ப்ராக்வேக்கு அனுப்ப வேண்டிய பதில் கடிதத்தை ஜேபியால் எழுதி முடிக்க முடியவில்லை. என்ன எழுதுவது என்ற முடிவுக்கும் அவரால் வரமுடியவில்லை. 'பிரதமருக்கு ஒத்துழைப்பு தருவ தாக நான் மட்டும் எப்படி எழுத முடியும்? மொரார்ஜி தேசாய், அசோக் மேத்தா போன்றோரையும் நான் கலந்து ஆலோசிக்க வேண்டுமே? எல்லோ ருமே சிறையில் இருக்கிறார்களே? இந்திரா காந்தியும் தன் நிலையை மாற்றிக் கொள்ளவில்லை. இந்த நேரத்தில் ஒத்துழைப்பு தருவதாக நான் எப்படி எழுத முடியும்?' என்றார்.

1973-ல் நடந்த சம்பவம் பற்றிப் பேச ஆரம்பித்தார். 1973-ல் குஜராத் இயக்கம் தொடர்பாக ஜேபியை இந்திரா காந்தி சந்தித்தார்.அப்போதுதான் பிகாரில் மக்கள் இயக்கம் ஆரம்பமான நேரம். 'ஜெயப்பிரகாஷ்ஜி, உங்கள் உதவி எனக்குத் தேவை' என்றார் இந்திரா. ஜேபிக்கு ஆச்சரியமாக இருந்தது. 'என்ன உதவி? எதற்காக உனக்கு உதவி செய்யவேண்டும்?' என்றார் ஜேபி. சுதாரித்துக்கொண்ட இந்திரா, 'யோசித்துவிட்டு பிறகு சொல்கிறேன்' என்று சொல்லி அங்கிருந்து சென்றுவிட்டார். மீண்டும் 1974 மார்ச்சில் இருவரும் சந்தித்தனர். பேச்சின் இடையே, 'நாட்டின் நிலைமை சரியில்லை. நீங்கள்தான் எதிர்க்கட்சித் தலைவர்களுக்கு நெருக்கமானவர். அவர்களை எல்லாம் சமாதானப்படுத்தி அவர்களுடைய ஒத்துழைப்பு எனக்குக் கிடைக்கும்படிச் செய்யவேண்டும். அதுதான் நீங்கள் எனக்குச் செய்ய வேண்டிய உதவி' என்றாராம் இந்திரா காந்தி.

நாட்டின் நிலை சரியில்லை என்பதில் எந்தச் சந்தேகமும் இல்லை. எதிர்க் கட்சித் தலைவர்களிடம் பேசி ஒரு முடிவெடுக்கலாம் என்று ஜேபியும் முயற்சி செய்தார். ஆனால் எதிர்பாராதவிதமாக அவரது உடல்நிலை மோச மானது. ராம்நாத் கோயங்காவுடன் தங்கியிருந்த ஜேபி, ஜனசங்கத்துக்குச் செய்தி அனுப்பி அடல் பிகாரி வாஜ்பாயுடன் பேச வேண்டும் என்றிருக்கிறார். ஜேபியை நேரில் சந்தித்த வாஜ்பாய், இந்திரா கேட்கும் ஒத்துழைப்பைக் கொடுப்பதாக ஒப்புக்கொண்டிருக்கிறார். எப்போதெல்லாம் இந்திராவுக்குப் பிரச்னை வருகிறதோ அப்போது மட்டுமே எதிர்க்கட்சிகளின் ஒத்துழைப் பைக் கேட்கிறார் என்று சொல்லியிருக்கிறார் வாஜ்பாய். 'அப்படி எல்லாம் நினைக்கவேண்டாம். தற்போது நாட்டின் நிலைமை உண்மையிலேயே சரியில்லை' என்று ஜேபி பதில் அளித்திருக்கிறார். 'கட்சியை விட நாடுதான் பெரிது. இந்திராவுக்கு ஒத்துழைப்பு கொடுக்க நாங்கள் தயார். என்ன செய்யவேண்டும் என்பதைச் சொல்லுங்கள்' என்று சொல்லியிருக்கிறார் வாஜ்பாய். வாஜ்பாயிடம் போதுமான விவரங்களைக் கொடுப்பதற்குக்

காலதாமதம் ஆகிவிட்டது. ஜேபிக்கு உடல்நிலை சரியில்லை என்றால் காந்தி அமைதிக் கழகத்துக்கு வந்து அவரைச் சந்திப்பது இந்திராவின் பழக்கம். இம்முறை கோயங்கா ஜேபியுடன் இருந்ததால் இந்திரா வரவில்லை. அதற்குள் நாட்கள் நகர்ந்துவிட்டன.

இதற்கிடையே புவனேஸ்வரில் இந்திரா பேசியபோது, 'ஜேபி ஓர் ஊழல் வாதி. ஊழல்வாதிகளோடு தொடர்புடையவர்' என்று பேசியிருக்கிறார். ஆனால் மறுநாளே, 'செய்தி தவறாக வந்துவிட்டது. அதற்காக நான் வருந்து கிறேன்' என்று இந்திரா அறிக்கை விடுத்தார். இந்திரா தான் பேசியதற்காக வருத்தப்பட்டதை தாஸ்குப்தாவும் உறுதிப்படுத்தினார்.

மீண்டும் லார்டு ப்ராக்வேயின் கடிதம் பற்றிப் பேசிக்கொண்டிருந்தோம். இந்திராவின் தூண்டுதலால் கடிதம் எழுதப்பட்டிருக்கும் என்பதைத் தன்னால் நம்ப முடியவில்லை என்ற ஜேபி, ஒருவேளை பி.கே. நேரு அல்லது வேறு யாராவது அப்படிச் செய்யத் தூண்டியிருக்கலாம் என்றார். எப்படி இருந்தாலும் சமாதானப் பேச்சுவார்த்தைகள் அனைத்தும் ப்ராக்வே தலைமை யிலேயே நடக்கும். கல்கத்தாவில் பிறந்து வளர்ந்ததால் அவருக்கு இந்தியர்களோடு நெருக்கமான உறவு இருந்தது. ஓரிரு நாளில் அவருக்கு ஒரு பதில் கடிதத்தை எழுதி முடித்துவிடுவதாக ஜேபி உறுதியளித்தார். கடிதத்தில் கடுமையான தொனி இருக்கவேண்டாம் என்று நான் கேட்டுக்கொண்டேன். சர்வதேசச் சமூகத்தின் ஆதரவு ஜேபிக்குத் தேவை. முக்கியமாக அமெரிக்கர் களைவிட இந்தியாவுக்கு நெருக்கமான பிரிட்டன் நாட்டவர்களின் ஆதரவு வேண்டும்.

அலுவலகத்துக்குத் திரும்பியதும், ஜேபியிடன் பேசிய விவரங்களை மாதுரிடம் தெரிவித்தேன். 'இந்திரா காந்தி பேச்சுவார்த்தையில் நம்பிக்கை யோடு இருப்பதுபோல் தனக்குத் தோன்றவில்லை என்று ஜேபி நினைக்கிறார். ஆகவே ஜி. பார்த்தசாரதி போன்றவர்களை அனுப்பி ஆக்கபூர்வமான முயற்சிகளைச் செய்தால் காரியம் தொடர்ந்து நடக்கும்' என்றேன். ஆனால் மாதுரோ, 'இந்திரா காந்தி வேறு மாதிரியல்லவா நினைக்கிறார்?' என்றார்.

அக்டோபர் 27 அன்று ஜேபியைப் பார்க்கச் சென்றபோது படுத்த படுக்கையாக இருந்தார். வயிற்று வலி அதிகமாகியிருந்தது. இரண்டு நாட்களாகச் சரியாகச் சாப்பிடவில்லை. அவரால் நடக்கவும் முடியவில்லை. டாக்டர் வாஹியும் டாக்டர் தல்வாரும் அப்போதுதான் பரிசோதனையை முடித்திருந்தனர். அவர்களால் எந்த ஒரு முடிவுக்கும் வரமுடியவில்லை. அலோபதி முறையால் தன்னை நிச்சயம் குணப்படுத்த முடியாது என்றார் ஜேபி. மீண்டும் ஒருமுறை ஜேபியைப் பரிசோதித்த டாக்டர் வாஹி, 'நீர் ஆகாரம் ஏதும் எடுத்துக் கொள்ளாததால்தான் பிரச்னை. ஆகவே சூப், ஜூஸ் போன்றவற்றை ஜேபி நிறைய உட்கொள்ளவேண்டும்' என்றார். ஜேபியின் இதயம் சீராக இருப்பதாகவும் ஆனால் நெஞ்சுவலிக்கான காரணத்தைச் சரியாகக்

கண்டுபிடிக்க முடியவில்லை என்பதையும் வாஹி சொன்னார். அன்று மாலை எக்ஸ்ரே எடுப்பதற்காக ஜேபியை அழைத்துக்கொண்டு போக இருப்பதாகவும் டாக்டர்கள் தெரிவித்தனர்.

வாஹியும் தல்வாரும் கிளம்பியபின், ஜேபி என்னிடம் பேசினார். பலவீன மாக உணர்வதாகச் சொன்னார். 'உடல்வலியைவிட மன உளைச்சல்தான் உங்களை அதிகமாகப் பாதிக்கிறது' என்றேன். மெல்ல சிரித்தவர், இந்திரா காந்தியிடமிருந்து தேர்தல் குறித்து எதாவது அறிவிப்பு வந்திருக்கிறதா என்று கேட்டார். இந்திரா, எதிர்க்கட்சிகள் 33 நாட்கள் மட்டுமே பிரசாரம் செய்ய அனுமதிப்பார் என்று தான் நம்புவதாகவும், நடந்தவற்றுக்கு எல்லாம் மக்கள் தன்னைத்தான் காரணமாகச் சொல்லப்போகிறார்கள் என்றும் புலம்பினார். 'அப்படி எல்லாம் நிச்சயம் நடக்காது. உண்மையில் மக்கள் உங்களுக்குத்தான் நன்றி தெரிவிப்பார்கள். பிரச்னை தற்போது கட்டுக்குள் வந்திருக்கிறது. லார்ட் ப்ராக்வேக்கு பதில் கடிதம் அனுப்பியபின் நிறைய மாற்றங்களை நீங்கள் எதிர்பார்க்கலாம்' என்றேன். தன்னால் எழுந்து உட்கார்ந்து கடிதத்தை எழுத முடியாவிட்டாலும், எப்படியும் நிச்சயம் எழுதி முடித்துவிடுவதாகச் சொன்னார்.

ஜேபியின் உடல்நிலையைக் கருத்தில் கொண்டு மருத்துவர்கள் குழு அவரை மீண்டும் ஸ்பெஷல் வார்டுக்கு மாற்ற முடிவு செய்தது. அக்டோபர் 30 அன்று இந்தச் செய்தியைத் தொலைபேசி மூலம் டாக்டர் சுட்டானி எனக்குத் தெரிவித்தார். உடனே பனோத்துக்கு விஷயத்தைத் தெரிவித்து, அதற்குத் தேவையான ஏற்பாடுகளைச் செய்யுமாறு கேட்டுக்கொண்டேன். விஷயம் டெல்லிக்கும் தெரியப்படுத்தப்பட்டது. ஏற்பாடுகள் தயாராக இருப்பதாக பனோத்திடமிருந்து செய்தி வந்ததும் மொஹிந்தர் சிங்கையும் டிஎஸ்பி கிஷன் லாலையும் அனுப்பி மருத்துவக் குழுவுக்கு உதவி செய்யுமாறு கேட்டுக் கொண்டேன். அன்று மாலை எழு மணிக்கு ஸ்பெஷல் வார்டில் ஜேபி சிகிச்சைக்காக அனுமதிக்கப்பட்டார். அத்தோடு அவரது ஒரு மாதத்துக்கும் மேலான கெஸ்ட்ஹவுஸ் வாசம் முடிவுக்கு வந்தது.

23

ஜே.பி.யைத் தீர்த்துக்கட்ட சதியா?

வயதானவர்களுக்கு வரும் சர்க்கரை நோய், இதய நோய் எனச்சகலமும் இருந்தும் ஜேபியின் உடல்நிலை ஆரோக்கியமாகவே இருந்தது. அதற்குக் காரணம் பி.ஜி.ஐயில் கிடைத்து வந்த தரமான சிகிச்சைகள்தாம். ஜேபியின் உடலில் ஏற்பட்டிருந்த நோய்க்கான காரணம் பற்றி இந்தியாவிலேயே பிரபலமான பி.ஜி.ஐயின் மருத்துவக் குழு பரிசோதித்து வந்தது. பேச்சுவார்த்தை சம்பந்தப்பட்ட நடவடிக்கை களுக்கும் ஜேபிக்குத் திடீரென்று ஏற்பட்டு இருந்த நோய்க்கும் ஏதோ ஒரு வகையில் தொடர்பு இருந்தது. தாஸ்குப்தா முதல் முறையாக ஜேபியைச் சந்தித்து விட்டுத் திரும்பிய மறுநாளிலிருந்தே ஜேபிக்கு நோயின் அறிகுறி ஆரம்பித்தது. பனோத் அப்போதே இதைக் கவனித்து என்னிடம் தெரிவித்திருந்தார். பி.ஜி.ஐ மருத்துவர்களிடம் விசாரித்தபோது அது குறித்துத் தீவிரமாக பரிசோதித்துக் கொண்டிருப்ப தாகத் தெரிவித்தனர். கடந்த ஒரு மாதத்தில் நோய் அதிக மாகி, கடுமையான வயிற்றுவலியும், மூத்திரப்பை யில் வீக்கமும் ஏற்பட்டிருந்தன.

அக்டோபர் 31. காமன்வெல்த் தலைமைச் செயலர் எஸ்.எஸ். ராம்பால் சண்டிகருக்கு வந்திருந்தார். சண்டிகர் விமானநிலையத்தில் அவரை வரவேற்கச் சென்றேன். ராஷ்பாலும் கூட வந்திருந்தார். அவரது நண்பர் மோனி மல்ஹோத்ராவும் வந்திருந்தார். ராம்பால், மோனியுடன்தான் தங்குவதாக ஏற்பாடு.

அன்றைய தினம் ராம்பால் தலைமையில் நடந்த பஞ்சாப் பல்கலைக்கழகப் பட்டமளிப்பு விழாவில் கலந்துகொண்டபின் நானும் பனோத்தும் ஜேபியைச் சந்திக்க ஸ்பெஷல் வார்டுக்குச் சென்றோம். ஜேபி தங்கியிருந்த இடம் சுத்தமாகவும் வெதுவெதுப்பாகவும் இருந்தது. பக்கத்து அறையை டைனிங் அறையாக மாற்றியிருந்தார்கள். உடல்நிலை தற்போது சீரடைந்திருப்பதாக ஜேபி தெரிவித்தார். அசுத்தமான குடிநீரைக் குடித்ததால் வயிற்றுவலி ஏற்பட்டிருக்கலாம் என்றும் அதற்கான சிகிச்சை தற்போது தரப்படுவதாகவும் சொன்னார். ஸ்பெஷல் வார்ட் அறை நல்ல வசதியுடன் இருப்பதாகச் சொன்னார். நாட்டு நடப்புகளைப் பற்றிச் சிறிது நேரம் பேசிக் கொண்டிருந்தோம். பேச்சின் இடையே உச்ச நீதிமன்றத் தீர்ப்பை எதிர் பார்த்துக் காத்திருப்பதாகக் குறிப்பிட்டார்.

பின்னர் நானும் பனோத்தும் டாக்டர் சுட்டானியைச் சந்திக்கச் சென்றோம். ஜேபிக்கு ஏற்பட்டிருந்த அலர்ஜிக்கு என்ன காரணம் என்று அவரிடம் கேட்டேன். 'ஜேபியை முழுவதுமாகப் பரிசோதித்தோம். ஆனாலும் எங்களால் ஒரு முடிவுக்கு வரமுடியவில்லை. மன உளைச்சலின் காரணமாக அவர் சாப்பிடாமல் இருந்திருந்தால்கூட நோய் வருவதற்கு வாய்ப்பு உண்டு' என்றார் சுட்டானி. ஜேபியின் அப்பீல் மனுவை விசாரித்த உச்ச நீதிமன்றம், அதன் மீதான விசாரணையை நவம்பர் 15-க்கு ஒத்தி வைத்திருந்தது. அது கூட அவரது மன உளைச்சலுக்குக் காரணமாக இருக்கலாம் என்றேன் நான்.

அன்று காலை எஸ்.என். பிரசாத் ஜேபியைச் சந்திக்க வந்திருந்தார். கூடவே சில புத்தகங்களையும் கடிதங்களையும் கொண்டு வந்திருந்தார். கங்கா சரண் சின்ஹா, ராஜேஷ்வர் பிரசாத்தின் மகன் மிருத்யுஞ்சய் பிரசாத் ஆகியோர் எழுதிய கடிதங்கள் அவை. மிருத்யுஞ்சய், ஜேபியின் மனைவியின் சகோதரியின் கணவர் *(சகலை).*

மாலையில் ராஷ்பால் வீட்டில் ஏற்பாடு செய்யப்பட்டிருந்த ஒரு விருந்தில் கலந்துகொண்டேன். சுந்தரமும் கூட இருந்தார். ராம்பாலும் மோனி மல்ஹோத்ராவும் சீக்கிரமாகவே கிளம்பிவிட்டனர். ராஷ்பாலிடம் டெல்லி வட்டார நடவடிக்கைகள் பற்றிப் பொதுவாக விசாரித்தேன். டெல்லியில் இருந்து தற்போது வேறு மாதிரியான செய்திகள் வருவதாகச் சொன்னவர், ஜேபியுடனான சமாதானப் பேச்சுவார்த்தை விஷயத்தில் இந்திரா காந்தி தீவிரமாக இருப்பதாகவும், அது சஞ்சய் காந்தி வட்டாரத்தில் அதிருப்தியை ஏற்படுத்தி இருப்பதாகவும் செய்திகள் வருவதாகச் சொன்னார். ஜேபி எழுதியிருந்த கடிதத்தின் தணிக்கை செய்யப்பட்ட பகுதி ஷேக் அப்துல்லா/ வைச் சென்று அடைந்ததாகவும் அதைப் படித்துவிட்டு ஷேக் வருத்தத்தில் இருப்பதாகவும் சொன்னார். ஜேபியிடம் பேசுவதற்கு தாஸ்குப்தா திரும்பவும் வரக்கூடும்; ஜேபியை கோவாவுக்கு இடமாற்றம் செய்யவும் உத்தரவு வரக்கூடும் என்றார் அவர். லார்ட் ப்ராக்வேயிடமிருந்து வந்திருந்த கடிதம் பற்றி அவருக்கு ஒன்றும் தெரிந்திருக்கவில்லை. ஒரு வேளை இந்திரா

காந்தியின் நேரடி மேற்பார்வையில் அந்தக் கடிதம் ரகசியமாக ஜேபிக்கு அனுப்பி வைக்கப்பட்டது ஒரு காரணமாக இருக்கலாம்.

டெல்லியிலிருந்து தார்க்குண்டே என்னைத் தொடர்புகொள்ள முயற்சிசெய்து, முடியாமல் போகவே, என் உதவியாளரிடம் ஒரு தகவலைத் தெரிவித்திருக்கிறார். நவம்பர் 3 அன்று அவரும், மகாராணி மொஹிந்தர் கவுரும் ஜேபியைச் சந்திக்க சண்டிகருக்கு வருவதாகத் திட்டம். டெல்லி உயர் நீதிமன்றத்தின் உத்தரவுக்குப்பின் மகாராணியை ஜேபியின் நண்பர்கள் வரிசையில் சந்திக்க அனுமதி கொடுத்தாக வேண்டும். ராஷ்பாலிடம் மகாராணி பற்றிய விவரங்களைக் கேட்டேன். 'அவர் காங்கிரஸ் (ஓ) கட்சியின் தலைவர். எமர்ஜென்சிக்குப்பின் கைது செய்யப்பட்டு இந்திராவின் தலையீட்டின் பேரில் விடுவிக்கப்பட்டவர்' என்றார். மஹாராணியின் நெருங்கிய உறவினர்கள் இந்திரா காந்தியின் ஆதரவாளர்கள் என்பதால் அவர் விடுவிக்கப்பட்டார் என்பதையும் ராஷ்பாலிடமிருந்து தெரிந்துகொள்ள முடிந்தது. ராஷ்பால் மறுநாள் மகாராணியைச் சந்திக்கப்போவதாகவும், திரும்பி வந்தபின் பேசுவதாகவும் தெரிவித்தார்.

மறுநாள் வழக்கறிஞர் கன்வல்ஜித் சிங் மூலமாக டெல்லி உயர் நீதிமன்ற உத்தரவின் நகலை மகாராணி அனுப்பி வைத்தார். மாதுரிடம் இது குறித்து ஆலோசனை கேட்டபோது அவர் வழக்கம்போல் ஒத்துழைக்கவில்லை. 'எந்த மகாராணியும் ஜேபியைச் சந்திக்க அனுமதிக்கக் கூடாது. அந்த வழக்கறிஞர் தார்க்குண்டேவைக்கூட அனுமதிக்கக்கூடாது' என்றார். 'எந்த விதிகளின்படி அனுமதிக்காமல் இருக்க முடியும்?' என்றேன். 'நீங்களே ஒரு விதியை வகுத்துக்கொள்ளுங்கள்' என்று சட்டென்று அவரிடமிருந்து பதில் வந்தது. நடைமுறையில் இருக்கும் விதிகளின் படி தார்க்குண்டேவை அனுமதிக்கலாம். ஆனால் மகாராணியை அனுமதிப்பது குறித்து முடிவெடுப்பதில்தான் சிக்கல். பி. பி. நாயரிடம் இது குறித்துப் பேசுவதாக மாதுர் தெரிவித்தார். டெல்லி நிர்வாகத்தின் சிறப்புச் செயலராக இருந்த ஷைலஜா சந்திராவைத் தொடர்புகொண்டேன். 'சந்திப்பு குறித்த உயர் நீதிமன்றத்தின் உத்தரவு எல்லோருக்கும் அனுப்பிவைக்கப்பட்டுள்ளது. மத்திய அரசுக்கும் தெரிவிக்கப்பட்டு உள்ளது' என்று அவர் தெரிவித்தார். குர்காவோனில் மாவட்ட ஆட்சியராக இருந்த எம்.கே. மிக்லானியையும் தொடர்பு கொண்டேன். உயர்நீதிமன்ற உத்தரவு அவருக்குக் கிடைக்கவில்லை என்பதைத் தெரிவித்த அவர், ஏதாவது சாக்கு போக்கு சொல்லி சந்திப்பு நடக்காமல் தட்டிக்கழித்துவிட ஆலோசனை கொடுத்தார்.

இதற்கிடையே ராஷ்பாலும் மகாராணியும் தொலைபேசியில் பேசினர். ஜேபியுடனான சந்திப்பு குறித்து மகாராணியைச் சிறிது நாட்கள் காத்திருக்கு மாறு கேட்டுக்கொண்டேன். அதற்குள் பிரச்னைக்கு ஒரு வழி கிடைத்துவிடும் என்றேன். ஆனால் என்னை மேலும் சங்கடப்படுத்த அவர் விரும்பவில்லை.

ஜேபியைச் சந்திக்கும் மனுவைத் திரும்பப் பெற்றுக்கொள்வதாகக் கூறிவிட்டார்.

நவம்பர் 3, தீபாவளி தினம். தார்க்குண்டே ஜேபியைச் சந்திக்க வந்திருந்தார். தன்னை வரவேற்க விமான நிலையத்துக்கு வந்திருந்த மகாராணியை வீடுவரை சென்று விட்டுவிட்டு வருவதற்கு அவருக்கு நேரமாகிவிட்டது. ஜேபியை அவரது நண்பர்கள் சந்தித்துப் பேச அனுமதிப்பது குறித்து அவர் என்னிடம் கேட்டார். அது குறித்து டெல்லியிடம் விளக்கம் கோரப்பட்டுள்ளது என்று பதில் சொன்னேன். 'ஜேபியின் அப்பீல் மனு உச்ச நீதி மன்றத்தில் நவம்பர் 15 அன்று விசாரணைக்கு வருகிறது. டெல்லி, அலகாபாத் அல்லது லக்னோவுக்கு மாற்றம் செய்வது பற்றி கோரிக்கை விசாரிக்கப்பட உள்ளது. சண்டிகரில் குடிநீர் சரியாக இல்லை என்பதால் ஜேபியை இடமாற்றம் செய்யவேண்டும் என்பதையும் மனுவில் சேர்த்திருக்கிறோம். மனு தள்ளுபடி செய்யப்பட்டால், அவருடன் கூடத் தங்க இரண்டு பெயர்களைப் பரிந்துரை செய்ய வேண்டியிருக்கும்' என்றார்.

ஜேபியைச் சந்தித்து என் தீபாவளி வாழ்த்துகளைத் தெரிவித்துக்கொண்டேன். லார்ட் ப்ராக்வேக்கு எழுதவேண்டிய பதில் கடிதத்தை அவர் இன்னும் எழுதி முடிக்கவில்லை. நவம்பர் 14 அன்று சங்கர்ஷ் சமிதி தொடங்கப்போகும் உண்ணாவிரதம் மற்றும் சத்தியாக்கிரகப் போராட்டம் பற்றிப் பேசிக் கொண்டிருந்தார். போராட்டத்தைக் கடைசிவரை தொடர்ந்து நடத்துவதுதான் அவர்களது திட்டம். சுதந்தரப் போராட்டத்தின் போது காந்திஜியின் யோசனைப்படி அவர்கள் செயல்பட்டு வந்தனர். தற்போது எமர்ஜென்சியை எதிர்த்து அவர்கள் களத்தில் இறங்கியிருப்பது நல்ல அறிகுறி என்ற ஜேபி, தேர்தல் பற்றி இந்திரா காந்தி வாயே திறக்காதது ஆச்சரியமாக இருக்கிறது என்றார். 'இந்த நிலைமை தொடர்ந்து நீடிக்காது. பொருளாதார மந்த நிலை மோசமாகி வருகிறது. அரசியல் ஸ்டண்ட் மூலம் இந்திரா ஆட்சிக்கு வந்திருக்கிறார். ஆனால், திரும்பவும் அவரே பதவிக்கு வரவும் வாய்ப்புண்டு. அமெரிக்காவில் அதிபர் நிக்சன் ஏழு ஆண்டுகள் மக்களை ஏமாற்றியதுபோல் இங்கேயும் நடக்கும்' என்றேன்.

'இந்திராவுக்கு ஏன் பதவி ஆசை அதிகமாக உள்ளது? அதிகாரத்தைக் கையில் வைத்துக்கொண்டு அவர் என்ன செய்யப்போகிறார்? ஜனநாயகத்தை வெறுக்கும் ஒரு நபரால் எப்படி தேச நன்மைக்காகப் பாடுபட முடியும்?' ஜேபியிடமிருந்து மளமளவென்று கேள்விகள் வந்து விழுந்தன. 'ஜனாதிபதி தேர்தலில் காங்கிரஸ் கமிட்டியின் முடிவை எதிர்த்து, சஞ்சீவ ரெட்டியை ஆதரிக்காமல் மறைமுகமாக வி.வி. கிரியை ஆதரித்ததன் மூலம் அரசியலில் நம்பகத்தன்மை இல்லாதவர் என்பதை நிரூபித்தவர். பதவிக்காக எதையும் செய்யத் துணிந்தவர். இந்திரா ஆணவமும் கோபமும் கொண்ட பெண் என்று நேருவே கூறியிருக்கிறார். நேருவுக்குப்பின் இந்திராவே பிரதமர் ஆக

வேண்டும் என்ற செய்தி திட்டமிட்டு காங்கிரஸ் வட்டாரத்தில் பரப்பட்டது. இது குறித்து சாஸ்திரியிடம் நான் பேசிக்கொண்டிருந்தபோது, பண்டிட்ஜி ஒரு வார்த்தை சொல்லியிருந்தால் பிரதமர் பதவியை நான் ஒப்புக்கொண்டிருக்கவே மாட்டேன் என்றார் சாஸ்திரி. எதிர்பாராதவிதமாக சாஸ்திரி மறையவே, நிலைமை மாறிவிட்டது' என்றார் ஜேபி.

தொடர்ந்தார். 'நேருவுக்குச் சரியான அரசியல் அடித்தளம் கிடையாது. வசதியான குடும்பத்தைச் சேர்ந்தவர். சொகுசு வாழ்க்கை வாழ்ந்தவர். மோதி லால் நேருவின் மகன். இங்கிலாந்தில் படித்து வளர்ந்த மேதை. இந்தியா வுக்குத் திரும்பி வந்தபின் குடும்பப் பின்னணி காரணமாகத்தான் அரசியலில் உச்சத்துக்கு வந்தார். நேருவுக்கு அடித்தட்டு மக்களின் வாழ்க்கையும் அவர்கள் படும் கஷ்டங்களும் தெரியாது. விதிவசத்தால் இந்தியாவின் எதிர் காலத்தையே மாற்றி அமைக்கும் பொறுப்பு அவரிடம் வந்து சேர்ந்தது. மகாத்மா சொன்னது போல் உண்மையான இந்தியா கிராமங்களில்தான் இருக் கிறது என்பதை நேரு புரிந்துகொள்ளத் தவறியதால்தான் அவருக்குத் தோல்வி ஏற்பட்டது. நேரு அளவுக்குக்கூட இந்திராவுக்கு கிராம வாழ்க்கை குறித்துப் பரிச்சயமில்லை. அவருக்குத் தரையில் கால் பாவுவதே கிடையாதே. காக்காய் பிடிப்பவர்களும், துதிபாடுபவர்களும், தகிடுதத்தம் செய்பவர்களும்தான் அவருக்கு வேண்டும்.'

சர்தார் படேல் இன்னும் சில காலம் உயிரோடு இருந்திருந்தால் நன்றாக இருந்திருக்கும் என்றேன் நான். 'ஆம். படேல் இன்று இருந்திருந்தால் நிலைமையே வேறு மாதிரியாக இருந்திருக்கும். நேருவுக்கு பதிலாக படேல் பிரதமர் ஆகியிருந்தால் இந்தியாவின் எதிர்காலமே மாறியிருக்கும்' என்றவர், 'பிரதமர் யார் என்பதை முடிவு செய்யும் பொறுப்பு காந்திஜிக்கு வந்தபோது அவர் நேருவைத் தேர்ந்தெடுத்தார். படேல் குஜராத்தைச் சேர்ந்தவர், தன் ஆதரவாளர் என்பதாலேயே காந்திஜி அவருக்கு வாய்ப்பளிக்க மறுத்து விட்டார். படேல் மறைந்தபோது அவருக்கு வயது 79' என்றார்.

திரும்பவும் எமர்ஜென்சி பக்கம் பேச்சு திரும்பியது. 'நாட்டில் அநியாயங்கள் நடைபெறும்போது என்னால் அமைதியாக இருக்க முடியாது. பொது வாழ்க்கைக்கு வந்தபின் அமைதியாக இருப்பதில் அர்த்தமில்லை. அது சாத்தியமும் இல்லை. நடுத்தர வர்க்கக் குடும்பங்கள்தான் நாட்டின் தலை யெழுத்தை நிர்ணயிக்கின்றன. அவர்கள் கோழைகளாகவும் அநீதியை எதிர்க் காதவர்களாகவும், மௌனமாகிவிட்டால் நாட்டை யார் காப்பாற்றுவது? எல்லாவற்றுக்கும் அரசை நம்பி இருப்பவர்களால் ஆட்சியாளர்களை எதிர்க்கவே முடியாது' என்றார் ஜேபி. அவரது கருத்தை நான் மறுத்துப் பேசினேன். '90 சதவிகித மக்களுக்கு எமர்ஜென்சியின் தீவிரமும் அதன் அவல நிலையும் நன்றாகவே தெரியும். அவர்கள் மௌனமாக இருப்பது போல் தோன்றலாம். ஆனால் தக்க சமயத்துக்காக அவர்கள் காத்திருக்கிறார்கள் என்பதுதான் உண்மை' என்றேன்.

தொடர்ந்தேன். 'இந்திராவின் ஆதரவாளர்கள் படிப்பறிவில்லாத பாமரர்கள். இந்திராவின்மீது இனம் புரியாத ஈர்ப்பில் இருக்கிறார்கள். அவர்களை எளிதாக ஏமாற்ற முடியும். முழு உண்மையும் அவர்களுக்குத் தெரியவர நேரமாகும். உண்மை வெளிவரும்போது இந்திராவின் வீழ்ச்சி ஆரம்பமாகிவிடும்' என்றேன். நீண்ட பெருமூச்சுக்குப்பின் ஜேபி, 'எனக்கு நம்பிக்கையில்லை. இதுவரை நாட்டில் ஏதாவது நல்லது நடந்திருக்கிறதா?' என்றார். 'சரியான நேரத்தில் சரியான விஷயங்கள் நடக்கும். இந்த நெருக்கடியான நிலைமை நாட்டுக்கு நல்லதுதான். சுதந்தரமும் ஜனநாயகமும் மக்களுக்கு எளிதாகக் கிடைத்துவிட்டதால், அதன் அருமை தெரியாமலேயே போய்விட்டது. ரத்தம் சிந்திப் பெறப்படும் விஷயம்தான் கடைசிவரை நிலைக்கும். ரத்தம் மட்டுமே நம்முடைய அமைப்பைச் சுத்தப்படுத்தும். தண்ணீரால் அதைச் செய்ய முடியாது. மக்களுக்கு அதிர்ச்சி வைத்தியம் வேண்டும். அதுதான் எமர்ஜென்சி' என்றேன்.

அன்றைய தினம் மதியம் வீட்டில் சாப்பிட்டுக்கொண்டிருந்தபோது என் மூன்று வயது மகள் மடோனா திடீரென்று 'புரட்சி ஓங்குக!' (இன்குலாப் ஜிந்தாபாத்!) என்று கோஷம் எழுப்பினாள். எங்கிருந்து இந்த கோஷத்தைக் கற்றுக்கொண்டாள் என்று எனக்குத் தெரியவில்லை. ஆனாலும் மனத்துக்குள் ஏதோ ஒரு நல்லது நடக்கப்போகிறது என்று நினைத்துக்கொண்டேன்.

நவம்பர் 4. அன்றைய நெருக்கடிக் குழுக் கூட்டத்தில் ஜேபியைச் சந்திக்க அவரது நண்பர்களை அனுமதிப்பது குறித்து பேசினோம். மாதுர் பி.பி. நாயரைத் தொடர்புகொள்ள முயற்சி செய்தார். அவர் வெளியூரில் இருந்ததால் அவரது உதவியாளர் வாசுதேவனிடம் பேசினார். டெல்லி உயர் நீதி மன்றத்தின் உத்தரவை எதிர்த்து உச்ச நீதிமன்றத்தில் அரசு சார்பில் அப்பீல் மனு தாக்கல் செய்யப்பட இருப்பதாக வாசுதேவன் தெரிவித்தார். அதுவரை சந்திப்புகளை அனுமதிக்கலாமா என்று மாதுர் கேட்டதற்கு அதை மாவட்ட மேஜிஸ்திரேட்தான் முடிவுசெய்யவேண்டும் என்று பதில் வந்தது. தொலை பேசியை வைத்தபின், மாதுர் சிரித்தபடியே 'நம் மாவட்ட மேஜிஸ்திரேட் தன் முடிவை அரசு விருப்பத்துக்கு ஏற்றவாறு எடுக்கட்டும்' என்றார்.

நவம்பர் 14 முதல் சங்கர்ஷ் சமிதி உண்ணாவிரதப் போராட்டங்களை மேற்கொள்வது உறுதி ஆனது. ஜேபியும் உண்ணாவிரதம் இருக்கக்கூடும் என்று எதிர்பார்க்கப்பட்டது. 'அப்படி எல்லாம் இருக்காது. சண்டிகரில் சங்கர்ஷ் சமிதியின் போராட்டத்தால் எந்த ஒரு பாதிப்பும் இருக்காது' என்றார் பனோத். ஜேபி நிச்சயம் உண்ணாவிரதம் இருக்கமாட்டார் என்பது அவரது கருத்து. 'உண்ணாவிரதம் இருக்கும் அளவுக்கு ஜேபிக்கு மனதிடமோ, துணிச்சலோ கிடையாது' என்றார் பனோத். இடையே குறுக்கிட்ட மாதுர், 'அப்படியே ஜேபி உண்ணாவிரதம் இருந்து அவர் செத்துப்போனாலும் நாம்தான் அவருக்கு இறுதி மரியாதை செய்தாக வேண்டும். மக்கள் அவரை

எப்போதோ மறந்துவிட்டார்கள்' என்று சொல்லிச் சிரித்தார். சரியான கோமாளிகள் என்று இருவரையும் நினைத்துக்கொண்டேன். சிரிப்பவர்கள் சிரிக்கட்டும். ஆண்டவன் அருளால் உண்மை வெளியே வரத்தான் போகிறது. இருட்டு விலகி வெளிச்சம் வந்தே தீரவேண்டும்.

நவம்பர் 6. டெல்லியிலிருந்து ராஜேஷ்வர் பிரசாத் தொலைபேசியில் அழைத்தார். மறுநாள் எம்.பி கங்கா சரண் சின்ஹாவை அழைத்துக்கொண்டு ஜேபியைச் சந்திக்க வருவதாகவும் அதற்கு அனுமதி வேண்டும் என்றும் கேட்டுக்கொண்டார். நண்பர்களுடனான சந்திப்பு பற்றிய டெல்லி உயர் நீதி மன்றத்தின் உத்தரவை மேற்கோள் காட்டினார். 'அது குறித்து உள்துறை அமைச்சகத்தின் விளக்கத்துக்காகக் காத்திருக்கிறோம். மேற்கொண்டு தகவல் தேவைப்பட்டால் உள்துறைச் செயலரைத் தொடர்பு கொள்ளுங்கள்' என்று அவரிடம் கூறினேன்.

இதற்கிடையே ஜேபியின் உடல்நிலை மோசமடைந்ததாகச் செய்தி கிடைத்தது. முதல்நாள் இரவு பேரியம் எனிமா சோதனையும் அதைத் தொடர்ந்து 4 மணிநேரம் எக்ஸ்ரே பரிசோதனைகளும் நடந்தன. மறுநாள் காலை மாதுர் தொலைபேசியில் தொடர்புகொண்டு ஜேபியின் உடல்நிலை குறித்து விசாரித்தார். மருத்துவ அறிக்கையை டெல்லிக்கு அனுப்பி வைக்கும்படிக் கேட்டுக்கொண்டார். அவருடன் பேசிமுடித்தவுடன் ஆர்.டி. சர்மாவைத் தொடர்புகொண்டு அறிக்கையை உடனே அனுப்பி வைக்கும்படிச் சொன்னேன். டாக்டர் சுட்டானியிடமிருந்து அறிக்கையை வாங்கிக்கொண்டு ஒரு மணி நேரத்தில் சர்மா என்னைச் சந்திக்க வந்துவிட்டார். அறிக்கையின் விவரங்கள் இவைதான்:

> அதிகரித்துள்ள பலவீனம், உணவை உட்கொள்ள முடியாத நிலை, அடிவயிற்றில் வலி ஆகியவை குறித்துப் புகார் செய்துள்ளார். முகமும் கால்களும் வீங்கியுள்ளன. உணவு உட்கொள்ளாததே காரணம் எனலாம். இதயத்தின் நிலையில் மாற்றம் இல்லை. நீரிழிவு நோய் கட்டுக்குள் உள்ளது. 2000 கலோரி + 80 கிராம் புரதம் அடங்கிய உணவைச் சாப்பிடு மாறு கேட்டுக்கொள்ளப்பட்டுள்ளார். நாக்டான் (ஸ்பாஸ்மோலிடிக் ஏஜெண்ட்), ஃப்ரூசிமைட் (டயூரெடிக்) மருந்துகள் கொடுக்கப்பட்டுள்ளன.
>
> பி.என்.சுட்டானி
>
> 7 செப்டெம்பர் 1975

அறிக்கையை மாதுரிடம் கொடுத்தேன். மாதுர், டாக்டர் சுட்டானியிடம் பேசி மருத்துவ அறிக்கையின்கீழ் தன் அடிக்குறிப்பையும் இணைத்தார். அவரது அடிக்குறிப்பு:

டாக்டர் சுட்டானியிடம் விவாதித்தேன். நோய் தீவிரமாகியுள்ளது. அபாயம் என்று தெரிகிறது. மேலும் 24 மணிநேரம் கவனித்தால்தான் தெளிவான ஆலோசனைகளைச் சொல்லமுடியும்.

ஒட்டுமொத்த மருத்துவ அறிக்கையும் உடனே வயர்லெஸ்மூலம் மத்திய உள்துறைச் செயலருக்கு அனுப்பிவைக்கப்பட்டது. பின்னர் ஜேபியின் உடல்நிலை குறித்துப் பேசிக்கொண்டிருந்தோம். ஜேபியின் முகத்திலும் பாதத்திலும் வந்திருக்கும் வீக்கத்துக்குக் காரணம் என்ன என்று மருத்துவர் களால் கண்டறிய முடியவில்லை. 'ஜேபியின் மன உளைச்சல்தான் முக்கியக் காரணம் என்கிறார் சுட்டானி. நீங்கள் என்ன நினைக்கிறீர்கள்?' என்று என்னிடம் மாதுர் கேட்டார்.

'ஜேபிக்குக் கால் வீக்கம் பல நாட்களாகவே இருக்கிறது. அதே சமயத்தில் ஜேபி மன உளைச்சலோடு இருப்பதும் உண்மைதான். நடுத்தர மக்கள் அரசை எதிர்க்கத் தைரியம் இல்லாமல் கோழைகளாக இருக்கிறார்கள் என்று வருத்தப்பட்டு கொண்டிருந்தார்' என்று சொன்னேன். மாதுர் சங்கடமாக உணர்ந்தார். குப்தாவின் முகத்தில் கோபம் தெரிந்தது. 'அரசின் தவறான பிரசாரத்தால் எமர்ஜென்சிக்குத் தான்தான் காரணம் என்று மக்கள் நினைப்பதாக ஜேபி வருத்தப்படுகிறார்' என்று அவர்களிடம் சொன்னேன். நான் சொன்னதை எல்லாம் மாதுர் மும்முரமாக ஒரு தாளில் குறித்துக் கொண்டிருந்தார். இது குறித்து குரானாவிடம் பேசப்போவதாகச் சொன்னார். 'இதை அப்படியே அவரிடம் சொல்லட்டுமா?' என்று கேட்டார். தாராளமாகச் சொல்லுங்கள் என்றேன். குரானாவுடன் பேசுவதற்குமுன் ஜேபியிடம் பேசி உறுதிப்படுத்துமாறு மாதுர் என்னைக் கேட்டுக்கொண்டார்.

அங்கிருந்து கிளம்பி நேராக ஜேபியைச் சந்திக்கச் சென்றேன். டீப்பாயின் மீது காலை நீட்டியபடி ஓய்வெடுத்துக்கொண்டிருந்தார். அறையில் ஏதோ ஸ்ப்ரே அடித்திருந்தார்கள். அவருடைய முகமும் கால்களும் வீங்கியிருப்பது தெரிந்தது. முதல் முறையாக அவரது முகத்தை நேருக்கு நேர் பார்ப்பது எனக்குச் சங்கடமாக இருந்தது. ஜேபி மெல்லப் பேசினார். அவரால் உணவு உட்கொள்ள முடியவில்லை. கடந்த மூன்று நாள்களாக எதையும் உட் கொள்ளவில்லை. அவரது பார்வையும் மங்கிப் போயிருந்தது. எந்தச் செய்தித்தாளையும் அவரால் படிக்க முடியவில்லை. தலைப்புச் செய்திகளை மட்டுமே படிக்க முடிந்ததாகச் சொன்னார். பணியாளர் கொண்டுவந்து கொடுத்த மாதுளம்பழ ஜூஸை வாங்கிப் பருகினார்.

ஜூஸ், சூப் வகைகளை மட்டுமே தன்னால் சாப்பிட முடிகிறது என்றார். ஆப்பிள், மாதுளம்பழம், ஆரஞ்சு, கருப்பு திராட்சை போன்ற பழங்கள் மட்டுமே தனக்குப் பிடிக்கும் என்றார். அவையெல்லாம் இங்கே கிடைக்கிறதா என்று விசாரித்தேன். இல்லை என்றார். நல்ல பழ வகைகளையும் புதிய ஆப்பிள் ஜாமையும் வீட்டிலிருந்து உடனே அனுப்பிவைப்பதாகச் சொன்னேன்.

இதைக் கேட்டவுடன் ஜேபியின் பணியாள், பி.ஜி.ஐயின் ஊட்டச்சத்து நிபுணர் பத்தா வெளியே காத்திருப்பதாகச் சொன்னார். உடனே அவரை உள்ளே வரச் சொன்னேன். புரதச்சத்து உள்ள உணவுப்பொருட்களை விலக்கிவிட்டு வெறும் பழங்களை மட்டும் உட்கொள்வது தவறு என்ற பத்தா, அரிசிக் கஞ்சி கொண்டு வந்து கொடுத்து அதைக் கட்டாயம் குடிக்கவேண்டும் என்று ஜேபியை வற்புறுத்தினார். ஆனால் ஜேபியோ ஒரு குழந்தையைப் போல, தனக்கு ஆப்பிள் வேண்டும் என்றார். ஆப்பிள் தயாராக பிரிட்ஜில் இருப்பதாகச் சொன்ன பத்தா, ஐஸ்கிரீமும் சாப்பிடச் சொன்னார். பிரெட், ஆப்பிள் ஜாம் எடுத்துக்கொள்வதில் தவறில்லை என்று ஜேபிக்கு ஆலோசனை கூறினார்.

அவர் கிளம்பியபின், ஜேபியிடம் அவரது முகத்தில் வீக்கம் இருப்பது பற்றி விசாரித்தேன். இதுவரை தனக்கு இப்படி ஒரு வீக்கம் வந்ததில்லை என்றார். தேவையின்றி மனத்தைக் குழப்பிக்கொள்ளாமல் நல்லதை மட்டும் நினைத்தால் நல்லதே நடக்கும் என்றேன். பங்களாதேஷில் நடக்கும் அரசியல் நடவடிக்கைகள் பற்றி டிரிப்யூனில் வெளியாகியிருந்த செய்தி குறித்து ஜேபி கவலைப்பட்டார். 'எதிர்க்கட்சித் தலைவர்களை ஒரேயடியாக ஒழித்துக்கட்டி விடாமல் இங்கே ஜெயிலில்தானே அடைத்து வைத்திருக்கிறார்கள்? பங்களாதேஷுடன் ஒப்பிடும்போது இந்தியாவின் நிலைமை பரவாயில்லை' என்றேன் நான். 'இரண்டு இடத்திலும் ஒரே நிலைதான். நண்பர்கள், உறவினர் களிடமிருந்து எட்ட முடியாத தொலைவில் இருக்கிறேன். என்னை வந்து சந்திக்கக்கூட அவர்களால் முடியாத நிலை. இங்கேயும் எமர்ஜென்சி மோசமாகத்தான் இருக்கிறது' என்றார் ஜேபி. 'உங்களைச் சந்திக்க ராஜேஷ்வர் இன்று காலை 11 மணிக்கு வருவதாகச் சொல்லியிருக்கிறார். எப்படியும் வந்துவிடுவார். கங்கா சரண் சின்ஹாவும் உடன் வருவதாகச் சொல்லியிருக் கிறார். அவர்களை நான் அனுமதிக்கப்போகிறேன்' என்றேன் நான்.

இந்திராவின் அப்பீல் மனு மீதான உச்ச நீதிமன்றத் தீர்ப்பு அன்று வெளியாக இருப்பதாக வந்திருந்த செய்தியைப் படித்துவிட்டு அது குறித்து ஏதாவது தெரியுமா என்று ஜேபி கேட்டார். அரசியல் அமைப்புச் சட்டத்தின் 39-வது சட்டத் திருத்தத்தைக் காரணம் காட்டி, இந்திரா காந்தியின் தேர்தல் செல்லுபடியாகும் என்று தீர்ப்பு வந்துள்ளது என்று அவரிடம் சொன்னேன். அத்துடன் அந்தச் சட்டத் திருத்தத்தில் நான்காம் ஷரத்தை உச்ச நீதிமன்றம் கண்டித்துள்ளது என்பதையும் சொன்னேன். 'ஏதோ அந்த அளவுக்காவது நாம் நன்றி சொல்லவேண்டும்' என்று கேலியாகச் சொன்னவர், 'தீர்ப்பு எதிர்பார்த்த படித்தான் வந்துள்ளது. சுப்பா ராவ், ஹிதாயத்துல்லா காலத்துக்குப் பிறகு உச்ச நீதிமன்றத்தின் தரம் கீழே போய்விட்டது. சரி, தேர்தல் பற்றிய அறிவிப்பு ஏதாவது வந்ததா? இந்திராவிடம் இதற்குமேல் எந்தத் தாமதமும் செய்ய முடியாது. ஆனால், அவர் மக்களைக் குழப்ப வேறு ஏதாவது ஒன்றைச் செய்வார்' என்றார். அவரிடமிருந்து விடைபெற்றுக்கொண்டு மதிய உணவுக்காக வீட்டுக்கு வந்தேன்.

வீட்டில் ராஜேஷ்வர் எனக்காகக் காத்திருந்தார். மசானியிடம் இருந்து ஒரு கடிதமும் ஒரு சில புத்தகங்களும் எடுத்து வந்திருந்தார். மசானி, டிசம்பர் 4-ம் தேதி ஜேபியைச் சந்திக்க விரும்புவதாக என்னிடம் தெரிவித்தார். 'தனது கோரிக்கையை மசானி எழுத்துப்பூர்வமாகக் கொடுத்தால் மட்டுமே பரிசீலிக்க முடியும். அது குறித்த விளக்கத்தையும் டெல்லிக்கு அனுப்பிக் கேட்க முடியும்' என்றேன். பின்னர் ஜேபியின் உடல்நிலை குறித்து ராஜேஷ்வர் என்னிடம் விசாரித்தார். நான் விவரித்ததைக் கேட்டுக்கொண்டவர், 'வேறு மருத்துவர்கள் யாரையாவது இங்கே வரவழைத்து ஜேபிக்குச் சிகிச்சை அளிக்க முடியாதா?' என்று கேட்டார். இது குறித்து டாக்டர் சுட்டானியிடம் அவரைப் பேசச் சொன்னேன். ஜேபியைச் சந்தித்துவிட்டு டெல்லி கிளம்புவதற்குமுன் என்னை வந்து சந்திக்கும்படியும் கேட்டுக்கொண்டேன்.

அலுவலகத்துக்குத் திரும்ப வந்ததும் மாதுரைச் சந்தித்து ஜேபியின் உடல் நிலை பற்றி விவரித்தேன். 'ஜேபியை அவர் விருப்பப்படும் இடத்துக்கு மாற்றுவதுதான் நல்லது. நான்கு மாதங்களாக சண்டிகரில் இருக்கிறார். இடமும் தண்ணீரும் அவருக்கு ஒத்துக்கொள்ளவில்லை. ஒருவேளை இடத்தை மாற்றினால் அவரது உடல்நிலையில் முன்னேற்றம் வரலாம். சுட்டானி, அவரது குழுவினரால் ஜேபியின் உடல்நலக் குறைவுக்கான காரணத்தைக் கண்டுபிடிக்க முடியவில்லை. ஆகவே சிகிச்சைக்காக வேறு மருத்துவர்களை நாடுவதுதான் சரி. இந்த விஷயத்தில் ஈகோ பிரச்னை காரணமாக டாக்டர் சுட்டானி வாய் திறக்க மாட்டார். நாம்தான் அதற்கான வேலைகளில் இறங்கவேண்டும். தேவைப்பட்டால் ஜேபியிடமிருந்து ஒரு கோரிக்கை மனுவையும் எழுதி வாங்கிக்கொள்ளலாம்' என்றேன்.

வேண்டவே வேண்டாம் என்று மறுத்த மாதுர், 'ஜேபி ஒரு குழப்பமான மனநிலையில் இருக்கிறார். நாம் சொல்லும் ஆலோசனையை அவர் சுட்டானியிடம் சொல்லிவிட்டால் நிலைமை சங்கடமாகிவிடும். சண்டிகரில் கிடைப்பதைவிடச் சிறப்பான மருத்துவ வசதிகள் வேறு எங்கும் கிடைக் காது. அரசியல்ரீதியாகவும் நிர்வாகரீதியாகவும் எப்படிப் பார்த்தாலும் ஜேபி சண்டிகரில் இருப்பதைத்தான் இந்திராவும் விரும்புவார்' என்றார். 'உண்மை தான். ஆனால் பி.ஜி.ஐ மருத்துவர்களால் செய்ய முடியாத பட்சத்தில் வேறு என்னதான செய்வது? இதே நிலைமை தொடர்ந்தால் விளைவுகள் விபரீதமாக இருக்கும். ஜேபி ஜெயிலில் இறந்துபோனால் மேற்கொள்ள வேண்டிய விஷயங்கள் குறித்துத் திரும்பவும் நாம் பரிசீலிக்க வேண்டியிருக்கும். ஆகவே டெல்லி வட்டாரத்தில் பேசி தயவுசெய்து இதற்கான ஏற்பாடுகளைச் செய்யுங்கள்' என்று மாதுரைக் கேட்டுக்கொண்டேன்.

எப்போதும் இல்லாத அளவுக்கு எனக்குப் பதற்றமாக இருந்தது. அதை குப்தாவிடமும் தெரிவித்தேன். 'ஜேபியின் முகம் வீங்கியிருப்பதால் அவரது நாட்கள் எண்ணப்படுகின்றன. மூன்று அல்லது நான்கு மாதங்களுக்குமேல்

அவர் உயிரோடு இருக்கமாட்டார்' என்று டிஎஸ்பி கிஷன் லால் ஜேபியைப் பார்த்துவிட்டுத் தன்னிடம் தெரிவித்ததாக பனோத் குறிப்பிட்டார். மாதுரிடம் மசானி விஷயம் குறித்துப் பேச வேண்டியிருந்தது. மாதுரிடம் திரும்பவும் ஒரு முறை ஜேபியின் உடல்நிலை குறித்து நினைவூட்டினேன். மாதுர் குரானாவைத் தொடர்புகொண்டு ஜேபியின் உடல்நிலை அபாயக் கட்டத்தைத் தொட்டிருப்பதாகவும் தொடர்ந்து மோசமடைய வாய்ப்பிருக்கும் விஷயத்தையும் விவரித்தார்.

அலுவலகத்திலிருந்து வீட்டுக்குத் திரும்பி வந்தபோது ராஜேஷ்வர் எனக்காகக் காத்துக்கொண்டிருந்தார். தாளமுடியாத கோபத்திலும் விரக்தியிலும் அவர் இருப்பது பளிச்சென்று தெரிந்தது. ஜேபிக்கு ஏற்பட்டிருக்கும் உடல் நலக் குறைவைப் பற்றிக் கவலைப்பட்டவர், 'இதே நிலை தொடர்ந்தால் நிச்சயம் ஜெயிலிலேயே அவர் இறந்துவிடுவார்' என்றார். எப்படியாவது பி.ஜி.ஐ மருத்துவமனையிலிருந்து ஜேபியை அழைத்துக்கொண்டு பம்பாய்க்குப் போய் அங்கே தனக்குப் பரிச்சயமான ஜஸ்லோக் மருத்துவ மனையில் சிகிச்சை அளிக்க வேண்டும் என்பதில் உறுதியாக இருந்தார். ஜேபியை எப்படியாவது பி.ஜி.ஐயிலிருந்து வெளியே கொண்டு வர வேண்டும் என்று நானும் முயற்சித்துக்கொண்டிருப்பதாக அவரிடம் சொன்னேன். டெல்லிக்குத் திரும்பியபின் பிரதமருக்கு ஒரு கடிதம் எழுதுமாறும், அதில் ஜேபி ஜெயிலில் இறந்துவிடக்கூடும் என்ற விஷயத்தை முன்னிலைப் படுத்துமாறும் அவரைக் கேட்டுக்கொண்டேன். டெல்லிக்குத் திரும்பியதும் கடிதத்தை அனுப்பிவிட்டுத் தகவல் தெரிவிப்பதாகக் கூறி அவர் விடை பெற்றுக்கொண்டார்.

மத்திய உள்துறை அமைச்சரின் தனி உதவியாளர் ஏ.சி சென் தொலைபேசியில் என்னை அழைத்து ஜேபியின் உடல்நிலை குறித்து விசாரித்தார். மாதுரிடம் நான் கூறிய விஷயங்களையே அவரிடமும் எடுத்துச் சொன்னேன். விஷயம் எப்படியாவது உள்துறை அமைச்சரின் காதுக்கு எட்டி, ஜேபி விஷயத்தில் நல்லது நடக்கட்டுமே என்று நினைத்தேன்.

அன்று இரவு என்னால் உறங்க முடியவில்லை. ஜேபியின் உடல்நிலை குறித்து எனக்குள் ஒருவித அச்சம் இருந்தது. பி.ஜி.ஐயில் அனைத்து வசதிகளும் இருந்தும் அவரிடம் உள்ள பிரச்னையைக் கண்டறிந்து சிகிச்சை அளிக்க முடியாதது கேள்விக்குறியாக இருந்தது. ஒரு மாத காலமாக அவரைப் பரிசோதித்தும் மருத்துவர்களால் ஒரு முடிவுக்கும் வரமுடியவில்லை. ஜேபியின் மனத்தில் இருக்கும் கவலைதான் காரணம் என்று சுட்டானி திரும்பத் திரும்பச் சொல்லிக்கொண்டிருந்தார். ஒரு வேளை வேண்டுமென்றே அவர் அப்படிச் செய்கிறாரோ என்றுகூட எனக்குத் தோன்றியது. ஜேபிக்கு வந்த உடல்நலக் குறைவால் பேச்சுவார்த்தைக்கான முயற்சிகளில் எந்தவித முன்னேற்றமும் ஏற்படவில்லை.

நவம்பர் 8. பி.ஜி.ஐக்கு ஜேபியைச் சந்திக்கச் சென்றபோது அறைக்கு வெளியே டாக்டர் மெஹ்ராவைச் சந்திக்க முடிந்தது. ஜேபியின் உடல்நிலையில் மாற்றம் இருப்பதாகவும், அவரால் தற்போது உணவு உட்கொள்ள முடிவதாகவும் தெரிவித்தார். பேரியம் எனிமா, எக்ஸ்ரே சோதனை ஆகியவை மூலம் இதயத்தில் எந்தப் பிரச்னையும் இல்லை என்றும், கல்லீரல் நன்றாக இயங்குகிறது என்றும் உறுதி ஆகியிருப்பதாகத் தெரிவித்தார். சர்க்கரை நோயும் கட்டுப்பாட்டில் இருக்கிறதாம். டாக்டர் சுட்டானி கூறியதைப் போலவே டாக்டர் மெஹ்ராவும் ஜேபி கடுமையான மன அழுத்தத்தில் இருப்பதாகத் தெரிவித்தார்.

ஜேபியின் உடல்நலம் தேற வாழ்த்தி டெல்லியிலிருந்து ஏராளமான செய்திகள் வந்து குவிந்திருந்தன. நான் ஜேபியின் அறைக்குள் நுழைந்தபோது அவர் தன் இருக்கையில் அமர்ந்திருந்தார். டாக்டர் கால்ராவும் அவரது மனைவியும் ஜேபி எடுத்துக்கொள்ள வேண்டிய உணவுகளைப் பற்றிப் பேசிக்கொண்டிருந்தார்கள். ஜேபிக்காக ஒரு மூக்குக் கண்ணாடி கொண்டுவரப்பட்டது. ஜேபிக்கு தூரப்பார்வை குறைபாடு இருந்ததால் மூக்குக் கண்ணாடி பொருத்தப்பட்டது. டாக்டர் ஜெயின் வந்து அவரைப் பரிசோதித்தார். ஜேபியின் முகத்தையும் அவரது பாதத்தையும் பார்த்தேன். வீக்கம் வடிந்திருந்தது. முந்தின நாள் இரவு நன்றாக உறங்கியதாகவும், காலையில் கிச்சடி உட்கொண்டதாகவும் என்னிடம் தெரிவித்தார். டெல்லியிலிருந்து வாழ்த்துச் செய்திகள் வந்திருப்பதைப் பற்றிச் சொன்னபோது அவரிடமிருந்து மெல்லிய புன்னகை வந்தது.

மருத்துவர்கள் குழு அங்கிருந்து கிளம்பியதும், உச்ச நீதிமன்றத் தீர்ப்பு பற்றி அவரிடம் சொன்னேன். தேர்தல் சட்டங்களை முன்தேதியிட்டு மாற்றும் அதிகாரம் நாடாளுமன்றத்துக்கு உள்ளது என்பதை நீதிமன்றம் உறுதி செய்துவிட்டது. உச்ச நீதிமன்றத் தீர்ப்பின்படி அலகாபாத் உயர் நீதிமன்ற உத்தரவு செல்லாதது ஆகிவிட்டது. இந்திராவின் அப்பீல் வழக்கில் அவருக்கு வெற்றி கிடைத்துவிட்டது. எதிர்பார்க்கப்பட்ட தீர்ப்பு என்பதால் பொதுமக்களிடையே பெரிதாக ஆர்வம் இல்லை. இந்திரா காந்திக்கு வெற்றி கிடைத்திருக்கலாம். ஆனால் பொதுமக்கள் பார்வையில் உச்ச நீதிமன்றத்தின் மீதான நம்பிக்கை குறைந்துவிட்டது என்றே பலரும் நினைத்தார்கள்.

லார்ட் ப்ராக்வேக்கு எழுதவேண்டிய பதில் கடிதம் பற்றி ஜேபிக்கு நினைவூட்டினேன். இப்போதைக்குச் சுருக்கமாக ஒரு பதில் அனுப்பாவிட்டால் அவர் தவறாக நினைக்கக்கூடும் என்றேன். ஓரிரு நாளில் எழுதிவிடுவதாக ஜேபி தெரிவித்தார். ப்ராக்வேயின் கடிதம் மீண்டும் எனக்குப் படிக்கக் கிடைக்குமா என்று கேட்டேன். கடிதத்தில் எழுதப்பட்டிருந்த விவரங்கள், எப்போது தன்னை வந்தடைந்தது என்பதெல்லாம் ஜேபிக்கு நினைவில்லை. நான் கொடுத்திருந்த புத்தகங்களில் ஏதோ ஒரு புத்தகத்தின் நடுவே கடிதத்தை வைத்திருந்ததாகச் சொன்னார். அந்த அறையில் இருக்கும் புத்தகங்களில்

தேடிப்பார்த்தேன். கிடைக்கவில்லை. அறை முழுதும் நன்றாகத் தேடிப் பார்த்தால் கிடைக்கும் என்றார். முக்கியமான கடிதம் என்பதால் அதை எங்கேயாவது தொலைத்து விடக்கூடாது என்றேன்.

வீட்டுக்கு வந்ததும் மொஹிந்தர் சிங்கை அழைத்து ஜேபியின் அறையை நன்றாகத் தேடி ப்ராக்வேயின் கடிதத்தை எடுக்க உதவுமாறு கேட்டுக்கொண்டேன். மறுநாள் தேடிப் பார்த்துவிட்டு என்னிடம் தெரிவிப்பதாக அவர் கூறினார்.

அன்று மாலை டாண்டன் தொலைபேசியில் தொடர்புகொண்டு ஜேபியின் உடல்நிலை குறித்து விசாரித்தார். நிலைமை கவலைக்கிடமாக இருந்தாலும் பயமில்லை என்றேன்.

ஜேபி நலமுடன் இருப்பதாகவும் காலையில் உணவு உட்கொண்டதாகவும் மறுநாள் காலை செய்தி கிடைத்தது. ஆர்.டி. சர்மாவிடமிருந்து மருத்துவ அறிக்கையைப் பெற்று அதை மாதுருக்கு அனுப்பிவைத்தேன். ஜேபியின் அறையில் தேடிப்பார்த்துவிட்டு கடிதம் கிடைக்கவில்லை என்ற தகவலைச் சொன்னார் மொஹிந்தர் சிங். ஜேபியை கெஸ்ட்ஹவுஸிலிருந்து ஸ்பெஷல் வார்டுக்கு மாற்றும்போது கடிதம் எங்கேயோ காணாமல் போயிருக்கிறது. ஜேபிக்கு உடல்நலக்குறைவு இருப்பது தெரிந்துதான் யாரோ கடிதத்தை எடுத்திருக்கிறார்கள். திட்டமிட்டுச் செய்யப்பட்ட காரியம்போல் எனக்குத் தோன்றியது. ஜேபியின் உடல்நலக் குறைவுக்கும் கடிதம் காணாமல் போனதற்கும் நிச்சயம் தொடர்பு உண்டு என்று உறுதியாக நம்பினேன். ஜேபியை பி.ஜி.ஐயில் வைத்திருப்பது ஆபத்து. அவரது உயிருக்கு எந்நேரமும் ஆபத்து காத்திருக்கிறது. நிச்சயம் ஏதாவது செய்தாக வேண்டும் என்று என் மனது பரபரத்தது.

அன்று மாலை மாதுர் தொலைபேசியில் தொடர்புகொண்டார். மறுநாள் ஜேபியைச்சந்திக்க தாஸ்குப்தா திரும்ப வர இருப்பதாகவும், முன்னர் செய்தது போன்ற ஏற்பாடுகளை இந்த முறையும் செய்யவேண்டும் என்றும் சொன்னார்.

அன்று மாலை ராஷ்பால், சுந்தரம் ஆகியோரைச் சந்தித்தபோது சில விவரங்களைத் தெரிந்துகொள்ள முடிந்தது. ஜேபியை விடுதலை செய்வது அல்லது அவர் விருப்பப்படும் இடத்துக்கு மாற்றுவது என்ற முடிவுக்கு டெல்லி வந்திருப்பதாக ராஷ்பால் தெரிவித்தார். எப்படியோ இத்தனை நாள் போராடியது நிறைவேறும் நாள் வந்துவிட்டது என்று நினைத்துக்கொண்டேன். ஜேபியை பி.ஜி.ஐயிலிருந்து வெளியே அனுப்பவேண்டும். மறுநாள் வரப் போகும் தாஸ்குப்தாவின் உதவியோடு அதைச் செய்தாக வேண்டும் என்று முடிவு செய்துகொண்டேன்.

24

வெளிப்படாத ரகசியம்

***பி**ப்ரவரி 1977-யில், தேர்தலுக்குச்சில நாட்கள் முன்னர், ஜேபி பகிரங்கக் கடிதம் ஒன்றை எழுதியிருந்தார். 'என் அன்புச் சகோதர சகோதரிகளுக்கும் இளம் நண்பர்களுக்கும்' என்னும் தலைப்பில் அவர் எழுதியிருந்த கடிதம் அப்போது பெரும் பரபரப்பைக் கிளப்பியது.*

1975 நவம்பர் 5 அன்று திடீரென்று என் இரு சிறுநீரகங்களும் இயங்கவில்லை என்று எனக்குத் தெரிவிக்கப்பட்டது. சிறுநீரகத்தில் எப்போது பிரச்னை வந்தது என்பது கூட எனக்குத் தெரியாது. சண்டிகரில் எனக்குக் கொடுக்கப்பட்ட அனைத்து மருந்து மாத்திரைகளையும் தவறாமல் எடுத்துக் கொண்டு இருந்தேன். சிறைவாசத்தின்போது பரிந்துரைக்கப்பட்ட உணவுக் கட்டுப்பாட்டு முறையையும் நான் மீறவில்லை. சிறுநீரகம் பழுதானதற்கான உண்மையான காரணம் தெரியவில்லை. சிறுநீரகங்களைத் திட்டமிட்டுப் பழுதடையச் செய்ய வாய்ப்புகள் உண்டு என்பதை என்னிடம் நிறையப் பேர் சொல்லியிருக்கிறார்கள். எந்த ஒரு மருத்துவரும் அப்படி ஒரு கேவலமான செயலைச் செய்வதற்குத் தயாராக இருக்க மாட்டார்கள்.

ஆனால் பம்பாயில் என்னைப் பரிசோதித்த மருத்துவர்கள், பதினைந்து நாட்கள் முன்னதாக அங்கு நான் அனுமதிக்கப்பட்டிருந்தால் சிறுநீரகத்தை ஓரளவாவது காப்பாற்றி இருக்கலாம் என்று தெரிவித்தார்கள். சிறுநீரகம் திடீரென்று

> முற்றிலுமாகச் செயல் இழந்ததற்கான காரணம் ஆண்டவனுக்கு மட்டுமே தெரியும். ஆனால் ஒன்று மட்டும் நிச்சயம். நான் நிறைய நாட்கள் உயிரோடு இருக்கமாட்டேன் என்ற முடிவுக்கு இந்திரா அரசு வந்ததால் மட்டுமே நான் சிறையிலிருந்து விடுவிக்கப்பட்டேன்.

ஜேபிக்கு ஜெயிலில் நடந்தது என்ன என்ற உண்மையை வெளிக்கொண்டு வருவதற்காக 1977 மே மாதம், ஆட்சியில் இருந்த ஜனதா கட்சி ஒரு விசாரணை கமிஷனை நியமித்தது. கமிஷனின் தலைவராக வேலூர் கிறிஸ்தவ மருத்துவக் கல்லூரி டாக்டர் பிலிப்போஸ் கோஷி என்பவர் நியமிக்கப்பட்டார். ஒரு சில நாட்களிலேயே அவர் ராஜினாமா செய்ய வேண்டியிருந்தது. தன் பதவியைப் பயன்படுத்தி அவரது மகனுக்கு சண்டிகர் பி.ஜி.ஐயில் வேலை வாங்க முயற்சித்ததாக ஒரு சர்ச்சை எழுந்தது. பின்னர் டாக்டர் கே. நாகப்பா ஆல்வா கமிஷனின் தலைவரானார். ஜேபியிடமிருந்து வலுவான ஆதாரங்களைப் பெற்று, பி.ஜி.ஐ, ஜஸ்லோக் மருத்துவமனைகளில் அவருக்கு அளிக்கப்பட்ட சிகிச்சை முறைகள், அவர் சிறையில் இருந்தபோது நடந்த விஷயங்கள் ஆகியவற்றை அவர் ஆராய்ந்தார். இரண்டு முறை அந்த கமிஷன் முன் ஆஜராகி நான் என் கருத்துகளைத் தெரிவித்தேன்.

டாக்டர் ஆல்வா, தன் இடைக்கால அறிக்கையை 1978 பிப்ரவரியில் சமர்ப் பித்தார். அறிக்கையில் கீழ்க்கண்டவாறு குறிப்பிட்டு இருந்தார்:

> ஜேபிக்கு இருந்த சிறுநீரகப் பிரச்னை 1975 செப்டெம்பர் 15 அன்று பி.ஜி.ஐ யில் கண்டுபிடிக்கப்பட்டது. ஆனால் மேற்கொண்டு எந்தவிதப் பரிசோதனை களும் மேற்கொள்ளப்படவில்லை. சரியான சிகிச்சை முறைகளும் நீரிழிவு நோயைக் கட்டுப்படுத்துவதற்கான சரியான நடவடிக்கைகளும் இல்லாத காரணத்தால் அவரது உடல்நிலை மோசமானது. டைலாண்டின் போன்ற மருந்துகளை வரைமுறையின்றித் தந்ததால், அவருக்கு 'மருந்தால் ஏற்பட்ட நெஃப்ரோபதி' உருவானது. டயபெடிக் நெஃப்ரோபதியைக் கண்டறிந்து சரியான சிகிச்சை தருவதற்கான நடவடிக்கைகள் மேற்கொள்ளப்படவில்லை. ஜேபியிடமிருந்துகூட, அவரது சிறுநீரகப் பிரச்னை ஏனோ நீண்ட நாட்கள் மறைத்துவைக்கப்பட்டிருந்தது.
>
> செப்டெம்பர் 18 முதல் அக்டோபர் 30 வரை ஜேபி கெஸ்ட்ஹவுஸில் தங்க வைக்கப்பட்டிருந்த காலம்தான் அவரது சிறைவாசத்தின் இருண்ட காலம். அவரது சிறுநீரகம் மோசமடைந்ததும் உடல் பலவீனமானதும் அப்போதுதான். அன்றாட நடவடிக்கைகளை மேற்கொள்ளவும், மருந்து மாத்திரைகளை உட்கொள்வதற்கும் எந்த ஒரு வசதியும் அங்கே அவருக்குச் செய்து தரப்படவில்லை. அவரது டயபெடிக் நெஃப்ரோபதி பரிசோதனை செய்யப்படவில்லை. அதற்குத் தேவையான மருத்துவ வசதி அவருக்குத் தரப்படவில்லை. அத்துடன், 26 நாட்களுக்கு தொடர்ந்து டைலாண்டின் மருந்து தரப்பட்டுள்ளது. டயபெடிக் நெஃப்ரோபதி இருக்கும்

பட்சத்தில் ஒருவருக்கு வாய்வழியாக உட்கொள்ளும் மருந்து தரப்படக் கூடாது. மாற்றாக அவருக்கு இன்சுலின் தரப்பட்டிருக்கவேண்டும்.

இடைக்கால அறிக்கை, நாடாளுமன்றத்திலும் வெளியேயும் பெரும் பரபரப்பைக் கிளப்பியது. நாடாளுமன்றத்தில் அறிக்கையைத் தாக்கல் செய்து, அதன் மீதான நடவடிக்கைகளை மேற்கொள்ளவேண்டும் என்று வலியுறுத்தப்பட்டது. ஆனால் பிரதமர் மொரார்ஜி தேசாயின் உள்ளரசியல் அப்படி ஒரு முயற்சியைத் தடுத்து நிறுத்திவிட்டது. பின்னர் ஆல்வா கமிஷன், பஞ்சாப்-ஹரியானா உயர் நீதிமன்றத்தால் விசாரணைக்கு உள்ளானது. ஆல்வா ராஜினாமா செய்யுமாறு வற்புறுத்தப்பட்டார். அவருக்குப்பின் கமிஷன் காணாமல் போனது. மத்திய சுகாதாரத்துறை அமைச்சராக இருந்த ராஜ் நாராயணால் இந்தப் பிரச்னை கையாளப்பட்டு நீர்த்துப் போகுமாறு செய்யப்பட்டது. கடைசிவரை ஜேபியின் சிறுநீரகம் பழுதானது எப்படி என்ற உண்மை வெளியே வரவேயில்லை. இன்றும் அது சம்பந்தமான பல்வேறு வதந்திகள் உலா வருகின்றன.

பி.ஜி.ஐயின் தலைமை மருத்துவரும், இயக்குநருமாக இருந்த டாக்டர் சுட்டானி பிரச்னையைச் சரியாக அணுகியிருக்க வேண்டும். ஆனால் அவர் அப்படிச் செய்யவில்லை. சிறுநீரகத்துறை நிபுணராக இருந்த டாக்டர் கே.எஸ்.சுக் என்பவரை சுட்டானி ஒருமுறைகூட ஜேபியைப் பரிசோதிக்க அழைக்கவில்லை. பிரச்னைக்குச் சற்றும் சம்பந்தம் இல்லாத மருத்துவர் களையே திரும்பத் திரும்ப அணுகி சிகிச்சை அளிக்கும்படிக் கேட்டுக் கொண்டிருந்தார். தன்மீது எந்தத் தவறும் இல்லை என்று நிரூபிக்க, சுட்டானி, வாஷிங்டன் பல்கலைக்கழகப் பேராசிரியரும் மருத்துவருமான டாக்டர் கிறிஸ்டோபர் பிளாகையும், பி.ஜி.ஐயின் பாதாலஜி பேராசிரியர் டாக்டர் பி.கே.ஐகட்டையும் துணைக்கு அழைத்தார். Politicisation of Health & JP's Documented Medical Profile என்னும் தலைப்பில் டாக்டர் சுட்டானி எழுதியிருக்கும் புத்தகத்திலிருந்து மேற்கோள் இதோ:

> ஜேபிக்கு சிகிச்சை அளித்த அமெரிக்க டாக்டர் கிறிஸ்டோபர் பிளாக், பிப்ரவரி 1979-ல் இந்தியா வருகை தந்தார். பி.ஜி.ஐயின் நிர்வாகக்குழுத் தலைவர் சுஷிலா நாயர், ஜேபியின் மருத்துவ அறிக்கையை அவரிடம் காட்டி அவருடைய கருத்தைக் கேட்டார். சண்டிகரில் ஜேபிக்குத் தரப்பட்ட சிகிச்சையும் பரிசோதனைகளையும் சரியானவை என்றும் பி.ஜி.ஐயிலிருந்து ஜேபி விடுவிக்கப்படும்வரை அவரிடம் டயாலிசிஸ் பிரச்னை இல்லை என்ற முடிவுக்கு வந்திருப்பதாக கிறிஸ்டோபர் பிளாக் தெரிவித்தார்.
>
> பி.ஜி.ஐயின் முன்னாள் டீன் பேராசிரியர் பி.கே. ஐகட் எழுதிய கட்டுரை யையும் இங்கே கருத்தில் கொள்ளவேண்டும். பாதாலஜி துறை நிபுண

ரான ஜகட், ஜேபி விஷயத்தில் பம்பாயின் ஜஸ்லோக் மருத்துவமனை நடந்து கொண்ட விதம் குறித்து விமர்சித்து எழுதியிருக்கிறார்.

> சந்தேகத்தின் விதை ஜஸ்லோக் மருத்துவமனையில்தான் விதைக்கப் பட்டதோ என்று எண்ணத் தோன்றுகிறது. ஜேபியின் உயிரைத் தங்கள் முயற்சியால் மட்டுமே காப்பாற்ற முடிந்ததாகச் செய்தி பரப்பப்பட்டது. பதினைந்து நாட்கள் முன்பே வந்திருந்தால் ஜேபியைப் பூரணமாகக் குணமடைய வைத்திருக்கலாம் என்று உள்நோக்கத்தோடு சொல்லப் பட்டது. தொழில் போட்டி மற்றும் பொறாமை காரணமாகவே ஜஸ்லோக் மருத்துவமனை நிபுணர்கள் அப்படி ஒரு அறிக்கையைக் கொடுத்தனர் என்று நினைக்கிறேன்.

டாக்டர் ஜகட் குற்றம் சாட்டுவது பம்பாய் ஜஸ்லோக் மருத்துவமனையின் சிறுநீரகத் துறை தலைவராக இருந்த டாக்டர் எம்.கே. மானியை. பி.ஜி.ஐயிலிருந்து அழைத்து வரப்பட்டு நவம்பர் 22 அன்று ஜஸ்லோக் மருத்துவமனையில் சேர்க்கப்பட்ட நாள் முதல் ஜேபியை உடன் இருந்து கவனித்தது அவர்தான். பி.ஜி.ஐ நடந்து கொண்ட விதம் பற்றிக் குற்றம் சாட்டுவது எம்.கே. மானியின் நோக்கம் இல்லை என்று தெளிவாகத் தெரிகிறது. Yamaraja's Brother என்னும் தலைப்பில் அவர் எழுதிய புத்தகத்தில் ஜேபிக்கு அளிக்கப்பட்ட சிகிச்சை பற்றியும் குறிப்பிட்டிருக்கிறார்.

> ஜேபியின் சிறுநீரகம் பழுது அடைந்ததற்குக் காரணம் அவரிடம் இருந்த நீரிழிவு வியாதியே தவிர வேறு அல்ல. 1975 ஜூன் மற்றும் நவம்பருக்கு இடைப்பட்ட காலங்களில், அதாவது ஜேபி பி.ஜி.ஐயில் இருந்த காலத்தில் கொடுக்கப்பட்ட எந்த ஒரு சிகிச்சையும் பலன் அளிக்க வாய்ப்பே இல்லை. அவருக்கான சிகிச்சை 1975-க்கு முந்தைய காலத்தில் இருந்தே ஆரம்பிக்கப்பட்டிருக்கவேண்டும்.

பின்னாளில் ஒரு முறை அவரை நான் சென்னையில் சந்தித்தபோது ஜேபி இரண்டு வாரம் தாமதமாகக் கொண்டு வரப்பட்டிருந்தால் அவரை உயிரோடு பார்த்திருக்கவே முடியாது என்ற விஷயத்தையும் அவர் என்னிடம் ஒப்புக்கொண்டார். ஜேபியின் சிறுநீரகத்தில் இருந்த கோளாறைச் சரியாக கண்டறிய முடியாதது பி.ஜி.ஐயின் மருத்துவர்களின் தோல்விதான் என்றார்.

என்னைப் போன்ற சாமானியர்களால் மருத்துவ அறிக்கைகளை முழுவதுமாகப் புரிந்துகொள்ள முடியாது. யார் சொல்வது சரி, யார் சொல்வது தவறு என்ற முடிவுக்கு வரமுடியாது. ஜஸ்லோக் மருத்துவமனையில் சிறுநீரக நிபுணராக இருந்த எம்.கே. மானி, ஜேபியின் சிறுநீரகம் மோசமான நிலையில் இருந்தபோது சிகிச்சை அளித்தவர். அந்த இக்கட்டான காலகட்டத்திலும் ஜேபிக்குத் தேவையான சிகிச்சையை உடன் இருந்து செய்தவர். அடுத்து வந்த நான்கு ஆண்டுகளும் ஜேபியின் உடல்நிலையை அவர்தான் கவனித்துக்

கொண்டார். வாரம் இருமுறை ஜேபிக்கு டயாலிசிஸ் செய்ய வேண்டியிருந்தது. மருத்துவர் பி.கே. ஐகட், பி.ஜி.ஐயின் பாதாலஜி துறையைச் சேர்ந்தவர். அவர் ஜேபிக்கு எந்தச் சிகிச்சையும் தரவில்லை. ஜேபி சிறையிலேயே இறக்க நேர்ந்தால், அவருக்கு ஆடாப்ஸி செய்வதில் மட்டும்தான் ஐகட் குறியாக இருந்தார்.

ஜேபி விஷயத்தில் நிர்வாகரீதியாகவும் டாக்டர் ஐகட் திறம்படச் செயல்படவில்லை என்பது தெரிகிறது. டாக்டர் சுட்டானி இல்லாத நேரத்தில்கூட ஜேபி விஷயத்தில் அவர் அக்கறை காட்டவில்லை. செப்டெம்பர் மாதம் ஸ்பெஷல் வார்டிலிருந்து ஜேபியை கெஸ்ட்ஹவுஸுக்கு இடமாற்றம் செய்தபோது, சுட்டானிக்குப் பதிலாக இடத்தைப் பார்வையிட வந்து, ஏகப்பட்ட குளறுபடிகளைச் செய்தார். அதற்குப்பின் அவரைக் காணவே இல்லை. நவம்பர் 12 அன்று டாக்டர் வாஹியுடன் ஜேபியின் உடல்நிலை குறித்துப் பேசுவதற்காக மாதுரின் அலுவலகத்துக்கு வந்தபோதுதான் அவரைச் சந்திக்க முடிந்தது. அன்றைய கூட்டத்திலும் பெரும்பாலான நேரம் டாக்டர் வாஹிதான் பேசிக்கொண்டிருந்தார். குறிப்பாக நவம்பர் 7 - 16 தேதிகளுக்கு இடையில் ஜேபிக்கான சிகிச்சையில் டாக்டர் ஐகட் அக்கறை காட்டவேயில்லை. நேபாளத்திலிருந்து டாக்டர் சுட்டானி திரும்பி வரும்வரை டாக்டர் வாஹியும் டாக்டர் மெஹ்ராவும்தான் ஜேபியைக் கவனித்துக்கொண்டிருந்தார்கள். ஆகவே டாக்டர் ஐகட் சொல்வதை என்னால் ஏற்றுக்கொள்ள முடியாது.

பேராசிரியர் கே.எஸ். சுக் தலைமையில் பி.ஜி.ஐயின் சிறுநீரகத்துறை சிறப்பான முறையில் இயங்கிக்கொண்டிருந்தபோதிலும் ஜேபி விஷயத்தில் பிரச்னையைச் சரியாகக் கண்டறிய முடியாமல் போனதற்குக் காரணம் என்ன என்று தெரியவில்லை. ஒருவேளை இது திட்டமிட்டு நடத்தப்பட்ட நாடகமோ என்று சந்தேகப்படவும் வேண்டியிருக்கிறது. பி.ஜி.ஐயில் இருந்தவரை ஜேபிக்கு உள்ள சிறுநீரகக் கோளாறு ஏனோ டாக்டர் சுக்கின் கவனத்துக்குக் கொண்டுசெல்லப்படவில்லை. நவம்பர் 12 அன்று ஜேபி விடுவிக்கப்பட்டபோதுகூட டிஸ்சார்ஜ் அறிக்கையில் சுக்கின் பெயர் இடம் பெற்றிருந்தது. ஆனால் அவர் ஜேபியைப் பரிசோதித்ததாக எனக்கு நினைவில்லை. ஜேபி இருந்த காலத்தில் பி.ஜி.ஐயிலிருந்து தினமும் ஒரு மருத்துவ அறிக்கை பெறப்பட்டது. ஒரு முறை கூட அந்த அறிக்கைகளில் சிறுநீரகக் கோளாறு இருப்பதுபற்றிக் குறிப்பிடப்பட்டதில்லை. நவம்பர் 12 அன்று இறுதியாகத் தயாரிக்கப்பட்ட மருத்துவ அறிக்கையில்கூட அது குறித்துக் குறிப்பிடப்படவில்லை.

> அவர் பலவீனமாக இருந்தாலும், முன் இருந்ததைவிட மோசமாக இருப்பதாக அவர் கருதினாலும், அவரது நிலைமை முன்னைவிட முன்னேறியே உள்ளது. சாப்பாடு உட்கொள்வதில் பிரச்னை உள்ளது. ஆனாலும் கொஞ்சம் காலை உணவையும் மதிய உணவையும்

உட்கொண்டிருந்தார். இன்று வாந்தி ஏதும் இல்லை. அவரது சிறுநீரகச் செயல்பாடு எதிர்பார்த்ததைவிடச் சுமார்தான். ஆனால் இதயம், நீரிழிவு நோய் கட்டுக்குள் உள்ளன. இன்று பொதுவாகவே அதிக விழிப்புடனும் செயல்பாட்டுடனும் இருந்தார்.

டாக்டர் பி.எல்.வாஹி

1976 ஜனவரி 8 அன்று மாநிலங்கள் அவையில் எம்.பி ரபி ராய் ஜேபியின் சிறுநீரகப் பிரச்னை பற்றிக் கேள்வி எழுப்பினார். அதற்கு டாக்டர் சுட்டானியில் பதில் கீழ்க்கண்டவாறு இருந்தது.

சண்டிகரில் ஜேபி இருந்த காலத்தில் 1975 நவம்பர் 8 அன்று ஜேபிக்கு சிறுநீர்ப் போக்கில் பிரச்னை வந்தபோது அவரது சிறுநீரகம் பாதிக்கப்பட்டு இருப்பதும் கண்டுபிடிக்கப்பட்டது.

ஆனால் பி.ஜி.ஐயிடமிருந்து எங்களுக்கு அனுப்பப்பட்ட மருத்துவ அறிக்கைகளில் குறிப்பாக நவம்பர் 8, 9, 10 நாளிட்ட அறிக்கைகள் எதிலும் ஜேபிக்கு சிறுநீரகப் பிரச்னை இருப்பதாகக் குறிப்பிடப்படவில்லை. நவம்பர் 11 அன்று டாக்டர் எச்.என். காத்ரி கையெழுத்திட்ட அறிக்கையில் 'His renal status is being re-evaluated' *(அவரது சிறுநீரகம் தொடர்பான கருத்து மறுபரிசீலனை செய்யப்படுகிறது) என்று மட்டுமே குறிப்பிடப்பட்டுள்ளது.*

நவம்பர் 16 தேதியிட்ட பரிசோதனை முடிவுகளில் 'Diabetes Mellitus with peripheral neuropathy. Nephropathy with Chronic renal failure' *என்று குறிப்பிடப்பட்டுள்ளது. இதில் உறுத்தலான விஷயம் என்னவென்றால் செப்டெம்பர் 27 அன்றே ஜேபிக்கு வயிற்று வலி இருப்பது பி.ஜி.ஐ மருத்துவர்களால் கண்டறியப்பட்டுள்ளது. கிட்டத்தட்ட ஒன்றரை மாதங்களாக அதற்கான சரியான சிகிச்சைகளோ, பரிசோதனைகளோ நடத்தப்படவில்லை. ஸ்பெஷலிஸ்ட் மருத்துவர்களை அணுகுவதற்கான எந்த முயற்சியும் மேற்கொள்ளப்படவில்லை.*

ஜேபியின் சிறுநீரகம் பழுதடைந்ததற்கு வெவ்வேறு விதமான காரணங்கள் பி.ஜி.ஐ தரப்பிலிருந்து சொல்லப்பட்டன. ஆனால், டாக்டர் எம்.கே. மானி மேற்கொண்ட பரிசோதனைகளுக்குப் பின்னர்தான் காரணம் உறுதியானது. டாக்டர் சுட்டானி, டாக்டர் ஐகட்டின் வாதங்கள் எவையும் சரியானவையாகத் தோன்றவில்லை.

மருத்துவப் பரிசோதனை முடிவுகளைப் புரிந்துகொண்டு எது சரி, எது தவறு என்ற முடிவுக்கு என்னால் வரமுடியவில்லை. ஆனால் ஜேபி ஜெயிலில் இருந்த காலத்தில் அவரது பாதுகாப்புக்கு நான்தான் பொறுப்பு. ஜேபிக்கு ஏற்பட்டிருந்த பிரச்னையைச் சரியாகக் கண்டறியாததும் அது குறித்து சிகிச்சை

மேற்கொள்ளாததும் பெரிய குறை. ஜேபி சிறையிலிருந்து விடுவிக்கப் படும்வரை அவருக்கு இருந்த உடல்நலக் குறைவு பற்றி எந்த ஒரு சிறுநீரக நிபுணரையும் அணுகவில்லை. ஆனால் இவை யாவும் செப்டெம்பர் 15-க்கு முன்னரே கண்டறியப்பட்டதாக ஆல்வா கமிஷனுக்குச் சமர்ப்பிக்கப்பட்ட மருத்துவ அறிக்கைகள் தெரிவிக்கின்றன.

ஜேபிக்கு மேற்கொண்டு சிகிச்சை தேவைப்படும் நேரத்தில் அவர் கெஸ்ட்ஹவுஸுக்கு மாற்றம் செய்யப்பட்டார். அதற்குமுன் டெல்லியில் நடைபெறும் விஷயங்கள் குறித்து என்னுடைய கவனத்துக்கு வராமல் மாதுரும் சுட்டானியும் ரகசியமாகப் பேசிக்கொண்டிருந்தார்கள். அதற்கான காரணம் எதுவும் தெரியவில்லை. ஜேபியின் உடல்நலக் குறைவுக்குக் காரணம் மன உளைச்சல்தான் என்று டாக்டர் சுட்டானி அடிக்கடிச் சொல்லிவந்ததற்கான காரணமும் தெரியவில்லை.

சமாதானப் பேச்சுவார்த்தைக்கான ஏற்பாடுகள் நடந்துகொண்டு இருந்த நேரத்தில், குறிப்பாக பிரதமரிடமிருந்து அனுப்பி வைக்கப்பட்ட லார்ட் ப்ராக்வேயின் கடிதம் வந்துசேர்ந்தபின் ஜேபிக்கு உடல்நலக் குறைவு ஏற்பட்டது. முப்பதுகளில் இருந்த சஞ்சய் காந்தி இந்தியாவின் பிரதமராக வருவதற்கு ஜேபி தடையாக இருப்பார் என்று அவரது சகாக்கள் நினைத்ததும், பன்சிலாலிடமிருந்து வந்த ஆவேசமான வார்த்தைகளும் கண்டனங்களும் டெல்லி தர்பாரின் எண்ணத்தை வெளிப்படுத்துவதாக இருந்தன.

ஜேபியை விடுவிப்பது அல்லது சண்டிகரிலிருந்து டெல்லிக்கு இடமாற்றம் செய்வது போன்ற முடிவுகளை ஜேபிக்கு ஏற்பட்டிருந்த உடல்நலக் குறைவு தாமதப்படுத்தியது. பிரச்னையின் மையத்தை விட்டுவிட்டு அபாயகரமான நிலையில் இருந்த ஜேபியைக் காப்பாற்றி உயிரோடு மீட்ட ஜஸ்லோக் மருத்துவமனையைச் சேர்ந்தவர்களை சுட்டானி குறை சொன்னதற்கான காரணம் தெரியவில்லை.

இன்றும்கூட விடை தெரியாமல் ஏராளமான கேள்விகள் தொக்கி நிற்கின்றன. நியாயமான, சுதந்தரமான முறையில் சம்பந்தப்பட்டவர்களை விசாரித்தால் மட்டுமே நிறைய உண்மைகள் வெளியாகும்.

25 சமாதான முயற்சியும் ஜே.பி.யின் விடுதலையும்

1975, நவம்பர் 10. ஜேபிக்கு ஆபத்து காத்திருக்கிறது என்று சந்தேகிக்கும் அளவுக்கு அடுத்தடுத்து நடந்த சம்பவங்களால் நான் ஒரு முடிவுக்கு வந்திருந்தேன். ஜேபியை எப்படியாவது இங்கிருந்து வெளியாற்றி யாக வேண்டும். வேறு எங்காவது இருந்தால் அவரது உறவினர்கள், நண்பர்களுடன் பேச வாய்ப்பு கிடைக் கும். அதன் மூலம் ஜேபிக்கு மன அமைதியும் தைரிய மும் கிடைக்கும். இது குறித்து தாஸ்குப்தாவிடம் பேசவேண்டும் என்று முடிவு செய்தேன்.

மறுநாள் காலை சண்டிகருக்கு வந்த தாஸ்குப்தா, யூனியன் பிரதேச விருந்தினர் மாளிகையில் தங்க வைக்கப்பட்டார். அதற்கு மறுநாள் தார், திருவனந்த புரம் கிளம்புவதால் அதற்குமுன் டெல்லி திரும்பி அவரைச் சந்தித்து அறிக்கை கொடுத்தாக வேண்டும் என்றார் தாஸ்குப்தா. டாண்டனிடம் பேசி அன்று மதியமே தாஸ்குப்தா விமானத்தில் டெல்லி திரும்பு வதற்கான ஏற்பாடுகளைச் செய்யுமாறு கேட்டுக் கொண்டேன்.

எஸ்.என். பிரசாத்திடமிருந்து தொலைபேசி அழைப்பு வந்தது. நவம்பர் 5 அன்று டெல்லிக்கு வந்தவர், தார் சென்னை சென்றிருந்ததால் காத்திருந்து அவரை நவம்பர் 8 அன்று சந்தித்திருக்கிறார். தார் அவரை சண்டிகர் சென்று ஜேபியைச் சந்தித்துவிட்டு வருமாறு கூறினாராம். ஜேபியைச் சந்திக்க அனுமதி கிடைக்குமா என்று என்னிடம் கேட்டார். சரி என்றேன்.

சரியாகப் பத்து மணிக்கு தாஸ்குப்தாவைச் சந்திக்கச் சென்றேன். ஜேபியின் உடல்நிலை குறித்தும் டெல்லியில் நடைபெறும் விஷயங்கள் பற்றியும் பேசிக்கொண்டிருந்தோம். 'பேச்சுவார்த்தைக்கான ஏற்பாடுகளில் பெரிய முன்னேற்றம் ஏதும் இல்லை. தார் நம்பிக்கையோடுதான் இருக்கிறார். ஆனால் அவராலேயே பிரதமரை எளிதாகச் சந்திக்க முடிவதில்லை. இரண்டு அல்லது மூன்று நாட்கள் காத்திருக்க வேண்டியிருக்கிறது. அனைத்து அரசியல் மற்றும் நிர்வாக முடிவுகளும் ஒரு சிலரால் மட்டுமே எடுக்கப்படுகின்றன. அவசர அவசரமாக எதிர்க்கட்சித் தலைவர்களை எல்லாம் சிறையில் அடைத்துவிட்டு தற்போது எந்த ஒரு முடிவுக்கும் வரமுடியாமல் தவிக்கிறார்கள். அதே அவசரத்தில் எதிர்க்கட்சித் தலைவர்களை விடுவிப்பதிலும் தயக்கம் தெரிகிறது. அவர்கள் எடுத்த முடிவுகளால் அவர்களே சூழ்நிலைக் கைதிகள் ஆகிவிட்டனர்' என்றார் தாஸ்குப்தா.

'உச்ச நீதிமன்றத்தின் தீர்ப்பும் வந்துவிட்டது. இந்திரா முன்னைவிடப் பலம் பொருந்தியவர் ஆகிவிட்டார். இனிமேலாவது நாட்டின் நலன் கருதி அவர் ஏதாவது நடவடிக்கை எடுப்பாரா?' என்று கேட்டேன். தாஸ்குப்தாவிடமிருந்து பதில் ஏதும் வரவில்லை.

நவம்பர் 7 அன்று திடீரென்று ஜேபிக்கு உடல்நலக்குறைவு ஏற்பட்டு, அது குறித்த அறிக்கை உள்துறைச் செயலருக்கு அனுப்பி வைக்கப்பட்டுள்ள விவரத்தை தாஸ்குப்தாவிடம் தெரிவித்தேன். தாரின் கவனத்துக்கு இது வரவில்லை என்றார் தாஸ்குப்தா. 'உடனே இது தாரின் கவனத்துக்குக் கொண்டுவரப்பட்டு உரிய நடவடிக்கை எடுக்கப்படவேண்டும். ஜேபிக்கு ஏதாவது நேர்ந்தால் இந்திராவை மக்கள் மன்னிக்கவே மாட்டார்கள். ஜேபியின் உடல்நிலையும் மனநிலையும் நாளுக்கு நாள் மோசமடைந்து வருகிறது. அவர் மீது யாரும் அக்கறை காட்டுவது போல் தெரியவில்லை' என்றேன் நான்.

'பரோல் மனு நிராகரிக்கப்பட்ட நிலையில் ஜேபி தற்போது விரும்புவது ஒன்றே ஒன்றுதான். அது தேர்தல். தேர்தல் அறிவிப்பை ஏன் பிரதமர் வெளியிடக்கூடாது? மக்கள் தரும் தீர்ப்பை ஏற்றுக்கொள்வதில் என்ன தயக்கம்?' என்று தொடர்ந்து கேட்டேன். தேர்தல் அறிவிக்கப்பட்டால் காங்கிரஸ் கட்சி நிச்சயம் வெற்றி பெறும் என்றார் தாஸ்குப்தா. 'தேர்தல் முடிவுகள் எப்படி வேண்டுமானாலும் அமையட்டும். கவலையில்லை. மக்கள் தங்கள் தலைவிதியைத் தேர்வு செய்து கொள்ள பிரதமர் அனுமதித்தால் போதும். நாட்டு நடப்புகள் குறித்து மக்கள் இடையே பலத்த மௌனம் நிலவுகிறது. என்றாவது ஒரு நாள் அது வெடித்துச் சிதறும் என்பதில் சந்தேகமே இல்லை' என்றேன். தாஸ்குப்தாவும் ஒப்புக்கொண்டார்.

டெல்லி பல்கலைக்கழக மாணவர்கள் சங்கம் எமர்ஜென்சியை ஆதரித்துத் தீர்மானம் இயற்றியிருப்பது பற்றி தாஸ்குப்தா குறிப்பிட்டார். 'மொத்தம்

உள்ள 500 பேராசிரியர்களில் மூன்று பேர் மட்டுமே முன்னிலையில் இருக்க தீர்மானம் நிறைவேற்றப்பட்டிருக்கிறது. ஜேபியை விமர்சிக்கும் அறிக்கையில் கையெழுத்திடச் சிலர் மறுத்திருக்கிறார்கள். மாணவர்கள் துண்டறிக்கை வீசுவது தடை செய்யப்பட்டிருக்கிறது' என்றார் அவர். இது போன்ற சம்பவங்கள் எல்லாம் மாணவர்கள் மறைமுகமான நடவடிக்கைகளில் இறங்குவதில்தான் போய் முடியும் என்றேன்.

தேர்தல் நியாயமாக, சுதந்தரமாக நடைபெற்றாக வேண்டும். எதிர்க்கட்சிகளுக்கு வாய்ப்பு வழங்கப்பட்டாக வேண்டும். ஜேபி விரும்புவது அதைத்தான். தாஸ்குப்தாவிடம் ஒரு திட்டம் இருந்தது. ஜேபியையும் பிற எதிர்க்கட்சித் தலைவர்களையும் உடனே விடுவித்துவிட்டு தேர்தல் அறிவிப்பை வெளியிடுவது. குறைந்தபட்சச் செயல்திட்டத்தின்படி யார் தேர்தலில் ஜெயித்து ஆட்சிக்கு வந்தாலும், குறிப்பாக காங்கிரஸ் கட்சியோ, இந்திரா காந்தியோ திரும்ப வந்தாலும் ஜேபி ஒத்துழைப்பு கொடுக்க வேண்டும். தாருக்கு இந்தத் திட்டம் சரி என்று தோன்றியது. ஆனால் ஜேபி ஒப்புக்கொள்ள வேண்டுமே? அப்படியே ஜேபி சம்மதித்தாலும் காங்கிரஸ் சம்மதிக்க வேண்டுமே என்று தார் கவலைப்படுவதாக தாஸ்குப்தா கூறினார்.

அங்கிருந்து கிளம்பி ஜேபியைச் சந்திக்கச் சென்றோம். காரில் செல்லும் போது, 'ஜேபியுடனான சந்திப்பின்போது நான் உடன் இருக்கக்கூடாது, இல்லையா?' என்று கேட்டேன். 'உண்மைதான். ஆனால் நீங்கள் உடனிருந்தால் எனக்கு உதவியாக இருக்கும். ஜேபி உங்கள்மீது நிறைய நம்பிக்கை வைத்திருக்கிறார். சென்ற முறை நீங்கள் இல்லாத காரணத்தால் சந்திப்பு படு தோல்வி அடைந்தது. இம்முறை நீங்கள் உடனிருக்கும் பட்சத்தில் இன்னும் நம்பிக்கையோடு என்னால் பேச முடியும். விதிமுறைகளைப் பற்றிக் கவலைப்பட வேண்டாம். இது பற்றி தாரிடம் நான் பின்னர் பேசிக்கொள்கிறேன்' என்றார். பின்னர் ஷேக் அப்துல்லாவிடமிருந்து ஜேபிக்கு ஏதாவது கடிதம் வந்ததா என்று கேட்டார். இல்லை என்று பதில் சொன்னேன்.

நாங்கள் அறைக்குள் நுழையும்போது ஜேபி நாற்காலியில் அமர்ந்திருந்தார். அவருக்குமுன் ஒரு டேபிள் வைக்கப்பட்டிருந்தது. காலை உணவு உட்கொள்ளத் தயாராக இருந்தார். தாஸ்குப்தாவைப் பார்த்ததும் அவரது முகத்தில் மலர்ச்சி தெரிந்தது. என்னைச் சந்திக்க விரும்பினீர்களா என்று ஜேபியை தாஸ்குப்தா கேட்டபோது, மெல்லிய குரலில் ஆம் என்றார். சென்ற முறை வந்து திரும்பியபின் டெல்லியில் என்ன நடந்தது என்று ஜேபி கேட்டபோது, டில்லியில் மளமளவென்று பணிகள் நடைபெற்று வருவதாகவும் தார் ஆர்வத்துடன் செயல்படுகிறார் என்றும், ஆனால் பதில் கிடைக்கத் தாமதமாகிறது என்றும் தாஸ்குப்தா சொன்னார். இப்போதைக்கு ஜேபியுடன் மட்டுமே பேச்சுவார்த்தை நடைபெறுகிறது. மொரார்ஜி தேசாயுடன்

இன்னும் பேச ஆரம்பிக்கவில்லை. ஓம் மேத்தா தொடர்ந்து பேச்சு வார்த்தை நடப்பதை மறுத்துவருகிறார். ஆனால் இது பற்றி தாரிடம் கேட்டால் , ஓம் மேத்தாவுக்கு எதுவும் தெரியாது என்கிறார். பிரம்மானந்த ரெட்டிக்குக்கூட நடப்பது எதுவும் தெரியாது.

'சந்திப்புகள் எல்லாம் ரகசியமாக நடத்தப்படவேண்டும் என்பது தாரின் எதிர்பார்ப்பு. பேச்சுவார்த்தை முயற்சிகளுக்கு எதிராகச் சில சக்திகள் செயல் பட்டு வருகின்றன. இவையெல்லாம் அவர்களுக்குத் தெரியவந்தால் முட்டுக் கட்டை போட முயற்சி செய்வார்கள். இந்திரா காந்திக்கும் தர்மசங்கடத்தை ஏற்படுத்துவார்கள். ஆகவே என்னை எப்போதெல்லாம் சந்திக்க வேண்டும் என்று நினைக்கிறீர்களோ அப்போது மாவட்ட மாஜிஸ்திரேட்டுக்குத் தகவல் தெரிவித்தால் போதும். நானே வருகிறேன். எஸ்.என். பிரசாத் போன்றவர் களிடம்கூடத் தகவல் சொல்லி அனுப்ப வேண்டாம்' என்றார் தாஸ்குப்தா. ஜேபியும் விஷயத்தை ரகசியமாக வைத்திருப்பதற்கு ஒப்புக்கொண்டார்.

நாட்டு நடப்பு பற்றி தாஸ்குப்தா ஜேபியிடம் விவரித்தார். வெளிப்பார்வைக்கு டெல்லி வட்டாரம் அமைதியாக இருப்பது போல் தெரிந்தாலும் உள்ளுக்குள் எமர்ஜென்சியைக் கையாள்வது குறித்த மோதல்கள் வெடிக்கின்றன. ரமேஷ் தாபர், ஏ.கே. தாஸ்குப்தா போன்றவர்கள் பிரச்னை இன்னும் பூதாகாரமாகும் என்கிறார்கள். ஜேபியுடனான பேச்சுவார்த்தை தோல்வியடையாது என்பது அவர்களது நம்பிக்கை. 'ஜேபியுடனான சந்திப்புக்கு நீங்கள் தயாராகச் சென்றிருக்க வேண்டும். ஆனால் நீங்கள் அப்படிச் செய்யவில்லை. உண்மையிலேயே சிரத்தையோடு இருந்திருந்தால் தாரிடம் கலந்து பேசி என்ன பேசுவது என்பதை முடிவு செய்துகொண்டு கிளம்பியிருப்பீர்கள்' என்று ரமேஷ் தாபர் தாஸ்குப்தாவைக் குறை சொன்னாராம்.

தேர்தல் விஷயம் என்னவாயிற்று என்று கேட்டார் ஜேபி. 'இந்திரா உடனே முடிவெடுக்கத் தயங்குகிறார். ஆனாலும் தேர்தல் அறிவிப்பு விரைவில் வரும் என்கிறார் தார். காங்கிரஸ் வட்டாரங்களும் தேர்தலை எதிர்பார்க்கின்றன. தேர்தல் ஒத்திப்போடப்படுவதற்கான வாய்ப்புகள் அதிகமாகத் தென்படு கின்றன' என்றார் தாஸ்குப்தா. என்ன காரணம் என்று ஜேபி கேட்டதற்கு எமர்ஜென்சிதான் என்பது பதிலாக வந்தது. 'இனி என்ன நடக்கும் என்பது இந்திராவுக்கு மட்டுமே தெரியும். நிச்சயம் தேர்தல் அறிவிப்பு வரும். இல்லாவிட்டால் காங்கிரஸால் இனி எழுந்திருக்கவே முடியாது' என்றேன் நான்.

ஜேபிக்காக ரொட்டியும் வேக வைத்த முட்டைகளும் கொண்டுவரப்பட்டன. அதில் உப்பையும் சீரகத் தூளையும் தூவி ஒவ்வொரு துண்டாக எடுத்து ருசிக்க ஆரம்பித்தவர், திடீரென்று ஏதோ நினைத்தவாறு தாஸ்குப்தா பக்கம் திரும்பி, 'இந்திராவிடம் சகலமும் இருக்கிறது. பதவி, அதிகாரம், ஏராளமான பணம், சொல்வதைக் கேட்கத் தயாராக ஒரு கூட்டம். இருந்தும் எதற்காக, யாருக்காக

அவர் பயப்படுகிறார்? மொரார்ஜி தேசாயைப் போல, என்னைப் போல வயதான ஆசாமிகளைப் பார்த்தா? நேர்மையான, சுதந்தரமான முறையில் பொதுத் தேர்தலை நடத்தி முடிக்கட்டுமே? அவர் பக்கம் நியாயமிருந்தால் நிச்சயமாக அவர் வெற்றி பெறுவார். மக்களுக்கு ஒரு வாய்ப்பு கொடுக் கட்டுமே? எதற்காக மக்களின் உரிமையைப் பறிக்க நினைக்கிறார்?' என்றார். தாஸ்குப்தாவிடமிருந்து பதிலே இல்லை.

'இந்திராவும் அவருடைய ஆதரவாளர்களும் ஒரே விஷயத்தைத் திரும்பத் திரும்பச் சொல்கிறார்கள். ஜனநாயகத்தைக் காப்பாற்ற எமர்ஜென்சி கொண்டுவரப்பட்டது என்கிறார்கள். ஜனநாயகத்தை எமர்ஜென்சியின் மூலமாகக் காப்பாற்றுகிறோம் என்கிறார் ஒருவர். (ஜெய்ப்பூரில் ஜி.எஸ் தில்லான் பேசியதைக் குறிப்பிடுகிறார்.) இது எப்படி இருக்கிறதென்றால் ஒரு குழந்தையின் ரத்த ஓட்டத்தை நிறுத்திவிட்டு, குழந்தையைக் காப்பாற்றுவ தாகச் சொல்வதைப் போல் இருக்கிறது' என்றார் ஜேபி. என்னால் சிரிப்பைக் கட்டுப்படுத்த முடியவில்லை.

ஜேபி ஆப்பிள் ஜாமை மெல்ல எடுத்து ரொட்டியின் மீது தடவியபடியே என்னைப் பார்த்து, ஜாம் அனுப்பி வைத்ததற்கு நன்றி என்றார். பேச்சை மாற்றி, தாஸ்குப்தாவிடம் இன்ஸ்டிட்யூட் பற்றி விசாரித்தார். 'அரசிடமிருந்து நிதியுதவி கிடைக்காததால் நிதிநிலை திருப்திகரமாக இல்லை. மற்றபடி வேறு பிரச்னை இல்லை' என்றார் தாஸ்குப்தா. இது சம்பந்தமாக தார் என்ன நடவடிக்கை எடுத்திருக்கிறார் என்று ஜேபி கேட்டபோது, 'தன்னால் முடிந்ததையெல்லாம் தார் செய்திருக்கிறார். சேர்மனாக இருக்கும் நூருல் ஹசன் எந்த முடிவையும் எடுக்கத் தயங்குகிறார். ஜேபியும் மொரார்ஜி தேசாயும் சம்பந்தப்பட்டுள்ள அரசியல் அல்லாத நிறுவனங்களுக்குத் தொல்லை கொடுக்கவேண்டாம் என்று இந்திரா வெளிப்படையாகச் சொல்லியிருந்தும் நூருல் ஹசன் பிரதமரின் வார்த்தைக்காகக் காத்திருக்கிறார். எந்த ஒரு முடிவுக்கும் வரமுடியாத நிலைதான் தற்போது உள்ளது' என்றார் தாஸ்குப்தா. இத்தனை பெரிய நாட்டில் அதிகாரங்களெல்லாம் ஒரே இடத்தில் குவிக்கப்பட்டிருப்பதுதான் தவறுக்குக் காரணம் என்றார் ஜேபி.

பேச்சின்போது தாஸ்குப்தா, ஹரியானாவைச் சேர்ந்த முன்னாள் எம்.பியும் தற்போது ஒரு கமிஷனின் சேர்மனாகவும் இருக்கும் ஒருவர் பற்றிச் சொன்னார். தேர்தல் விரைவில் வரும் என்றும், அதில் காங்கிரஸ் ஜெயிக்கும் என்றும், ஜேபியை ஜெயிலிலேயே வைத்துவிட்டு, மற்ற எதிர்க்கட்சித் தலைவர்களை மட்டும் விடலாம் என்றும் சொன்னாராம். ஏனெனில் ஜேபியை வெளியே விட்டால் சமாளிக்க முடியாதாம்.

அந்த முன்னாள் எம்.பி ஹரியானாவைச் சேர்ந்தவர் என்றதுமே அவர் பன்சிலாலின் ஆதரவாளராக இருப்பார் என்ற முடிவுக்கு வந்தேன். சஞ்சய் காந்தி முன்னுக்கு வருவதற்கு ஜேபி மட்டுமே தடையாக இருப்பார் என்று

பன்சிலாலும் பிற ஆதரவாளர்களும் நினைக்கிறார்கள். ஜேபியைச் சிறையிலிருந்து விடுவிக்காமல் தேர்தலை நடத்தி முடிப்பது என்ற முடிவில் அவர்கள் இருக்கக்கூடும். எனவே, நேரத்தை வீணடிக்காமல் ஜேபியைக் காப்பாற்றி பி.ஜி.ஐயை விட்டு வெளியேற்ற வேண்டும் என்று நினைத்தேன்.

லண்டனிலிருந்து ஏதாவது கடிதம் வந்ததா என்று ஜேபியிடம் தாஸ்குப்தா கேட்டார். லார்ட் ப்ராக்வேயிடமிருந்து கிடைத்த கடிதத்துக்குப்பின் வேறு ஏதும் கடிதம் வரவில்லை என்றார் ஜேபி. ப்ராக்வேயின் கடிதம் பற்றி தார் ஏற்கெனவே தாஸ்குப்தாவிடம் கூறியிருக்கிறார்.

இந்தியாவில் ஜனநாயகம், இங்கிலாந்தில் உள்ளது போல் இல்லை என்று தாஸ்குப்தா சொன்னதை ஜேபி ஒப்புக்கொண்டார். 'அப்படி இருக்கவும் தேவையில்லை. ஒரு சில மாற்றங்கள் இருப்பதில் தவறில்லை' என்றார் ஜேபி.

தணிக்கை முறையில் சில விதிகளைத் தளர்த்தி இருப்பதிலிருந்து எமர்ஜென்சி முடிவுக்கு வரப்போகிறது என்று சொல்லலாமா என்று ஜேபி கேட்டார். பத்திரிகைகளுக்கு இன்னும் சில கட்டுப்பாடுகள் விதிக்கப்பட்டிருப்பதால் சாத்தியமில்லை என்றேன். அரசு அதிகாரிகள், தொழிலதிபர்கள், பத்திரிகை ஆசிரியர்கள் அடங்கிய ஒரு தணிக்கைத் துறையை நிறுவும் திட்டம் அரசுக்கு இருக்கிறது என்பதை விவரித்தேன். தொழிலதிபர்கள் அவர்களுக் குள்ளாகவே தணிக்கைக்காக ஒரு கமிட்டி அமைத்துக்கொள்ளவேண்டும் என்று ரமேஷ் தாபர் சொன்ன அறிவுரையையும் குறிப்பிட்டேன். 'தணிக்கைத் துறை இருக்கத்தான் போகிறது. அதிலிருந்து யாராலும் தப்பிக்க முடியாது. சாகும்வரை இருந்ததுதான் ஆகவேண்டும்' என்றார் தாஸ்குப்தா.

அரசுக்கு எதிரான கருத்துக்களை ஓரளவுக்கு மேல் தடுக்க முடியாது என்றார் ஜேபி. 'தடைகள் அதிகமானால் ஆயுதம் ஏந்த வேண்டியிருக்கும். அது மிகவும் ஆபத்தானது. நான் விடுவிக்கப்பட்டால் எந்த ஒரு இயக்கமும் இருக்காது. என் கையில் மந்திரக் கோல் ஏதும் கிடையாது. நினைத்தவுடன் மக்களை ஒன்று திரட்டி களத்தில் இறங்க என்னால் முடியாது. அதற்கு நிறைய நாட்கள், மாதங்கள், ஏன் சில ஆண்டுகள்கூடத் தேவைப்படலாம். பிரிட்டிஷாருக்கு எதிராகச் சுதந்தரப் போராட்டத்தில் இறங்குவதற்குப் பத்தாண்டுகள் ஆயின. தேர்தல் தேதி அறிவிக்கப்பட்டால், எல்லோரும் தேர்தல் வேலைகளில் இறங்குவார்களே தவிர யாரும் என் இயக்கத்தைப் பற்றிப் பேசமாட்டார்கள். ஆகவே சிறையிலிருந்து விடுவிக்கப்பட்டவுடன் ஒரு மக்கள் இயக்கத்தை ஆரம்பிக்க வேண்டும் என்று நினைத்தால் நான் நிச்சயம் முட்டாள்தான்' என்றார் ஜேபி.

தொடர்ந்தார். 'நிறைய அரசியல்வாதிகளுக்குப் பதவியில் அமர்வதுதான் பிழைப்பதற்கான ஒரே வழி. இந்திரா காந்தியிடம் போதுமான பணம்

இருக்கிறது. அவர் பதவியில் இல்லாவிட்டாலும் அவரால் கஷ்டப்படாமல் இருக்க முடியும். ஆனால் மற்ற அரசியல்வாதிகளின் நிலையே வேறு. பிழைப்புக்காக பதவியில் ஒட்டிக்கொண்டு இருந்தாக வேண்டும். அரசியல் மோசமானதற்குக் காரணம் இதுதான். தற்போதைய அரசியல் சுயநலத்தால் ஆனது. இது மாறியாக வேண்டும்' என்றார்.

சிறையிலிருந்து விடுவிக்கப்பட்டவர்களில் சிலர் அரசை எதிர்த்துக் கூட்டம் நடத்த முயன்றதால் திரும்பவும் கைது செய்யப்பட்டார்கள் என்று தாஸ்குப்தா தெரிவித்தார். 'இவர்களைச் சரியான முறையில் நல்வழிப்படுத்த ஜேபி வெளியே சென்றாக வேண்டும். சகஜ நிலைக்குத் திரும்ப ஜேபிக்கு முக்கிய மான பங்கு வகித்தாக வேண்டும்' என்று சொன்னேன்.

ஒரு நிமிடம் ஆழ்ந்த யோசனையில் இருந்த ஜேபி, நீண்ட பெருமூச்சுக்குப்பின் தொடர்ந்தார். 'சிறையில் அடைக்கப்பட்ட காலத்திலிருந்து என்னுடைய உடல்நிலை சரியில்லை. கடந்த ஒரு மாதமாகத்தான் நலமுடன் இருக்கிறேன். இங்கிருக்கும் மருத்துவர்கள் என்னைச் சரியான முறையில் கவனித்துக் கொள்கிறார்கள். தனிமையின் காரணமாகவும், உறவினர்களைச் சந்திக்க முடியாத நிலையினாலும் நான் கவலையோடு இருக்கிறேன். டெல்லியின் அகில இந்திய மருத்துவக் கழகத்துக்கு என்னை இடமாற்றம் செய்தால் வசதியாக இருக்கும். அங்கிருக்கும் மருத்துவர்கள் என் நண்பர்கள். அவர் களுடன் பேசிக்கொண்டிருந்தால் வீட்டில் இருப்பதைப் போல் இருக்கும். பி.ஜி.ஐயை நான் குறைத்து மதிப்பிடவில்லை. இங்கே சிறப்பான சிகிச்சை அளிக்கப்படுகிறது. சண்டிகரில் எனக்கு இருக்கும் ஒரே நண்பர் லக்கன்பால் தான். சண்டிகரின் தட்பவெப்பச் சூழல், குடிநீர் போன்றவை எனக்கு ஒத்துக் கொள்ளவில்லை. நான் விடுவிக்கப்பட்டால் உடல்நிலை சகஜநிலைக்கு வரச் சில நாட்கள் ஆகும். பெரும்பாலும் பாட்னாவில் இருக்கும் எனது வீட்டில் தங்கியிருப்பேன். இப்போதைக்கு மக்கள் இயக்கத்தைத் தூண்டிவிடும் கேள்விக்கே இடமில்லை' என்று தன் எதிர்காலத் திட்டங்களை விவரித்தார்.

'குறித்த நேரத்துக்குள் தேர்தல் நடத்தப்பட வேண்டும் என்பதில் நான் உறுதியாக இருக்கிறேன். தேர்தலினால் மட்டுமே மீண்டும் சகஜ நிலையைக் கொண்டுவர முடியும். இந்திரா வேண்டுமானால் வேறு வழிகளைப் பற்றி யோசிக்கலாம். ஜனநாயகத்தின்பால் நம்பிக்கை கொண்டிருக்கும் எனக்கு தேர்தல் மீது மட்டுமே நம்பிக்கை இருக்கிறது. எதிர்க்கட்சிகள் இல்லாத ஜனநாயகம் அர்த்தமற்றது. தேர்தல் விஷயத்தில் நான் உறுதியோடு இருப்ப தாக தாரிடம் தெரிவியுங்கள்' என்றார் ஜேபி.

ஜேபி இந்திரா காந்தியை எப்படித் தேர்தலில் தோற்கடிப்பது என்பதைப் பற்றி வெளிப்படையாகவே பேச ஆரம்பித்தார். 'பாரதீய லோக் தள், பழைய காங்கிரஸ், ஜனசங்கம் ஆகிய மூன்றையும் ஓரணியில் நிறுத்த முயற்சி செய்வேன். பாரதீய லோக் தள் கட்சியின் சரண் சிங், ஒன்றிணைவதில்

ஆர்வமுடன் இருக்கிறார். எந்த ஒரு பதவியும் வேண்டாம் என்னும் அவர், தன் கட்சியின் பெயரைக்கூட விட்டுக்கொடுக்கத் தயாராக இருக்கிறார். ஜனசங்கத்தின் நிலைதான் கேள்விக்குறி. காங்கிரஸ் கட்சிக்கு மாற்று தாங்கள்தாம் என்ற பெருமிதத்திலும் நம்பிக்கையிலும் அவர்கள் இருக்கிறார்கள். அவர்களுக்குத் தற்போது யதார்த்தம் புரிந்திருக்கலாம். ஆர்.எஸ்.எஸ் பாசிஸ அணுகுமுறை கொண்டது; குறைந்தபட்சம் பிற்போக்கானது. ஜனசங்கம் முஸ்லிம்கள்மீது பாயும். முஸ்லிம்கள் என்ன பாவம் செய்தார்கள் என்று கேள்வி எழுப்பி, நான்தான் ஜனசங்கத்தைக் கட்டுக்குள் வைத்திருக்கவேண்டும்' என்றார் ஜேபி.

ஒருவித ஆவேசத்துடன் ஜேபி தொடர்ந்து பேச ஆரம்பித்தார். 'வளர்ச்சி என்பது, வேறு இடத்தில் இருந்து தொடங்கப்பட வேண்டும். காந்திய முறைகளை அடிப்படையாகக் கொண்ட திட்டங்களை வகுப்பது காலத்தின் கட்டாயம். கிராம வாழ்க்கையின் அர்த்தம் எல்லோருக்கும் தெரிந்தாக வேண்டும். இந்திராவுக்கு அதில் பரிச்சயம் கிடையாது. அவர் தன்னை மற்றவர்களோடு ஒப்பிட ஆரம்பித்திருக்கிறார். சமீபத்தில்கூட ஒரு பேட்டியில் தன்னை ஜென் பௌத்தத் துறவி என்று சொல்லியிருக்கிறார்' என்ற ஜேபி, டிரிபியூனில் இந்திரா பேசியதாக வெளிவந்த செய்தியைக் குறிப்பிட்டுக் காட்டினார்.

ஜேபியை வெளியே கொண்டு வருவதில் தார் உறுதியோடு இருப்பதாக தாஸ்குப்தா கூறினார். ஜேபியை விடுவிக்க நேரிட்டால் மற்றவர்களையும் விடுவிக்க வேண்டியிருக்கும். மொரார்ஜி போன்றவர்கள் உள்ளே இருக்கும்போது தான் மட்டும் விடுவிக்கப்படுவதை ஜேபியே விரும்ப மாட்டார். தன் டெல்லி நண்பர்களைப் பற்றி தாஸ்குப்தாவிடம் ஜேபி விசாரித்துக்கொண்டிருந்தார். பேச்சினிடையே, கோயங்கா கல்கத்தாவில் இருப்பதால் அவரைத் தன்னால் சந்திக்க முடியவில்லை என்றார் தாஸ்குப்தா. தொழில் நிறுவனங்கள் பத்திரிகைகள் நடத்தக்கூடாது என்று அரசு கொண்டுவந்திருந்த கட்டுப்பாடு கோயங்காவைப் பாதிக்கவில்லை. அவர் இப்போது இந்தியன் எக்ஸ்பிரஸ் குழுமத்தை மட்டுமே நிர்வகித்து வந்தார். தன் மகனுக்காக கல்கத்தாவில் ஒரு சணல் ஆலையை வாங்கினார். ஆனால் அவரது மகன் சரியாகக் கவனிக்காததால், கோயங்காவே அங்கு சென்று அதையும் கவனிக்க வேண்டியிருந்தது. இல்லாவிட்டால் பெரும்பாலான நாட்கள் அவர் சென்னையில்தான் இருப்பார். தமிழர்களைப்போலவே கோயங்கா சரளமாகத் தமிழ் பேசுகிறார் என்றார் தாஸ்குப்தா.

தாஸ்குப்தா டெல்லிக்குத் திரும்பவேண்டிய நேரம் நெருங்கியதால் ஜேபியிடமிருந்து விடைபெற்றுக்கொள்ள வேண்டியிருந்தது. கிளம்பும் போது ஒரு விஷயத்தை தாரிடம் தெளிவாகச் சொல்லும்படி ஜேபி தாஸ்குப்தாவைக் கேட்டுக்கொண்டார். 'இந்திராவின் கருணைப் பார்வை எனக்குத்

தேவையில்லை. என் மீது இரக்கப்பட்டு என்னை விடுவிப்பதாக இந்திரா நினைத்துக்கொள்ள வேண்டாம். என்னால் கடைசிவரை சிறையிலேயே காலம் தள்ள முடியும்.'

காரில் விமான நிலையம் செல்லும்போது தாஸ்குப்தா எனக்கு நன்றி தெரிவித்துக்கொண்டார். சந்திப்பின்போது நானும் உடன் இருந்ததால் நிறைய விஷயங்களைப் பேச முடிந்ததாகக் குறிப்பிட்டார். சென்றமுறை ஜேபியிடம் பேசிக்கொண்டிருந்தபோது, 'இந்திராவைத் தேர்தலில் சந்திக்கிறேன். அவர் எப்படி மீண்டும் பதவிக்கு வருகிறார் என்று பார்க்கலாம்' என்று ஜேபி சவால் விட்டு ஆவேசமாகப் பேசியதாகவும், இம்முறை அமைதியான முறையில் தன்னை அணுகியதாகவும் தாஸ்குப்தா குறிப்பிட்டார்.

டெல்லி வட்டாரத்தில் உலா வரும் விஷயங்கள் குறித்த கவலை தனக்கு இருப்பதாக தாஸ்குப்தா கூறினார். பிரதமரின் சம்மதத்துக்குப் பின்னர்தான் தான் பேச்சுவார்த்தை முயற்சிகளில் இறங்கியதாகவும், ஆனாலும் நிறைய பேர் தடைக்கற்களாக இருப்பதாகவும் தார் தன்னிடம் குறிப்பிட்டதாக அவர் தெரிவித்தார். சஞ்சய் காந்தி, பன்சிலால், ஓம் மேத்தா, ஆர். கே. தவான் ஆகியோரின் பெயர் அடிபட்டது. பேச்சுவார்த்தைக்கான முயற்சிகள் தடைப்படக்கூடும் என்றும், ஜேபிக்கு ஏதாவது ஆபத்து வரக்கூடும் என்றும் சில நாட்களாகத் தன் மனத்தில் ஓர் எண்ணம் ஏற்பட்டு வருவதாக தாஸ்குப்தா மேலும் கூறினார்.

இதுதான் சரியான சமயம் என்று நான் நினைத்தேன். எப்படியாவது ஜேபியை பி.ஜி.ஐயிலிருந்து வெளியே கொண்டுவரவேண்டும் என்பதை அவரிடம் சொன்னேன். ஜேபி சாகும்வரை ஜெயிலிலேயே இருக்க வேண்டியிருக்குமா என்ற கேள்வியை முன்வைத்து ஓர் அறிக்கை எழுதி அதைப் பிரதமரின் கவனத்துக்குக் கொண்டுசெல்லுமாறு தாரைக் கேட்டுக்கொள்ள வேண்டும். இதைத் தாமதிக்காமல் உடனே செய்தாக வேண்டும். தாஸ்குப்தா டெல்லி சென்று சேர்ந்ததும் உடனே ராஜேஷ்வர் பிரசாத்தைத் தொடர்புகொண்டு அவரிடம் இருக்கும் கடிதத்தைப் பெற்று பிரதமருக்கு அன்றைய தினமோ அல்லது மறுநாளோ அனுப்பி வைத்துவிடவேண்டும். தாஸ்குப்தா என் எண்ணங்களைப் புரிந்துகொண்டவராக, என் கைகளை இறுகப் பற்றிக் குலுக்கி, தன்னால் முடிந்ததைச் செய்வதாகவும்,அடுத்த முறை சந்திக்கும்போது ஜேபியை விடுவிப்பது குறித்த விஷயத்தோடு திரும்பி வர முயற்சிப்பதாகவும் கூறி விடைபெற்றுக் கொண்டார்

தாஸ்குப்தாவிடம் பேசியபின் நிம்மதியாக உணர்ந்தேன். அன்றைய நெருக்கடிக் குழுக் கூட்டத்தில் ஜேபியுடனான சந்திப்புகளின்போது காவல்துறையையோ, உளவுத்துறையையோ அனுமதிக்காதது குறித்த தன் வருத்தத்தை பனோத் மீண்டும் ஒரு முறை பதிவு செய்தார். 'இது மாவட்ட மாஜிஸ்திரேட்டின் முடிவு. இதில் தான் குறுக்கிடப் போவதில்லை' என்றார்

மாதுர். ஜேபியை யாரெல்லாம் சந்தித்துப் பேசுகிறார்கள் என்னும் விவரத்தைக் கேட்டு பிகாரிலிருந்து ஓர் உளவுத்துறை அதிகாரி எழுதியிருந்த கடிதத்தை பனோத் கூட்டத்தினரிடம் காண்பித்தார். ஜேபி பிகாரில் பிரபலமான நபர் என்பதால் சந்திப்பு பற்றிய விவரங்களை நிச்சயம் பிகாருக்கு அனுப்பிவைக்க முடியாது என்றார் மாதுர்.

என் அறைக்குத் திரும்பி வந்து பணிகளில் இருந்தபோது மாதுர் என்னைத் தேடி வந்தார். ஜேபி-தாஸ்குப்தா சந்திப்பு விவரங்களை அவருக்கு எடுத்துச் சொன்னேன். மாதுர் பேசிவிட்டு அங்கிருந்து கிளம்பியதும், தாரின் உதவியாளர் கிருஷ்ணனுக்கு போன் செய்து, தாஸ்குப்தா சண்டிகரிலிருந்து கிளம்பிவிட்டதையும், விமானநிலையத்திலிருந்து நேராக தாரைச் சந்திக்க வர இருப்பது குறித்தும் அவருக்குத் தெரிவித்தேன்.

26

இரண்டு உத்தரவுகளின் மர்மம்

ஜேபியைச் சிறையிலிருந்து விடுவிப்பதற்காக டெல்லி வட்டாரத்தைக் குறிவைத்து அடுத்தடுத்து மேற்கொண்ட மும்முனைத் தாக்குதல்கள் பலனளிக்க ஆரம்பித்தன.

ஜேபியின் உடல்நலம் மோசம் அடைந்திருப்பதாக சண்டிகர் நிர்வாகத்தினரால் நவம்பர் 7 அன்று அதிகார பூர்வமாக அனுப்பி வைக்கப்பட்ட வயர்லெஸ் செய்தியால் டெல்லி வட்டாரத்தில் பரபரப்பு ஏற்பட்டது. 'ஜேபி ஜெயிலில் இறக்க நேர்ந்தால்...' என்னும் தலைப்பில் நவம்பர் 9 அன்று ராஜேஷ்வர் பிரசாத் எழுதிய கடிதம் பிரதமர் அலுவலகத்துக்கு அனுப்பி வைக்கப்பட்டது. கிட்டத்தட்ட அதே தொனியில் இருந்த தாஸ்குப்தாவின் அறிக்கையும் பேராசிரியர் தார் வாயிலாக நவம்பர் 11 அன்று பிரதமரின் கவனத்துக்குக் கொண்டுவரப்பட்டது.

ஜேபி விஷயத்தில் ஒரு முடிவெடுக்க வேண்டும் என்று டெல்லி வட்டாரம் சுறுசுறுப்பானது. அடுத் தடுத்து பரபரப்பான நடவடிக்கைகள் மேற்கொள்ளப் பட்டன.

நவம்பர் 12. காலை ஒன்பது மணிக்கு டாக்டர் மெஹ்ரா வின் அலுவலகத்திலிருந்து ஆர். டி. சர்மா தொலை பேசியில் தொடர்பு கொண்டார். டெல்லியிலிருந்து இரண்டு மருத்துவர்கள் ஜேபியைப் பரிசோதிக்க வந்திருப்பதாகவும், என் அனுமதியை எதிர்பார்த்து

அவர்கள் காத்திருப்பதாகவும் தெரிவித்தார். அகில இந்திய மருத்துவக் கழகத்தைச் சேர்ந்த மருத்துவர் டாக்டர் ஜெ.எஸ். குலேரியா, சிறுநீரக நிபுணர் டாக்டர் கே.கே. மல்ஹோத்ரா ஆகிய இருவரும் வந்திருந்தனர். உடனே இது குறித்து மாதுருக்குத் தெரிவித்தேன். அவர்களது வருகை குறித்து தனக்கு ஏற்கெனவே தெரியும் என்றவர், ஜேபியைப் பரிசோதித்துவிட்டு, டெல்லிக்குத் திரும்பி உடனே சுகாதாரத் துறை அமைச்சர் டாக்டர் கரன் சிங்குக்கு அவர்கள் அறிக்கை கொடுத்தாக வேண்டும் என்பது உத்தரவு என்றார். இது சம்பந்தமாகக் காலை பத்தரை மணிக்கு ஒரு கூட்டம் ஏற்பாடு செய்யப்பட்டிருப்பதாகவும் டாக்டர் சுட்டானி ஊரில் இல்லாததால் அவர் சார்பாக டாக்டர் ஐகட், டாக்டர் வாஹி ஆகியோர் கலந்து கொள்ள இருப்பதாகவும் தெரிவித்தார். கூட்டத்தில் என்னையும் கலந்துகொள்ளுமாறு கேட்டுக்கொண்டார். அதற்குமுன் நான் ஜேபியைச் சந்திக்க வேண்டும் என்றேன். அதெல்லாம் தேவையில்லை என்றார்.

சரியாக 10:15 மணிக்கு சர்மாவிடமிருந்து தொலைபேசி அழைப்பு வந்தது. ஜேபி என்னைச் சந்திக்க விரும்புவதாகக் கூறினார். மாதுரின் பேச்சைப் பொருட்படுத்தாமல் உடனே கிளம்பி ஜேபியைச் சந்திக்கச் சென்றேன். ஜேபி அவரது அறையில் படுக்கையில் படுத்தபடி செய்தித்தாளைப் புரட்டிக்கொண்டிருந்தார். முகத்தில் தாடி. சோர்வாகத் தெரிந்தார். இரண்டு நாட்களாகச் சரியாகச் சாப்பிட முடியவில்லை என்றார். மாலையில் மூச்சுவிடுவதில் சற்று சிரமம் இருந்ததாகவும், ஒரு முறை வாந்தி எடுத்தாகவும் கூறினார். பி.ஜி.ஐயில் தன்னைக் குணப்படுத்த முடியும் என்று தோன்றவில்லை என்றும் ஏ.ஐ.ஐ.எம்.எஸ் மருத்துவமனைக்குத் தன்னை அனுப்பி வைக்க உதவும்படியும் என்னைக் கேட்டுக்கொண்டார். 'என்னால் எழுந்து உட்கார்ந்து எழுத முடியவில்லை. முடிந்தால் எழுத்துபூர்வமாகவே கோரிக்கையை எழுதி அனுப்பி வைத்திருப்பேன்' என்றார். 'கவலைப்பட வேண்டாம். நானே ஒரு கடிதம் எழுதி சம்பந்தப்பட்டவர்களுக்கு அனுப்பி வைத்துவிடுகிறேன்' என்று உறுதியளித்தேன்.

திரும்பிவரும்போது பனோத்தைச் சந்தித்தேன். அவரையும் மாதுரின் அறைக்கு வருமாறு சொல்லிவிட்டு என் அறைக்கு வந்து, ஜேபியின் கோரிக்கையை ஒரு கடிதமாக எழுதிக்கொண்டேன். உதவியாளரிடம் அதைத் தட்டச்சு செய்யக் கொடுத்துவிட்டு கூட்டத்தில் கலந்துகொள்ள மாதுரின் அறைக்கு விரைந்தேன். அங்கே டாக்டர் வாஹியும் டாக்டர் ஐகட்டும் இருந்தனர். ஜேபியின் உடல்நலம் பற்றி வந்திருந்த மருத்துவ அறிக்கையை, மாதுர் தொலைபேசிமூலம் குரானாவுக்குப் படித்துக் காட்டிக்கொண்டிருந்தார்.

> நுரையீரல் சாதாரணமாக இயங்குகிறது. இதயமும் வழக்கம்போலவே. முகம் வீங்கியுள்ளது. பாதங்களும் வீங்கியுள்ளன. ஐந்து மோசமான அறிகுறிகள் தென்படுகின்றன. (1) உணவு செல்வதே இல்லை. (2) விக்கல், வாந்தி. (3) முகம், கால்கள் வீக்கம். (4) அடிவயிற்றில்

கடுமையான வலி. (5) ஞாபகம் அவ்வப்போது போய்விடுகிறது. சிறுநீரகம் இயல்பாக வேலை செய்வதுபோலவே உள்ளது. கடுமையான மன உளைச்சல், போராடி உடல் நிலையிலிருந்து மீண்டு வரமுடியாத மனநிலை ஆகியவைதான் காரணம். 'கடுமையான நோய்வாய்ப்பட்டவர்' என்ற வகையில் ஜேபியைச் சேர்க்கலாம்.

மாதுர் சொல்லி முடிப்பதற்குள் தொலைபேசி இணைப்பு துண்டிக்கப்பட்டது. மாதுர் மீண்டும் குரானாவைத் தொடர்புகொள்ள முயற்சி செய்து கொண்டிருந்த நேரத்தில் என் உதவியாளர் தட்டச்சு செய்து கொண்டு வந்திருந்த மனுவில் கையொப்பமிட்டு அதை மாதுரிடம் கொடுத்தேன்.

மாதுரால் குரானாவை மீண்டும் தொடர்புகொள்ள முடியவில்லை. உள்துறை அமைச்சரைச் சந்திக்க குரானா அவசர அவசரமாகச் சென்றிருப்பதாக அவரது உதவியாளர் தெரிவித்தார். மாதுர் அவரிடம் மருத்துவ அறிக்கையையும் நான் எழுதிக் கொடுத்திருந்த கடிதத்தையும் ஒருமுறை படித்துக் காட்டினார். ஜேபி பரோலில் விடுவிக்கப்பட்டால் அவரால் வீட்டுக்குத் திரும்ப முடியுமா என்று குரானாவின் உதவியாளர் கேட்டார். 'சாத்தியமில்லை. குறைந்தபட்சம் 15 நாட்கள் மருத்துவமனையில் தங்கி அவர் சிகிச்சை மேற்கொண்டாக வேண்டும். அவரை டெல்லிக்கு மாற்றுவது என்று முடிவெடுத்தால் அங்கிருக்கும் மருத்துவர்களை இங்கே அழைத்து வந்தாக வேண்டும்' என்று மாதுர் தெரிவித்தார். பின்னர் மாதுர், ஓம் மேத்தாவைத் தொடர்புகொள்ள முயற்சி செய்தார். அவரும் கிடைக்கவில்லை. 'யாராவது ஒருவரிடம்தான் விஷயத்தைச் சொல்லவேண்டும். ஒன்றுக்கு மேற்பட்டவர்களிடம் சொன்னால் அதுவே பெரிய குழப்பமாகிவிடும்' என்று மாதுர் சத்தமாகச் சொல்லிக் கொண்டார். அந்த நேரத்தில் குப்தாவும் அறைக்குள் வந்து எங்களுடன் இணைந்துகொண்டார்.

மாதுர் உற்சாகத்தில் இருந்தார். இந்திரா காந்தி, ஓம் மேத்தா, குரானா, ருஸ்தம்ஜி என யாருமே முதல் நாள் இரவு தூங்கவில்லை என்றார். நேற்று மாலை ஜேபி உடல்நிலை பற்றி டெல்லிக்குச் செய்தி அனுப்பியதிலிருந்து ஏகப்பட்ட தொலைபேசி அழைப்புகள் வந்துவிட்டதாகக் கூறினார். ஏகப்பட்ட விசாரணைகள், விளக்கங்கள் ஆகியவை டெல்லி வட்டாரத்துக்குத் தேவைப்பட்டது. 'நமக்குத் தெரிந்த, நம்மால் செய்ய முடிந்த விஷயங்களை எல்லாம் செய்தாகிவிட்டது. இனி செய்வதற்கு ஒன்றுமில்லை. டெல்லியிலிருந்து என்ன பதில் வருகிறது என்பதைப் பொறுத்திருந்துதான் பார்க்கவேண்டும்' என்றார் மாதுர். இடையே குறுக்கிட்ட பனோத், 'ஒன்றும் நடக்காது. ஜேபியை ஏ.ஐ.ஐ.எம்.எஸ்ஸுக்கு மாற்றுவார்கள். வேறு மாற்றங்கள் எதையும் எதிர்பார்க்க முடியாது. நாட்டின் தற்போதைய அரசியல் சூழ்நிலை இந்திராவுக்குச் சாதகமாக இருக்கிறது. ஜேபியைச் சிறையிலிருந்து விடுவிக்கும் தவறை அவர் செய்ய மாட்டார்' என்றார். மாதுர், பனோத், குப்தா

உள்ளிட்ட எல்லோருமே நிலைமையைத் தவறாகவே கணித்திருந்தார்கள். டெல்லி வட்டார முக்கியஸ்தர்கள் ஓர் இரவு முழுவதும் அவரவர் உறக்கத்தைத் தொலைத்துவிட்டு தொலைபேசி முன் உட்கார வேண்டிய அளவுக்கு நிலைமை பரபரப்பாகியிருக்கிறது என்பதை அவர்களால் புரிந்துகொள்ள முடியவில்லை.

முதல் நாள் இரவு குரானாவை மாதுர் தொலைபேசியில் அழைத்து ஜேபியின் உடல்நிலை மோசம் அடைந்திருப்பதாகக் கூறியதில் ஆரம்பித்த நாடகம், பொழுது விடிவதற்குள் உச்சத்துக்குச் சென்றிருந்தது. நவம்பர் 11 அன்று விடுமுறையில் இருந்தால் என்னால் அதில் பங்கேற்க முடியவில்லை. பனோத், ஜேபியைச் சந்திக்க மாலை ஐந்து மணிக்கு பி.ஜி.ஐ சென்றிருக்கிறார். அப்போது ஜேபி வாந்தி எடுத்துக்கொண்டிருந்தார். ஜேபியின் உடல்நிலையும் அவரது முகத்திலிருந்த வீக்கத்தையும் பார்த்து பனோத் பதட்டமானார். உடனே குப்தாவின் அறைக்குச் சென்று விஷயத்தைச் சொல்லியிருக்கிறார். இருவரும் சேர்ந்துபோய் மாதுரைச் சந்தித்து ஜேபியின் உடல்நிலை பற்றிக் கூறியிருக்கிறார்கள். மாதுர், உடனே டாக்டர் வாஹியையும் டாக்டர் ஐகட்டையும் தொடர்புகொண்டு பேசியிருக்கிறார். ஜேபியின் உடல் மோசமடைந்ததற்கான காரணம் பற்றி இருவராலும் ஒரு முடிவுக்கு வரமுடியவில்லை என்பதை அவர்கள் தெரிவித்திருக்கிறார்கள். உடனே குப்தா, மற்ற டாக்டர்களைத் தனது இருப்பிடத்தில் கூட்டி விவாதித்திருக்கிறார். நிலைமையின் தீவிரம் கருதி விஷயத்தை குரானாவுக்குத் தெரிவிக்கலாம் என்று முடிவு செய்துள்ளனர். குரானாவுக்கும் தகவல் தெரிவிக்கப்பட்டுள்ளது. மாதுர், குரானாவிடம் ஜேபி இறந்துபோனால் உடலை எங்கே எடுத்துச் செல்வது, எங்கே இறுதிச் சடங்குகளைச் செய்வது என்பது பற்றியெல்லாம் கேட்டிருக்கிறார். பின்னர் ஓம் மேத்தா, ருஸ்தம்ஜி உள்ளிட்டோரைத் தொடர்புகொண்டிருக்கிறார்.

ஜேபியோடு எப்போதும் நெருக்கமாக இருந்து அவரைக் கவனித்துக்கொண்ட டாக்டர் சுட்டானியும் நானும் இல்லாத நேரத்தில்தான் இப்படி ஒரு நாடகம் நடந்திருக்கிறது. டெல்லி வட்டாரத்தின் ஆலோசனைக்குப்பின், இரவு 11.30 மணிக்கு மேல் பனோத்தின் இருப்பிடத்துக்குச் சென்று, ஜேபி இறந்து போனால் மேற்கொள்ள வேண்டிய ஏற்பாடுகள் பற்றி குப்தா பேசியிருக்கிறார். எந்த நேரமும் ஜேபி இறந்து போகலாம், எப்படியும் இரவுக்குள் செய்தி வந்துவிடும் என்று சொல்லப்பட்டது. மத்திய ரிசர்வ் காவல் படை, எல்லைப் பாதுகாப்புப் படை குழுக்களை வரச்சொல்லி மாதுர் உத்தரவிட்டிருந்தார். கமாண்டோ படையும் சண்டிகருக்கு வந்து உத்தரவுக்காகக் காத்திருந்தார்கள். அரை மணி நேரத்துக்குள் ‘ஆபரேஷன் மெடிசின்’ ஆரம்பமாகிவிட்டது. நடவடிக்கைகள் எழுத்துப்பூர்வமாகப் பதிவு செய்யப்படாவிட்டாலும் நடந்தவை அனைத்தும், ஓர் இரவு முழுவதும் டெல்லி தர்பாரை உலுக்கிவிட்டது.

டெல்லி மாவட்ட ஆட்சியர் என்னைத் தொடர்புகொண்டு குலாப் யாதவ் பற்றி விசாரித்தார். உதவிக்கு குலாப் யாதவை உடன் வைத்திருக்க ஜேபி விரும்புகிறாரா என்று கேட்டார். ஜேபியிடமே அது பற்றிக் கேட்டுவிட்டு பதிலளிப்பதாகக் கூறினேன். இது பற்றி பனோத்திடம் சொன்னபோது, 'ஒரே இரவில் ஊரே பரபரப்பானது. ஏதேதோ ஏற்பாடுகள் எல்லாம் செய்யப்பட்டன. இவை எல்லாமே ஜேபியின் வேலையாள் சண்டிகருக்கு வருவதற்குத்தானா?' என்று விரக்தியுடன் பேசினார்.

மதிய உணவுக்குப் பின் ஜேபியைச் சந்திக்கச் சென்றேன். சவரம் செய்திருந் தார். முகத்தில் வீக்கம் குறையவில்லை. மதிய உணவைச் சாப்பிடாமல் இருந்தார். சாப்பிடும் எதுவும் வாந்தியாக வெளியே வந்துவிடும் என்பதால் உணவைத் தவிர்ப்பதாகக் கூறினார். ஏ.ஐ.ஐ.எம்.எஸ்ஸுக்குத் தன்னை இடமாற்றம் செய்யும் கோரிக்கைக்கு டெல்லியிடமிருந்து ஏதாவது பதில் வந்துள்ளதா என்று கேட்டார். 'அது குறித்து டெல்லியின் பதிலைப் பெறுவதற்குத் தொடர்ந்து முயற்சி எடுத்துக்கொண்டிருக்கிறோம். எப்படி யும் மாலைக்குள் முடிவு தெரிந்துவிடும்' என்று பதிலளித்தேன்.

பேச்சின் இடையே, ஜேபி விஷயத்தில் ஒரு பதிலைப் பெறுவதற்காக டெல்லி வட்டாரத்தையே ஆட்டி வைத்துவிட்டோம் என்றேன். சரியாக ஆட்டி வைத்தீர்களா என்று கேட்டார். போதுமான அளவுக்கு ஆட்டி வைத்தாகி விட்டது என்றேன். மெல்லச் சிரித்துக்கொண்டார். 'முதல் நாள் இரவு இந்திரா காந்தி சரியாகத் தூங்கவில்லை. உள்துறை அமைச்சர் முதல் அவரது அமைச்சக உயரதிகாரிகள் வரை நிறையப் பேர் சண்டிகரில் இருப்பவர்களை எல்லாம் தூங்கவிடாமல் தொலைபேசியில் அழைத்துக்கொண்டிருந்தனர்' என்பதை அவரிடம் கூறினேன். குலாப் யாதவை இங்கே அழைத்து வரவேண்டுமா என்பது பற்றியும் கேட்டேன். 'குலாப் இங்கே வருவதால் என்ன பயன்? அவனையும் ஒரு கைதி ஆக்கிவிடுவார்கள். வெளியே செல்ல விட மாட்டார்கள். அவனுக்கு இங்கே நண்பர்கள் கிடையாது. ஊரைச் சுற்றிப் பார்க்கவேண்டும் என்று ஆசை இருக்கும். அதெல்லாம் சரிவராது' என்றார்.

'இதெல்லாம் சின்னச் சின்ன விஷயங்கள். வேறு யாராவது உதவியுடன் குலாபை வெளியே செல்ல அனுமதித்துவிட்டால் பிரச்னை தீர்ந்தது. குலாப் இங்கே இருப்பது உங்களுக்கு உதவியாக இருக்கும். உங்களுக்கு எது பிடிக்கும், எது பிடிக்காது என்பதெல்லாம் அவருக்குத் தெரியும். அவரே சமைத்துவிடுவதால் சாப்பாடு விஷயத்திலும் பிரச்னை இருக்காது. உங்களுக்கும் வீட்டில் இருப்பதுபோன்ற உணர்வு இருக்கும்' என்றேன். ஒரு வழியாக குலாப் இங்கே வருவதற்கு ஜேபி ஒப்புக்கொண்டார். டெல்லிக்கு சிகிச்சைக்காகத் தன்னை அனுப்பினால் குலாபை என்ன செய்வது என்று கேட்டார். அவரையும் உங்களுடன் டெல்லிக்கு அனுப்பி வைத்துவிடலாம் என்றேன். 'டெல்லிக்குச் சென்றால் நன்றாக இருக்கும். வீட்டில் இருப்பது

போல் இருக்கும். ஆனால் இந்திரா நல்ல முடிவை எடுப்பாரா?' என்று முணுமுணுத்தார். நிச்சயம் நல்ல முடிவு வரும் என்றேன்.

அலுவலகத்துக்குத் திரும்ப வந்து, டெல்லி மாவட்ட மாஜிஸ்திரேட் சுஷில் குமாரைத் தொடர்புகொண்டேன். ஜேபியிடம் பேசி குலாப் இங்கு வர ஒப்புக்கொள்ள வைத்தாகிவிட்டது என்று தெரிவித்தேன். உடனே தேவையான ஏற்பாடுகளைச் செய்வதாகக் குறிப்பிட்டவர், குலாப் எங்கிருக்கிறார் என்பதைக் கண்டுபிடித்துத் தகவல் அளிக்கும்படி என்னைக் கேட்டுக்கொண்டார். உடனே பாட்னா மாவட்ட மாஜிஸ்திரேட்டைத் தொடர்புகொண்டு குலாப் பற்றிச் சொல்லி, உடனே கண்டுபிடித்து அவரை சண்டிகருக்கு அனுப்பிவைக்கும்படிக் கேட்டுக்கொண்டேன். ஒரு சில மணி நேரங்களில் செய்து முடிப்பதாக உறுதியளித்தார்.

ஜேபியைச் சிறையிலிருந்து முற்றிலுமாக விடுவிப்பது பற்றிய விஷயம் அப்படியே முடங்கிவிட்டதே என்று யோசித்துக்கொண்டிருக்கும்போதே டெல்லியிலிருந்து ஒரு தொலைபேசி அழைப்பு வந்தது.டெல்லி மாவட்ட ஆட்சியரும் தலைமைச் செயலரும் அன்று மாலை எழு மணிக்குத் தனி விமானத்தில் சண்டிகருக்கு வர இருப்பதாகவும், ஜேபியை உடனே சந்திக்க இருப்பதாகவும், அதற்கான ஏற்பாடுகளைச் செய்யுமாறும் என்னைக் கேட்டுக்கொண்டனர். அவர்களது வருகையின் நோக்கம் பற்றிக் கேட்ட போது, அதை நேரில் தெரிவிப்பதாகக் கூறினர்.

உடனே மாதுரின் அறைக்குச் சென்றேன். அங்கு குப்தாவும் உடன் இருந்தார். டெல்லியிலிருந்து வந்திருக்கும் செய்தி பற்றித் தெரிவித்தேன். டெல்லி மாவட்ட ஆட்சியரும் தலைமைச் செயலரும் தனி விமானத்தில் அவசரமாக வருகிறார்கள் என்றால் நிச்சயம் முக்கியமான விஷயமாக இருக்கும். ஒன்று ஜேபியைச் சிறையிலிருந்து விடுவிப்பதாக இருக்கும் அல்லது அவரை டெல்லிக்கு சிகிச்சைக்காக அனுப்பி வைப்பதற்காக இருக்கும் என்ற முடிவுக்கு வந்தோம்.

அங்கிருந்து என் அறைக்குத் திரும்பி வந்ததும் மொஹிந்தர் சிங்குக்கு போன் செய்து ஏற்பாடுகளை விவரித்தேன். சரியாக ஐந்தரை மணிக்கு மாதுர் என்னை அவரது அறைக்கு அழைத்தார். அங்கே குப்தா, டாக்டர் ஐகட், டாக்டர் வாஹி, பனோத் ஆகியோர் இருந்தனர். குரானா, ஓம் மேத்தா இருவரும் மாதுரிடம் பேசியிருந்தனர். அவர்கள் சொல்லியிருந்த விஷயம் இதுதான். ஜேபி, உடனே பரோலில் விடுதலை செய்யப்பட்டாக வேண்டும். ஆனால் அவரை டெல்லிக்குச் செல்ல அனுமதிக்கக்கூடாது. சண்டிகரிலேயே நான்கு அல்லது ஐந்து நாட்கள் வைத்திருந்து நிலைமையைக் கண்காணிக்க வேண்டும். அதை எப்படிச் செய்து முடிப்பது என்பது பற்றி விவாதிக்கவே கூட்டம் கூட்டப்பட்டிருந்தது. டாக்டர் ஐகட், டாக்டர் வாஹி ஆகியோர் ஜேபியைச் சந்தித்து தற்போதைய நிலையில் அவர் சண்டிகரைவிட்டு வெளியே செல்வது

நல்லதல்ல என்று ஆலோசனை சொல்லவேண்டும். பின்னர் மாவட்ட ஆட்சியர், காவல்துறைக் கண்காணிப்பாளர் இருவரும் ஜேபியைச் சந்தித்து மருத்துவர்கள் கூறியிருக்கும் ஆலோசனையைப் புறக்கணிக்கவேண்டாம் என்று கேட்டுக்கொள்வார்கள். இதுதான் திட்டம்.

'ஜேபி மிகவும் பிடிவாதக்காரர். நாளைக்கே டெல்லி சென்றாக வேண்டும் என்பார். அவரைக் கட்டுப்படுத்துவது சிரமமான விஷயம்' என்றார் பனோத். 'நடக்கும் விஷயங்கள் பஞ்சாப் பல்கலைக்கழக மாணவர்களுக்குத் தெரிய வந்தால் நிலைமை பதட்டமாகும். டெல்லி ஏன் திடீரென்று இப்படியொரு முடிவை எடுக்க வேண்டும்? இதை எதிர்த்து நாம் கேள்வி கேட்க முடியாதா?' என்றார். 'என்னால் முடிந்த அளவுக்கு டெல்லி வட்டாரத்துடன் பேசிவிட்டேன். ஜேபியை யாரும் ஏமாற்ற முடியாது என்பதையும் சொல்லிவிட்டேன். ஆனால் அவர்கள் இதைப் புரிந்துகொள்வதுபோல் தெரியவில்லை. எது எப்படியோ, உயரதிகாரிகள் ஒன்றுகூடி முடிவெடுத்து விட்டார்கள். அதை நிறைவேற்றுவதுதான் நம் கடமை. செய்ய முடியாது என்று நம்மால் மறுக்க முடியாது' என்றார் மாதுர். மருத்துவர்கள் இருவரும் அங்கிருந்து கிளம்பும்போது, ஜேபிக்கு அவர்கள் மருத்துவ ஆலோசனை மட்டுமே கூறவேண்டும்; பரோல் பற்றியோ, சிறையிலிருந்து விடுவிப்பது பற்றியோ எதுவும் பேசக்கூடாது என்பதை மாதுர் நினைவூட்டினார்.

அறைக்குத் திரும்பிவந்தபின் மொஹிந்தர் சிங்கிடம் என் திட்டத்தை விவரித்தேன். அலுவலக காரை எடுத்துக்கொண்டு அவர் விமான நிலையம் சென்றாக வேண்டும். விமானத்தில் சண்டிகருக்கு வருபவர்களை அழைத்துச் சென்று யூனியன் பிரதேச கெஸ்ட்ஹவுசில் தங்க வைக்கவேண்டும் என்று கேட்டுக்கொண்டேன். கெஸ்ட்ஹவுஸுக்கு போன் செய்து நல்ல அறை ஒன்றைத் தயாராக வைத்திருக்குமாறு உத்தரவிட்டேன். என் உதவியாளருக்கு போன் செய்து ஜேபியை டெல்லிக்கு இடமாற்றம் செய்தாலோ அல்லது சிறையிலிருந்து விடுதலை செய்தாலோ என்னென்ன நடைமுறைகளை மேற்கொள்ளவேண்டும் என்பது குறித்துக் குறிப்புகள், விதிமுறைகள் அனைத்தையும் எடுத்துக்கொண்டு சரியாக 6.30 மணிக்கு என்னைச் சந்திக்குமாறு கேட்டுக்கொண்டேன்.

மீண்டும் மாதுரின் அறைக்குச் சென்று விவாதத்தைத் தொடர்ந்தேன். பாதுகாப்பு தொடர்பான விஷயங்கள் குறித்துப் பேசினோம். பின்னர் குப்தாவுடன் வீட்டுக்குத் திரும்பினேன். டெல்லி வட்டாரத்தின் அவசர முடிவில் எனக்கு உடன்பாடு இல்லை என்றாலும் பனோத்தைப் போல் அதிருப்தியை வெளிக்காட்டிக்கொள்ளவில்லை. 'ஜேபியைச் சம்மதிக்க வைப்பது பெரிய வேலை இல்லை. டாக்டர்கள் முதலில் அவரைச் சந்தித்துப் பேசட்டும். பின்னர் ஜேபியை சண்டிகரிலேயே தங்க வைக்க என்னால் முடிந்ததைச் செய்கிறேன்' என்றேன்.

6.50 மணிக்கு வீடு திரும்பி, மொஹிந்தர் சிங்கிடமிருந்து வரும் அழைப்புக் காகக் காத்திருந்தேன். சரியாக 7.15 மணிக்கு விமான நிலையத்தைத் தொடர்பு கொண்டபோது, விமானம் 7.40 மணிக்கு வரும் என்ற செய்தி கிடைத்தது. அடுத்த பத்து நிமிடத்தில் டெல்லியிலிருந்து ஒரு தொலைபேசி அழைப்பு வந்தது. மறுமுனையில் பேசிய ஒரு பெண், தன்னை காந்தி அமைதிக் கழகத்தின் ரிசப்ஷனிஸ்ட் என்று அறிமுகப்படுத்திக்கொண்டு, ஜேபி சிறை யிலிருந்து விடுவிக்கப்பட இருப்பதாக யு.என்.ஐ செய்தி வெளியிட்டிருப்ப தாகவும், அதை நான் உறுதிப்படுத்த முடியுமா என்றும் கேட்டார். அது குறித்து எனக்கு ஒன்றும் தெரியாது என்று சொன்னேன். அது பொய் என்று பட்டென்று சொன்ன அவர், வேறு யாரிடம் இது குறித்துக் கேட்கலாம் என்று கேட்டார். எனக்கு எதுவும் தெரியாது என்றேன். உடனே தொலைபேசியை வைத்துவிட்டார்.

அடுத்த அரை மணி நேரத்துக்கு என் தொலைபேசி தொடர்ந்து அடித்துக் கொண்டே இருந்தது. எல்லா அழைப்புகளையும் முடிந்தவரை தவிர்த்து விட்டேன். சரியாக 7.40 மணிக்கு மாதுரிடமிருந்து அழைப்பு வந்தது. ஓம் மேத்தா அவரைத் தொடர்பு கொண்டதாகவும், சண்டிகருக்கு வந்துகொண்டு இருப்பவர்களிடம் அவசரமாக ஒரு செய்தியைத் தெரிவிக்கவேண்டும் என்று கேட்டுக்கொண்டதாகவும் தெரிவித்தார். பரோல் உத்தரவை முதலில் கொடுக்கவேண்டும். ஜேபி அதை ஏற்க மறுத்தால் உடனே ஓம் மேத்தாவைத் தொடர்பு கொள்ளவேண்டும். அவர்கிடைக்காத பட்சத்தில் ஆர்.கே. தவானைத் தொடர்பு கொள்ளவேண்டும். ஓம் மேத்தாவிடமிருந்து வந்திருந்த வித்தியாச மான உத்தரவு குழப்பமாக இருந்தது. டெல்லியிலிருந்து வருபவர்களிடம் ஏதோ ரகசியம் இருக்கிறது என்பதை மட்டும் யூகிக்க முடிந்தது.

விமானம் வந்து சேர்ந்துவிட்டதாகத் தகவல் கிடைத்ததும் முதல் வேலையாக மிட்டலைத் தொடர்புகொண்டேன். பின்னர் குப்தாவின் வீட்டுக்குச் சென்று, அவரையும் அழைத்துக்கொண்டு யூனியன் பிரதேச கெஸ்ட்ஹவுஸ் வந்து சேர்ந்தேன். ஜே.கே. கோலி, சுஷில் குமார் ஆகியோர் விமான நிலையத்திலிருந்து வந்திருந்தனர். பனோத்தும் அங்கு வந்திருந்தார். கோலி தேசிய நிர்வாகக் கல்வியகத்தில் துணை இயக்குநராகப் பதவியில் இருந்த காலத்திலேயே, எனக்கு நல்ல அறிமுகம் உண்டு. அப்போது நான் அங்கே பயிற்சி எடுத்துக்கொண்டிருந்தேன். என்னைப் பார்த்ததும், நலம் விசாரித்தவர் எனது சண்டிகர் வாழ்க்கை குறித்து விசாரித்தார். பின்னர் கோலியும் சுஷில் குமாரும் ஜேபியின் மனநிலை குறித்து என்னிடம் கேட்டார்கள். அவரது உடல்நலக் குறைவில் ஆரம்பித்து, பரோல் மனு அனுப்பியது, டெல்லிக்கு இடமாற்றம் செய்யும் கோரிக்கை என அனைத்தையும் விவரித்தேன். பின்னர் ஓம் மேத்தாவிடமிருந்து கடைசியாக வந்திருந்த செய்தியை அவர்களுக்குத் தெரிவித்தேன். தேநீர் அருந்தியபின் அங்கிருந்து கிளம்பி மாதுரின் இருப்பிடத்துக்குச் சென்றோம்.

பேச்சின்போது, மாதுர் அவர்கள் கொண்டுவந்திருக்கும் உத்தரவு பற்றி விசாரித்தார். இரு வேறு உத்தரவுகளைக் கொண்டுவந்திருந்தார்கள். ஒன்று ஜேபியை ஒரு மாதம் பரோலில் அனுப்புவது, இன்னொன்று அவரை உடனே சிறையிலிருந்து விடுவிப்பது. அவர்கள் முன்னிலையிலேயே மாதுர், ஓம் மேத்தாவைத் தொடர்புகொண்டார். விமானம் தாமதமான விஷயத்தையும் பரோல் உத்தரவை ஜேபிக்கு எடுத்துச்செல்ல அவர்கள் தயாராக இருப் பதையும் கூறினார். ஓம் மேத்தா திரும்பவும் ஒரு முறை செய்யவேண்டியது குறித்து நினைவூட்டினார்.

மாதுரின் வீட்டிலிருந்து வெளியே வந்ததும் கோலியைத் தனியாக அழைத்துப் போய் எதற்காக இரண்டு உத்தரவுகள் என்று விளக்கம் கேட்டேன். அவரால் பதில் சொல்ல முடியவில்லை. ஏதோ சொல்ல நினைத்தார். ஆனால் பேசுவதற்குத் தயங்குவதுபோல் தெரிந்தது. பரோல் உத்தரவை வழங்கி, அரசியல் நடவடிக்கைகளில் ஈடுபடாமல் இருக்கும்படி அவரைக் கேட்டுக்கொள்வது. பின் சில வாரங்கள் கழித்து, சிறையிலிருந்து நிரந்தரமாக விடுவிப்பது குறித்த உத்தரவை அளிப்பது என்பதுதான் திட்டம். பரோல் மனுவைக் கொடுத்தபின் எதற்காக டெல்லியைத் தொடர்பு கொள்ள வேண்டும் என்பது கோலிக்கே தெரியவில்லை.

கோலி கூறிய விஷயங்களிலிருந்து டெல்லியில் என்ன நடந்திருக்கும் என்பதை என்னால் யூகிக்க முடிந்தது. ஜேபியை பரோலில் அனுப்புவது அல்லது சிறையிலிருந்து உடனடியாக விடுவிப்பது என்ற முடிவை பிரதமர் இந்திரா, சஞ்சய் வட்டாரத்தின் கவனத்துக்குக் கொண்டுவராமலேயே எடுத்திருக்கலாம். அது சம்பந்தமாக கோலியையும் சுஷில் குமாரையும் சண்டிகருக்கு அனுப்பி வைத்தபின், சஞ்சய் வட்டாரத்துக்கு உண்மை தெரிய வந்திருக்கலாம். அல்லது பிரதமரே அவசரப்பட்டுவிட்டோமோ என்று நினைத்துப் பின்வாங்கியிருக்கலாம். ஜேபி பரோல் மனுவை ஏற்க மறுக்கும் பட்சத்தில் அவரைச் சிறையிலிருந்து நிரந்தரமாக விடுவிக்கும் உத்தரவை வழங்கவேண்டும் என்பது பிரதமரின் உத்தரவு. அப்படி நடந்தால் அதை எப்படியாவது தடுத்து நிறுத்துவதற்காக சஞ்சய் வட்டாரத்தைச் சேர்ந்த ஓம் மேத்தா, ஆர்.கே.தவான் ஆகியோர் தலையிட விரும்புகின்றனர். இதுதான் பின்னணி என்றால், அதை எப்படியாவது தடுத்து நிறுத்தவேண்டும் என்று முடிவுசெய்தேன்.

சரியாக இரவு ஒன்பது மணிக்கு கோலி, சுஷில் குமார், நான், பனோத் ஆகி யோர் ஜேபியின் அறைக்குச் சென்றோம். டாக்டர் மெஹ்ராவும் ஆர்.டி. சர்மா வும் அறைக்கு வெளியே காத்திருந்தனர். ஜேபி அவரது படுக்கையில் உறங்கிக்கொண்டிருந்தார். கம்பளியைத் தலைவரை இழுத்துப் போர்த்தி யிருந்தார். இரண்டொரு முறை கூப்பிட்டுப் பார்த்தேன். அவரது தூக்கம் கலைவதுபோல் தெரியவில்லை. அதே நேரத்தில் வெளியில் இருப்பவர்கள்

பொறுமை இழந்து ஒரே நேரத்தில் அறைக்குள் நுழைந்ததால் ஏற்பட்ட சத்தத்தில் ஜேபியின் தூக்கம் கலைந்தது. ஒரே நேரத்தில் அவரது அறையில் ஏகப்பட்ட பேர் நுழைந்தது அவரை ஆச்சரியப்படுத்தியது. என்ன விஷயம் என்று என்னிடம் கேட்டார். கோலி, சுஷில் குமார் ஆகியோரை அவருக்கு அறிமுகப்படுத்தி வைத்தேன். உங்களைச் சிறையிலிருந்து விடுவிப்பதற்காக டெல்லியிலிருந்து வந்திருக்கிறார்கள் என்றேன். பரோல் என்ற வார்த்தையை உபயோகிக்காமல் சிறையிலிருந்து விடுவிக்க வந்திருக்கிறார்கள் என்று சொன்னதன் மூலமாக அவர் மனத்தில் உளவியல் ரீதியாக ஒரு தாக்கத்தை ஏற்படுத்த முடியும் என்று நினைத்தேன். ஆனால் நடப்பது எதையும் ஜேபியால் நம்ப முடியவில்லை. போர்த்தியிருந்த கம்பளியைக்கூட அவர் அகற்றவில்லை.

கோலி சில அடிகள் முன்னே வந்து நின்று, தொண்டையைக் கனைத்தபடி பேச ஆரம்பித்தார். 'நாங்கள் எல்லாம் உங்கள் உடல்நிலையைக் குறித்துப் பரிசீலித்தோம். பிரதமரும் உங்களது உடல்நிலை குறித்துக் கவலைப்பட்டார். நீங்கள் பூரண குணம் அடைவதற்காக உங்களைச் சிறையிலிருந்து விடு விப்பது என்ற முடிவு எடுக்கப்பட்டுள்ளது' என்றார். என்னைத் தொடர்ந்து கோலியும் பரோல் என்னும் வார்த்தையைக் கவனமாகத் தவிர்த்துவிட்டார். இதைக் கேட்டவுடன் ஜேபியின் முகத்தில் ஒரு மலர்ச்சி தெரிந்தது. அதே நேரம் சுஷில் குமார் டெல்லியிலிருந்து எடுத்து வந்திருந்த உத்தரவை முழுவதுமாகப் படிக்க ஆரம்பித்தார். ஜேபி பரோலில் ஒரு மாதம் விடுதலை செய்யப்படுவதாக அவர் படித்து முடித்ததும் ஜேபியின் முகம் வாடிப் போனது. கேள்விக்குறியுடன் திரும்பி என் முகத்தைப் பார்த்தார். ஒரு மாதத் துக்குப்பின் சண்டிகர் மாவட்ட மாஜிஸ்திரேட் முன் ஜேபி ஆஜராக வேண்டும் என்னும் வரிகள் படிக்கப்பட்டதும் ஜேபி, 'எதற்காக நான் திரும்பவும் சண்டிகருக்கு வரவேண்டும்? இந்த இடம் எனக்கு வெகுதூரம். எனக்கு ஒத்து வராத இடம். நான் திரும்பவும் கைது செய்யப்படும் பட்சத்தில் எதற்காக என்னை டெல்லியிலேயே வைத்திருக்கக்கூடாது?' என்றார். கோலியும் சுஷில் குமாரும் ஜேபி சொல்லும் விஷயத்தை மேலிடத்துக்குத் தெரிவிப்பதாகக் கூறினர்.

இதற்கிடையே டாக்டர் மெஹ்ராவும் பனோத்தும் ஜேபி படுக்கையிலிருந்து எழுந்து உட்கார உதவி செய்தனர். ஜேபியின் முகத்தில் உத்தரவு குறித்த திருப்தி தெரிந்தது. சுஷில் குமாருக்கும் கோலிக்கும் தன் நன்றிகளைத் தெரிவித்துக் கொண்ட ஜேபி, தன் உடல்நலனில் அக்கறை காட்டும் பிரதமருக்கும் நன்றி தெரிவிப்பதாகக் குறிப்பிட்டார். ஆனால், பரோல் உத்தரவில் கையெழுத்திட வேண்டும் என்று சுஷில் குமார் கேட்டுக்கொண்டதும் ஜேபி தயங்கினார். பரோல் என்ற வார்த்தை அவரை யோசிக்க வைத்தது. நான் அவர் அருகே குனிந்து, அவரது காதில், 'பரோல் உத்தரவில் எந்த ஒரு நிபந்தனையும் இல்லை. ஆகவே நீங்கள் தாராளமாகக் கையெழுத்திடலாம்' என்றேன்.

உடனே சரி என்று கையெழுத்திட ஒப்புக்கொண்டார். பனோத் ஒரு பேனாவை எடுத்து வந்தார். நடுங்கும் கையோடு, உத்தரவின் மீது, 'பெற்றுக் கொண்டேன்' என்று எழுதிக் கையொப்பம் இட்டு அதை சுஷில் குமாரிடம் திரும்பக் கொடுத்தார். பின்னர் அவரிடமிருந்து ஒரிஜினல் உத்தரவைப் பெற்றுக்கொண்டார். பனோத் அதை ஒரு கவரில் போட்டு ஒரு புத்தகத்தின் நடுவே வைப்பதற்கு உதவினார்.

ஒரு பெரிய பாரம் இறங்கியதால் ஜேபியின் முகம் பளிச்சென்று இருந்தது. சந்தோஷமான செய்தியைத்தான் எடுத்து வந்திருக்கிறீர்கள் என்றவர், 'திரும்பவும் நான் சண்டிகருக்கு வருவது முடியாத காரியம் என்று குறிப் பிட்டது என் உடல்நலனை மனத்தில் வைத்துத்தான். சண்டிகர் தங்குவதற்கு நல்ல இடம்தான் . இங்கிருக்கும் அதிகாரிகளும் மருத்துவர்களும் மிகவும் நல்லவர்கள். ஆனால் டெல்லியிலிருந்து சண்டிகர் தூரம். அதன் காரணமாகத் தான் வரமுடியாது என்று சொன்னேன். நீங்கள் ஒரு மாதம் கெடு விதித்திருக் கிறீர்கள். அதனால் யாருக்கு, என்ன பிரயோஜனம்? என் நடவடிக்கைகளை அரசு கண்காணித்துக் கொண்டிருக்கும் என்பது எனக்குத் தெரியும். அரசுக்கு எதிரான அரசியல் நடவடிக்கைகளில் நான் ஈடுபடப்போவதில்லை. எங்கே யாவது தொலைதூரமாகப் போய்விடலாம் என்று தோன்றுகிறது. அநேகமாக சென்னைக்குப் போய் ஓய்வெடுக்கலாம் என்று நினைக்கிறேன்' என்றார்.

ஜேபியின் உணர்வுகளை டெல்லிக்குத் தெரிவிப்பதாகக் கூறி கோலியும் சுஷில் குமாரும் விடை பெற்றுக்கொண்டனர். நானும் பனோத்தும் ஜேபியிடம் சிறிது நேரம் பேசிவிட்டு வருவதாகச் சொன்னோம். அவர்கள் இருவரும் கிளம்பிச் சென்றதும் ஜேபியிடம், 'நீங்கள் இப்போது சுதந்தரமான மனிதர். இனி யார் பேச்சையும் கேட்கவேண்டிய அவசியமில்லை. ஆனாலும் உங்களது உடல்நிலையைக் கவனித்துக்கொள்ள வேண்டிய பொறுப்பு எங்களுக்கு இன்னும் இருக்கிறது. ஆகவே மருத்துவர்கள் சொல்லும் ஆலோசனையைக் கேட்டு அதன்படி நடந்துகொள்ள வேண்டும்' என்று ஜேபியைக் கேட்டுக்கொண்டேன். ஜேபியும் ஒப்புக்கொண்டார். 'இங்கிருக் கும் காவல்துறையினர் உங்களைக் கண்காணிப்பதற்காக நிறுத்தப்பட வில்லை. பாதுகாப்புக்காகவும் தேவையான உதவிகளைச் செய்வதற்காகவும் தான் நிறுத்தப்பட்டுள்ளது' என்று பனோத் விளக்கம் அளித்தார். தன்னால் அதைப் புரிந்துகொள்ள முடிகிறது என்றும், தன் மீது அக்கறை காட்டுவதற் காக நன்றி தெரிவிப்பதாகவும் ஜேபி குறிப்பிட்டார். தான் விடுதலை ஆகியிருக்கும் விஷயத்தைத் தன் உறவினர்களுக்குத் தெரியப்படுத்தினால் அவர்களால் இங்கே வந்து தன்னைச் சந்திக்க முடியும் என்றார். நிச்சயம் செய்வதாகக் கூறி அவரிடமிருந்து விடை பெற்றுக்கொண்டோம்.

கோலியும் சுஷில் குமாரும் வெளியே எங்களுக்காகக் காத்திருந்தனர். கார் பார்க்கிங் வழியாக நாங்கள் நடந்து சென்றபோது லக்கன்பாலும் கூட 10-12

ஆதரவாளர்களும் அங்கே குழுமியிருந்தனர். லக்கன்பால் என்னை நோக்கி விரைந்து வந்து, ஜேபியைச் சந்திக்கவேண்டும் என்றார். 'ஜேபி தற்போது ஓய்வெடுத்துக் கொண்டிருக்கிறார். மணி ஒன்பதரை ஆகிவிட்டது. அவரைச் சந்திக்க இது சரியான நேரமில்லை' என்றேன். ஜேபி விடுதலை செய்யப்பட்டு விட்டாரா என்று அவர் கேட்டார். ஆம் என்று பதிலளித்தேன். ஜேபியின் உடல்நிலை மோசமாக இருக்கிறதா என்று கேட்டார். 'இல்லை. அவர் நலமாகவே இருக்கிறார்' என்றேன். ஒரே ஒரு நிமிடம் அவரைப் பார்க்க அனுமதி கொடுக்க முடியாதா என்றார். இல்லை, நேரமாகிவிட்டது என்றேன். ஜேபி நாளை வரை இங்கு இருப்பாரா என்று கேட்டார். நிச்சயம் இருப்பார் என்றேன். ஜேபியை எப்போது பார்ப்பது என்று கேட்டார். 'அதை மருத்துவர்களிடம்தான் கேட்க முடியும். ஜேபி தற்போது பி.ஜி.ஐ மருத்துவமனையில் சேர்க்கப்பட்டிருக்கும் ஒரு நோயாளி. மருத்துவர்களை அணுகி, அவர்களது அனுமதியோடுதான் ஜேபியைப் பார்க்க முடியும்' என்றேன். அங்கிருந்து காரில் நாங்கள் நால்வரும் மாதுரின் இருப்பிடத்துக்கு விரைந்தோம். வந்த வேலை வெற்றிகரமாக முடிந்துவிட்டது என்றும் ஜேபியின் எளிமையையும் அவரது தன்னடக்கத்தையும் கோலியும் சுஷில் குமாரும் புகழ்ந்து பேசியபடி வந்தார்கள்.

வெற்றிகரமாக வேலை முடிந்துவிட்டதாக மாதுரிடம் தெரிவித்தவுடன், அவர் ஓம் மேத்தாவைத் தொடர்புகொண்டார். விஷயத்தைச் சுருக்கமாகக் கூறிவிட்டு தொலைபேசியை கோலியிடம் கொடுத்தார். ஜேபி பரோல் உத்தரவை மகிழ்ச்சியோடு பெற்றுக்கொண்டார் என்று கோலி குறிப்பிட்டார். பின்னர் அவர் ஆர்.கே.தவானைத் தொடர்புகொண்டு நடந்த விஷயத்தை விவரித்தார். பின்னர் சுஷில் குமாரும் தவானிடம் பேசினார். ஓம் மேத்தாவோ அல்லது ஆர்.கே. தவானோ, யாரோ ஒருவர் விஷயத்தை பன்சிலாலிடம் தெரிவிக்கும்படிக் கூறியிருந்தனர். பன்சிலாலைத் தொடர்பு கொண்டபோது அவரது உதவியாளர் மெஹ்தானி மட்டுமே இருந்தார். அவரிடம் விஷயத்தைத் தெரிவித்துவிட்டு பன்சிலாலைச் சந்திக்க சுஷில் குமார் அனுமதி கேட்டார்.

அங்கிருந்து பன்சிலாலின் இருப்பிடத்துக்குச் செல்லும்போது மணி பத்தாகிவிட்டது. அவருக்காக வரவேற்பு அறையில் காத்திருந்தோம். பத்து நிமிடத்தில் பன்சிலால் மாடியிலிருந்து இறங்கி வந்தார். மகிழ்ச்சியோடு பரோல் உத்தரவை ஏற்றுக்கொண்ட ஜேபி, பிரதமருக்குத் தனது நன்றியைத் தெரிவிக்கச் சொன்னார் என்ற விஷயத்தைக் கேட்டுக்கொண்டே இருக்கையில் வந்து அமர்ந்தார்.

'அந்த ஆசாமி மீதிருந்த மரியாதை, கௌரவம் எல்லாம் போய்விட்டது. பத்து நாள் மட்டும் பரோலில் விடுதலை செய்வதாகச் சொன்னால்கூட அவர் ஒப்புக்கொள்வார் போல...' என்றார் பன்சிலால். கோலியும் சுஷில் குமாரும்

அவர் சொல்வதை ஒப்புக்கொள்வது போல் தலையாட்டினர். 'எது எப்படியோ, ஒரு தொல்லை ஒழிந்தது. அந்த ஆசாமி இங்கே செத்துத் தொலைத்தால், இன்னும் பெரிய தலைவலி ஆகிவிடும். உடம்பு சரியில்லை என்று எங்காவது போய் இருந்தாலோ அல்லது செத்து ஒழிந்தாலோ, இனி கவலைப்படத் தேவையில்லை' என்றார்.

பரோல் உத்தரவைப் பெற்றுக்கொண்டதும் ஜேபி சொன்னதை கோலியும் சுஷில் குமாரும் நினைவுகூர்ந்தனர். அதைக் கேட்டுவிட்டு பன்சிலால், 'அந்த ஆசாமி பணிந்து போய்விட்டார். இனி அவரால் என்ன செய்ய முடியும்? அவரை பிகாருக்குத் திரும்பிப் போக அனுமதிக்கக்கூடாது. அவர் எங்கிருந்தாலும் எனக்குப் பரவாயில்லை. ஆனால் பிகாரில் மட்டும் இருக்கக்கூடாது. இதைத்தான் நான் சகோதரி இந்திராவிடம் தெரிவித்திருக் கிறேன்' என்றார்.

பன்சிலால் என் பக்கம் திரும்பி, ஜேபியின் உடல்நிலை குறித்து விசாரித்தார். அவருக்கு வந்த வயிற்று வலியில் ஆரம்பித்து, இதுவரை நடந்தவற்றைச் சுருக்கமாக விவரித்தேன். இதற்கிடையே எல்லோருக்கும் டீ வந்தது. 'ஜேபியை ஒரு வாரம் இங்கேயே தங்க வைக்குமாறு உத்தரவு வந்திருக்கிறது. ஆனால் அவரை மூன்று அல்லது நான்கு நாட்கள் சண்டிகரில் வைத்திருப்பதே கஷ்டமான காரியம்' என்றார் பனோத். பனோத்தின் கருத்தை நானும் ஆதரித்துப் பேசினேன். பனோத்திடம் அதற்கான காரணம் என்ன என்று பன்சிலால் கேட்டார். 'பரோல் உத்தரவை அவரிடம் கொடுத்துவிட்டு வெளியே வரும்போதே 10-12 பேர் ஜேபியைச் சந்திக்க நின்று கொண்டிருந் தனர். இனி ஜேபியைச் சந்திக்க வருபவர்களை எல்லாம் கட்டுப்படுத்த முடியாது' என்றார். பனோத், லக்கன்பாலின் பெயரைச் சொன்னதும், 'அவர்தான் ஆதரவாளர்களை அழைத்துக்கொண்டு அங்கே வந்தாரா? இது மாதுருக்குத் தெரியுமா? இதுபற்றி மாதுர் என்ன சொன்னார்?' என்று பன்சிலால் கேள்வி மேல் கேள்வி கேட்டார். லக்கன்பால், மாதுரின் மருமகன்போல் நடந்து கொள்கிறாரே என்று சொன்னவர், ஓம் மேத்தாவிடம் உடனே இது சம்பந்தமாகப் பேசப்போவதாகவும், பிரதமருக்கும் இதுபற்றிக் கடிதம் எழுதப்போவதாகவும் கூறினார்.

சொன்னதுடன் அல்லாமல் உடனே ஓம் மேத்தாவைத் தொடர்புகொண்டார். 'காரியம் வெற்றிகரமாக முடிந்துவிட்டது. நான்கு அல்லது ஐந்து நாட்களில் ஜேபியை இங்கிருந்து விரட்டிவிடுவோம்' என்றவர், லக்கன்பாலின் நட வடிக்கைகள் பற்றியும் அது குறித்து மாதுர் என்ன செய்யப் போகிறார் என்பதையும் விசாரிக்குமாறு கேட்டுக்கொண்டார்.

அவரிடமிருந்து விடைபெற்றுக்கொண்டு, யூனியன் பிரதேச கெஸ்ட்ஹவுஸ் வந்து சேர்ந்தோம். எல்லோருக்கும் அங்கே இரவு உணவு ஏற்பாடு செய்யப்பட்டிருந்தது. குப்தாவையும் வருமாறு அழைத்தேன். ஆனால் அவர்

வரவில்லை. உணவு முடிந்து, கோலியும் சுஷில் குமாரும் கிளம்ப 11.30 மணி ஆகிவிட்டது. அவர்களை விமான நிலையத்தில் கொண்டுவிட மொஹிந்தர் சிங் கிளம்பினார். கிளம்பும் முன் பரோல் உத்தரவின் ஒரு பிரதியை சுஷில் குமார் என்னிடம் கொடுத்தார்.

ஒரு சில நிமிடங்களில் குப்தாவிடமிருந்து எனக்குத் தொலைபேசி அழைப்பு வந்தது. மறுநாள் காலை டெல்லியிலிருந்து விமானத்தில் தாஸ்குப்தா வருவதாகவும், அதற்கான ஏற்பாடுகளை ரகசியமாகச் செய்யவேண்டும் என்றும் கேட்டுக்கொண்டார். அவருக்காக ஓர் அறையை ஒதுக்கிவிட்டு, குஷால் சிங்கை காலையில் விமான நிலையம் சென்று அவரை அழைத்து வருமாறு பணித்தேன்.

வீடு திரும்புவதற்குள் நடு இரவாகிவிட்டது. அதற்குள் ஏகப்பட்ட தொலை பேசி அழைப்புகள் வந்திருந்தன. பட்டியலைப் பார்த்துவிட்டு ராஷ்பாலுக்கு மட்டும் போன் செய்தேன். டெல்லி வட்டாரத்தில் ஜேபியைப் பற்றிப் பேசும்போது என் பெயரும் அடிபடுவதாக அவர் சொன்னார். துணைச் செயலராக இருந்த ராஜனும் ஏற்கெனவே இதுபற்றி என்னிடம் குறிப் பிட்டிருந்தார்.

என் பணியைச் சிறப்பாகச் செய்ததற்காகப் பாராட்டு கிடைக்கும் என்று சொன்னார்கள். உள்ளுக்குள் சிரித்துக்கொண்டேன். பாராட்டுகள் இருக் கட்டும்! டெல்லி தர்பாரிடமிருந்து கண்டனம் வராமல் இருந்தாலே போதும்!

27

விடுதலையும் தடுமாற்றமும்

நவம்பர் 13. குஷால் சிங், தாஸ்குப்தாவை அழைத்து வந்து கெஸ்ட்ஹவுசில் தங்க வைத்தார். வேறு யாரும் ஜேபியைச் சந்திப்பதற்குமுன் தான் அவரைச் சந்திக்க வேண்டும் என்று குஷால் சிங்கிடம் தாஸ்குப்தா செய்தி சொல்லி அனுப்பியிருந்தார். ஜேபியைச் சந்திப்பதற்குமுன் என்னைச் சந்திக்க விரும்பினார். அடுத்தடுத்த தொலைபேசி அழைப்புகளால் நான் கிளம்ப நேரமாகிவிட்டது.

முதலில் பம்பாயிலிருந்து ராஜேஷ்வர் பிரசாத் அழைத்திருந்தார். ஜேபியின் உடல்நிலை பற்றி வெளிவரும் செய்திகளால் கவலை அடைந்திருப்பதாகத் தெரிவித் தார். 'ஜேபி நன்றாக இருக்கிறார். கவலைப்பட ஏதும் இல்லை' என்றேன். அன்று மாலையே விமானத்தில் சண்டிகர் வருவதாகவும் மறுநாள் காலை நேரில் வந்து என்னைச் சந்திப்பதாகவும் தெரிவித்தார்.

ஐ.பி. ஆனந்த் டெல்லியிலிருந்து அழைத்திருந்தார். ஜேபியின் நீண்டகால நண்பர். மறுநாள் காலை சண்டிகர் வந்து ஜேபியைச் சந்திக்க விரும்புவதாகத் தெரிவித்தார். மினு மசானியின் சகோதரி டெல்லியில் இருந்து அழைத்திருந்தார். மசானி ஜேபியைச் சந்திக்க விரும்புவதாகவும் சனி அல்லது ஞாயிறு வரலாமா என்றும் கேட்டார். அதுவரை ஜேபி இங்கு தங்கி யிருக்கும்பட்சத்தில் தாராளமாக வரலாம் என்று பதிலளித்தேன்.

பாட்னா மாவட்ட மாஜிஸ்திரேட் தொடர்பு கொண்டார். குலாப் யாதவைக் கண்டுபிடித்துவிட்டதாகவும் ஜேபி பரோலில் விடுதலை செய்யப் பட்டிருக்கும் நிலையில் அவரை சண்டிகருக்கு அனுப்ப வேண்டியிருக்குமா என்று கேட்டார். மூன்று அல்லது நான்கு நாட்கள் ஜேபி இங்கே தங்கப் போவதால் அவரை உடனே அனுப்பிவைக்குமாறு கேட்டுக்கொண்டேன். ஜேபி இங்கிருந்து கிளம்பும்போது குலாபும் கூடவே செல்ல முடியும் என்று நினைத்தேன்.

இந்தியன் எக்ஸ்பிரஸ் குழுமப் பொது மேலாளர் ஆர்.கே. மிஷ்ரா தொடர்பு கொண்டார். ஜேபியை டெல்லிக்கு அழைத்துச் செல்ல விரும்புவதாகவும், அவரை தனி விமானத்தில் அழைத்துச் செல்ல ஏற்பாடு செய்ய இருப்ப தாகவும் கூறினார். ஜேபி இங்கிருந்து கிளம்புவது என்பது மருத்துவர்களின் ஆலோசனையைப் பொருத்தது என்றேன். வேலூர் கிறிஸ்தவ மருத்துவக் கல்லூரியிலிருந்து நிபுணர்களை வரவழைத்து ஜேபிக்கு சிகிச்சை அளிக்கப் போவதாகக் கூறினார். இது தொடர்பாக டாக்டர் சுட்டானியைத் தொடர்பு கொள்ளுமாறு அவரைக் கேட்டுக்கொண்டேன். ஜேபியைத் தன்னால் சந்திக்க முடியுமா என்று கேட்டார். ‘நிச்சயம் முடியும். பதினொரு மணிக்குமேல் பி.ஜி.ஐக்குச் சென்றால் அங்கே டாக்டர் வாஹி இருப்பார். அவரது அனுமதியைப் பெற்று ஜேபியைச் சந்தியுங்கள்’ என்றேன். சிறிது நேரம் கழித்து, வீடு தேடி வந்த மிஷ்ரா, தொலைபேசியில் பேசிய விஷயங்களையே மீண்டும் குறிப்பிட்டார். நானும் அதே பதிலையே அளித்தேன்.

சரியாக ஒன்பதரை மணிக்கு யூனியன் பிரதேச கெஸ்ட்ஹவுஸ் சென்றேன். அங்கே தாஸ்குப்தா எனக்காகக் காத்திருந்தார். ஜேபி எப்படி இருக்கிறார் என்று என்னிடம் விசாரித்தார். பிரச்னை ஏதுமில்லை என்று பதில் அளித்தேன். ஜேபிக்காக ஒரு முக்கியமான செய்தி கொண்டு வந்திருப்பதாகவும், அது மகிழ்ச்சிக்குரிய விஷயம்தான் என்றும் தாஸ்குப்தா தெரிவித்தார்.

இம்முறை ஓம் மேத்தாவின் வேண்டுகோளின்படி சண்டிகருக்கு வந்ததாகக் கூறினார். முதல் நாள் கான்பூரில் இருந்தவரை மாலை நான்கு மணிக்குத் தொடர்புகொண்டு உடனே விமானத்தில் டெல்லிக்கு வருமாறும், டெல்லி யில் இருந்து இன்னொரு விமானத்தில் சண்டிகருக்குச் செல்லவேண்டி யிருக்கும் என்பதையும் ஓம் மேத்தா தெரிவித்திருக்கிறார். எட்டரை மணிக்கு டெல்லிக்குத் திரும்பிய தாஸ்குப்தா, நேராக ஓம் மேத்தாவைச் சந்தித்திருக் கிறார். ஓம் மேத்தா தாஸ்குப்தாவை உடனே சண்டிகருக்குச் செல்லுமாறு கேட்டுக்கொண்டிருக்கிறார். சுதந்தரத்துக்குப் பிந்தைய இந்திய சரித்திரத்தில் ஜேபியின் விடுதலை முக்கியமான சம்பவமாக இருக்கும் என்றார் தாஸ் குப்தா.

மசானியின் வருகை பற்றியும் ஐ.பி ஆனந்த் தொலைபேசியில் பேசியது குறித்தும் அவரிடம் சொன்னேன். மசானி ஜேபியைச் சந்திப்பதற்குமுன்

அவரைத் தான் சந்திக்க விரும்புவதாகவும், மசானி, வர்கீஸ் போன்றவர்களால் மட்டுமே ஜேபியை தீவிர அரசியலிலிருந்து தொலைவில் வைத்திருக்கச் செய்ய முடியும் என்றும் தாஸ்குப்தா சொன்னார்.

ஓய்வெடுக்க எங்காவது தொலைதூரம் செல்லப்போவதாக ஜேபி கூறியிருந்தது டெல்லி வட்டாரத்தில் நன்றாக எடுபட்டது. ஜேபியின் சிகிச்சைக்கான ஏற்பாடுகள் பற்றி டெல்லி வட்டாரம் யோசிக்க ஆரம்பித்தது. ஜேபியை சென்னை அல்லது வேலூரில் தங்க வைப்பதற்கான ஏற்பாடுகளும் ஆரம்பமாயின.

ஓம் மேத்தாவின் மூலமாக பிரதமரிடமிருந்து செய்தி கொண்டு வந்திருப்பதாக தாஸ்குப்தா குறிப்பிட்டார். ஜேபியின் உடல்நிலை குறித்து இந்திரா காந்தி கவலை கொண்டிருக்கிறார். ஒரு சில நிர்வாகப் பிரச்னைகளால் மட்டுமே பரோலில் விடுதலை செய்ய உத்தரவிட்டிருக்கிறார். ஜேபி மீண்டும் சிறையில் அடைக்கப்படமாட்டார். உடல்நிலையைக் கருத்தில் கொண்டே ஜேபி இன்னும் ஒரு வாரம் சண்டிகரில் தங்கி ஓய்வெடுக்க வேண்டும். பின்னர் அரசே அவருக்குத் தேவையான சிகிச்சை, தங்குமிடம் ஆகியவற்றை ஏற்பாடு செய்துகொடுக்கும். இதை ஜேபி ஒப்புக்கொள்ளாவிட்டால் அவர் எப்போது வேண்டுமானாலும், எங்கே வேண்டுமானாலும் செல்லலாம். இதுதான் பிரதமர் அனுப்பியிருந்த செய்தி. இது பிரதமரே அனுப்பிய செய்தியா அல்லது ஜேபியை சண்டிகரில் தங்கவைக்க ஓம் மேத்தா மேற்கொள்ளும் திட்டமா என்று எனக்குக் குழப்பமாக இருந்தது.

டாக்டர் ஏ.சி. சென், ஜேபியைச் சந்திக்க வர இருப்பதாகவும், அவர் ஜேபியை நீண்ட நேரம் சந்திக்க அனுமதிக்கக்கூடாது என்றும் தாஸ்குப்தா சொன்னார். அவர் ஜேபியின் மனத்தை மாற்றி, ஜேபியை அரசுக்கு எதிராகத் தூண்டிவிட்டுவிடுவார் என்றார் தாஸ்குப்தா. இம்முறை தாஸ்குப்தாவின் பேச்சிலும் நடவடிக்கைகளிலும் நிறைய மாற்றம் இருப்பதை என்னால் கண்டுகொள்ள முடிந்தது. ஓம் மேத்தா சொல்லிக்கொடுத்ததை எல்லாம் கிளிப்பிள்ளை போல் ஒப்பித்துக்கொண்டிருந்தார். தாஸ்குப்தா அரசு ஏஜெண்ட்போல் நடந்துகொள்ள ஆரம்பித்திருப்பதைப் புரிந்துகொண்டேன்.

ஜேபியின் விடுதலையைத் தொடர்ந்து எமர்ஜென்சி விலக்கிக்கொள்ளப்படுமா என்று தாஸ்குப்தாவை கேட்டேன். 'இந்திரா என்ன முடிவெடுத்திருக்கிறார் என்று தெரியவில்லை. தாரும் திருவனந்தபுரத்தில் இருப்பதால் முழு விவரமும் எனக்குத் தெரியாது' என்றவர், சர்வோதயா மற்றும் சில இயக்கங்களைச் சேர்ந்தவர்களைச் சிறையிலிருந்து விடுவிக்கும் நடவடிக்கைகள் விரைவில் ஆரம்பமாகும் என்று எதிர்பார்ப்பதாகக் கூறினார்.

பின்னர் ஜேபியின் அறைக்குச் சென்றோம். அவர் ஆசுவாசமான நிலையில் இருக்கையில் அமர்ந்திருந்தார். தாஸ்குப்தாவை பார்ப்பதில் மகிழ்ச்சி

அடைந்திருப்பதாகக் கூறினார். கான்பூரிலிருந்து அவசர அவசரமாக டெல்லிக்கு வந்து, பின்னர் சண்டிகருக்கு வந்து சேர்ந்ததை தாஸ்குப்தா விவரித்தார். இரண்டு வாரங்களாகவே ஜேபியை விடுவிப்பது குறித்து டெல்லி வட்டாரம் பரிசீலித்து வந்ததாக அவர் சொன்னபோது ஜேபி என்னை அர்த்தம் பொதிந்த பார்வையோடு நோக்கினார். இந்த முடிவை எடுப்பதற்கு இரண்டு வாரங்களா என்று கேட்பது போல் இருந்தது அவரது பார்வை. பிரதமர், ஓம் மேத்தா ஆகியோரிடமிருந்து தான் பெற்றுவந்த செய்திகளை அவருக்குக் கூறினார்.

சிகிச்சைக்காக சென்னைக்குச் செல்வதாக இருக்கிறீர்களா என்று ஜேபியிடம் தாஸ்குப்தா கேட்டார். 'அப்படி ஒரு எண்ணம் இருப்பது உண்மைதான். ஆனால் இன்னும் இறுதி முடிவு எடுக்கவில்லை. நண்பர்கள், உறவினர் களைக் கலந்து ஆலோசித்துவிட்டுத்தான் முடிவு எடுத்தாக வேண்டும்' என்றார் ஜேபி. பின்னர் மற்ற கைதிகளை விடுவிப்பது பற்றியும், தேர்தல் அறிவிப்பு எப்போது வரும் என்றும் தாஸ்குப்தாவிடம் விசாரித்தார். தார் ஊரில் இல்லாததால் இது குறித்துத் தன்னால் அறியமுடியவில்லை என்று தாஸ்குப்தா பதில் சொன்னார். ஜேபி சண்டிகரில் இருக்கும்வரை தானும் உடன் இருந்து அவருக்குத் துணையாக இருக்கப்போவதாகச் சொன்னார்.

ஜேபியிடம் தனிமையில் தாஸ்குப்தா ஏதோ சொல்ல நினைப்பது போல் தெரிந்தது. கெஸ்ட்ஹவுஸுக்கு ஆட்டோ ரிக்ஷாவில் திரும்பிவிடுவதாக தாஸ்குப்தா கூறவே, அவரை அங்கேயே விட்டுவிட்டு விடைபெற்றுக் கொண்டேன். கிளம்பும் முன் மிஷ்ரா உடனான சந்திப்பு பற்றி ஜேபியிடம் விசாரித்தேன். கோயங்காவைப் பற்றிப் பேசிக்கொண்டிருந்ததாகவும், எதற்காக இந்திரா காந்தி கோயங்காவை எதிர்க்கிறார் என்ற கேள்விக்குத் தனக்கு பதில் தெரியவில்லை என்றும் குறிப்பிட்டார்.

அங்கிருந்து வெளியே வரும்போது பனோத், மொஹிந்தர் சிங் ஆகியோர் பக்கத்து அறையில் காத்திருந்தனர். ஜேபி விஷயத்தில் செய்யப்பட்டுள்ள ஏற்பாடுகள் குறித்து நாங்கள் பேசிக்கொண்டிருந்தோம். ஜேபியைக் கவனித்துக்கொள்ளும் பொறுப்பை முற்றிலுமாக மருத்துவர்கள் பொறுப்பில் விட்ட மாதுரின் அலட்சியமான மனோபாவம் அதிருப்தியை ஏற்படுத்தி யிருந்தது. மாதுரின் முடிவால் நிறைய குழப்பம் வரும் என்று பேசிக் கொண்டிருந்தோம்.

ஜேபிக்கான ஏற்பாடுகள் பற்றி விவாதிக்க டாக்டர் மெஹ்ராவுக்கும் டாக்டர் வாஹிக்கும் செய்தி அனுப்பினேன். இதற்கு இடையே குப்தா வெளியே காத்திருப்பதாகவும், ஜேபி சம்பந்தப்பட்ட விஷயங்களுக்கான ஏற்பாடுகள் குறித்து பனோத்துடனும் என்னுடனும் பேச மாதுர் அவரை அனுப்பி வைத்திருப்பதாகவும் பனோத் கூறினார். டாண்டனும் டாக்டர் மெஹ்ராவும் அங்கே வந்து சேர்ந்தனர்.

ஜேபியைச் சந்திக்கவேண்டும் என்று கேட்டு நிறையப் பேர் தனக்குத் தொல்லை கொடுப்பதாக டாக்டர் மெஹ்ரா சொன்னார். பாட்னாவிலிருந்து திக்விஜய் நாராயண் என்பவர் அழைத்தாராம். மற்றபடி, ஏபிசி, ஜப்பான் ரேடியோ, யூபிஐ போன்ற பல ஊடகங்களிலிருந்து அனுமதி கேட்டு தொலை பேசி அழைப்பு வருவதாகக் கூறினார். இது போன்ற தொல்லைகள் தொடர்ந் தால் ஜேபிக்கு நிம்மதியாக சிகிச்சை அளிக்க முடியாது என்றார். இது தொடர்பாக விவாதம் நடைபெற்று, சில முடிவுகள் எடுக்கப்பட்டன.

ஜேபிக்கான சிகிச்சை மற்றும் மருத்துவ ஏற்பாடுகளை கவனித்துக் கொள்ளவே வாஹிக்கும் மெஹ்ராவுக்கும் நேரம் சரியாக இருக்கும் என்பதால் இதுபோன்ற விஷயங்களிலிருந்து விலகி இருப்பது நல்லது என்றும் யாராவது கேட்டால் ஜேபியைப் பற்றித் தங்களுக்கு ஏதும் தெரியாது என்று கூறி மறுத்துவிடலாம் என்றும் முடிவு எடுத்தோம்.

ஜேபியைச் சந்திக்க வரும் உறவினர்களும் முக்கியஸ்தர்களும் முதலில் மாவட்ட ஆட்சியரை (அதாவது என்னை) முதலில் சந்திக்கவேண்டும். மருத்துவர்களின் ஆலோசனையின் பேரில் மற்றவர்களை பார்வையாளர் கள் சந்திப்பு நேரத்தில் அனுமதிக்கலாம். இது குறித்து அனைத்து விஷயங் களுக்கும் மாவட்ட ஆட்சியரை அணுகவேண்டும் என்று முடிவு செய்யப் பட்டது.

அலுவலகத்துக்குத் திரும்பி வந்தபோது கல்கத்தாவிலிருந்து எஸ்.என். பிரசாத் தொலைபேசியில் அழைத்திருந்தார். ஜேபி எப்படி இருக்கிறார் என்று கேட்டார். உடல் நலத்துடன்தான் இருக்கிறார் என்றேன். கல்கத்தாவில் ஜேபி குறித்து நிறைய வதந்தி நிலவுவதாகக் கூறினார் . கவலைப்பட ஏதுமில்லை என்றேன். மறுநாள் ஜேபியைச் சந்திக்க வருவதாகக் கூறி தொலைபேசியை வைத்துவிட்டார்.

சரியாகப் பதினொரு மணிக்கு மாதுரின் அறைக்குச் சென்று பி.ஜி.ஐயில் செய்யப்பட்டுள்ள ஏற்பாடுகள் குறித்தும், மருத்துவர்களிடம் பேசியபின் எடுக்கப்பட்ட முடிவுகள் குறித்தும் விவரித்தேன்.

நான் மாதுரின் அறையில் இருக்கும்போது, பாட்னாவிலிருந்து எனக்கு ஒரு தொலைபேசி அழைப்பு வந்தது. போன் செய்தவர், ‘ஜேபி எப்படி இருக் கிறார்? சுயநினைவுக்கு வந்துவிட்டாரா?’ என்றார். ‘அப்படி என்றால் என்ன அர்த்தம்?’ என்று அவரிடமே கேட்டேன். ‘ஜேபி இன்னும் கோமாவில்தான் இருக்கிறாரா?’ என்றார் அவர். ‘ஜேபி நலமுடன் இருக்கிறார். கோமாவும் இல்லை, ஒன்றும் இல்லை’ என்றேன். ஜேபி கோமாவில் இருப்பதால்தான் விடுதலை செய்யப்பட்டார் என்று பாட்னாவில் உலவிவரும் வதந்திகளைக் கேட்டு அதை உறுதிப்படுத்திக்கொள்ளவே தான் அழைத்ததாக அவர் கூறினார். ‘ஜேபிக்கு ஒன்றுமில்லை. அவர் நலமுடன் இருககிறார்’ என்று

சொன்னேன். மறுநாள் அவர் குலாப் யாதவுடன் சண்டிகருக்கு வருவதாகக் குறிப்பிட்டார். தாராளமாக வாருங்கள் என்றேன்.

என் அறைக்குத் திரும்பிவந்தபோது, ஏபிசி, பிபிசி, ரேடியோ ஜப்பான், யூபிஐ மீடியாவைச் சேர்ந்தவர்கள் என்னைச் சந்திக்க அரைமணி நேரமாக வெளியே காத்திருக்கிறார்கள் என்ற செய்தி கிடைத்தது. டாக்டர் மெஹ்ரா, ஜேபி பற்றி எதுவும் சொல்ல மறுப்பதாகக் குறிப்பிட்டவர்கள், என்னிடம் ஜேபியின் உடல்நலம், அரசியல் நண்பர்களை எப்போது சந்திப்பார், சண்டிகரிலிருநது எப்போது கிளம்புகிறார் என்றெல்லாம் சில கேள்விகளைக் கேட்டனர். முடிந்தவரை கேள்விகளுக்குப் பதில் சொன்னேன். சில கேள்விகளுக்குப் பதில் சொல்ல மறுத்தேன். ஜேபியைச் சந்திக்கவேண்டும் என்று கேட்டனர். ‘ஜேபி இப்போது சிறைக் கைதி அல்ல. தற்போது சிகிச்சை எடுத்துக் கொண்டிருக்கிறார். மருத்துவர்களின் ஒப்புதலைப் பெற்றுத்தான் அவரைச் சந்திக்க முடியும்’ என்றேன். ஜேபிக்கு ஒரு துண்டுச் சீட்டுகூட எழுதி அனுப்ப முடியாதா என்று கேட்டார்கள். எதுவாக இருந்தாலும் மருத்துவர்களைத்தான் அணுக வேண்டும் என்று பதிலளித்தேன்.

மாதுரின் அறைக்குத் திரும்பி வந்து, பத்திரிகையாளர்கள் கேட்ட கேள்விகள் பற்றி அவரிடம் பேசிக்கொண்டிருந்தேன். ஜேபி தற்போது முழுமையான சுதந்தரமான மனிதர் என்பதை நீங்கள் அவர்களுக்குச் சொல்லியிருக்க வேண்டும் என்றார். அதைத்தான் என் பதிலில் தெளிவாகக் குறிப்பிட்டிருக் கிறேன் என்றேன்.

தாஸ்குப்தா தொலைபேசியில் அழைத்தார். ஜேபி நல்ல முறையில் இருப்ப தாகவும் அன்று மாலை ஏ.சி. சென்னுடன் மீண்டும் ஜேபியைச் சந்திக்க இருப்பதாகவும் தெரிவித்தார். பரோல் மனு பற்றியும் அதில் ஏதாவது நிபந்தனைகள் இருக்கின்றனவா என்றும் ஜேபி தன்னைக் கேட்டதாகக் கூறினார். பொதுமக்களுக்கு அறிக்கை கொடுப்பதற்குமுன் ஜேபி அதை உறுதிப்படுத்திக்கொள்ள நினைக்கிறார் என்றார். டெல்லி மாவட்ட ஆட்சியரை ஒருமுறை தொடர்புகொண்டு விசாரித்துவிட்டுத் தெரிவிப்பதாகக் கூறினேன்.

பன்சிலால் என்னைத் தொடர்புகொண்டார். இந்தியன் எக்ஸ்பிரஸ் நிருபர் ஒருவர், ஜேபி இன்னும் பரோல் மனுவை ஏற்றுக்கொள்ளவில்லை என்று செய்தி பரப்புவதாகக் குறிப்பிட்டார். ‘ஜேபி என் முன்னிலையில்தான் கையெழுத்திட்டார். அதன் ஒரிஜினல் பிரதி டெல்லி மாவட்ட ஆட்சியரிடம் இருக்கிறது’ என்றேன். மெஹ்தானியைத் தொடர்புகொண்டு இதுகுறித்து விளக்கம் அளிக்குமாறு கேட்டுக்கொண்டார். பின் மாதுர் பற்றி விசாரித்தார். காலையிலிருந்து மாதுர் இருண்டுபோன முகத்தோடு இருப்பதைச் சொன்னேன். லக்கன்பால் அவரது மருமகன் என்று தான் சொன்னது சரிதான் என்றார் பன்சிலால். பின்னர் மெஹ்தானியைத் தொடர்புகொண்டு ஜேபியின்

பரோல் மனு பற்றி விவரித்தேன். 'ஆதாரமில்லாத செய்தி தருவதை அந்த நிருபர் நிறுத்த வேண்டும். இல்லாவிட்டால் அவர் பிரச்னையை எதிர்கொள்ள வேண்டியிருக்கும்' என்றேன்.

மறுநாள் தாஸ்குப்தா தொலைபேசியில் தொடர்புகொண்டு தன்னை பி.ஜி.ஐக்குள் அனுமதிக்க மறுக்கிறார்கள் என்றார். தாஸ்குப்தாவை விமான நிலையத்திலிருந்து அழைத்து வந்த சப் இன்ஸ்பெக்டரைத் தொடர்பு கொண்டு அவரை உள்ளே அனுமதிக்க உதவுமாறு கேட்டுக்கொண்டேன். சிறிது நேரத்தில் டிஎஸ்பி கிஷன் லாலிடமிருந்து அழைப்பு வந்தது. தாஸ் குப்தாவை ஜேபியின் அறைக்குள் அனுமதிக்கலாமா என்று கேட்டார். அங்கிருக்கும் டியூட்டி டாக்டரிடம் பேசி அனுமதிக்கச் சொல்லும்படி அவரைக் கேட்டுக்கொண்டேன். மாதுரின் புதிய உத்தரவால் எத்தகைய பிரச்னைகள் எல்லாம் வருகின்றன என்பதைக் கண்கூடாகப் பார்க்க முடிந்தது. தாஸ்குப்தாவும் சென்னும் ஜேபியைச் சந்திக்க வரப்போவதை ஏற்கெனவே டாக்டர் மெஹ்ராவுக்குத் தெரிவித்திருந்தேன். அவர் அங்கு இல்லாமல் போனதால் குளறுபடி ஆகிவிட்டது. இன்னும் எத்தனை நாளைக்கு மாதுரின் உத்தரவினால் பிரச்னைகள் வரப்போகிறதோ என்று கவலையாக இருந்தது.

மீண்டும் ஒருமுறை பன்சிலால் என்னைத் தொடர்புகொண்டு பரோல் மனு பற்றிக் கேட்டார். என்ன விஷயம் என்று அவரிடம் கேட்டேன். டெல்லி வட்டாரத்தில் நிறைய வதந்திகள் நிலவுவதாகச் சொன்னவர், ஜேபி கையெழுத்திட்ட பரோல் உத்தரவு டெல்லி மாவட்ட ஆட்சியரிடம் இருப்பது உண்மைதானா என்று மீண்டும் கேட்டார். ஆம் என்றேன்.

ஜேபியை ஒரு வாரமாவது பி.ஜி.ஐயில் வைத்திருக்கவேண்டும் என்றார் பன்சிலால். அதில் ஏதாவது பிரச்னை என்றால் மறுநாள் நானும் டாக்டர் வாஹியும் அவரைச் சந்திக்க வேண்டுமாம். இது சம்பந்தமான ஏற்பாடுகளை ஏற்கெனவே செய்து முடித்துவிட்டதாகக் கூறினேன். பன்சிலாலின் தற் போதைய பேச்சும், முந்தைய நாள் ஜேபியைப் பற்றி அவர் சொன்னதும் எனக்குள் சந்தேகத்தை உண்டாக்கின. சஞ்சய் வட்டாரம், ஜேபி சிறையிலிருந்து விடுவிக்கப்பட்டாலும் அவரைக் கட்டுப்பாட்டில் வைத்திருக்க நினைக்கிறது. ஜேபியை வெளியே கொண்டுவந்து, நல்ல மருத்துவமனையில் சேர்த்து சிகிச்சை அளிக்கவேண்டும் என்ற முயற்சியை அவர்கள் முறியடிக்க நினைப்பதுபோல் தெரிந்தது. இதற்காகவே டாக்டர் சுட்டானி சரியான நேரத்தில் பி.ஜி.ஐயில் இல்லாமல் இருக்கும்படிப் பார்த்துக்கொள்ளப்பட்டது. அப்போதுதான் மருத்துவர்களால் ஜேபியை டிஸ்சார்ஜ் செய்வதில் எந்த ஒரு முடிவுக்கும் வரமுடியாது என்பதுகூடக் காரணமாக இருக்கலாம்.

சிறைச்சாலை பதிவேட்டில் தான் விடுதலையானது குறித்து எழுதும்போது, 'ஆண்டவனுக்கு நன்றி! இப்போது நாட்டின் சுதந்தரமான குடிமகனாகி

விட்டேன்' என்று ஜேபி குறிப்பிட்டிருப்பதாக ஆர். டி. சர்மா என்னிடம் தெரிவித்தார்.

மறுநாள் முதல் ஜேபியைச் சந்திக்க உறவினர்களும் நண்பர்களும் வந்தவண்ணம் இருந்தனர். காலை எட்டு மணிக்கு ராஜேஷ்வர் பிரசாத், ஓவர்கோட், கையில் கிளவுஸ் சகிதம், என் வீட்டுக்கு வந்துவிட்டார். அவருக்கு டீ கொடுத்தேன். ஜேபியின் உடல்நிலை குறித்து பம்பாயில் நிறைய வதந்திகள் உலா வருவதாகவும், தனக்கு ஏகப்பட்ட தொலைபேசி அழைப்புகள் வந்ததாகவும் குறிப்பிட்டார். அவர் ஜேபியுடன் தங்கியிருக்கும் முடிவோடு வந்திருந்தார். அதனால் ஜேபியின் உடல்நலம் சீரடையும்; ஜேபியைச் சந்திக்க வருபவர்களையும் கட்டுப்படுத்த உதவியாக இருக்கும் என்று நான் நினைத்தேன். உடனே ஆர்.டி சர்மாவை வரச் சொன்னேன். ஜேபியைச் சந்திக்கும் முன் காலைக் கடன்களைக் கழிக்க ஓர் இடம் வேண்டும் என்றார் ராஜேஷ்வர் பிரசாத்.

மாதுருக்கு போன் செய்து ராஜேஷ்வர் பிரசாத் பற்றிச் சொல்லி, அவரை ஜேபியுடன் தங்கவைக்க வேண்டும் என்றேன். 'ராஜேஷ்வரை டாக்டர்களிடம் அனுப்பி வையுங்கள். அவர்களே முடிவு செய்யட்டும்' என்றார் மாதுர். அவரது அலட்சியமான பதில் எனக்குக் கோபமூட்டியது. 'முந்தின நாள் தாஸ்குப்தா, சென்னுக்கு நடந்தது போன்ற குழப்பங்கள் இனி நடக்கக்கூடாது என்று நினைக்கிறேன். நான் என்ன செய்யவேண்டும் என்பதை நீங்கள் சொல்லிவிடுங்கள். அதை நான் செய்கிறேன். ஜேபி சம்பந்தப்பட்ட விஷயங் களில் நான் விலகி இருக்கவேண்டும் என்று நீங்கள் நினைக்கிறீர்களா? ராஜேஷ்வரை ஜேபியுடன் தங்க வைப்பதில் நிர்வாக ரீதியாகப் பிரச்னை ஏதும் இருக்கிறதா என்பதைக் கேட்கவே போன் செய்தேன்' என்றேன். என் குரல் கடுமையாக ஒலித்தது. மறுமுனையில் மாதுரின் குரல் சுணங்கியிருந்தது. 'அவரை ஜேபியுடன் தங்கவைக்க வேண்டாம். ஆனால் அவரது அறைக்கு அருகில் தங்க வைக்க முடியும். டாக்டர் சுட்டானி இப்போதுதான் நேபாளத்தில் இருந்து திரும்பியிருக்கிறார். அவரைக் கேட்டு முடிவு செய்து கொள்ளுங்கள்' என்றார்.

டாக்டர் சுட்டானியைத் தொடர்புகொண்டு விஷயத்தைச் சொன்னதும், சரி என்று ஒப்புக்கொண்டார். உடனே ராஜேஷ்வர் பிரசாத்தைத் தன்னிடம் அனுப்பிவைக்கும்படிக் கூறினார். ஆர்.டி.சர்மாவுடன் ராஜேஷ்வரை பி.ஜி.ஐ.க்கு அனுப்பி வைத்தேன்.

ஐ.பி ஆனந்த் என்னைச் சந்திக்க வந்தார். காத்மண்டுவிலிருந்து வருவதாகவும், சுட்டானியுடன் ஒரே விமானத்தில் வந்ததாகவும், ஒன்பது மணிக்கு ஜேபியைச் சந்திக்க இருப்பதாகவும் தெரிவித்தார். ஜேபி பரோல் மனுவை ஏற்க மறுத்துவிட்டதாக டெல்லி உயர் அதிகாரிகள் மட்டத்தில் வரும் வதந்திகள் குறித்து விளக்கம் கேட்கவே நேரில் வந்ததாகக் கூறினார். நடந்தவற்றை

விவரமாக அவருக்கு எடுத்துச் சொன்னேன். பின் ஜேபிக்கும் தனக்கும் உள்ள தொடர்பைப் பற்றிப் பேசிவிட்டு அவர் என்னிடமிருந்து விடைபெற்றுக் கொண்டார்.

தாஸ்குப்தாவிடமிருந்து போன் வந்தது. சென் என்னுடன் சில வார்த்தைகள் பேச விரும்புவதாகவும் கெஸ்ட்ஹவுஸுக்கு வரமுடியுமா என்றும் என்னைக் கேட்டார். நான் அங்கே சென்றபோது என்னைத் தனியாக அழைத்துச் சென்ற தாஸ்குப்தா, ஜேபி இன்னும் இறுக்கமான மனநிலையிலேயே இருப்பதாக வும், பரோல் மனுவில் ஏதாவது நிபந்தனைகள் இருக்கிறதா என்பதையே அவர் திரும்பத் திரும்பக் கேட்டுக்கொண்டிருந்ததாகவும் தெரிவித்தார். 'ஜேபியின் உடல்நிலை குறித்து நாடு முழுவதும் பரவியிருக்கும் வதந்தி களைச் சமாளிக்க இரண்டு விஷயங்களை உடனே செய்தாக வேண்டும். ஜேபியைக் கவனித்துக்கொள்ளும் மருத்துவர்களிடமிருந்து உடனடியாக ஒரு மருத்துவ அறிக்கை வெளியாக வேண்டும். ஜேபியின் சகோதரர் ராஜேஷ்வர் பிரசாத்திடமிருந்து மீடியாவுக்கு ஓர் அறிக்கை கொடுக்கப்படவேண்டும்' என்றார். யோசிப்பதாகப் பதில் சொன்னேன்.

பின்னர் தாஸ்குப்தா சென்னிடம் என்னை அறிமுகப்படுத்தி வைத்தார். உடல்ரீதியாகவும், மனரீதியாகவும் ஜேபியைக் காப்பாற்றி வந்தவர் என்று என்னைப் பற்றி தாஸ்குப்தா குறிப்பிட்டதும், சென் எனது கைகளைப் பற்றியபடியே ஜேபியின் நண்பர்கள் சார்பாக நன்றி தெரிவிப்பதாகக் கூறினார். சிறைவாசம் ஜேபிக்குக் கஷ்டமாக இருந்ததா என்று என்னிடம் கேட்டார். 'ஆரம்பத்தில் கஷ்டமாக உணர்ந்தார். பின்னர் நல்லமுறையில் ஒத்துழைப்பு கொடுத்தார்' என்றேன். ஏதாவது மறக்க முடியாத நிகழ்ச்சிகள் உண்டா என்று கேட்டார். ஒரு சில சம்பவங்களை விவரித்துவிட்டு, ஜேபி உண்ணா விரதத்தைக் கைவிட்டதைத்தான் என்னால் மறக்க முடியாது என்றேன். உடனே தாஸ்குப்தா, 'ஜேபி என்னுடைய கைதி' என்ற தலைப்பில் நீங்கள் தாராளமாக ஒரு புத்தகம் எழுதலாம் என்றார். 'ஜேபியைச் சந்திக்க பாஸ் பெற்றுத் தருகிறேன். முந்தின நாள் நடைபெற்றது போன்ற சம்பவங்கள் இனி நடக்காது' என்று அவர்களிடம் தெரிவித்தேன்.

பதினொரு மணிக்கு ஜேபியைச் சந்திக்கச் சென்றேன். மருத்துவமனை ஊழியர் என்னையும் அனுமதிக்க மறுத்தார். காவலுக்கு இருந்த கான்ஸ்டபிள் தான் எனக்கு உதவினார். ஜேபி அப்போதுதான் காலை உணவு எடுத்துக் கொண்டிருந்தார். முட்டை சரியாக வேகவில்லை என்பது தெரிந்தது. ஓர் இளம் டாக்டர் கல்போல் அசையாமல் அங்கே உட்கார்ந்திருந்தார். நர்ஸ் அங்குமிங்கும் உலாவிக்கொண்டிருந்தார். ஜேபியிடன் தனியாகப் பேச வேண்டும் என்று சொன்னபின்னரே அந்த டியூட்டி டாக்டர் வெளியேறினார்.

தற்போது எப்படி உணர்கிறீர்கள் என்று ஜேபியிடம் கேட்டேன். 'சிறையில் இருந்து விடுவித்த உத்தரவு திருப்தி அளித்தது. ஆனால் இடம் மற்றும்

சூழ்நிலையில் எந்த மாற்றமும் இல்லை என்பதால் மகிழ்ச்சியில்லை' என்றார். நாளையோ அல்லது நாளை மறுநாளோ டெல்லிக்குச் செல்ல விரும்புவதாகக் கூறினார். சண்டிகரில் தொடர்ந்து இருந்தால் தன் உடல் நிலையில் முன்னேற்றம் இருக்காது என்பது அவரது உறுதியான நம்பிக்கை.

ஜேபியின் சகோதரர் ஏற்கெனவே சண்டிகர் வந்துவிட்ட செய்தியையும், மசானி வர இருக்கும் செய்தியையும் அவருக்குத் தெரிவித்தேன். அவர்கள் வந்தபின் கலந்து பேசி ஒரு முடிவு எடுக்க முடியும் என்று நான் சொன்னதை ஜேபி ஒப்புக்கொண்டார். ஐ.பி ஆனந்தும் வந்திருப்பதைச் சொன்னவுடன் ஜேபிக்கு மகிழ்ச்சி. திக்விஜய் நாராயண் சிங் பற்றி அவரிடம் விசாரித்தேன். 'பிகாரில் அவர் பெரிய நிலச்சுவான்தார். பழைய காங்கிரஸின் எம்.பி.யாக இருக்கிறார். அவரையும் நான் சந்திக்க வேண்டும்' என்றார்.

அங்கிருந்து கிளம்பி டாக்டர் சுட்டானியின் அறைக்குச் சென்றேன். அங்கே ராஜேஷ்வர் பிரசாத், ஆனந்த், பனோத் ஆகியோர் இருந்தனர். நானும் பனோத்தும் சுட்டானியை அங்கிருந்து தனியாக அழைத்துச் சென்று ஜேபிக்கான பாதுகாப்பு ஏற்பாடுகளையும், ஜேபியின் மனநிலையையும் அவரிடம் எடுத்துச் சொன்னோம். சற்றே ஆவேசமான சுட்டானி, 'அதிகாரிகளின் ஆட்டத்தை எல்லாம் நிறுத்துங்கள்! எல்லாவற்றையும் டாக்டர்களிடம் விட்டுவிடுங்கள். எத்தனை நாளாக இருந்தாலும் எங்களால் சமாளிக்க முடியும்' என்றவர், இனி ஜேபியை நானும் பனோத்தும்கூடச் சந்திக்கத் தேவையில்லை என்றார். 'ஜேபி, சாதாரண நோயாளி அல்ல. அவர் மற்றவர்களிலிருந்து வேறுபட்டவர். அவரைச் சாதாரண நோயாளியாக அணுக முடியாது' என்றேன். அதைத் தொடர்ந்து காரசாரமான விவாதங்கள் நடைபெற்றன.

ஜேபி காலை உணவை முடித்தவுடன் எல்லோரும் அவரது அறைக்குச் சென்றோம். திக்விஜய் நாராயண் சிங் உள்ளே வரமுடியாமல் தடுக்கப் பட்டிருந்தார். அவரையும் அழைத்துக்கொண்டோம். ஜேபி தனது சகோ தரரைப் பார்த்தவுடன் உணர்ச்சிவசப்பட்டார். ஐ.பி. ஆனந்த் ஜேபியின் பாதம் தொட்டு வணங்கினார். திக்விஜய் நாராயண் சிங்கும் ஜேபியின் பாதம் தொட்டு வணங்கினார். பின்னர் அவரது காதோரம் வந்து ஏதோ சொல்லி விட்டு மாலையில் மீண்டும் வந்து சந்திப்பதாகக் கூறி விடைபெற்றுக் கொண்டார். ஐ.பி. ஆனந்த், ஜேபியின் படுக்கையில் உட்கார்ந்துகொண்டார். சுட்டானி, பனோத் ஆகியோருடன் நான் அங்கிருந்து கிளம்பினேன். அங்கிருந்து செக்யூரிட்டி அதிகாரி கட்டாரியாவை நேரில் சந்தித்து பாஸ் வாங்கிக்கொண்டு அலுவலகத்துக்குத் திரும்பி வந்தேன்.

காரில் வரும்போது, சுட்டானி பற்றி பனோத் பேசிக்கொண்டு வந்தார். 'நாம் எல்லோரும் இங்கே தலையை உடைத்துக்கொண்டு ஜேபி விஷயத்தில் பரபரப்பாக இருந்த நேரத்தில் இவர் ஜாலியாக நேபாளத்துக்கு போய்விட்டு

ஜே.பி.யுடன் நூலாசிரியர்

வந்து, இப்போது நமக்கு உத்தரவிடுகிறாரே' என்று முணுமுணுத்துக் கொண்டே வந்தார். அலுவலகம் திரும்பியதும் மாதுரின் அறைக்குச் சென்று நடந்தவற்றை எல்லாம் அவரது கவனத்துக்குக் கொண்டுவந்தேன். எதிர்பார்த்தது போலவே எங்களை அமைதியாக இருக்கச் சொன்னவர், சுட்டானியே எல்லாவற்றையும் கையாளட்டும் என்றார்.

திக்விஜய் நாராயண் சிங்கிடமிருந்து மாதுருக்குத் தொலைபேசி அழைப்பு வந்தது. இருவரும் நீண்ட நாள் நண்பர்கள்போல் பேசிக்கொண்டனர். ஜேபியின் காதில் என்ன சொன்னீர்கள் என்று மாதுர் அவரிடம் கேட்டபோது, 'நீங்கள் நினைத்த பணி மெதுவாக நடைபெற்றாலும், நல்லமுறையில் நடைபெற்றுக்கொண்டிருக்கிறது' என்று அவரிடம் சொன்னதாகக் கூறினார். பேசிமுடித்துவிட்டு மாதுர் எங்களை நோக்கி, 'திக்விஜய் உடனே டெல்லிக்குத் திரும்புகிறார். சண்டிகரில் இருந்து எந்தப் பிரச்னையும் செய்யமாட்டார்' என்றார்.

ஜேபியின் உடல்நலம் சம்பந்தமாக வெளியாகும் வதந்திகளைத் தவிர்க்க தாஸ்குப்தா கூறிய ஆலோசனைகளை மாதுரிடம் சொன்னேன். மருத்துவ அறிக்கை என்பது டெக்னிக்கல் விஷயம்; ஆனால் அவரது சகோதரரை ஓர் அறிக்கை விடும்படிக் கேட்டுக்கொள்ளலாம் என்றேன். உடனே மாதுர் டெல்லியில் குரானாவிடம் பேசினார். ஆனால் குரானா அதற்கு உடன்பட வில்லை. 'வதந்திகளைப் பற்றிக் கவலைப்பட வேண்டிய அவசியமே இல்லை. ஜேபி உயிர் இழந்துவிட்டதாக ஏற்கெனவே பலமுறை வதந்தி

வந்துள்ளது. இப்போதைக்கு இதில் நாம் தலையிடாமல் இருப்பதுதான் நல்லது. வதந்திகள் கூடிய விரைவில் தாமாகவே மறைந்துவிடும்' என்றார் குரானா. மாவட்ட ஆட்சியர், காவல்துறை கண்காணிப்பாளர் இருவருக்கும் வேறு விதமான அபிப்பிராயம் இருந்தாலும் டாக்டர் சுட்டானிமீது தனக்கு நம்பிக்கை இருப்பதாகவும், ஜேபியை ஒரு வாரம் தங்க வைப்பதில் சுட்டானிக்கு வெற்றி கிடைக்கும் என்று தான் நம்புவதாகவும் மாதுர் குரானாவிடம் தெரிவித்தார்.

ஒதுங்கி இருக்கும்படி குரானாவே கூறிவிட்டார். எது நடக்கக்கூடாது என்று நினைத்தேனோ, அது நடந்துவிட்டது; வேறு வழிகளை நாடவேண்டும் என்று மனத்துக்குள் முடிவு செய்துகொண்டேன். தேவைப்பட்டால் பனோத்தின் உதவியையும் கேட்கலாம் என்று முடிவு செய்தேன்.

என் அறைக்குத் திரும்பியதும் தாஸ்குப்தாவிடமிருந்து அழைப்பு வந்தது. தாரிடமிருந்து அவசர அழைப்பு வந்திருப்பதாகவும் தான் உடனே டெல்லிக்குச் செல்ல வேண்டியிருக்கும் என்றும் தெரிவித்தார். அவருக்கு இன்னும் பாஸ் கிடைக்கவில்லை. அவருக்கான பாஸை கெஸ்ட் ஹவுஸுக்குக் கொண்டுசென்ற குஷால் சிங் அதை எங்கேயோ தொலைத்து விட்டார். தாஸ்குப்தாவை என் அலுவலகத்துக்கு வரச்சொன்னேன். இதற்கிடையே மசானியின் சகோதரியிடமிருந்து தொலைபேசி அழைப்பு வந்தது. மசானி பம்பாயிலிருந்து விமானம் மூலம் கிளம்பி வருவதாகவும், நாளை என் அலுவலகத்துக்கு வந்து நேரில் சந்திக்க இருப்பதாகவும் தெரிவித்தார்.

சரியாக 1.15 மணிக்கு தாஸ்குப்தா அலுவலகத்துக்கு வந்து சேர்ந்தார். அன்று இரவே டெல்லிக்கு ரயில் மூலம் செல்ல இருந்தார். உள்துறை அமைச்சகத்தில் டாண்டனுக்கு போன் செய்து டெல்லிக்கு ஒரு டிக்கெட் முன்பதிவு செய்யுமாறு கேட்டுக்கொண்டேன். கிளம்பும் முன் மாலையில் ஜேபியைச் சந்திக்க இருப்பதாக தாஸ்குப்தா தெரிவித்தார். கொடுத்த வாக்குறுதியை ஜேபி காப்பாற்றுவாரா என்று என்னிடம் கேட்டார். அது அரசியல் சூழ்நிலையைப் பொருத்தது என்றேன். 'தேர்தல் குறித்த நேரத்தில் அறிவிக்கப்பட்டால் ஜேபி அமைதியாக இருப்பார். தேர்தல் தள்ளிப்போனால் அவரிடமிருந்து இணக்கமான பதிலை எதிர்பார்க்க முடியாது' என்றேன். 'டெல்லி வட்டாரம் ஜேபி இணங்கிப் போய்விட்டதாக நினைக்கிறது. ஜேபியைக் குறைத்து மதிப்பிடவேண்டாம் என்பதை தாரிடம் தெரிவியுங்கள்' என்றேன். 'இந்திரா தான் புகழேணியில் இருப்பதாக நினைத்துக்கொள்ளலாம். அவரது ஆதவராளர்கள் அவரை, தேசத்தை ரட்சிக்க வந்த அம்மனாக நினைத்துக் கொள்ளலாம். அதற்கு எதிர்ப்புகள்கூட எழாமல் இருக்கலாம். ஆனால் பிரதமர் தன்னை ஏமாற்றிக்கொள்ளக்கூடாது. இதே நிலைமை நீண்ட நாள் நீடிக்காது என்ற நிதர்சனத்தை அவர் புரிந்துகொள்ள வேண்டும்' என்றேன்.

மசானியைச் சந்திக்க தாஸ்குப்தா ஆர்வமுடன் இருந்த காரணத்தால் மசானியின் வருகை பற்றியும் அவருக்குத் தெரிவித்தேன். டெல்லி சென்று தாரைச் சந்தித்துப் பேசிவிட்டு ஓரிரு நாளில் திரும்ப வருவதாகக் கூறினார்.

அன்று மாலை நிறையப் பேர் ஜேபியைச் சந்திக்க வந்திருந்தாகவும் அதன் காரணமாக ஜேபி சோர்வடைந்ததாகவும் கேள்விப்பட்டேன். டாக்டர் மெஹ்ராவும் டாக்டர் வாஹியும் இல்லாத காரணத்தால் நிறையப் பேர் சந்திக்க அனுமதிக்கப்பட்டிருந்தனர். இதை மாதுரிடமும் குப்தாவிடமும் தெரிவித்த போது, 'ஜேபியின் உடல்நிலை சரியாக ஜனதா தெரபி அவசியம்' என்றார் குப்தா. ஜனதா தெரபி என்றால் நிறைய மக்களைச் சுற்றிலும் உட்காரவைத்துப் பேசிக்கொண்டு இருப்பது. 'ஜேபி மக்களோடு மக்களாக இருக்க விரும்பு பவர். ஆகவே அவ்வாறு இருப்பதில் தவறில்லை' என்றார். ஆனால் ஜேபியின் பாதுகாப்பு குறித்தும் நாம் கவலைப்பட வேண்டியிருக்கிறதே என்றேன். நான் சொல்வது சரிதான் என்று இருவரும் ஒப்புக்கொண்டனர்.

நேரம் ஆக ஆக, ஜேபி பி.ஜி.ஐ-யிலேயே வைக்கப்பட்டுவிடுவாரோ என்ற பயம் எனக்கு வந்தது. என் திட்டம் இதனால் பாதிக்கப்பட்டுவிடுமோ என்று தோன்றியது. மருத்துவமனை வளாகத்தின் அருகிலேயே பல்கலைக்கழகம் இருப்பதால், பல்கலைக்கழகத்தில் மாணவர் கொந்தளிப்பு நேரலாம் என்ற காரணத்தால் ஜேபி பி.ஜி.ஐ மருத்துவமனைக்குக் கொண்டுவரப்பட்டது பனோத்துக்குப் பிடிக்கவில்லை. அதையே சாதகமாகக் கொண்டு உடனே ஜேபியை மருத்துவமனையிருந்து டிஸ்சார்ஜ் செய்துவிட்டால் நன்றாக இருக்கும் என்று எனக்குத் தோன்றியது. அதன்பின், மசானி உள்ளிட்டவர்கள் நாளை வந்தவுடன் மேற்கொண்டு முடிவெடுக்க முடியும் என்று நினைத்தேன்.

அன்று மாலை ஜேபியின் அறையில் நடந்த குளறுபடிகள் பற்றிய விவரங் களைத் தயார் செய்து வைத்துக்கொண்டு டாக்டர் சுட்டானியைத் தொடர்பு கொண்டேன். 'ஜேபி என் கஸ்டடியில் இல்லாவிட்டாலும், மாவட்ட மாஜிஸ் திரேட் என்னும் வகையில் அவரது பாதுகாப்பு எனக்கு முக்கியம். அதே சமயம் சண்டிகரின் சட்டம் ஒழுங்கு பற்றியும் நான் கருத்தில் கொண்டாக வேண்டும். பஞ்சாப் பல்கலைக்கழக வளாகத்தில் மாணவர்கள் சிலர் ஜேபி விடுதலை ஆனதைக் கேள்விப்பட்டதில் இருந்து கூட்டமாக வந்து அவரைச் சந்திக்க முயற்சிப்பதாக எனக்குத் தகவல் கிடைத்துள்ளது. அவர்களால் சட்டம் ஒழுங்குக்குச் சவால் விடும்படியான சம்பவங்கள் நடந்து, அதன் காரணமாக நிலைமை கட்டுக்கடங்காமல் போய்விடுமோ என்று அச்சப்பட வேண்டியிருக்கிறது. தயவு செய்து தவறாக நினைக்கவேண்டாம். எனக்குச் சில கேள்விகளுக்குப் பதில் தெரிந்தாக வேண்டும். நீங்கள் அவரை இங்கேயே வைத்திருந்து குணப்படுத்தப் போகிறீர்களா அல்லது டிஸ்சார்ஜ் செய்யப்போகிறீர்களா? தயவு செய்து உடனே முடிவு செய்து நாளைக்குள் எனக்குத் தெரிவித்துவிடுங்கள். அதற்கு ஏற்ப ஏற்பாடுகளைச் செய்ய வேண்டியிருப்பதால் இது அவசியமாகிறது' என்றேன்.

28 .தோல்விகளிலிருந்து வெற்றி: - ஜே.பி.யின் பயணம்

என் வெளிப்படையான, கடுமையான அணுகுமுறை நன்றாகவே எடுபட்டது. நவம்பர் 15. ஜேபியை டிஸ்சார்ஜ் செய்வது என்று முடிவெடுத்திருப்பதாக டாக்டர் சுட்டானி என்னிடம் தெரிவித்தார். சரியாகப் பத்து மணிக்கு ஜேபியைச் சந்திக்கச் சென்றபோது டாக்டர்சுட்டானி தன்னைச் சந்தித்தாகவும், டிஸ்சார்ஜ் செய்வது பற்றிப் பேசியதாகவும் ஜேபி கூறினார். மறுநாளே சண்டிகரிலிருந்து கிளம்புவதாகவும் அதற்கான ஏற்பாடுகளில் இறங்கியிருப்பதாகவும் தெரிவித்தார். அவரது புத்தகங்களை மூட்டை கட்டுவது சிரமமாக இருந்தது. அவற்றையெல்லாம் வைத்து எடுத்துச் செல்ல ஒரு மரப்பெட்டி ஏற்பாடு செய்வதாக உறுதியளித்தேன்.

பனோத்தும் வந்திருந்தார். ஜேபியின் முகத்தில் எப்போதும் இல்லாத அளவுக்கு மலர்ச்சி தெரிவதாகவும், அவர் முகத்தில் இருந்த வீக்கமெல்லாம் மறைந்து போய்விட்டதாகவும் குறிப்பிட்டார். சிறையிலிருந்து விடுவிக்கப்பட்டதால் கிடைத்திருக்கும் நிம்மதி, உறவினர்களையும் நண்பர்களையும் சந்தித்துப் பேசியதில் கிடைத்திருக்கும் மகிழ்ச்சி ஆகியவைதான் காரணம் என்ற ஜேபி, ‘அடிப்படையில் நான் உணர்வுப்பூர்வமானவன். நண்பர்களைச் சந்திக்கும்போது உணர்ச்சிகளுக்கு இடம் கொடுத்து விடுவேன். சண்டிகரில் இருந்த காலத்தில் சிறப்பான மருத்துவ உதவி கிடைத்தது. நீங்கள் எல்லாம் என்மீது

மிகுந்த அன்பு கொண்டிருந்தீர்கள். என் உடல்நலக் குறைவுக்குக் காரணம் தனிமையும் மக்களைச் சந்தித்துப் பேச முடியாததும்தான்' என்றார்.

சுட்டானியிடம் பேசி, மற்ற பயண விஷயங்களுக்கு ஏற்பாடு செய்துவிட்டு மாலையோ அல்லது மறுநாள் காலையோ தொடர்புகொள்வதாகக் கூறினேன். மசானி என்னைச் சந்திக்க அலுவலகத்துக்கு வந்துகொண்டிருப்பதையும் அவரிடம் ஒரு சில வார்த்தைகள் பேச வேண்டும் என்பதையும் சொன்னேன். ஷேக் அப்துல்லாவிடமிருந்து ஜேபிக்கு வந்து சேர்ந்த வாழ்த்துச் செய்தியை யும் அவருக்குக் கொடுத்தேன். ஜேபியின் முகத்தில் மகிழ்ச்சியும் பரவசமும் தெரிந்தது. சிறைவாசத்தின்போது நல்ல முறையில் தன்னைக் கவனித்துக் கொண்டதற்காக எனக்கும் பனோத்துக்கும் ஜேபி நன்றி தெரிவித்தார். என்னைப் பொருத்தவரையில், நீங்கள் சிறையில் இருந்ததாகவே நான் நினைக்கவில்லை என்றேன். ஜேபியின் முகத்தில் புன்னகை.

பின்னர் அங்கிருந்து நானும் பனோத்தும் சுட்டானியின் அறைக்குச் சென் றோம். ராஜேஷ்வர் பிரசாத், ஏ.சி. சென், எஸ்.என். பிரசாத் ஆகியோர் அங்கே அழைக்கப்பட்டிருந்தனர். பாட்னாவிலிருந்து குலாப் யாதவுடன் தாமஸ் ஆப்ரஹாம், பக்ஷி ஆகியோர் வந்திருந்தனர்.

இந்தியன் ஏர்லைன்ஸ் அலுவலகத்துக்குச் சென்று மறுநாள் டெல்லிக்குச் செல்லும் விமானத்தில் ஆறு டிக்கெட்டுகள் வாங்கப்போவதாக ஏ.சி. சென் தெரிவித்தார். ஜேபியுடன் எந்த டாக்டரை அனுப்பப் போகிறீர்கள் என்று சுட்டானியிடம் கேட்டுத் தெரிந்து கொள்வதற்காக அவரைத் தேடி வந்திருப்ப தாகக் கூறினார். 'டெல்லிக்குக் கிளம்புவது குறித்து ஜேபியிடமிருந்து இப்போதுதான் எங்களுக்குத் தகவல் கிடைத்தது. சிறிது கால அவகாசம் வேண்டும். அவசரத்தில் பயணத்தைத் திட்டமிட்டு, பின் அது நடக்காமல் போனால் ஜேபி நிச்சயம் வருத்தப்படுவார். சிறிது நேரத்தில் மசானியும் வந்துவிடுவார். அவரிடமும் கேட்டுவிட்டு மதியம் 3.30 மணிக்கு என்னை வந்து சந்தியுங்கள்' என்றேன். இதற்கிடையே பக்ஷியையும் ஆப்ரஹாமை யும் பி.ஜி.ஐ கெஸ்ட்ஹவுசில் தங்க வைக்கவும், குலாபை ஜேபியுடன் தங்க வைக்கவும் ஏற்பாடு செய்யப்பட்டது. பாட்னா மாவட்ட மாஜிஸ்திரேட்டிட மிருந்து ஒரு கடிதத்தை குலாப் எடுத்து வந்திருந்தார்.

பின்னர் என் அலுவலகத்துக்கு வந்து சேர்ந்தோம். மாதுர் வந்திருக்கவில்லை. குப்தாவின் அறைக்குச் சென்று அவரைப் பார்த்து விஷயத்தைக் கூறினோம். டாக்டர் சுட்டானி எங்களைக் கலந்து ஆலோசிக்காமலேயே ஜேபியை டிஸ்சார்ஜ் செய்துவிட்டார் என்று விளையாட்டாகச் சொன்னேன். குப்தா உடனே மாதுரைத் தொடர்புகொண்டார். மாதுருக்கும் அப்போது விஷயம் தெரிந்திருக்கவில்லை. உடனே சுட்டானியைத் தொடர்புகொண்டு விசாரிக்கு மாறு குப்தாவை அவர் கேட்டுக்கொண்டார்.

'ஜேபி ஏற்கெனவே டிஸ்சார்ஜ் செய்யப்பட்டுவிட்டார். அது குறித்து இனி விசாரித்து ஆகப்போவது ஏதுமில்லை. இனி அவரைப் பத்திரமாக டெல்லிக்கு அனுப்பி வைப்பதற்கான ஏற்பாடுகளைச் செய்தாக வேண்டும்' என்றேன். சுட்டானி அவசரப்பட்டுவிட்டதாக மாதுர் நினைத்தார். மாதுரும் சுட்டானியும் எங்களை அதிருப்தி அளிக்கும் விதத்திலேயே நடத்தினர். இப்போது அதே விதமான டிரீட்மெண்ட் சுட்டானியிடமிருந்து மாதுருக்குக் கிடைத்தது.

மசானி வந்துவிட்டதாக மிட்டல் தொலைபேசியில் தெரிவித்தார். உடனே என் அறைக்குத் திரும்பி வந்தேன். மசானி உயரமாக, ஒடிசலாக இருந்தார். எளிமையான, சிக்கனமான வார்த்தைகளில் ஜேபியின் உடல்நலம் குறித்து விசாரித்தார். ஜேபியின் பயணத் திட்டம் பற்றி விசாரித்தவர், அவரைத் தன்னோடு பம்பாய்க்கு அழைத்துச் செல்லும் முடிவோடு வந்திருப்பதாகக் கூறினார். 'ஜேபியின் பயணம் பற்றி இதுவரை இறுதி முடிவுக்கு வர முடியவில்லை. சாலை மார்க்கமாக அவரை அழைத்துச் செல்ல முடியாது. விமானத்தின் மூலமாகவே அனுப்பவேண்டும் என்பதை டெல்லி வட்டாரத் துக்குத் தெரியப்படுத்திவிட்டோம். தனி விமானம் கேட்டு மீண்டும் டெல்லியை அணுகியிருக்கிறோம்' என்றேன்.

தாஸ்குப்தா, டெல்லியிருந்து பி.என். தாரின் அலுவலகத்திலிருந்து தொடர்பு கொண்டார். ஜேபி பம்பாய்க்குச் செல்லத் தனி விமானம் ஏற்பாடு செய்துகொடுக்க முடியுமா என்று கேட்டேன். இது குறித்து உள்துறைச் செயலரிடம் பேசியிருப்பதாகத் தெரிவித்தார். இரண்டொரு நாட்கள் ஜேபியை அங்கேயே தங்கவைக்க ஏதாவது வாய்ப்பு உண்டா என்று என்னிடம் கேட்டார். வாய்ப்பே இல்லை என்றேன். 'சுட்டானிதான் ஜேபியை டிஸ்சார்ஜ் செய்யும் முடிவை எடுத்திருக்கிறார். டிஸ்சார்ஜ் விஷயத்தையும் உடனே ஜேபிக்குத் தெரிவித்துவிட்டார். ஜேபியும் சண்டிகரிலிருந்து வெளியேறத் தயாராக இருக்கிறார். இதற்குமேல் அவரைத் தடுப்பது முடியாத காரியம். அது அவரது உடல்நிலையைப் பாதிக்கவும் வாய்ப்பிருக்கிறது' என்றேன். தாஸ்குப்தாவிடமிருந்து மறுப்பு ஏதுமில்லை. என் முயற்சிகளைப் பாராட்டிப் பேசிவிட்டு தொலைபேசியை வைத்துவிட்டார்.

மசானியிடம், ஜேபியைச் சந்தித்துவிட்டு நான்கு மணிக்கு என்னைச் சந்திக்க வருமாறு கேட்டுக்கொண்டேன். அதற்குள் ஜேபியை எப்படி, எங்கே அழைத்துச் செல்வது என்பது பற்றி ஓர் இறுதி முடிவுக்கு வந்துவிட முடியும் என்றேன்.

மூன்று மணிக்கு மாதுரைச் சந்தித்து ஜேபியின் பயண ஏற்பாடுகள் குறித்து விவரித்தேன். தனி விமானம் கேட்டு அவர் குரானாவைத் தொடர்பு கொண்டதில் ஏமாற்றமான பதில்தான் கிடைத்தது. 'ஜேபியே அதற்கான ஏற்பாடுகளைச் செய்து கொள்ளட்டும். நாம் அதில் தலையிடவேண்டாம்'

என்று குரானா சொல்லிவிட்டார். ஜேபியை சண்டிகரிலேயே வைத்திருக்க முடியவில்லையே என்று டெல்லி வட்டாரத்தில் அதிருப்தி நிலவுவதாக மாதுர் தெரிவித்தார். 'ஜேபி இங்கிருந்து கிளம்புவதற்குத் தயாராக இருக்கிறார். நம்மால் அவரைத் தடுத்து நிறுத்த ஒரு சிறு முயற்சிகூட மேற்கொள்ள முடியாது' என்றேன். நான் சொன்னதை ஒப்புக்கொண்ட மாதுரும் மறுநாள் காலை சாதாரண விமானத்தில் ஜேபியை அனுப்பி வைக்க அனுமதி அளித்தார்.

மாலை சரியாக நான்கு மணிக்கு மசானியும் ஏ.சி சென்னும் என்னைச் சந்திக்க வந்தனர். 'தனி விமானம் ஏற்பாடு செய்ய முடியவில்லை. ஜேபியைச் சாதாரண விமானத்தில்தான் மறுநாள் மதியம் டெல்லிக்கு அழைத்துச் செல்ல வேண்டியிருக்கும்' என்றேன். அவர்களும் அதே திட்டத்தில் இருப்பதாகவும் டெல்லியில் ஓரிரு நாட்கள் தங்கியபின் பம்பாய் ஜஸ்லோக் மருத்துவ மனைக்கு அழைத்துச் செல்லும் முடிவில் இருப்பதாகவும் தெரிவித்தார்கள்.

இது சம்பந்தமாக ஏதாவது உதவி வேண்டுமா என்று கேட்டேன். தயங்கிய படியே பேச ஆரம்பித்த சென், டெல்லிக்குச் செல்ல இரண்டு டிக்கெட்டுகள் மட்டுமே இருப்பதாகவும் அதில் ஒன்று மட்டுமே உறுதி செய்யப் பட்டிருப்பதாகவும், மற்றொன்று காத்திருப்போர் பட்டியலில் இருப்பதாக வும், குறைந்தபட்சம் மூன்று டிக்கெட்டாவது வேண்டும் என்றும் கேட்டுக் கொண்டார். ஜேபி, ராஜேஷ்வர் பிரசாத், குலாப் யாதவ் ஆகிய மூவரும் விமானத்தின் மூலமாகவும் மற்றவர்கள் தரை மார்க்கமாகவும் டெல்லியைச் சென்று அடைவதாக ஏற்பாடு. உடனே சண்டிகர் விமான நிலைய அதிகாரி அஜித் சிங்கைத் தொடர்புகொண்டு வேண்டிய உதவிகளைச் செய்யுமாறு கேட்டுக்கொண்டேன். சண்டிகரிலிருந்து நிறைய டிக்கெட் புக்கிங் இருப்பதால் தன்னால் உதவ முடியாது என்றார் அவர். 'இது மிகவும் அவசரம். வேறு வழியில்லை. இதை எப்படியாவது நீங்கள் செய்துதான் ஆகவேண்டும். திரும்பவும் நாளைக் காலை உங்களைத் தொடர்புகொள்கிறேன்' என்று கூறினேன்.

மாலையில் ஜேபியைச் சந்திக்கச் சென்றேன். அவர் கேட்டிருந்த மரப்பெட்டி ஏற்கெனவே வந்து சேர்ந்திருந்தது. மறுநாள் ஏற்பாடு செய்யப்பட்டுள்ள பயணத் திட்டத்தை அவரிடம் விவரித்தேன். மகிழ்ச்சி தெரிவித்தார். குடும்ப உறவினர்கள், நண்பர்களோடு நல்ல மனநிலையில் பேசிக்கொண்டிருந்தார். முதல்முறையாக அவர் அசைவ உணவை விரும்பிச் சாப்பிடுவதைப் பார்க்க முடிந்தது. மறுநாள் காலை வருவதாகக் கூறிவிட்டு ஜேபியிடமிருந்து விடை பெற்றுக்கொண்டேன்.

அன்று மாலை வீட்டில் இருக்கும்போது டெல்லி மாவட்ட ஆட்சியர் தொடர்புகொண்டு ஜேபியின் பயணத்திட்டங்களைப் பற்றி விசாரித்தார். மறுநாள் சாதாரண விமானத்தில் அவர் டெல்லிக்கு வருவதைச் சொன்னேன்.

இன்னும் கொஞ்ச நாள் அவரை சண்டிகரிலேயே தங்கவைக்க முடியாதா என்று கேட்டார். ‘ஜேபி தற்போது சுதந்தரமான மனிதர். சண்டிகர் மருத்துவர்களும் அவரை டிஸ்சார்ஜ் செய்துவிட்டனர். எனவே, இனியும் அவரை இங்கே தங்க வைக்க முடியாது’ என்றேன்.

நவம்பர் 16. சண்டிகரிலிருந்து ஜேபி கிளம்பிய முக்கியமான நாள். காலையிலேயே ராஜேஷ்வர் பிரசாத் என்னைத் தேடி வீட்டுக்கு வந்துவிட்டார். இரண்டு ஸ்வீட் பாக்கெட்டுகளைக் கொண்டு வந்திருந்தார். எதற்காகச் சிரமப் பட்டு இவ்வளவு தூரம் வரவேண்டும் என்றேன். நீங்கள் விரும்புகிறீர்களோ இல்லையோ உங்களை எங்களது குடும்பத்தில் ஒருவராகத்தான் நினைக்கிறேன் என்றார் அவர். இரண்டு ஸ்வீட் பாக்கெட்டுகளும் என் குழந்தைகளுக்காக. அவர் எப்போது ஜேபியைச் சந்திக்க வந்தாலும் என் குழந்தைகள் அவரை மாமா என்று ஆசையோடு கூப்பிடுவது வழக்கம். அவருக்கு டீ கொடுத்து உபசரித்தேன். ஜேபியை நல்ல முறையில் கவனித்துக்கொண்டதற்காக அவரது குடும்பத்தினர்கள், நண்பர்கள் அனைவரும் என்மீது நன்றியோடு இருப்பதாகவும், எந்நாளும் அந்த உதவியை மறக்கமாட்டார்கள் என்றும் தெரிவித்தார். ஜேபி உயிரோடு இருப்பதற்குக் காரணமே நான்தான் என்று ஒரு படி மேலே போய்ப் பாராட்டியவரை மறுத்து, நான் என் கடமையைத்தான் செய்தேன் என்றேன்.

ஜேபியைப் பற்றிப் பேச ஆரம்பித்ததும் ராஜேஷ்வர் உடைந்து போனார். ‘அவர் ஒரு குழந்தை போன்றவர். எளிமையானவர். ஈரமுள்ள நெஞ்சம் கொண்டவர். 72 வயதிலும் காங்கிரஸையும் இந்திரா காந்தியையும் எதிர்க்கும் தீவிர அரசியலில் இருக்கிறார். அதற்கான விலையை அவர் கொடுக்க வேண்டியிருந்தது. சிறையில் அடைக்கப்பட்டார். அவரது உடல்நலமும் பாதிக்கப்பட்டது. அவர் எத்தனை நாள் உயிரோடு இருப்பார் என்று எங்களுக்குத் தெரியாது’ என்றவர், பிரதமருக்குத் தான் எழுதிய கடிதத்தின் நகலைக் காண்பித்தார். தெளிவாக, அழகான வார்த்தைகளில் எழுதப் பட்டிருந்த கடிதம் அது. அந்தக் கடிதம் ஜேபியை விடுவிக்கும் அளவுக்கு பிரதமர் மனத்தில் மிகப்பெரிய தாக்கத்தை ஏற்படுத்தியிருந்தது.

பேச்சு பிரதமரின் பக்கம் திரும்பியது. ‘இந்திரா யாராலும் வெல்ல முடியாத இரும்புப் பெண்மணி. ஆனால் அவருக்கு இரக்கமே கிடையாது’ என்றார் ராஜேஷ்வர். அவருக்கு நேர்ந்த அனுபவத்தையும் என்னுடன் பகிர்ந்து கொண்டார். டால்மியா, பிர்லா தொழில் குழுமங்களிலிருந்து ஓய்வுபெற்ற பின் அவரை கமானி குழுமம் வேலைக்குச் சேர்த்துக்கொண்டது. பகுதி நேர ஆலோசகர் பணி. மாதம் இரண்டாயிரம் ரூபாய் சம்பளம். தன் குடும்பத்தைக் கவனித்துக்கொண்டு மகிழ்ச்சியோடு வாழ்க்கை நடத்தியவருக்குத் திடீரென்று சோதனை வந்தது. ஜேபி மக்கள் இயக்கம் தொடங்கிய ஒரு சில வாரங்களில் கமானி குழுமத்தின் தலைவர் ராஜேஷ்வரை அழைத்து உடனே

பணியிலிருந்து ராஜினாமா செய்யும்படிக் கேட்டுக்கொண்டார். ராஜேஷ்வர் வேறு வழியின்றி ராஜினாமா செய்ய வேண்டியிருந்தது. பின்னாளில் அதற்கான காரணத்தை ஆராய்ந்தபோது இந்திரா காந்தி, கமானி குழுமத்துடன் பேசி அவரை வெளியேற்றுமாறு உத்தரவிட்டிருக்கிறார் என்பது தெரிய வந்தது. 'ஒரு பிரதமராக இருப்பவர் இந்த அளவுக்குக் கீழே இறங்குவாரா? ஜனநாயக நாட்டில்தான் நாம் வாழ்ந்து கொண்டிருக்கிறோமோ என்பதை என்னால் ஜீரணிக்கவே முடியவில்லை' என்றவரின் கண்களில் கண்ணீர் வழிந்தோடியது. சிறிது நேர மௌனத்துக்குப்பின் மீண்டும் சந்திப்பதாகக் கூறி விடை பெற்றுக்கொண்டார்.

சரியாகப் பத்து மணிக்கு ஜேபியின் அறைக்கு வந்துவிட்டேன். பனோத்தும் என்னுடன் வந்தார். தாமஸ் ஆபிரஹாம், குலாப் யாதவ் இருவரும் சர்மா கொடுத்து அனுப்பியிருந்த பெட்டியில் புத்தகங்களை எடுத்து வைத்துக் கொண்டிருந்தனர். எந்தப் புத்தகத்தை எங்கே வைக்கவேண்டும் என்று ஜேபி சொல்லிக்கொண்டிருந்தார். ஜேபி, ராஜேஷ்வர் பிரசாத், குலாப் யாதவ் ஆகியோர் விமானத்தில் செல்வது என்றும் மற்றவர்கள் சாலை வழியாகச் செல்வது என்றும் முடிவானது.

பயண ஏற்பாடுகள் குறித்து ஜேபிக்குத் திருப்தி தெரிவித்தார். லக்கன்பால் உள்ளிட்ட உள்ளூர்வாசிகள் வெளியே காத்திருந்தனர். 'விமானம் சரியாக 1.10 மணிக்குப் புறப்படும். 12.30 மணிக்கு இங்கிருந்து கிளம்பினால் சரியாக இருக்கும்' என்று ஜேபியிடம் தெரிவித்தேன். மீண்டும் 12.15 மணிக்கு வருவதாகக் கூறிவிட்டு, அங்கிருந்து கிளம்பி என் அலுவலகம் வந்து சேர்ந்தேன்.

அலுவலகத்தில் மசானியும் சென்னும் எனக்காகக் காத்திருந்தனர். இந்தியன் ஏர்லைன்ஸ் டிக்கெட் சம்பந்தமாகப் பேச வேண்டியிருந்தது. அஜித் சிங்கிட மிருந்து அழைப்பு ஏதும் வராததால் அவரை நானே தொடர்பு கொண்டேன். ஜம்முவில் ஏறவேண்டிய இரு பயணிகளைத் தடுத்து, எங்களுக்காக இரண்டு இருக்கைகளை ஒதுக்க நினைத்ததாகவும் ஆனால் அது முடியாமல் போய்விட்டதாகவும் அவர் வருத்தத்துடன் தெரிவித்தார். அவர் சொன்னதை என்னால் ஒப்புக்கொள்ள முடியவில்லை. மிக அவசரம் என்று நேற்றே தெரிவித்திருந்தும் அதை அவர் சரியாக எடுத்துக்கொள்ளவில்லையோ என்று கோபம் வந்தது.

கிடைத்த சொற்ப நேரத்தில் எனக்கு வேறு எந்த வழியும் தோன்றவில்லை. குரலை உயர்த்திப் பேசினேன். 'அஜித் சிங், என் கோரிக்கையை நீங்கள் சீரிய ஸாக எடுத்துக்கொண்டதுபோல் தெரியவில்லை. விமானம், சண்டிகரில் தரை இறங்கியதும் ஓடுதளத்தை மூட உத்தரவிடப்போகிறேன். மூன்று பேரையும் விமானத்துக்குள் அனுமதிக்காமல் சண்டிகரிலிருந்து விமானம் வெளியேறப் போவதில்லை. இந்த விஷயத்தில் உடனே ஒரு முடிவெடுத்து,

பின்னர் என்னைத் தொடர்பு கொள்ளுங்கள்' என்று பட்டென்று சொல்லி, தொலைபேசி இணைப்பைத் துண்டித்தேன். அடுத்த சில நிமிடங்களில் தொடர்புகொண்ட அஜித் சிங், மூன்று பேருக்கும் இருக்கை வசதிகளை ஏற்பாடு செய்துவிட்டதாகத் தெரிவித்தார். ஜேபிக்குப் பாதுகாப்பு சம்பந்தப்பட்ட சோதனைகளிலிருந்து விலக்கு அளிக்கும்படியும் அவரிடம் கேட்டுக்கொண்டேன். அவரும் ஒப்புக்கொண்டார்.

சரியாக 12.15 மணிக்கு ஜேபியின் அறைக்கு வந்தபோது அங்கே பனோத்தும் இருந்தார். ஜேபி டாய்லெட்டில் இருந்து வெளியே வந்ததும் அவருக்கு உடை அணிவித்தல் ஆரம்பமானது. நீண்ட நாட்கள் கழித்துப் பொது இடத்துக்கு வருவதால் பளிச்சென்று உடைகளை அணிந்து கொள்ளப்போவதாக ஜேபி கூறினார். அவருக்கு உடல்நலக் குறைவு ஏற்பட்டிருக்கிறது என்ற எண்ணம் பொதுமக்களுக்கு ஏற்பட்டுவிடக்கூடாது என்பதற்காகவே உடை விஷயத்தில் கூடுதல் கவனம் எடுத்துக்கொள்ளப்பட்டது. உடைமாற்றுவதில் குலாப் யாதவ் அவருக்கு உதவி செய்தார்.

சரியாக 12.30 மணிக்கு ஜேபி தயாராகிவிட்டார். அவருக்காக ஒரு சக்கர இருக்கை கொண்டுவரப்பட்டது. டாக்டர் சுட்டானியும் டாக்டர் மெஹ்ராவும் வந்துசேர்ந்தனர். ஜேபி சக்கர இருக்கையில் அமர்ந்ததும் சுற்றி இருந்தவர்களை ஒரு நிமிடம் பார்த்தார். அவரது கண்கள் கலங்கியிருந்தன. ஜேபி உணர்ச்சிவசப்படுவது தெரிந்தது. எங்கும் ஒரே அமைதி. யாரும் எதுவும் பேசவில்லை. சக்கர இருக்கையை மெல்ல நகர்த்தி லிப்ட் முன் நிறுத்தினார்கள். அதுவரை தன்னைக் கட்டுப்படுத்திக்கொண்டவர், லிப்டில் செல்லும்போது உடைந்து போனார். அவரது கண்களில் கண்ணீர் வழிந்து கொண்டே இருந்தது. அவரது குரல் கம்மியிருந்தது. என்னையும் பனோத்தை யும் பார்த்து, 'நான் ஒரு சிறைக் கைதியாக இங்கே வந்தேன். ஆனால் நீங்கள் என்னை ஒரு மனிதனாக நடத்தினீர்கள். எந்நாளும் உங்களை மறக்க மாட்டேன்' என்றார். அது எங்களது கடமை என்று நான் பதில் சொன்னதும், 'என்னிடம் மனிதாபிமானத்தோடு நடந்து கொண்ட வகையில் அதை யெல்லாம் தாண்டிப் பெருமைப்படுத்திவிட்டீர்கள்' என்றார். நாங்கள் எதுவும் பேசவில்லை.

சக்கர இருக்கை, கார் முன் வந்து நிறுத்தப்பட்டது. டாக்டர் சுட்டானி உள்ளிட்ட மற்ற மருத்துவக் குழுவினருக்கு ஜேபி தன் நன்றியைத் தெரிவித்துக்கொண்டார். காரின் பின்புறம் ஏறி அமர்ந்தார். நான் வலது புறத்திலும் பனோத் இடது புறத்திலும் ஏறிக்கொண்டோம். சரியாக 12.40 மணிக்கு அங்கிருந்து கிளம்பினோம். சண்டிகரை ஒரு முறை பார்க்க விரும்புவதாக ஜேபி ஏற்கெனவே கூறியிருந்ததால் எஞ்சினியரிங் கல்லூரி, ஏரி ஆகியவை வழியாக விமான நிலையத்தை நோக்கி விரைந்தோம். பல்கலைக்கழகத்தின் அருகே கூட்டம் இருக்கும் என்பதால் அதைத் தவிர்த்துவிட்டு வேறு வழியாகச் சென்றோம்.

காரில் வரும் வழியில் ஜேபியின் கண்களிலிருந்து கண்ணீர் வழிந்தபடி இருந்தது. தன்னை சிறைக் கைதியாக நடத்தாமல், வயதுக்கு மரியாதை தந்து மனிதாபிமானத்தோடு நடந்து கொண்டதாக மீண்டும் ஒரு முறை பாராட்டினார். அவரைக் கைதியாகவே நாங்கள் நினைக்கவில்லை என்பதையே திரும்பவும் ஒரு முறை கூறினேன். தன் உடல்நிலை குறித்துத் தான் கவலைப்படப் போவதில்லை என்றும் நாட்டின் நிலை பற்றியே கவலைப்படுவதாகவும் ஜேபி சொன்னார். 'தற்போது நீங்கள் சுதந்தரமான மனிதர். நீங்கள் உறுதியோடு இருந்தால் எல்லாம் சரியாகிவிடும்' என்றேன்.

டெல்லியில் சில நாட்கள் தங்கி ஓய்வெடுத்தபின் பம்பாய் சென்று அங்கே ஜஸ்லோக் மருத்துவமனையில் சிகிச்சை பெற இருப்பதாகத் தெரிவித்தார். அந்த மருத்துவமனையின் அறங்காவலர்களுள் அவரும் ஒருவர். சென்ற ஆண்டு அறங்காவலர் குழுச் சந்திப்பின்போது அவரையே தலைவர் பதவியை ஏற்றுக்கொள்ளும்படிப் பிற அறங்காவலர்கள் வலியுறுத்தினராம். ஆனால் ஜேபி மறுத்துவிட்டாராம். 'உலகிலேயே சிறப்பான ஒரு சில மருத்துவமனைகளில் ஜஸ்லோக் மருத்துவமனையும் ஒன்று' என்றார் ஜேபி. உடல்நலம் சரியானவுடன் பாட்னாவுக்குச் சென்று மக்களோடு மக்களாக இருக்கப்போவதாகக் குறிப்பிட்டார். தன்னால் இனி நிறைய இடங்களுக்குச் செல்ல முடியாது என்பதால் உடல்நிலையைக் கருத்தில்கொண்டே பயணத் திட்டங்களை வகுத்துக்கொள்ளப்போவதாகக் குறிப்பிட்டார். கார் கண்ணாடி வழியாக சண்டிகரைக் கவனித்துக்கொண்டே வந்தவர், நகரம் சுத்தமாக வைத்துக்கொள்ளப்பட்டிருப்பது பற்றிப் பாராட்டு தெரிவித்தார்.

சரியாக 1.10 மணிக்கு விமான நிலையத்தை அடைந்தோம். விமானத்தின் ஓடு தளத்துக்கு அருகிலேயே கார் நிறுத்தப்பட்டது. நாங்கள் அங்கே சென்றபோது விமானம் கிளம்பத் தயாராக இருந்தது. விமான நிலையத்தின் வாசலில் ஒரு கூட்டமே ஜேபிக்காகக் காத்திருந்தது. அதில் உள்ளூர் காந்திய இயக்கத்தின் தலைவர் திரிகா இருப்பதை ஜேபி பார்த்துவிட்டார். கார் நின்றதும் திரிகாவைப் பார்க்கவேண்டும் என்றார். உடனே ஒரு காவல்துறை இன்ஸ்பெக்டரை அனுப்பி திரிகாவை அழைத்து வரும்படிச் செய்தோம். திரிகா, ஜேபியின் பாதத்தைத் தொட்டு ஆசி பெற்றார். அவரிடம் ஜேபி ஓரிரு வார்த்தைகள் பேசினார். ராஜேஷ்வர் பிரசாத் ஏற்கெனவே பாதுகாப்புச் சோதனைகளை முடித்துவிட்டு பெட்டிகளோடு தயாராக இருந்தார்.

ஜேபி, எங்கள் இருவரின் அருகே வந்து கைகுலுக்கினார். அவரது கண்கள் கலங்கியிருந்தன. டாக்டர் சுட்டானியும் விமான நிலைய அதிகாரிகளும் அவர் விமானத்தில் ஏறுவதற்கு உதவி செய்தனர். பனோத் விமானத்தின் படிக்கட்டுகள் வரை சென்று ஜேபியை மேலே ஏறியதும் சல்யூட் அடித்தார்.

ஜேபி ஏறியதும் விமானத்தின் கதவுகள் மூடப்பட்டன. ஒரு சில நிமிடங்கள் அமைதியில் கரைந்தன. திடீரென்று விமானத்தின் கதவுகள் மறுபடியும்

திறக்கப்பட்டன. விமானப் பணிப்பெண் ஒருவர் எட்டிப்பார்த்து சண்டிகர் மாவட்ட ஆட்சியர் யார் என்று கேட்டார். நான்தான் என்று சொன்னதும், ஜேபி என்னைப் பார்க்க விரும்புவதாகச் சொன்னார். படிக்கட்டுகள் வழியாக விறுவிறுவென்று ஏறி விமானத்துக்குள் நுழைந்தேன். ஜேபி, இரண்டாவது வரிசையில் பின்பக்கம் அமர்ந்திருந்தார். சட்டென்று என் கைகளை இறுகப் பற்றியபடி ஏதோ சொல்ல நினைத்தார். வார்த்தைகள் வெளிவராமல் சிக்கிக்கொண்டன. ஒருவழியாகத் தன்னைக் கட்டுப்படுத்திக்கொண்டு, 'உன்னைப் போல் ஒரு மகன் எனக்குக் கிடையாது. வாழ்க்கையில் உன்னை என்னால் மறக்கவே முடியாது' என்றார்.

மற்ற பயணிகள் என்னையே உற்றுப் பார்த்துக்கொண்டிருந்தால் மிகவும் சங்கடமாக உணர்ந்தேன். அதே சமயம் பெருமையாகவும் இருந்தது. மெல்ல அவர் பிடியிலிருந்து விடுவித்துக்கொண்டே, 'உங்களைக் கைதியாகவே எந்நாளும் நினைத்ததில்லை. உங்களை தந்தை ஸ்தானத்தில்தான் வைத் திருக்கிறேன். உடம்பைக் கவனித்துக்கொள்ளுங்கள். கூடிய விரைவில் பூரண குணமடைய வேண்டும் என்று நான் எதிர்பார்க்கிறேன்' என்றேன். 'என் உடல்நலம் எனக்கு முக்கியமல்ல. நாட்டின் நலன்தான் முக்கியம். அந்தப் பெண்மணியைத் தோற்கடித்து, ஜனநாயகத்தை மீண்டும் கொண்டு வரு வேன். இதுதான் என் வாழ்க்கை லட்சியம்' என்றார். மீண்டும் ஒருமுறை கைகுலுக்கிவிட்டு கீழே இறங்கி வந்தேன். விமானத்தின் கதவுகள் மூடப்பட்டன. விமானம் பறக்க ஆரம்பித்தது.

ஜேபி உள்ளே நுழைந்ததும் அதே விமானத்தில் பயணம் செய்த நாடாளு மன்ற சபாநாயகர் ஜி.எஸ். தில்லான் ஜேபியை நெருங்கி வந்து அவரது பாதம் தொட்டு ஆசிர்வாதம் பெற்றதாக பனோத் தெரிவித்தார். பத்திரிகையாளர் களும் கேமராமேன்களும் நுழைவாயிலில் காத்திருந்தனர். அவர்களுக்கு இடையே மாட்டிக்கொள்ளாமல் விமான நிலையத்தின் பின்பக்கப் பாதையைக் கடந்து சாலையை வந்தடைந்தோம்.

வீட்டுக்குத் திரும்பி வந்தபோது நிம்மதியாக உணர்ந்தேன். ஜேபி சொன்ன கடைசி வார்த்தைகள் என் மனத்துக்குள் ஒலித்துக்கொண்டே இருந்தன. ஜேபிக்குள் இருக்கும் தீ அணைந்துவிடவில்லை. மக்கள் தலைவர் என்று பரிமாணத்திலிருந்து ஜேபி ஒரு புதிய பரிமாணத்துக்குத் தயாராகிவிட்டார் என்றே தோன்றியது. ஜேபிக்குள் இருக்கும் தன்னம்பிக்கையும் புத்துணர்ச்சி யுமே அவரை முழுமையாக இயக்கி இந்தியாவை ஜனநாயகப் பாதைக்குத் திருப்பிவிடும் என்ற நம்பிக்கை எனக்குள் இருந்தது.

29 மீண்டும் சுதந்தரம்

எமர்ஜென்சி கால அடக்குமுறைகளால் வந்த சர்ச்சையைத் தொடர்ந்து சுதந்தரமான, நியாயமான தேர்தலை நடத்துவது என்ற இந்திரா காந்தியின் முடிவும், அதைத் தொடர்ந்து அவருக்குக் கிடைத்த தோல்வியும், எதிர்க்கட்சிகள் பெற்ற வெற்றியும் இந்திய ஜனநாயகத்தின் மிகப் பெரிய சாதனை என்பதில் சந்தேகமில்லை.

அதைச் சாத்தியப்படுத்தியது ஜெயப்பிரகாஷ் நாராயண்தான்.

1970-களின் அரசியலைப் பற்றி எழுதும்போது பிபன் சந்திரா இவ்வாறு எழுதுகிறார்:

> எமர்ஜென்சியை அறிமுகப்படுத்தியது நல்ல விஷயம் என்று பிரதமருககு அனுப்பி வைக்கப் பட்ட சாதகமான அறிக்கைகள், ஆட்சிக்கு எதிராக யாருமில்லை என்று பரப்பப்பட்ட விஷயங்கள், ஜேபி உடல்நலக்குறைவால் முடங்கிப்போய் விட்டார் என்று வந்த செய்திகள் ஆகியவற்றால் உற்சாகம் அடைந்த இந்திரா காந்தி, 1977 ஜனவரியில் ஆறாவது பொதுத்தேர்தலுக்கான அறிவிப்பை வெளியிட்டார். தேர்தல் அறிவிப்பு வந்ததும் தனக்கே உரிய பாணியில் ஜேபி களத்தில் இறங்கினார். நேரத்தை வீணடிக்காமல், ஏற்கெனவே சிறையில் இருந்த காலத்தில் திட்ட மிட்ட விஷயங்களை எல்லாம் செயல்

பாட்டுக்குக் கொண்டு வந்தார். அவரது கடுமையான முயற்சியினால் சிறையிலிருந்து விடுதலையான பழைய காங்கிரஸ் பிரமுகர்கள், ஜனசங்கம், பாரதீய லோக் தள், சோஷலிஸட் கட்சி ஆகியவை உள்ளடங்கிய ஜனதா கட்சி ஆரம்பிக்கப்பட்டது. ஜகஜீவன் ராம், எச்.என். பகுகுணா, நந்தினி சத்பதி ஆகியோர் காங்கிரஸ் கட்சியிலிருந்து வெளியேறி ஜனநாயக காங்கிரஸ் அமைப்பை உருவாக்கினர். திமுக, அகாலி தள், சிபிஎம் உள்ளிட்ட கட்சிகளோடு ஜனதா கட்சி இணைந்து ஒரு வலுவான கூட்டணியை உருவாக்கியது. 1997 மார்ச்சில் நடைபெற்ற பொதுத் தேர்தலில் காங்கிரஸ், சிபிஐ, அதிமுக உள்ளிட்ட கூட்டணியை எதிர்த்து ஜனதா கூட்டணி களத்தில் இறங்கியது.

எமர்ஜென்சியும் அதைத் தொடர்ந்து நடைபெற்ற மனித உரிமை மீறல்களுமே ஜனதா கூட்டணியினரால் முக்கியமான பிரசாரமாக முன்னிறுத்தப்பட்டன. எமர்ஜென்சியிலிருந்து தங்களை மீட்க வந்த விஷயமாகப் பொதுமக்கள் தேர்தலை நினைத்தார்கள். மக்கள் மத்தியில் எமர்ஜென்சிகு எதிரான உணர்வை ஜேபி வலுவாக விதைத்தார். ஏராளமான கூட்டங்களில் கலந்துகொண்டு மக்களை ஒன்று திரட்டினார். வாரத்துக்கு இருமுறை டயாலிசிஸ் செய்ய வேண்டியிருந்தும் அவர் சளைக்காமல் பிரசாரத்தில் ஈடுபட்டார். ஜேபியின் தேர்தல் பிரசாரம் எந்த விதத்திலும் பாதிக்கப்படாமல் டாக்டர் எம்.கே. மானியும் அவரது குழுவினரும் சிறப்பான ஏற்பாடுகளைச் செய்திருந்தனர். நாட்டின் பல பகுதிகளுக்கும் சென்று ஜேபி பேச முடியாத நிலை இருந்தது. தென்னிந்தியாவுக்கு பிரசாரத்துக்கு அவரால் வரமுடியவில்லை. ஆனால், டெல்லி, கல்கத்தா, பம்பாய் உள்ளிட்ட பகுதிகளில் ஏற்பாடு செய்யப் பட்ட ஏராளமான பொதுக்கூட்டங்களில் ஜேபி சளைக்காமல் கலந்து கொண்டு பேசினார். அவரது பேச்சைக் கேட்பதற்காக திரளான மக்கள் வந்திருந்தார்கள். அந்தப் பேச்சுகள் பதிவு செய்யப்பட்டு நாட்டின் மூலை முடுக்குகளில் எல்லாம் திரும்பத் திரும்ப ஒலிபரப்பப்பட்டது.

நான் அப்போதும் சண்டிகரின் மாவட்ட ஆட்சியராக இருந்தேன். சண்டிகர் நாடாளுமன்றத் தொகுதி தேர்தல் அதிகாரியாகவும் பணியாற்றினேன். ஜேபிக்குக் கிடைத்த ஆதரவை என்னால் நேரிலேயே பார்க்க முடிந்தது. தேர்தலுக்குப்பின் கங்கைச் சமவெளி முழுவதிலும் இந்திரா காங்கிரஸ் கட்சி முற்றிலுமாக ஓரங்கட்டப்பட்டது.

தேர்தல் அறிவிக்கப்பட்டதும் உள்ளூர் காங்கிரஸ் பிரபலம் கேதார் நாத் சர்மா என்னைச் சந்திக்க வந்திருந்தார். தேர்தல் ஏற்பாடுகள் பற்றிப் பேசிக் கொண்டிருந்தோம். ‘தேர்தல் பெயருக்குத்தான் நடத்தப்பட இருக்கிறது. நாங்கள்தான் ஜெயிக்கப்போகிறோம். எல்லாத் தரப்பிலும் எங்களுக்குத்தான் ஆதரவு இருக்கிறது. எதிர்க்கட்சித் தலைவர்கள் எல்லாம் ஜெயிலில் இருக் கிறார்கள், அல்லது கை, கால்களை உடைத்துக்கொண்டு படுத்த படுக்கையாக

இருக்கிறார்கள். தேர்தலில் போட்டியிடுவதற்குக்கூட அவர்களிடம் ஆட்கள் இல்லை. அப்படியே இருந்தாலும் அவர்களை எல்லாம் நாங்கள் போட்டி யாளர்களாகவே நினைக்கவில்லை' என்றார் அவர். அவரது பேச்சு என்னைக் கவலை அடைய வைத்தது உண்மைதான்.

ஒரு சில வாரங்களில் சண்டிகரில் வேட்பு மனு தாக்கல் ஆரம்பமானது. சர்மாவின் பேச்சில் இருந்த உண்மை எனக்குப் புரிய ஆரம்பித்தது. முதலில் வேட்பு மனு தாக்கல் செய்தது காங்கிரஸ் கட்சியைச் சேர்ந்த சத்பால் என்னும் கோடீஸ்வர சாராய வியாபாரி. உடம்பு முழுக்க பிரஞ்சு செண்ட்டை அடித்துக் கொண்டு ஒரு பெரிய கூட்டத்தோடு வேட்பு மனு தாக்கல் செய்ய வந்தார். இந்தியாவிலேயே எழுத்தறிவு அதிகமாக உள்ள ஒரு தொகுதியின் பிரதிநிதி யாக அரைகுறையாகப் படித்த இந்த வேட்பாளரா வரவேண்டும் என்று வருத்தமாக இருந்தது.

இரண்டு நாள் கழித்து, படித்த, மென்மையான தோற்றம் கொண்ட ஒருவர் காதி குர்தாவில் வந்து தன் வேட்பு மனுவைத் தாக்கல் செய்தார். அவர் கூடவே ஓரிரு ஆதரவாளர்கள் மட்டுமே வந்திருந்தார்கள். ஜனதா கூட்டணியைச் சேர்ந்த பாரதீய லோக தள் சார்பாகப் போட்டியிட்ட கிருஷ்ண காந்த்தான் அது. கிருஷ்ண காந்தைப் பற்றிக் கேள்விப்பட்டிருந்தாலும் இப்போதுதான் அவரை நேரில் பார்க்கிறேன். அவரை சத்பாலுடன் ஒப்பிட்டுப் பார்க்கவே என்னால் முடியவில்லை.

ஒரு சில நாட்களிலேயே தேர்தல் பிரசாரம் சூடு பிடிக்க ஆரம்பித்தது. சத்பாலின் ஆட்கள் பண பலம், படை பலத்தோடு பிரசாரத்தில் இறங்கினர். கிருஷ்ண காந்த் மற்றும் அவரது ஆதரவாளர்கள் எமர்ஜென்சியின் கொடூரம் பற்றித் தெருமுனைக் கூட்டங்களில் பேசிக்கொண்டிருந்தார்கள். ஒவ்வொரு நாள் மாலையும் சத்பாலின் ஆட்கள் குடியிருப்புப் பகுதிகளில் நுழைந்து பணத்தை வாரி இறைத்தார்கள். எங்கும் சாராய பாட்டில்கள் விநியோகம் நடந்தது. ஒவ்வொரு வாக்காளருக்கும் 100 ரூபாய் தாளும் ஒரு பாட்டில் சாராயமும் வாரி வழங்கப்பட்டது. எங்கும் சத்பால்தான் ஜெயிக்கப்போகி றார் என்று நம்பப்பட்டது.

கிருஷ்ண காந்த் குடியிருப்புப் பகுதிகளுக்குக் காலை நேரத்தில் சென்று வாக்கு சேகரித்தார். அங்கு இருந்தவர்கள் அவரிடம் சத்பாலிடமிருந்து பெற்ற 100 ரூபாய் தாளைக் கொடுத்து, 'இது சத்பால் ஊழல் செய்து சம்பாதித்த பணம். அவர் கொடுத்த பாட்டில் சாராயத்தை நாங்கள் குடித்துவிட்டோம். உங்களிடம் பணம் இல்லை. எனவே இதை நீங்கள் வைத்துக்கொள்ளுங்கள். எங்களது ஓட்டு உங்களுக்குத்தான்' என்று கூறியிருக்கிறார்கள்.

சந்திரசேகர், ஜகஜீவன் ராம் ஆகியோர் செக்டர்-17ல் ஜனதா கூட்டணி சார்பாகப் பெரிய கூட்டத்தை நடத்திக் காட்டியபின் சண்டிகரின் அரசியல்

நிலைமை மாறிப்போனது. ஜேபி சண்டிகருக்கு வருவதாக இருந்தார். உடல்நிலை சரியில்லாத காரணத்தால் அவரால் வரமுடியவில்லை. அவரது பேச்சைப் பதிவு செய்து கூட்டத்தில் ஒலிபரப்பினார்கள்.

தேர்தல் நியாயமாகவும் சுதந்தரமாகவும் நடத்தப்பட்டது. அதுவே கிருஷ்ண காந்த் மாபெரும் வெற்றிபெறக் காரணமாக இருந்தது. சண்டிகர் தொகுதியின் தேர்தல் முடிவுதான் முதலில் அறிவிக்கப்பட்டது. அதைத் தொடர்ந்து வெளியான தேர்தல் முடிவுகள், வடக்கு மற்றும் மத்திய இந்தியாவில் ஜனதா கூட்டணி பெரிய அளவில் வெற்றிபெற்றதையும், காங்கிரஸ் கட்சிக்கு மோசமான தோல்வி கிடைத்ததையும் தெரிவித்தன.

பொதுமக்களின் ஏகோபித்த ஆதரவுடன், மொத்தமுள்ள 542 இடத்தில் 330 இடங்களை ஜனதா கூட்டணி கைப்பற்றியது. காங்கிரஸ் கட்சியால் வெறும் 154 இடங்களை மட்டுமே பெற முடிந்தது. சிபிஐக்கு ஏழு இடங்கள். அதிமுக வுக்கு 21 இடங்கள். வட இந்தியாவில் காங்கிரஸ் போட்டியிட்ட 234 தொகுதி களில் 2 தொகுதிகளில் மட்டுமே வெற்றி பெற முடிந்தது. தேர்தலில் போட்டி யிட்ட இந்திரா காந்தியும் சஞ்சய் காந்தியும் தோற்கடிக்கப்பட்டார்கள். தென்னிந்தியாவில் கிடைத்த ஆதரவின் மூலமே காங்கிரஸ் கட்சி பிழைத்தது. எமர்ஜென்சியின் தீவிரம் தென்னிந்தியாவைப் பாதிக்காததும், ஜேபியின் பிரசாரம் தென்னிந்தியாவில் நிறைய இடங்களைச் சென்று சேராததும்தான் அதற்குக் காரணம் என்று கூறப்பட்டது.

தேர்தல் வெற்றிக்குப்பின் யார் பிரதமர் பதவியைக் கைப்பற்றுவது என்பதில் மொரார்ஜி தேசாய், சரண் சிங், ஜகஜீவன் ராம் ஆகியோர் இடையே பலத்த போட்டி நிலவியது. விஷயம் ஜேபி, கிருபளானி ஆகியோரிடம் கொண்டு செல்லப்பட்டது. 81 வயதான மொரார்ஜி தேசாய்தான் அவர்களது ஒருமித்த தேர்வாக அமைந்தார். 1977 மார்ச் 23 அன்று மொரார்ஜி தேசாய் பிரதமராகப் பதவி ஏற்றுக்கொண்டார்.

1977 ஜூனில் நடைபெற்ற சட்டமன்றத் தேர்தல்களில் ஜனதா கட்சியும் அதன் கூட்டணிக் கட்சிகளும் பெரும்பாலான மாநிலங்களில் ஆட்சியைக் கைப்பற்றின. தமிழ்நாட்டில் மட்டும் காங்கிரஸ் கூட்டணியில் இருந்த அதிமுக வெற்றி பெற்றது. மத்தியிலும் மாநிலங்களிலும் பெரும்பான்மை யான இடங்களைக் கைப்பற்றியிருந்ததால், ஜனதா கூட்டணியின் சார்பில் ஜனாதிபதி பதவிக்குப் போட்டியிட்ட என். சஞ்சீவ ரெட்டி போட்டியின்றித் தேர்ந்தெடுக்கப்பட்டார்.

ஆட்சிக்கு வந்தவுடன் முதல் வேலையாக எமர்ஜென்சியை முற்றிலுமாக விலக்கிக்கொண்டு ஜனநாயகத்தை அமுல்படுத்தும் நடவடிக்கைகளில் ஜனதா கூட்டணி அரசு இறங்கியது. எமர்ஜென்சி காலத்தில் பறிக்கப்பட்ட மக்களின் அடிப்படை உரிமைகள் மீட்கப்பட்டன. அரசியல் கட்சிகள், தனி நபர்கள்,

பத்திரிகைகளுக்கு விதிக்கப்பட்டிருந்த கட்டுப்பாடுகள் விலக்கிக்கொள்ளப் பட்டன. 44-வது அரசியல் அமைப்புச் சட்டத் திருத்தத்தைக் கொண்டுவந்து, எமர்ஜென்சியின்போது செய்யப்பட்ட 42-வது சட்டத் திருத்தம் வாயிலாகச் செய்யப்பட்ட மாற்றங்கள் அனைத்தும் விலக்கிக்கொள்ளப்பட்டன. உச்ச நீதிமன்றம் மற்றும் உயர் நீதிமன்றங்களின் அதிகாரங்களும் திரும்ப வழங்கப்பட்டன.

பி.ஜி.ஐயிலிருந்து கிளம்பும்போது ஜேபியுடனான சந்திப்பு பற்றி மசானி என்னிடம் குறிப்பிட்டிருந்தார். 'எதிர்க்கட்சிகளை ஒருங்கிணைத்து நாடாளு மன்றத் தேர்தலைச் சந்திப்பது என்ற முடிவில் ஜேபி உறுதியாக இருக்கிறார். இரண்டு மாத கால அவகாசம் கொடுங்கள். அதற்குள் உடல்நிலையைச் சரிப்படுத்திக்கொண்டு, களத்தில் இறங்கி இந்திரா காந்தியைத் தோற்கடித்துக் காட்டுகிறேன்' என்று ஜேபி சவால் விட்டிருந்தாராம். தான் சொன்னதை ஜேபி வெற்றிகரமாகச் செய்தும் காட்டினார்.

1979 அக்டோபர் 8 அன்று ஜேபி மறைந்தபோது அவருக்கு அஞ்சலி செலுத்தும் வகையில் நயந்தரா சஹால் இந்தியன் எக்ஸ்பிரஸ் செய்தித்தாளில் ஒரு கட்டுரை எழுதியிருந்தார்.

> ஜேபியின் சிறைவாசம் அவரது உடல்நிலையைப் பாதித்தது. எஞ்சி யிருந்த நாட்களில் அவர் அமைதியாக ஒதுங்கிவிடுவார் என்று எல்லோரும் நினைத்திருக்கலாம். ஆனால் சர்வாதிகாரத்தை முற்றிலும் ஒழித்துக்கட்டுவேன் என்ற சபதத்தோடு அவர் கடைசி யுத்தத்துக்குத் தயாரானபோது எல்லோருக்கும் அதிர்ச்சியாகத்தான் இருந்தது.

'அந்தப் பெண்மணியைத் தோற்கடித்து, ஜனநாயகத்தை மீண்டும் கொண்டு வருவேன்' என்று ஜேபி என்னிடம் கூறியிருந்த வார்த்தைகளைக் காப்பாற்றி னார். ஆனால் எதிர்பாராதவிதமாக கோஷ்டி அரசியல், குழுச் சண்டை, அதிகாரப் போட்டி ஆகியவற்றின் காரணமாக ஜேபி ஒருங்கிணைத்த ஜனதா கூட்டணி காலப்போக்கில் சிதறிப்போனது. எந்த ஜனநாயகத்தைக் காப்பாற்ற ஜேபி தனது உயிரையும் கொடுத்தாரோ, அதே ஜனநாயகம்தான் அதற்குக் காரணமாக இருந்தது என்பதும் இங்கே குறிப்பிடவேண்டிய விஷயம்.

முடிவுரை

இந்தப் புத்தகம் தோல்வியைப் பற்றியது. அதை எதிர்த்துப் போராடிய போராட்டத்தைப் பற்றியது. ஜனநாயகம் தோற்றுப்போனது. ஆனால், அது 73 வயதுக் கிழவர் ஒருவரின் போராட்டத்தால் மீட்கப் பட்டது. எமர்ஜென்சி என்பது ஜேபிக்கு மட்டும் கிடைத்த தோல்வி அல்ல. ஒட்டுமொத்த இந்தியா வுக்கும் கிடைத்த தோல்வி. ஜேபி மட்டும் முயற்சி எடுக்காவிட்டால் இந்தியாவில் ஜனநாயகம் நிரந்தர மாகவே தோற்றுப்போயிருக்கும். அல்லது பாகிஸ் தானைப்போல் நாடு சர்வாதிகாரப் பாதைக்குச் சென்றிருக்கும்.

இன்றைக்கும் பெரும்பாலான மக்கள் தோல்விகளைச் சந்தித்துக்கொண்டிருக்கிறார்கள். நீதி, நிர்வாகம், மக்களின் உரிமைகள் என அனைத்து விஷயங்களிலும் ஏமாற்றமும் தோல்வியுமே மிஞ்சுகிறது. ஆனால் அதை எதிர்த்துப் போராட யாரும் தயாராக இருப்ப தில்லை. அநீதியைக் கண்டால் மக்கள் மௌனமாகி விடுகிறார்கள். குறிப்பாக இளைஞர்கள். சமூகத்துக்கு எதிரான கொலை, கொள்ளை, ஊழல், லஞ்சம் போன்றவற்றில் சிக்கி நாம் அவதிப்பட வேண்டி யிருக்கிறது.

போராட்டம் இல்லாமல் இதற்குத் தீர்வு இல்லை. எப்போதும் மௌனமாக இருப்பது சரியான பதிலாக இருக்காது. மார்ட்டின் லூதர் கிங் சொன்னது

போல், 'மனித குலத்தின் ஒட்டுமொத்த சோகம் என்பது கெட்டவர்கள் இழைத்துள்ள கொடுமைகள் அல்ல; மாறாக, அது நல்லவர்கள் சாதிக்கும் மௌனம்தான்!'

இந்தப் புத்தகம், ஆன்ம பலத்துக்கும் பணபலத்துக்கும் இடையேயான போராட்டம் பற்றியது. ஜேபி, ஆட்சி அதிகாரத்தை மறுத்து, ஒரு நல்ல விஷயத்துக்காக மக்களை ஒன்று திரட்டினார். ஆனால் இந்திரா காந்தியோ பதவிக்காகத் தன் சுயமரியாதையை இழந்து நின்றார். இருவருக்கும் இடையேயான கடைசி யுத்தத்தில் ஜேபிதான் வெற்றி பெற்றார். இந்தத் தேசத்தில் அதிகம் காணப்படும் தோல்வி மனப்பான்மை உள்ளவர்களுக்கு இந்தக் கதை ஒரு நல்ல பாடம்.

இந்தப் புத்தகம் இந்திய அரசியல் அமைப்புச் சட்டத்தில் உள்ள பலவீனங்களை வெளிக்காட்டுகிறது. இதழாளர் அஜித் பட்டாசார்யா கூறுவது போல், 'ஒரு பிரதமரால் உச்ச நீதிமன்றம், நாடாளுமன்றம், ஆளுநர்கள், தேர்தல் ஆணையம், மூத்த அரசியல்வாதிகள், அரசு அதிகாரிகள், உளவுத்துறை அமைப்புகள், மீடியா என அனைவரையும் தன்னுடைய கட்டுப்பாட்டுக்குள் வைத்துக் கொள்வது சாத்தியம் என்ற விஷயத்தையும் சேலைக்குப் பின் நின்றுகொண்டு, யாரும் எந்த ஒரு கொள்கையும் இல்லாமல் அதிகார துஷ்பிரயோகம் செய்து ஆட்டுவிக்க முடியும் என்பதையும் வெளிக்காட்டுகிறது.'

இந்தப் புத்தகம் அரசு அதிகாரிகளைப் பற்றியது. எடிட்டர் ஹிரன்மய் கரேல்கரின் வார்த்தைகளில் சொல்லப்போனால், இக்கட்டான நேரத்திலும் ஒரு நேர்மையான அதிகாரி எந்த அளவுக்குத் துணிச்சலாக இயங்க முடியும் என்பதைச் சொல்கிறது. அரசியல் கிரிமினல்மயமாகி, அதன் நிழல் மத்திய அமைச்சரவை வரை பரவியிருக்கும் நிலையில், மனச்சாட்சியை விற்க விரும்பாத அதிகாரிகளுக்கு இந்தப் புத்தகம் சில செய்திகளைச் சொல்கிறது.

இந்தப் புத்தகம், ஜெயப்பிரகாஷ் நாராயண் என்னும் மனிதரைப் பற்றியது. நவீன இந்தியாவின் மிகப்பெரும் புரட்சியாளர், எளிமையானவர், உண்மை யானவர், உறுதியானவர். அவருக்கான புகழ் அஞ்சலி இது. Remembering Jayaprakash என்ற புத்தகத்தை எழுதிய ஆலன் தம்பதியினர் தங்கள் புத்தகம் பற்றிக் குறிப்பிட்ட மேற்கோள் இந்தப் புத்தகத்துக்கும் பொருந்தும்:

> ஜேபியைப் பற்றி முழுமையாக அறிந்துகொண்ட பெருமையில் எழுதப்படும் புத்தகம் இது. நாங்கள் சந்தித்தவர்களிலேயே மிகவும் இனிமையானவர், மென்மையானவர், கவர்ச்சியானவர். எல்லோருடைய தனிப்பட்ட வாழ்க்கையும் உயர்ந்த கொள்கைகளோடு இருப்பதில்லை. ஆனால் ஜேபியின் வாழ்க்கை அப்படி இருந்தது.

அவரது எண்ணங்கள் தனித்துவம் கொண்டவவை. சக்தி மிக்கவை. கருணை கொண்டவை. புதுமையானவை. ஆனால் ஜேபி என்ற மனிதர் அவரது எண்ணங்களைவிட இன்னும் மேலானவர்.

இந்தப் புத்தகம் ஜேபிக்கு இழைக்கப்பட்ட துரோகத்தைப் பற்றியது. 1970-களை நினைவூட்டி முன்னாள் பிரதமரும் கவிஞருமான அடல் பிகாரி வாஜ்பாய் சூட்டிய புகழ்மாலை பொருத்தமானது. 'ஜேபி என்னும் பெயர் ஒரு தனி மனிதரைப் பற்றியது அல்ல. ஒட்டுமொத்த மனித நேயத்தையும் குறிக்கும் வார்த்தை அது.' ஜேபியைப் பற்றி நினைத்தால் இரண்டு விஷயங்கள்தாம் மனத்தில் வந்து நிற்கும். அம்புகளால் நிரப்பப்பட்ட படுக்கையில் இருந்த பீஷ்மர்தான் முதலில் என் நினைவுக்கு வருகிறார். பீஷ்மருக்கும் ஜேபிக்கும் ஒரே ஒரு வித்தியாசம்தான் உண்டு. பீஷ்மர் கௌரவர்களுக்காகப் போரிட்டார். ஜேபியோ அநீதிக்கு எதிராகப் போரிட்டார். ஜேபியை நினைக்கும்போது இரண்டாவதாக மனத்தில் தோன்றுவது இயேசு கிறிஸ்துவும் அவரது தியாகமும்.

வாஜ்பாய் தலைமையில் ஆறு ஆண்டுகளாக ஆட்சியில் இருந்த பாரதீய ஜனதா கட்சியின் வளர்ச்சியில் ஜேபிக்குப் பெரும் பங்கு உண்டு. ஜேபியின் மக்கள் இயக்கம் ஆரம்பிக்கப்பட்ட காலத்தில் ஜனசங்கம் விளிம்பு நிலையில் இருந்தது. கடுமையான எதிர்ப்புகளையும் மீறி, 1977-ல் ஜனசங்கத்தையும் ஜனதா கூட்டணியில் ஜேபி சேர்த்துக்கொண்டார். அதற்குப் பின்னர்தான் ஜனசங்கமும் அதைத் தொடர்ந்து உருவான பாரதீய ஜனதா கட்சியும் (பாஜக) பெரிய அளவில் மக்களைச் சென்றடைந்தன. பாஜக, பின்னாளில் மத்தியிலும் மாநிலங்களிலும் ஆட்சிக்கு வரும் அளவுக்கு வளர்ச்சி கண்டது.

ஆனால் பாஜகவும் அதன் தலைமையும் ஜேபியின் நன்றிக்கு உரியவர்களாக நடந்து கொண்டதில்லை. நாடாளுமன்றக் கூட்டுக் கூட்டத்தில் மக்களின் சுதந்தரத்தைப் பறிக்கும் வகையில் பொடா சட்டத்தை அறிமுகப்படுத்தி பாஜகவினர் ஜேபிக்கு துரோகம் இழைத்தார்கள்.

எல்லாவற்றையும்விட ஜேபி பட்ட கஷ்டங்களும் அவரது தியாகங்களும் இந்தப் புத்தகத்தின் முக்கியமான விஷயம். கஷ்டங்களுக்கு நடுவேயும் அவர் போராடி சுதந்தரத்தை மீட்டுக்கொடுத்து கோடிக்கணக்கானவர்களின் முகத்தில் புன்னகையை மலரச் செய்தார். லியோ டால்ஸ்டாய் சொல்வது போல், சோதனைகளுக்கு ஆட்படுபவர்களால்தான் இந்த உலகம் முன்னேறிச் செல்கிறது.

சுதந்தரத்தையும், ஒற்றுமையையும், பொது வாழ்க்கையில் நேர்மையையும் விரும்பும் ஒவ்வோர் இதயத்திலும் ஜேபியின் தியாகம் நீடித்து நிலைத் திருக்கும். எந்தவிதப் பிரதிபலனும் எதிர்பார்க்காமல், நாட்டுக்காகத்

தன்னுடைய இளமை, வாழ்க்கை, குடும்பம் எல்லாவற்றையும் இழந்து, தேசத்தின் விடுதலைக்காகப் பாடுபட்ட அந்த மாபெரும் தலைவரை, ருட்யார்ட் கிப்ளிங்கின் கவிதையை மேற்கோள் காட்டி நினைவுகூர்வோம்.

> கூச்சலும் ஆரவாரமும் ஒடுங்கிப் போகும்
> தளபதிகளும் அரசர்களும் காணாமல் போவர்
> ஆனால் உன் தியாகம் மட்டும் அழியாதிருக்கும்
> உன்னை மறக்காமல் இருக்க, மறந்துவிடாமல் இருக்க,
> கடவுளே, எங்களுக்கு அருள் புரிவாயே!